298 9871

SONG NHỊ

Nửa Thế Kỷ
Việt Nam

bút ký.tự truyện

CỘI NGUỒN

CO SO THI VAN COI NGUON
A Non Profit Organization of
the Culture and Social Activities of the
Vietnamese Community in the United States of America
http://www.coinguon.us

NỬA THẾ KỶ VIỆT NAM
SONG NHỊ
CỘI NGUỒN Xuất Bản 2010
Bản Quyền thuộc Tác giả và CSTV Cội Nguồn
Mọi trích dịch, ấn loát phải được chấp thuận của tác giả và NXB.

Tranh bìa: ĐẰNG GIAO
Tác giả biên tập/ và trình bày
Đọc và Sửa Bản In: KIM NHIỄU

NUA THE KY VIET NAM
A half century of Vietnam 1945 -1995
Personal Narratives
By SONG NHỊ
© 2010 Song Nhi All Rights Reserved
Cover painting by Dang Giao
Cover Design by Song Nhi
Manufactured in The United States of America

ISBN : 978-0-9770729-2-7

Kính dâng anh linh Mẹ

Kính dâng Thân Phụ
tặng phẩm mừng đại thọ 98 tuổi năm 2010

Kính dâng hương hồn Ba Má

Trọn vẹn Trao gởi hiền thê, Trần Thị Kim Nhiều
Và các con
Bảo Khánh - Thụy Khanh - Thụy Khuê

Xin gửi đến các Anh Chị, các Em, các Cháu
niềm kính trọng thương mến tròn đầy

Trải qua một cuộc biển dâu
Những điều trông thấy mà đau đớn lòng
Nguyễn Du

VÀO TẬP
Thay Lời Tựa

Tôi đã viết và đã xóa bỏ từng dòng. Tôi đã viết và đã xóa bỏ từng trang. Tôi đã xóa bỏ nhiều lần như vậy. Một bài viết ngắn tưởng đã là đoạn mở đầu cho một quyển sách có nhiều tiết, nhiều chương nhưng rồi để đó cho mãi tới hôm nay... đã chẵn mười năm!

Mười năm góp nhặt, suy nghĩ, đắn đo, để một lúc hứng khởi, tôi đặt tay vào bàn phím, gõ tiếp. Những dòng chữ giàn ra trước mắt, chập chờn từng sự kiện từ quá khứ đeo đuổi đến hôm nay. Những sự việc, những con người, "đi theo tôi", tôi kể lại có khi thật là cá biệt. Nhưng những cá biệt, tản mạn đó lại tạo nên một bố cục chặt chẽ, sống động, rất thật trên một đường trường lịch sử nửa thế kỷ Việt Nam.

Người xưa kiêng cữ nói về "cái ta". Quan niệm cũ vẫn coi "cái ta" là cái đáng ghét nhất. Nhưng khi viết, khi kể, nếu không có mình có ta trong câu chuyện, chẳng hóa ra là chuyện vu vơ.

Tôi tự nghĩ 'ta' chẳng là cái gì và 'ta' chẳng có chi to tát đáng chuyện để mà viết, mà nói. Tôi đem ý nghĩ đó nói với những người thân, bạn hữu và những người hiểu biết những chặng đời trôi nổi của tôi, ai cũng cho rằng thế hệ của tôi không là cái gì, chẳng là cái gì, chỉ là những viên cuội, nhưng là viên cuội giữa dòng lịch sử nước nhà ở những thời kỳ bi tráng nhất, trải dài suốt một đời người.

Những gì mắt thấy tai nghe, gom góp lại hôm nay, biết đâu mai kia sẽ giúp các thế hệ hậu sinh moi tìm được đôi điều hữu ích trong đống bụi thời gian. Tôi viết, những trang sách này, ít ra sẽ là một kỷ vật trao lại cho các thế hệ con cháu sau này biết thời đại cha ông đã sống như thế nào.

Mười lăm năm tuổi thơ tôi trên mảnh đất xóm làng chôn nhau cắt rốn. Mười chín năm ly tổ, xa quê, sau khi thoát khỏi vòng tai họa, sống trên phần đất Tự do. Bốn năm ở Lào; mười lăm năm giữa Sài Gòn hoa lệ của miền Nam cho tôi một phần đời thành đạt, mộng đầy hăm hở mai sau...

Nhưng rồi tất cả như giấc mộng Nam Kha. Năm 1975 tôi đi giữa chốn tàn quân, tám năm lưu đày nơi rừng sâu núi thẳm trong các trại tập trung cải tạo. Sau tám năm về lại mái nhà xưa như người khách trọ, thêm mười năm trong xã hội nhà tù, không kém phần khắc nghiệt. Mười tám năm lưu đày trên chính quê hương, dưới xã hội mới – xã hội XHCN. Tôi rời đất nước ra đi chẳng phải vì cơm áo. Từ bao nhiêu đời, người dân Việt dù đói khổ, khó khăn chẳng ai tìm đường bỏ nước ra đi!

Thế mà tôi đã ra đi. Hàng triệu người đã ra đi!

Giữa năm 1956, cách nay hơn nửa thế kỷ, khi vượt Trường Sơn trốn chạy, một buổi chiều dừng chân trên đỉnh Giăng Màn, ngọn núi cao thứ hai sau Hoàng Liên Sơn, phía trước mặt là xứ Lào, tôi xoay người nhìn về khoảng trời mênh mông, mờ mịt xóm làng, để chợt chùng lòng khi biết mình đã thực sự bỏ lại phía sau một thời tuổi thơ nơi quê cha đất tổ, cơ hồ như đuổi xua bội bạc...

Bước chân lưu lạc từ Việt sang Lào, từ Lào về Việt, tám năm tù đày lê lết từ Nam ra Bắc, từ Bắc về Nam, định mệnh đẩy đưa, lê chân khắp cùng trời cuối đất – đầu non cuối biển – trôi giạt đến cuối bờ Thái Bình dương, cách biệt quê nhà nửa vòng trái đất...

Giờ đây trên xứ sở quê người, tôi đã đi, đã sống 50 năm phần đời lưu lạc. Mười bảy năm trên quê hương thứ hai này, tôi có một quãng đời đầy đủ mà sao tôi vẫn thấy thiếu, vẫn trống vắng một cái gì...

Phải chăng, tôi là viên cuội đã bị từng dòng xoáy thời cuộc chà xát, nhào nặn, lăn lóc, cuốn xô đến tận cuối chân trời, bỏ lại phía sau nơi chôn nhau cắt rún, vĩnh viễn cách xa; bỏ lại phía sau cả một quê hương, cha mẹ, người thân ruột thịt, quá khứ, kỉ niệm và nửa cuộc đời trĩu nặng những vinh nhục của một kiếp nhân sinh.

**

"Nửa Thế Kỷ Việt Nam" không thuần túy là một cuốn hồi ký, cũng không là một tập văn. Tập sách này là một tập hợp những sự kiện xẩy ra ở những thời gian và không gian khác nhau, trong suốt dọc dài những biến động của đất nước. Tất cả được ghi lại như những thước phim trung thực. Tác giả chỉ làm công việc lượm lặt, gom góp lại những gì mắt thấy tai nghe, có chính mình can dự.

Quyển sách viết về mình, viết về những sự việc, những con người, mà không hề có chủ ý bêu riếu, chỉ trích; không đem lòng thù hận, không bịa đặt thêm bớt, không cường điệu khen chê.

Người viết không có tham vọng trình bày, phân tích, phê bình bản chất những vấn đề lớn, những sự kiện tầm cỡ. Từ lâu đã có những nhà nghiên cứu lịch sử, những cây viết chuyên nghiệp làm công việc này. Ở đây chỉ xin lượm lặt, gom góp lại những sự việc có khi như là tủn mủn, riêng tư, nhưng chính những chi tiết rời rạc đó là biểu hiện cụ thể thực chất của vấn đề, đưa tới những biến cố và hậu quả hệ trọng.

Trong sách có những con số, những dữ liệu được trích từ những tài liệu giá trị, khả tín. Tuy nhiên, không thể không có những thiếu sót, phiến diện. Rất mong các bậc thức giả và bạn đọc chỉ dẫn để hiệu chính. Tác giả cũng xin cáo lỗi với các tác giả những bài viết, những tài liệu được trích dẫn trong tập sách này, vì không biết địa chỉ để liên lạc xin phép và gửi sách tặng.

"Nửa Thế Kỷ Việt Nam" được trình bày theo trình tự 17 chương đoạn như sau:

Chương I: Giữa Một quê hương hiền hòa. Thời kỳ sau Cách Mạng tháng Tám. Nạn đói năm Ất Dậu 1945. Cuộc kháng chiến 10 năm chống Pháp.

Chương II: Cuộc Cải Cách Ruộng Đất

Chương III: Một ngày vào tù Cộng sản cũng không.

Chương IV: Người Việt trên xứ Lào
Cuộc trốn chạy khỏi biên cương Tổ quốc.

Chương V: Mặt Trận Văn Hóa
Đại Học Vạn Hạnh - cuộc đối đầu giữa SV Quốc Cộng.

Chương VI: Đặc san Máu Lửa/ Chi bộ đảng Dân Chủ

Chương VII: Miền Nam - Cơn Lũ Nghịch thường 30.4.1975

Chương VIII: Bản án 3 năm tập trung cải tạo

Chương IX: Bùi Đình Thi trước Vành móng ngựa.
Chiêm nghiệm nhân duyên nghiệp quả.

Chương X: Đoàn chiến Mã & Hành trình lưu đày biệt xứ.
Tiến vào Cam Bốt. Chuyển trại, phân tán tù.

Chương XI: Biểu Tình Tuyệt Thực. Rừng vang tiếng hát.

Chương XII: Những cảnh huống trong tù
Cuộc chiến biên giới Việt Hoa. Trò chơi xương máu.
Trên chuyến tàu xuôi Nam.

Chương XIII: Châu Về Hiệp Phố - Tình dân nghĩa nước.

Chương XIV: Hy vọng trong màn đêm. Ánh sáng cuối đường hầm.

Chương XV: Từ của ải tới cửa quyền. 5 năm quản chế.

Chương XVI: Cuộc Di Cư vĩ đại bi thảm trong lịch sử dân tộc. Việt diaspora

Phụ đính:
Lý Lịch Con Chữ H.O
Anh Hùng và Tử Tội
Người chiến sĩ Biệt Kích 21 năm tù
Chương XVII: Thử Tìm một Kết Luận
**

chương I
Giữa Một Miền Quê Hiền Hòa

tôi sinh ra đời
dưới một ngôi sao xấu

Tôi sinh ra và lớn lên qua những giai đoạn đầy biến động của đất nước. Chế độ phong kiến lụi tàn. Chiến tranh Việt Pháp bùng nổ dữ dội. Chủ nghĩa cộng sản lan tràn, xói mòn, đục khoét, đầu độc, băng hoại tận gốc rễ nền tảng đạo lý, văn hóa và tình tự dân tộc. Chủ trương kích động hận thù, đấu tranh giai cấp, biến đời sống thôn làng đang hiền hòa, êm ả trở nên sôi sục, ngột ngạt oán thù.

Tuổi thơ của tôi trải qua trên đồng ruộng, ngồi trên lưng trâu, hai mùa lạnh buốt thấu xương, nắng cháy da người. Tôi đã từng tung tăng trên sân trường, miệt mài, hăm hở. Vừa bước chân vào năm đầu Trung học chưa được mấy tháng đã bị đuổi học vì con cái thành phần địa chủ, "giai cấp bóc lột". Sáu năm lêu bêu thất học, sau định mệnh run rủi, tôi đã được trở lại mái trường trung học giữa Sài Gòn hoa lệ như một phép lạ, tự do thênh thang, tình người thắm đậm.

Với một phần đời thơ ấu khổ đau nhiều hơn hạnh phúc, tai họa thời thế cứ đổ dồn lên gia đình tôi từng cơn bất hạnh, khi qua khỏi bậc trung học, bước chân vào cổng trường đại học, tôi biết tôi phải làm gì, phải chọn con đường nào, phải phấn đấu ra sao để bù lại những thiệt thòi thua sút, để không phụ mọi ân tình. Điều trên hết tôi biết đâu là con đường ngay thẳng để đi; đâu là tà gian phải tránh. Tôi đã chọn cho mình một lý tưởng. Nói khác đi, đã có một ý hướng để cho mình đi theo và phụng sự.

Tôi yêu đất nước và tôi yêu lịch sử dân tộc, tôi hãnh diện về một dân tộc quật cường đánh đuổi mọi thế lực ngoại xâm, một dân tộc có những bậc vĩ nhân "lấy đại nghĩa để thắng hung tàn, đem chí nhân thay cường bạo".

Người cộng sản Việt Nam, lấy chiêu bài giải phóng dân tộc, lợi dụng lòng yêu nước của toàn dân đánh đuổi thực dân Pháp để du nhập vào quê hương một chủ nghĩa tham tàn, tệ hại nhất trong lịch sử năm nghìn năm dựng nước và giữ nước.

Cho đến hôm nay, sau gần nửa thế kỉ, kết thúc một thời kỳ kinh hoàng của chiến tranh bom đạn, nhưng ý thức hệ Quốc Cộng còn đó. Ba mươi lăm năm chiến tranh kết thúc, nhưng cuộc chiến vẫn còn âm ỉ, giằng dai. Đất nước tuy đã thống nhất lãnh thổ nhưng tình tự dân tộc vẫn cách ngăn, chia rẽ, hận thù... lòng người ly tán. Tất cả chỉ vì ý thức hệ cộng sản, một lý thuyết và thực tiễn đã bị lịch sử đào thải, nhân loại quay lưng.

Xuất phát từ hiện thực cuộc sống hay là một tiên tri mà nhà văn Vũ Trọng Phụng đã viết: "Tôi sinh ra đời dưới một ngôi sao xấu". Cuộc đời ông ngắn ngủi, nhưng sự nghiệp văn chương, ông để lại cho hậu thế thì to lớn và tồn tại mãi với thời gian.

Người ta ai cũng tin mỗi con người sinh ra dưới một ngôi sao hộ mạng. Người phương Tây vốn "bẩm sinh" duy lý mà họ cũng tự đặt mình trong vòng chi phối sinh mệnh, hên xui của những Hồ Cáp, Thiên Xứng, Nhân Mã...

Bản thân ngồi ngẫm lại đường đời, đếm những mùa xuân đi qua trên mái tóc, từ thơ ấu đến giờ biết bao buồn vui, khổ hạnh khó quên và đáng nhớ... Rồi chợt nhận ra rằng ngôi sao "chiếu mạng tận tình" trên sinh mệnh dân tộc Việt Nam cho tới nay là ngôi sao vàng. Tôi sinh ra đời khi ngôi sao này đã xuất hiện trên vòm trời quê tôi và trên vòm trời các vùng quê hẻo lánh khác.

Quê tôi nơi vòng eo cơ thể mẹ Việt Nam, vùng đất nhỏ hẹp cỗi cằn. Bề ngang so với chiều rộng Đông-Tây của lục địa Hoa Kỳ thì chỉ là gang tấc. Con người từ nơi này phải vươn lên mà sống, được hun đúc, và do hoàn cảnh cơ cực với phong thổ ấy mà đã sản sinh ra những Nguyễn Du, Nguyễn Công Trứ, Đặng Dung, Nguyễn Biểu, Phan Đình Phùng, Phan Bội Châu, Hải Thượng Lãn ông, và những lớp văn võ sau này...

Tôi sinh ra và lớn lên giữa thời loạn lạc. Tuổi thơ tôi bắt đầu từ cuộc Thế Chiến thứ Hai mở màn và kết thúc. Những năm tháng ấu thơ của tôi khét lẹt mùi thuốc súng. Đoạn đời tiếp sau đó cũng lại loạn ly, bom đạn đuổi theo. Cuộc kháng chiến mười năm của toàn dân (1945-1954), quê tôi hứng đầy đạn bom của máy bay Pháp. Khi Tây thực dân cúi đầu sắp hàng về nước cũng là lúc tôi chưa kịp quay nhìn lại quá khứ ấu thơ của mình, thì tai họa ập đến. Cuộc Cải Cách Ruộng Đất phủ trùm tang tóc. Tôi mất hết tất cả, mất từ lời ru của mẹ đến tình máu mủ ruột thịt, tình quê hương và nghĩa đồng bào.

Tôi có được một quãng đời rất ngắn ngủi mẹ tôi ru tôi bằng những câu ca dao, những bài hát ví, những câu hò, những bài hát Dặm Nghệ Tĩnh.

Bài học vỡ lòng cha tôi dạy: "Lớn lên con đi đánh thằng Nhật, thằng Tây". Trẻ em quê tôi tám tuổi đã phải ra ngoài đồng ruộng, đã phải leo lên lưng trâu, mùa đông lạnh cắt da; mùa hè nắng như lửa đốt. Tuổi thơ tôi qua dần trên lưng trâu, trên đồng ruộng khô cằn, không thơ mộng như câu thơ, tiếng hát:

Ai bảo chăn trâu là khổ
Tôi mơ màng nghe chim hót trên cao.
(thơ Giang Châu)

Hàng hàng thế hệ nơi quê tôi vẫn lây lất trong nhục nhằn,

thiếu thốn quanh năm, từ vật chất đến tinh thần.... Thế mà lớn lên, mười lăm, mười bảy là đã "Tình lúa duyên trăng", đậm đà tình yêu – yêu nước, yêu nhà, "yêu quê hương qua từng trang sách nhỏ" từ trong mạch máu được ông cha truyền thụ. Tuổi thơ của tôi như bông hoa vừa hứng ánh sáng mặt trời thì đã vội vàng héo úa đúng vào thời kỳ sôi nổi đó của toàn dân. Hiệp định Genève 20-7-1954 chấm dứt chiến tranh, chia đôi đất nước, người Pháp quay lưng, ôm nhục bại trận, bỏ lại tham vọng thực dân ra về, thì quê tôi cũng bắt đầu một thời kỳ bất hạnh nhất, thê thảm nhất.

Đầu óc trẻ thơ như trang giấy trắng, tôi khó quên được những cái Tết đầu đời, nối tiếp buồn vui mà chẳng còn tìm lại được. Nhà thơ Tạ Hữu Thiện trong nhóm Nhân Văn, Giai phẩm đã viết:

"Ai lớn lên không từng yêu đương
Ai biết yêu không từng hò hẹn
Việc ấy lẽ thường..."

"Ai lớn lên không từng yêu đương", không từng đi qua những phần đời đầy kỷ niệm buồn vui. Tình yêu nào không có những mộng mơ; Tuổi thơ nào không có những nôn nao mong đợi – mong mẹ đi chợ về, mong Tết đến, mong chiếc áo đẹp, mong tiền lì xì.... Tuổi thơ của đám trẻ chúng tôi thời đó có nhiều thứ để nô nức mong chờ.

Tháng Chạp quê tôi mưa phùn, gió lạnh và mây xám đặc trời. Trong khung cảnh địa lý, kinh tế và xã hội vùng quê, nhất là quê tôi – Nghệ Tĩnh – đón xuân, ăn tết không có hoa Anh đào Hà Nội, không có Mai vàng Sài Gòn nhưng lại có đủ lễ nghi truyền thống dân tộc. Có cây nêu, tràng pháo, bánh chưng xanh, bánh dày, bánh tét, có hội hè lễ lạc, cờ xí trống chiêng – lễ rước thần làng, lễ Tống Cựu Nghênh Tân, lễ bàn giao chìa khóa điện thờ Đức Thánh giữa tân và cựu Cố Đạo, một vị chức sắc có quyền uy tinh thần "tối thượng", được trọng vọng, kính nể nhất của làng xã với nhiệm kỳ hai năm.

Chức sắc này được các thân hào nhân sĩ trong làng bầu

chọn rất trang trọng. Rồi tục lệ "xông đất" sau Giao Thừa, một, hai giờ sáng.

Quê tôi nghèo, nhưng người dân "quê mùa" cần cù chân chất ấy cũng biết thụ hưởng thú vui tinh thần, làm thăng hoa cuộc sống suốt cả "tháng Giêng ăn Tết ở nhà".

Tôi đã từng nô nức đi xem các lễ hội đánh đu, đánh cờ người, hát trống cơm, hát dặm...

Và hình ảnh rộn ràng của buổi sáng Mồng Một Tết, từng đám trẻ lên năm, lên mười, quần áo mới đủ sắc màu vàng, xanh đỏ ... kéo đến nhà các bô lão mừng tuổi đầu năm để được lì xì. Ngày ấy tôi đã từng được lì xì những đồng tiền Thành Thái, (tiền bằng đồng, hình tròn, giữa có lỗ hình vuông, trên mặt đồng tiền có khắc bốn chữ Hán).

Năm tôi đến tuổi vào lớp Ba Tiểu Học, là cái Tết truyền thống cuối cùng của quê tôi, và có lẽ của tất cả những vùng do Việt Minh kiểm soát.

Tôi nhớ rõ có những người tá điền, có những người vần công giúp việc, những người hàng bao thế hệ từng thân thiết, từng nhờ cậy lẫn nhau, sáng Mồng Một kéo thành đoàn đến mừng tuổi bố mẹ tôi. Họ đã xin hẹn từ chiều hôm trước, từ sáng Ba Mươi vì phải chờ có người "đạp đất" xong đã. Có người mang theo một cúc rượu trắng; có người chỉ mang theo vài trái cam sành; có người một "cơi" trầu đã têm sẵn... Những thứ đó trong vườn, trong nhà tôi không thiếu, nhưng bố mẹ tôi rất quý, vì đó là tấm lòng, là nghĩa tình qua lại. Họ đến như người thân, không màu mè khách sáo, nói cười thoải mái, ăn uống no nê. Họ về, mang theo quà bánh, nếp, gạo, và tiền lì xì cho con cái họ. Trên nét mặt mỗi người tỏa rạng vẻ vui tươi hồn nhiên, tin cậy lẫn nhau, tình cảm đậm đà, hy vọng vào mùa màng và cuộc sống sang năm sung túc...

Đời sống thôn quê đã bao đời trải qua như vậy. No đói, giàu nghèo đùm bọc giúp đỡ lẫn nhau. Xóm làng xôn xao, rộn rã ngày mùa, ngày hội, ngày Tết, những ngày lễ lạc trai gái hẹn hò...

Cuộc sống yên lành, xóm làng gắn bó, dù trong suốt cuộc chiến tranh chống Pháp. Tuổi trẻ của tôi, của thanh thiếu niên quê tôi kế thừa từ đó, hăm hở, rộn ràng...

Thế rồi Hiệp định Genève 1954 chia đôi đất nước. Giang sơn Việt Nam bị chia cắt thành hai. Mạch máu Bắc Nam đứt đoạn. Người dân quê tôi cùng một lúc hứng chịu hai vòng tai họa: cuộc đấu tố Cải Cách Ruộng Đất, thanh trừng giai cấp và cuộc chiến Bắc Nam tiến hành sau đó để "giải phóng" toàn dân thoát khỏi tự do no ấm, trở thành nghèo nàn, cùm kẹp.

Khi tiếng súng của cuộc chiến vừa chấm dứt, thì cuộc thanh trừng giai cấp bắt đầu. Những người tá điền, những người vần công, giúp việc, những người chòm xóm mới hôm qua no đói, buồn vui, tối lửa tắt đèn có nhau ấy, bỗng sau một đêm thức dậy họ trở thành những kẻ gian ngoa, hung ác, mất hết tính người, sau khi được đội Cải Cách, những đảng viên cọng sản trung kiên nhồi nhét vào đầu óc họ những giả trá, bịp lừa, hứa hẹn, răn đe trong chính sách cướp của giết người lương thiện. Cả xóm làng, tỉnh, huyện, khắp vòm trời quê tôi mùi tử khí bao trùm, ám khí bắt bớ, tra tấn, hành hình, chết chóc ghê rợn bủa vây mỗi gia đình, mỗi con người. Người ta bàng hoàng trước cơn đại họa như trên trời đổ xuống.

cách mạng tháng tám và nạn đói năm ất dậu 1945

Tuổi thơ tôi, từ thuở đầu đời, đã thấm đậm ngọt ngào lời ru của Mẹ: những câu ca dao tình tự, những điệu ví, câu hò... Tôi đã thấy những hăm hở của lớp cha anh bỏ việc nhà xông pha việc nước. Tôi nhớ loáng thoáng buổi hoàng hôn của xã hội phong kiến cuối chiều. Tôi nhớ cái thuở lên tám lên mười, nô nức chạy theo những thanh niên thiếu nữ lớp đàn anh, từ đầu thôn đến cuối làng trong những ngày cáo chung của chủ nghĩa thực dân Pháp và cuộc cách mạng tháng 8-1945. Đất nước đi vào một khúc ngoặt từ đây.

Trận lụt và nạn đói năm Ất Dậu từ miền trung trở ra đã gieo một ấn tượng kinh hoàng khắp miền Bắc, kể cả quê tôi, vùng Thanh Hóa, Nghệ An, Hà Tĩnh. Hình ảnh những nhóm người lảo đảo bước đi xiêu vẹo, gục ngã bên bờ mương khi ngang qua trước ngõ nhà tôi vẫn in hằn rõ nét, một đoạn văn tôi đọc được:

"Họ đi thành rặng dài bất tận... toàn thân lõa lồ, gầy guộc, trơ xương, run rẩy... Thỉnh thoảng, họ dừng lại để vuốt mắt cho một người trong bọn họ ngã xuống và không bao giờ thức dậy được nữa... Nhìn những hình người xấu hơn con vật xấu nhất, nhìn thấy những xác chết co quắp cạnh đường chỉ có một vài nhánh rơm vừa làm quần áo, vừa làm vải liệm, người ta thật lấy làm xấu hổ cho cái kiếp con người" (*) ["Témoignages et documents francais relatifs a la Colonisation francaise au Vietnam"] (CTD, sđd, tr.723)

(*) Xem thêm "Nạn đói năm Ất Dậu 1945", Lê Đình Cai. Tạp chí Nguồn số 10-11/tháng 1&2.2005. tr 214]

Người dân quê tôi có câu truyền miệng "Ngày ba tháng Tám" để nói lên nỗi lo lắng nạn thiếu ăn, đói kém vào hai tháng mùa giáp hạt, tháng ba và tháng tám. Tháng Tám lại là tháng nhằm mùa lụt hàng năm.

Tháng 8 - 1945 quê tôi mưa to lụt lớn. Mấy anh chị em tôi ngồi bên thềm nhìn ra. Một đoàn người quần áo tả tơi, da bọc xương, hai quầng mắt sâu lõm, đầu lớn hơn thân mình, hai hàm răng nhô ra, họ bước đi lảo đảo trước ngõ nhà tôi. Một người rồi hai người ngã xuống bên mé đường, nước lụt tràn tuôn. Bố mẹ tôi chạy ra đỡ dậy, dìu hai người ấy đưa vào nhà, lấy quần áo cũ cho thay, nhóm lửa sưởi ấm và nấu cháo cho ăn. Tối hôm đó họ tỉnh táo chuyện trò, tạ ơn cứu sống và xin bố mẹ tôi cho họ về vì không muốn thọ ân nhiều hơn nữa. Bố mẹ tôi giữ lại qua đêm, trưa hôm sau cho mỗi người một túi nhỏ gạo mang theo.

Một trong hai người được cứu sống có tên là Cúc. Bà nội tôi bảo chúng tôi gọi ông là chú Cúc. Trong đợt cải cách ruộng đất (CCRĐ) đám cán bộ và bần cố nông xô đẩy chú Cúc lên đấu tố mẹ tôi. Chú Cúc bước tới mấy bước, nhìn vào mặt mẹ tôi, rồi lặng lẽ quay trở lại lẩn vào đám đông lánh mặt. Năm 1956, gia đình tôi đã vượt thoát sang Lào tỵ nạn, sau khi sửa sai, chú Cúc tìm đến gặp anh Cả tôi, chú vừa khóc vừa nói: "Nhìn lên Trường Sơn lại nhớ người xưa. Nhờ Thầy (ông anh tôi là giáo viên) nhắn với ông bà (bố mẹ tôi) suốt đời tôi kết cỏ ngậm vành để nhớ ơn ông bà cứu tôi thoát chết. Cũng may, trong cải cách mà tôi nghe lời xúi giục lên đấu tố bà thì không những tôi có tội với ông bà mà có tội với cả trời đất".

Một người khác, bà Thoan là người giúp việc cho bà nội tôi. Bà nội tôi coi O như con. O không lập gia đình. Khi mẹ tôi về làm dâu, hai người kết thân như chị em. Lúc chúng tôi khôn lớn vẫn được O Thoan chăm sóc. Trong CCRĐ, đám cán bộ cũng xúi giục O Thoan: -"chị ở trong nhà nó hàng chục năm, chị biết nó bóc lột nông dân, sao chị không lên tố nó". Vừa nói hai người bần cố nông vừa xô đẩy O Thoan lên đấu tố mẹ tôi. O Thoan bước lên thấy mẹ tôi đang bị trói, quỳ trên mô đất. Hai người nhìn nhau, O Thoan cau mặt lại, quay lưng chạy về nhà nằm khóc. Mấy năm sau O Thoan mất khi gia đình tôi đang ở Lào.

1953 mặt trận trung lào

Trước năm 1953, bản thân tôi, ở tuổi thiếu nhi đã phải tham dự vào trò chơi của đám "con người ấy" với nhiệm vụ giao liên. Tuổi thơ chúng tôi được dạy thế nào là căm thù, thế nào là yêu nước theo quan điểm của người Cộng sản.

Tôi được giao nhiệm vụ đêm đêm làm giao liên dẫn những đoàn quân đến điểm hẹn, đến nơi tập kết trong chiến dịch đánh Pháp ở mặt trận Trung Lào.

Chiến dịch hành quân này nhằm tấn công các cứ điểm

của quân đội Pháp nằm sâu trong lãnh thổ Lào, dọc theo các tỉnh Thakhek và Savanakhek. Có nhiều tiểu đoàn bộ đội Việt Minh tham gia chiến dịch này, lúc bấy giờ không ai có thể biết chính xác có bao nhiêu người. Toán thiếu nhi liên lạc do tôi làm trưởng toán có nhiệm vụ dẫn từng trung đội, đại đội đến trú đóng ở các nhà dân, đã được chủ nhà thỏa thuận trước.

Trong thời gian bộ độ đóng quân tại làng chờ xuất quân, Bố mẹ tôi nhận nuôi một đại đội "lính cụ Hồ".

Ở miền quê, trâu bò không phải nuôi để ăn thịt mà chủ yếu là để cấy cày canh tác. Thế nhưng vì yêu "lính cụ Hồ" hay vì yêu những người con đi giữ nước, bố mẹ tôi đã hy sinh một con trâu, làm thịt đãi các anh bộ đội trước khi rời khỏi nhà tôi băng qua Trường Sơn tiến vào mặt trận Trung Lào. Phải nói đó là tình dân tình nước, là nghĩa đồng bào. Khoảng một tháng sau, có hơn vài chục người bộ đội trước đóng ở nhà tôi, từ mặt trận trở về, hầu hết họ bị thương ở chiến trường. Có người băng bó ở chân, người băng bó ở tay, người băng ở đầu như chít khăn tang. Lần đầu tiên tôi thấy người lính hai vai mang hai cánh tay khoanh lại trước ngực, ăn uống phải có người đút mớm. Một anh trong số thương binh nói nhỏ với mẹ tôi – "Mẹ ơi, anh em họ chết hết cả rồi". Mẹ tôi ngẩn người ra, như sắp rơi nước mắt.

Có một anh bộ đội cho tôi hai cây bút bi, một đỏ một xanh. Lần đầu tiên trong đời tôi thấy. Lạ quá! "Tân kỳ" quá. Bút không có ngòi, không cần chấm mực, không nhòe ra tay, không làm dơ áo... Anh thương binh nói đó là "Bút Nguyên tử". Tôi mang đến trường khoe. Hồng, con trai thầy hiệu trưởng Hoàng Việt năn nỉ tôi đổi cây bút máy E-rơ-vơ [sản phẩm của Pháp (?)] lấy một cây bút bi, đỏ hay xanh cũng được. Tôi nể bạn, lại là con thầy hiệu trưởng nên đổi cho bạn cây viết xanh. Bạn hí hửng vui mừng. Một thời gian sau, Hồng hỏi tôi "sao bút không ra mực nữa". Tôi đâu có biết vì sao. Bút nguyên tử kia mà! Hồng vẫn giữ cây bút... nguyên tử đó, thỉnh thoảng lấy ra ngắm nhìn. Còn cây bút E-rơ-vơ của tôi bị tịch thu cùng với tài sản gia đình trong CCRĐ. Không biết vì sao tôi không quên được kỷ niệm nho nhỏ này.

Ký ức tôi cũng không phai mờ những vụn vặt cuộc sống trong suốt những năm chui xuống hầm, hay chạy vào lùm cây trốn những đoàn máy bay khu trục Pháp sà xuống thả bom trên xóm làng, trên đồng ruộng quê tôi. Những chiếc máy bay Khu trục của Pháp thả một hai trái bom chỉ để đổi lấy một con bò bị hạ, huống chi sinh mệnh của một con người. Tôi đã chứng kiến bà thím họ tôi vừa đặt chiếc gánh xuống bên lề đường, mới chạy xa được năm ba bước đã bị một trái bom từ trên máy bay thả xuống, làm banh thây, tan xương nát thịt. Mới đây trong dịp về thăm quê gặp chú, tôi và ông chú nhắc lại sự kiện đau buồn đó. Chú chưa già lắm và vẫn ở vậy với các con từ sau khi thím bị nạn.

Chiến tranh là tàn bạo, là bất nhân, phi lý; là thảm họa, nhưng chiến tranh đã diễn ra và làm tàn hại đất nước tôi suốt gần cả Thế kỉ Hai Mươi.

Ông Hồ Chí Minh và đảng Cộng Sản Việt Nam đã lợi dụng lòng yêu nước của toàn dân, lãnh đạo và thực hiện cuộc kháng chiến chống Pháp thành công, nhưng thực chất của cuộc kháng chiến mười năm xương máu ấy chỉ để làm bàn đạp nhằm áp đặt chủ nghĩa cộng sản, thay thế chủ nghĩa dân tộc yêu nước. Đất nước phân tranh, Tổ quốc phân ly cả ý thức hệ và tình tự dân tộc. Cuộc chiến thôn tính miền Nam Tự Do tiếp sau đó là để nhuộm đỏ cả nước... đưa đến thảm họa hàng triệu người hốt hoảng, liều chết bỏ quê hương trốn chạy.

Hậu quả mà ông Hồ và đảng Cộng sản đem lại tiếp sau hai cuộc kháng chiến "chống Pháp" và "chống Mỹ" tai hại gấp ngàn lần so với những gì mà chủ nghĩa Thực dân gieo rắc.

Năm 1954, khi thực dân Pháp buông súng đầu hàng, xuống tàu về nước, đất nước tôi bị chia cắt hai miền. Trên thôn xóm quê hương hiền hòa của tôi bỗng nổi cơn sóng dữ. Tôi mang ấn tượng hãi hùng về những cuộc thanh trừng, đấu tố. Gia đình tôi đã thoát khỏi như một định mệnh dành cho. Tôi đã ra đi và đã đến đích như một đinh mệnh an bài, để từ đó tôi bắt đầu những gì tôi có và những gì tôi mất. Tôi trôi giạt suốt một cuộc đời. Từ Việt sang Lào, từ Lào về Việt. Sài Gòn, vùng đất thênh thang cơ hội cho tuổi trẻ đất nước từ sau 1954, và cho riêng tôi vươn lên bay nhảy, góp mặt với đời.

Mười lăm năm lưu lạc của Thúy Kiều đã trả nàng về với một cuộc đời mất mát tất cả. Mười lăm năm "lưu lạc" của tôi ở Sài Gòn đã cho tôi tất cả: vốn liếng sách đèn, tình yêu, gia đình, hạnh phúc.

Nhưng rồi chỉ một buổi sáng thức dậy, một bước ngoặt lịch sử của đất nước cũng là vận mệnh của con người, tôi buông tay, theo chiều định mệnh. Mở đầu cuộc "viễn hành" lưu đày biệt xứ suốt chặng đường tám năm luân lạc vào địa ngục trần gian khắp những núi rừng Nam Bắc.

Nhưng tôi còn tồn tại, tôi đã trở về và tôi tiếp tục ra đi – đi theo cuối phần đời trôi giạt.

Tôi đã từng đứng trên đỉnh Trường Sơn nhìn về xóm làng xa ngút mắt lúc đầu đời; tôi đã trôi giạt qua bờ Thái Bình dương, năm tháng cuối đời ngóng về quê mẹ. Tôi đã đi từ đầu non đến cuối biển, suốt dọc dài nửa thế kỷ Việt nam.

Giờ này, tôi ngồi đây, cách xa đất nước quê hương, cha mẹ, người thân, bạn hữu nửa vòng trái đất. Tôi nhìn lại tất cả những vui buồn như mới ngày hôm qua, hôm trước. Lòng tôi thanh thản, không tiếc nuối, không oán hờn. Sự mất mát của một con người, thấm gì so với sự mất mát kia của cả một dân tộc.

Chương II

CẢI CÁCH RUỘNG ĐẤT

*B*iến cố lịch sử trọng đại: cuộc chiến tranh Việt Pháp (1946 - 54) kết thúc đã không được đảng Lao động (tiền thân đảng CSVN) loan báo như một tin mừng mà chỉ cho người dân biết, "từ nay đồng bào không sợ máy bay Pháp ném bom, bắn phá nữa, mọi người đi ra đường có thể mặc áo trắng, đội nón lá. Chiến tranh đã chấm dứt..."

Hiệp định Genève ký kết ngày 20.7.1954 không được công bố. Thời hạn 300 ngày được tự do di cư đổi vùng - từ ngày 20.7.1954 đến 30.10.1955 – người dân Nghệ Tĩnh Bình hoàn toàn không ai hay biết. Mọi khẩu hiệu tập trung vào phong trào giảm tô và CCRĐ. Người ta xầm xì truyền miệng lén lút về việc di cư vào Nam. Một linh mục dẫn một nhóm giáo dân từ xứ đạo Thượng Bình (Hương Khê, Hà Tĩnh) vào tới Quảng Bình, bị bắt về đem ra đấu tố.

**

Cho tới nay đã có nhiều người viết về cuộc thanh trừng rùng rợn này tại các vùng nông thôn, chủ yếu từ phía bắc vĩ tuyến 17 đến các tỉnh thuộc miền đồng bằng và trung du Bắc bộ.

Cuộc CCRĐ khởi đầu từ khi HCM ký 2 sắc luật Giảm Tô số 78/SL ngày 14/7/1949, và Sắc Luật 42/SL ngày 1/7/1951 về chính sách nông nghiệp của chính quyền kháng chiến.

Theo GS Trần Gia Phụng, năm 1953-54 đảng CS ban hành chủ trương "Phóng tay phát động phong trào truy tô. Phong trào truy tô ráo riết tới năm 1955, tiếp đến là phong trào cải cách ruộng đất".

Tại hai tỉnh Nghệ An, Hà Tĩnh, sau chiến dịch Trung Lào năm 1950-1953, năm 1951 Việt Minh cho lập Ban Kiến điền và Ban Thu thuế, quy định thuế nông nghiệp theo chủ trương mới, tận thu trên từng thửa ruộng do cán bộ phỏng chừng, ước định và nông dân bình năng xuất. Trên lý thuyết quy định mỗi hộ phải nạp 20% lúa khô khén, nhưng thực tế sản lượng lúa thu hoạch được không đủ để đóng thuế, khiến thành phần có ruộng canh tác từ Trung nông trở lên khánh kiệt, lâm vào tình trạng đói thiếu. Từng gia đình sau mùa gặt tập trung công sức vào việc phơi khô, sảy sạch thóc, thuê người gánh đi nạp thuế, từ đó trong nhà không còn thóc gạo, vài ba tháng sau ăn độn, những tháng tiếp theo là khoai sắn canh rau.

Chính sách thu thuế nông nghiệp ban hành năm 1947, quy định thu 27 kg lúa khô khén, sảy sạch đồng đều trên mỗi sào ruộng (dù ruộng tốt hay xấu) do bất cứ thành phần nào (không phân biệt địa chủ, phú nông hay bần cố nông) canh tác. Với chủ trương người dân có bao nhiêu, nhà nước "tạm thu" bấy nhiêu, giới địa chủ giao hẳn ruộng đất cho nông dân tự cày cấy, thu hoạch, đóng thuế, địa chủ không thu tô, nhưng nông dân không nhận. Địa chủ, phú nông lâm vào cảnh cùng kiệt nên làm giấy cúng hiến ruộng đất cho nhà nước, nhưng chính quyền từ chối. Do đó nhiều đồng ruộng đã phải bỏ hoang, đời sống người dân càng thêm sa sút. Thành phần "có máu mặt" ở nông thôn từ đó bị suy yếu từ thể chất đến tinh thần. Đó là một biện pháp có chủ đích đề phòng, làm tê liệt sự đề kháng như đã xẩy ra tại Bùi Chu-Phát Diệm trong phong trào Quỳnh Lưu (Nghệ An) người dân nổi dậy chiếm các kho lúa thuế, thành lập lực lượng tự vệ, bắt cán bộ chính quyền, công an, dân quân tự vệ giam giữ làm con tin.

Tại huyện Hương Khê (Hà Tĩnh), các xứ đạo Thổ Hoàng,

Tây Hồ do LM Hồ Sĩ Huề lãnh đạo, giáo dân sắm giáo mác, cung tên tẩm độc, công khai chống đối. Các giáo xứ khác như Ninh Cường, Thượng Bình, họ Trăm Năm (Phú Gia) đồng loạt bất cộng tác với chính quyền. [Theo sách Lịch sử sự tích Phú Gia. Trần Kim Tần, 2001].

Thời đó đã có lần tôi gặp LM Hồ Sĩ Huề khi LM đi làm lễ cho một họ đạo dân chài ở xã Hưng Thịnh. LM Huề bị bắt, trong dân gian có một bài vè do chính quyền phổ biến, tôi còn nhớ mấy câu: "Huề ơi đội lốt thầy tu làm gì/ Khôn thời mày chết quách đi/ Sống mà như thế sống gì nhuốc nhơ..".

Năm 1950, bước đầu chuẩn bị cho cuộc CCRĐ, nhiều diễn biến làm đảo lộn nề nếp sinh hoạt truyền thống ở nông thôn, đã tạo nên một không khí ngột ngạt cùng với tình trạng chiến tranh ác liệt, máy bay Pháp liên tục ném bom, bắn đại liên xuống bất cứ mục tiêu nào: bến sông, cầu đường, nhà ga, kho bãi, hay bất cứ mục tiêu di động nào, dù chỉ là một con trâu hay một con người bị phát hiện. Vùng Nghệ Tĩnh không một địa phương nào không bị bom đạn của máy bay Pháp.

Tình trạng chiến tranh lu mờ dần theo năm tháng qua năm giai đoạn của cuộc CCRĐ, cho đến tháng 7-1954 khi chiến tranh chấm dứt, cũng là lúc cuộc CCRĐ mở đầu giai đoạn quyết liệt.

Theo GS Trần Gia Phụng cuộc CCRĐ diễn tiến trong năm giai đoạn kể từ năm 1950, sau khi Hồ Chí Minh nhận lệnh Stalin, cuộc cải cách lúc đầu khá ôn hòa rồi trở nên mạnh mẽ và càng ngày càng ác liệt, từ năm 1955 đến 1956 là giai đoạn sắt máu giết hại nhiều người nhất. Tài liệu do CSVN công bố chính thức có 172,008 địa chủ, phú nông bị bức hại, trong đó có đến 23,000 đảng viên trung kiên bị chết oan.

Năm giai đoạn đó tiếp diễn như sau:

GIAI ĐOẠN SƠ KHỞI: Vào giữa năm 1949, cuộc CCRĐ được thi hành một cách nhẹ nhàng, chỉ kiếm cách tăng gia sản lượng nông nghiệp nhắm cung ứng nhu cầu đội quân càng ngày càng gia tăng.

GIAI ĐOẠN THỨ NHÌ: Trong năm 1950, một loạt sắc lệnh nông nghiệp ra đời có tính cách mỵ dân, nhằm đẩy mạnh sản xuất, phục vụ công cuộc kháng chiến.

GIAI ĐOẠN THỨ BA: bắt đầu bằng sắc lệnh ngày 20-4-1953, đăng trên Công báo VM ngày 20-5-1953 đưa ra các quy định: - Hạ giá thuê đất. - Cấm các chủ đất hủy bỏ những hợp đồng cũ. - Huỷ bỏ hoàn toàn tiền nông dân vay nợ trước tháng 8-1945. - Tịch thu tất cả những tài sản của "đế quốc" Pháp, "Việt gian" và "địa chủ ác ôn". - Thành lập "Uỷ ban nông nghiệp" các cấp từ trung ương đến địa phương.

GIAI ĐOẠN THỨ TƯ: Vào cuối tháng 11 đầu tháng 12-1953, họp Đại hội Đại biểu đảng Lao Động với khẩu hiệu "Ruộng đất cho người cày", quyết định thực hiện dần dần cuộc CCRĐ theo một kế hoạch được soạn thảo kỹ lưỡng.

GIAI ĐOẠN THỨ NĂM: Vào giữa năm 1954, sau Hiệp định Genève ký kết ngày 20-7-1954, nước Việt Nam bị chia hai. **Hồ Chí Minh ký sắc luật về CCRĐ ngày 14-6-1955 quy định** nhà nước tịch thu toàn bộ tài sản (đất đai, nhà cửa, gia súc, nông cụ...) của những người "thực dân", địa chủ gian ác, cường hào ác bá, "Việt gian" phản động; trưng thu không bồi thường và thu mua đất đai, nông cụ, gia súc thuộc các nhân vật "tiến bộ", các địa chủ đã tham gia kháng chiến, các địa chủ thuộc thành phần thương gia hay kỹ nghệ gia; truất hữu đất đai của các tổ chức tôn giáo như Thiên Chúa giáo, Phật giáo...

[Cuộc Cải Cách Ruộng Đất - Bài 1. Trần Gia Phụng Posted on Friday, February 10 @ 12:35:58 CET by webmaster vietno]

Tại vùng Nghệ Tĩnh, năm 1953-54 đảng Lao Động ban hành chủ trương "Phóng tay phát động phong trào truy tô", tiếp diễn ráo riết tới năm 1955, kế đến là phong trào cải cách ruộng đất. Luật CCRĐ được phổ biến và học tập rộng rãi, dân chúng được cán bộ giải thích:

Thành phần địa chủ là những người làm chủ ruộng đất, không lao động sản xuất, phát canh thu tô, ăn không ngồi rồi, chỉ tay năm ngón, ức hiếp bóc lột nông dân. Địa chủ được phân loại:

- Địa chủ cường hào
- Địa chủ cường hào gian ác
- Địa chủ phản động cường hào gian ác
- Địa chủ phản động cường hào đại gian đại ác.
- Địa chủ kháng chiến, là những người có góp công và có mua công khố phiếu, công trái, có góp gạo nuôi quân; hoặc có con đi bộ đội, hay làm cán bộ.
- Địa chủ giác ngộ, là những người chấp hành chính sách của đảng và nhà nước tại địa phương.
- Phú nông, là thành phần có ruộng đất, tự lao động sản xuất, hoặc có phát canh, đổi công, vừa đủ ăn, không dư thừa bao nhiêu. Thành phần này được liên kết với thành phần trung nông, không bị đấu tố.
- Trung nông, là những gia đình có ruộng đất tự lao động sản xuất, có đổi công. Gia đình đủ ăn, hoặc thiếu ăn vài tháng trong năm. Trung nông được liên kết với nông dân để đấu tố địa chủ.
   Bần nông, là những gia đình có một ít ruộng đất tự lao động sản xuất mà không đủ ăn phải làm nghề khác để sống.
- Cố nông, là những người không có ruộng đất, không có dụng cụ sản xuất, phải đi ở đợ hoặc làm thuê cho địa chủ suốt đời.
   Luật CCRĐ ghi rõ "thành phần bần cố nông là nòng cốt liên kết trong cuộc đấu tranh với địa chủ".
   Tháng 5-1955 **đoàn** CCRĐ về huyện, **đội** CCRĐ về làng xã, chiếm giữ trụ sở UBND huyện, xã. "Đội" vào nhà một bần cố nông nào đó, cùng ăn, cùng ở, cùng làm để thực hiện công tác. Thời kỳ ấy khắp nơi có câu truyền miệng "nhất đội nhì trời".
   "Ông đội" lựa chọn, liên hệ "bắt rễ xâu chuỗi", lập thành một đội ngũ bần cố nông hết lòng nhiệt tình, trung thành với "ông đội" và hăng say bịa đặt, tố giác những hành vi "ác ôn

tày trời" của địa chủ, mặc dù chỉ mới mấy tháng trước còn sống nhờ vả, thân tình nương náu. Những người trong khâu "chuỗi rễ" ngày đêm được ông đội un đúc, tuyên truyền tội ác của địa chủ, gây căm thù giai cấp sâu sắc giữa địa chủ và nông dân. [Trần Kim Tần-sđd.]

Ảnh: Nhiếp ảnh gia Liên Xô Dmitri Baltermants (1912-1990) chụp 1955
tại Miền Bắc Việt Nam

Cuộc CCRĐ diễn ra khi người dân chưa kịp hoàn hồn sau 10 năm chiến tranh chống Pháp. Với chủ thuyết đấu tranh giai cấp, biến toàn dân thành kẻ bần cùng vô sản, tình tự dân tộc, giềng mối xã hội chỉ một sớm một chiều đã hoàn toàn tan rã. Truyền thống đạo đức, nhân từ bị thay thế bằng hận thù, bạo lực, khủng bố. Từ những ngày đầu của phong trào "Xô Viết Nghệ Tĩnh", người dân quê tôi đã chứng kiến những tốp năm, bảy người lạ mặt đến tận thôn xóm, vào những gia đình thân hào, trí thức, những nhà có của, bắt chủ nhà ra trói lại, quấn dẻ vào bàn chân, tẩm dầu hôi đốt để khảo của.

Suốt dọc dài cuộc chiến từ 1945 đến 1954 hầu như thường xuyên xẩy ra những vụ ban đêm có người gõ cửa lôi chủ nhà ra ngoài đồng ruộng, bụi bờ dùng mã tấu chém hoặc dùng vồ đập chết, về sau thì xử bắn công khai với bản án "việt gian phản động".

Năm 1930 bố tôi 18 tuổi, tuổi thanh niên tràn đầy nhiệt huyết, lòng yêu nước nồng nàn, gia nhập đảng CS Đông Dương, Bí thư Chi Bộ xã. Sau một thời gian hoạt động, chứng kiến các vụ ám sát, thủ tiêu những người vô tội, những vụ khủng bố, khảo của lương dân, ông ly khai đảng. Khi chi bộ đảng tan rã, ông ra làm Phó Lý để tránh bị bắt bớ. Sau tháng tám 1945, ông hoạt động trong Hội đồng Nhân dân và UBKC Hành Chánh, Mặt Trận Liên Việt xã, thư ký Hội Thân Hào, Uỷ viên Liên Việt huyện, chủ tịch Liên Việt Xã nhưng không gia nhập đảng Lao động.

Năm 1953, từ trụ sở Liên Việt, ông bị đưa về tập trung tại sân trường tiểu học Thượng Bình cùng với năm người khác, trong số có ông Võ Tá Tân, Hoàng Công Phu là hai bạn thân của bố tôi. Những người này được tuyên bố là thành phần có tội với nông dân, bị quản chế tại địa phương, tạm thời cho về nhà nhưng không ai được đi ra khỏi địa phương. Riêng ông Võ Tá Tân bị bắt đem đi. Mấy tháng sau, một "tòa án nhân dân đặc biệt", thiết lập trên một ngọn đồi hoang vào ban đêm. Dân trong làng xã phải tới dự, kể cả những gia đình đã bị quy là địa chủ, phú nông. Nạn nhân bị tuyên án tử hình. Bản án thi hành tại chỗ. Nạn nhân bị lôi đi một quãng, bị trói cặp vào chiếc cọc tre đã dựng sẵn, mấy phát súng nổ lạc lõng giữa màn đêm đen kịt, người anh của nạn nhân tên là Võ Tá Thiều la lên một tiếng liền bị bắt trói, dẫn đi. Cả không gian nín lặng. Mùi tử khí rợn người. Đêm hôm đó tôi đi theo một người bạn học, thành phần bần cố nông, tên là Tùng để được Tùng che chở. Lần thứ hai trong đời, tôi lại nghe hai tiếng tử hình, hai người bị giết cùng họ Võ Tá. Tôi nổi da gà, run sợ, nắm chặt tay người bạn, lặng người nghe những phát súng bắn vào người bạn của bố mình, người mà tôi đã từng nhiều lần theo bố tôi đến nhà chơi, được ông bà thương mến. (Sau năm 1975, người con trai của ông Võ Tá Tân là Võ tá Long cùng vợ con từ Hà Tĩnh vào định cư tại vùng kinh tế mới Xuân Sơn, tỉnh Bà Rịa, khai hoang làm rẫy).

Cuộc thanh trừng giai cấp này mở đầu phong trào Cải cách Ruộng đất tại xã, huyện quê tôi. Ông Võ Tá Tân là người địa chủ đầu tiên bị bắn mà không qua những lần đấu tố như các địa chủ khác sau đó.

Bố tôi, sau khi bị triệu đi "học tập" và khai báo ba tháng, được thả về địa phương chờ nhân dân xử tội.

Khẩu hiệu mà "đội cải cách" truyền đạt mệnh lệnh cho đám bần cố nông là: "Địa chủ hết thời, nông dân vạn đại. Có khổ tố khổ. Ngồi tố, đi tố, đứng tố, đi đâu tố đó. Đào tận gốc tróc tận rễ...".

Những gia đình chòm xóm, láng giềng mới hôm qua, hôm trước tối lửa tắt đèn có nhau, chia nhau từng miếng trầu, đĩa dưa, nắm muối, bỗng trở nên là kẻ tử thù, không đội trời chung! Những người dân quê mộc mạc không biết tố, không tìm ra tội ác địa chủ, ông đội mớm cho những loại "tội ác tày trời" mà nông dân không tưởng tượng ra được.

Người dân quê phần đông chân chất, ít thủ đoạn, bịa đặt những chuyện không tưởng. Tất cả tội trạng địa chủ đều do Đội Cải cách biên soạn thành những bài học, những khẩu hiệu rèn luyện, ép buộc người dân quê phải nghe theo, nói theo.

Ở quê tôi, không có báo chí và thời kỳ ấy cũng chưa có loa phóng thanh nên phương tiện "truyền thông" chỉ là hội họp. Họp liên miên hàng đêm, họp quảng đại mọi thành phần, hoặc họp riêng nông dân cốt cán. Tội ác địa chủ do "ông đội" nghĩ ra và mớm cho đám bần cố nông.

- "Chị còn nhớ tên địa chủ K không? Nó đã từng nhét con mèo vào miệng chị Út bắt nuốt, chỉ vì nó nghi chị U ăn cắp mấy trái bắp giống của nhà nó. Chị đã từng làm thuê cho nhà nó nhiều năm, chị chưa bị nó nhét mèo vào miệng chị hay sao?"

Thế là giữa đấu trường sau đó một người đàn bà nhảy lên chỉ vào mặt người địa chủ tên K: "Mày còn nhớ không? Hồi đó tao không kịp trả nợ cho mày, mày bắt tau đến nhà, nhét con mèo vào miệng tau bắt nuốt..."

Bằng sự "giáo huấn" của "ông đội", mọi người lúc đầu hoang mang tột độ, về sau những ai tỉnh táo, họ ngậm miệng làm thinh, thành phần loại khố rách áo ôm, mơ tưởng cuộc đổi đời, say mê lời hứa hẹn của "đội cải cách", họ tha hồ bịa đặt, xỉ vả, xỉa xói vào mặt địa chủ. Không những người ngoài mà cả con cái, anh em ruột thịt.

Có một số trường hợp con đẻ, con dâu đấu tố cha mẹ; anh em ruột đấu tố anh chị, em của mình. Một số địa chủ vì sợ hãi, phẫn uất treo cổ tự tử.

Làng tôi có Bà Hoạt treo cổ chết bên mộ chồng. Ông Phan Vượng gỡ được sợi dây trói, treo cổ chết khi bị giam tại nhà một bần cố nông. Ông Phan Vượng, thường gọi là cố Đạt, bị giam giữ sau khi bị quy thành phần địa chủ. Khi bị đem ra đấu tố tại xóm (gọi là "đấu lưng", trước khi đưa đi đấu tố ở xã), một hôm đứa con gái tên là Trung nhảy lên bục, chân co chân duỗi, một tay chống nạnh, một tay xỉa vào mặt cha mà hỏi:

- "Mày biết tao là ai không? Gia đạo này nhờ ai mà có? Cái mâm thau không đưa cho nông dân, mày để lại làm gì?"

Cố Đạt run rẩy, miệng lắp bắp:

- "Tôi đâu quên chị. Gia đạo này nhờ nông dân mà có. Cái mâm thau, hôm trước chị tới nói để lại nông dân cũng lấy mất, chị lấy đem về nhà chị rồi".

- Cố Đạt vừa nói xong, chị Trung thẳng tay xỉa vào mặt cha, làm cố Đạt té ngửa trong khi đang bị trói thúc ké. Dưới đấu trường giữa bãi đất trống, tiếng hô "đả đảo" lác đác yếu ớt... Tối hôm đó cố đạt tự kết liễu đời mình bằng sợi dây trói.

Năm sau, ngày giỗ cố Đạt, chị Trung làm mâm cỗ, cho đứa con gánh tới nhà người anh cúng cha. Giữa đường, đứa con vấp ngã, mâm cỗ đổ hết. Năm sau nữa, khi cố Đạt được trả lại thành phần Trung nông, đám giỗ mãn tang rôm rả, trịnh trọng, chị Trung cũng làm một mâm cỗ, chồng và con gánh tới ngõ nhà người anh thì đứt dây gánh, mâm cỗ đổ vỡ tan tành. Còn một bài văn tế, chị Trung nhờ người làm, đọc lên nghe ngậm ngùi ai oán, trong bài có câu, ngụ ý cố Đạt bị đấu tố xỉa xói mặt mũi bị sưng bầm:

Cảm cảnh nỗi nghĩa sinh thành, mặt tê mày tái, hổ thẹn lòng son

Ngậm ngùi thay công dưỡng dục, tay "cáy" chân sưng, cam đành dạ sắt. (tiếng địa phương, cáy cũng là sưng).

Mấy năm sau nhà chị Trung bị cháy rụi. Hai đứa con chết bất đắc kỳ tử, chị Trung cũng trầm mình chết ngoài sông.

Một người tên là Trinh, học cùng lớp với tôi, ông bà ngoại anh này tên thường gọi là cố Mục, thông gia với ông bà nội tôi. Ông bà ngoại của Trinh bị quy thành phần địa chủ, cụ ông bị bắt giam riêng, cụ bà bị bắt giữ tại nhà một bần cố nông, một hôm đội thiếu nhi họp tại nhà người cố nông nơi đang giữ Bà cố Mục. Trinh lại đá vào cái chõng tre bà ngoại đang nằm rũ rượi, cố nói lớn cho mọi người cùng nghe: "Khưu, thì ra mày là địa chủ bóc lột nông dân. Mày đền tội là phải...".

(Khưu là tên tục bà cụ). Hôm đó tôi có mặt, chứng kiến hành vi này. Bà Ngoại Trinh nói lời rên rỉ trầm thống:

-"Trinh ơi, về mà hỏi mẹ mày. Để tao chết cho mày sống".

Gia đình tôi sau khi bị tịch thu tài sản, em gái tôi năm đó mười ba tuổi, đi hái rau, bà chị dâu tôi lén cho một cái lưỡi cuốc, giấu dưới rổ lá rau lang, về giữa đường gặp Trinh, anh ta chận lại xốc rổ rau lên và cướp cái lưỡi cuốc.

Mấy năm sau anh này đẻ một đứa con trai không thành nhân. Thân hình như con ễnh ương, không có xương sống, mềm nhũn, không ngồi đứng được, chỉ nằm bẹp giữa nền nhà, không biết nói, chỉ phát âm một tiếng la duy nhất làm người nghe và đứng nhìn phải sợ.

Bà chị dâu tôi nhiều lần bị đốc thúc lên đấu tố mẹ tôi. Bọn nông dân cốt cán tay đẩy sau lưng chị tôi, miệng nói: "Chị làm dâu trong nhà nó bao nhiêu năm, chị thấy tội ác của nó rồi, chị lên tố nó trước nông dân đi...!"

Bà chị dâu tôi bước vài bước rồi quay lại đứng chỗ cũ. Bố của chị dâu tôi có người con rể lúc đó là bộ đội, (sau năm 1975, cấp bậc Đại tá) cũng bị quy địa chủ, bị bắt giam, đấu tố, chết trong tù. Người cậu ruột của chị dâu tôi là một lương y, không giàu lắm nhưng có lối sống và "cách chơi" phong nhã hơn người, nhà cửa có cổng tam quan, cây cảnh xum xuê, có ngựa cỡi. Bị quy địa chủ, ông chạy vào núi trốn mấy ngày, ý định vượt biên sang Lào, nhưng không được, trở về chạy loanh quanh như con thú bị săn đuổi, ngồi giữa ruộng lúa suốt đêm, sáng ra bị phát hiện, du kích bắt về giam. Sau đó đem ra đấu tố, kết án tử hình, bản án thi hành tại chỗ, xác lấp ở một mương nước, mấy ngày sau chó moi lên, diều hâu, quạ bay đến xỉa xói xương thịt ...

Trong ngày đấu tố toàn xã, khi đến màn "tòa án nhân dân" tuyên án xong, sau đó bản án được thi hành tại chỗ, người ta nghe tiếng súng từ những đấu trường bốn phía tiếp nhau, âm thanh như nghẹn lại giữa bầu trời xám đục, sặc mùi tử khí.

Tại xã Phúc Ấm cạnh làng tôi, ông Hoàng Trị tên thường gọi là Cửu Hoan (cửu: chức cửu phẩm triều đình ban) cũng bị xử bắn cùng ngày. Những địa chủ khác bị án tù và tất cả đều chết trên đường dẫn tới trại giam hoặc chết trong trại, trong số này có cụ Thành, một danh y nổi tiếng, thân thiết với gia đình bố mẹ tôi.

Tình cảnh con đấu tố cha mẹ xảy ra khắp các địa phương ở miền Bắc. Theo hồi chánh viên Nguyễn Văn Thân, kỹ sư thuộc Bộ Thủy Lợi miền Bắc, trước kia đã từng tham gia nhiều vụ cải cách ruộng đất, cho biết một cuộc đấu tố điển hình mà ông được dự là lần đấu tố ông Nguyễn Văn Đô, Bí thư huyện ủy tại Ô Cầu Giấy, ngoại thành Hà Nội. Ông Thân cho biết: "Nạn nhân Nguyễn Văn Đô là Bí thư Huyện ủy, rất có công với kháng chiến nhưng bị kết tội là cường hào ác bá và có chân trong tổ chức Quốc Dân đảng. Chủ tịch đoàn nói rằng ông đã lợi dụng chức vụ của đảng để hoạt động cho Quốc Dân đảng. Người đứng kể tội là một nông dân trước kia đi chăn ngựa cho ông Độ. Một cụ già khác lên tố về việc cướp đất ruộng nương, Và cô con gái của ông lên đấu tố là đã bị ông cường hiếp tất cả 177 lần".

"Đến khi ông Đô được phép lên phát biểu ý kiến nhận tội, ông đã cứng cỏi trả lời: Ông không phải là Quốc Dân đảng, ông chỉ làm việc cho Bác, cho kháng chiến mà thôi. Ông trả lời cô con gái : 'Thưa bà, bà còn quên đấy, tôi đã hiếp cả mẹ bà để để ra bà nữa'. Câu trả lời này làm mọi người phải bật cười và làm đấu trường mất vẻ tôn nghiêm. Chủ tịch đoàn vội vàng hô khẩu hiệu - Đả đảo tên Đô ngoan cố - để đàn áp và che lấp tiếng nói của ông. Sau đó họ không cho ông nói tiếp. Họ nghị án và quyết định xử tử ông ngay tại chỗ. Cuộc đấu tố này kéo dài từ 5g sáng tới 13g trưa mới xong». (theo Cẩm Ninh, Cuộc nổi dậy ở Nghệ An năm 1956).

Mẹ tôi

Mẹ tôi, gánh đại nạn cho bố tôi, để tránh cho bố tôi bản án tử hình. Đại nạn bắt đầu ập xuống gia đình khi bố tôi bị bắt đi "quản huấn" ba tháng mà chủ đích là để kê khai tài sản. Trong thời gian này mọi sự quan hệ với bên ngoài, kể cả vợ con đều bị cấm ngặt. Ở nhà, thỉnh thoảng mẹ tôi lại bị du kích bắt đến trụ sở (nhà của một bần cố nông) – nơi ăn ở của "ông đội" – để khai báo còn cất giấu bao nhiêu vàng bạc, lúa gạo và các loại của cải khác.

Vàng bạc đã cúng hiến cho "kháng chiến" trong "tuần lễ vàng". Lúa gạo đã cúng hiến cho phong "chiến dịch" ba tháng "góp gạo khao quân", mùa lúa cuối cùng thu hoạch về đã nộp hết cho thuế nông nghiệp. Tất cả những gì có thể ăn được, bán được đều đã bị vơ vét. Cả gia đình đã rau cháo, khoai sắn qua ngày từ trước khi "đội cải cách" kéo về.

Không còn gì nữa để khai báo. Một hôm mấy người bần cố nông cốt cán đến bắt tất cả mẹ con chúng tôi đến giữ tại một căn nhà tranh. Mẹ tôi bị trói nơi cổ tay trái bằng sợi dây xỏ mũi trâu bò, treo hổng lên trên cành cành bưởi mé sân, chân không còn chạm đất.

Hỡi ôi, câu ca dao "Trèo lên cây bưởi hái hoa..." ngọt ngào thơ mộng ấy bấy giờ trở nên cay đắng xót xa não lòng.

Mấy anh chị em chúng tôi ngồi cách xa ba mét chứng kiến mẹ mình treo lơ lửng đang khóc la, đau lòng đứt ruột. Chúng tôi cùng òa lên khóc. Người anh kế tôi vừa khóc vừa chửi: "Trời ơi! Chúng bay độc ác, dã man quá. Trời sẽ hại chúng bay". Anh tôi liền bị bẻ quặp hai tay ra sau lưng, trói vào một gốc cây cau. Hai mụ bần cố nông và hai người đàn ông tên là Nguyên Trường và Hòa Đèo la mắng áp đảo chúng tôi: "Bay biết cha mẹ bay còn vàng bạc lúa gạo cất giấu ở đâu đưa ra nạp cho nông dân không thì sẽ treo đến chết.

Chúng tôi vẫn khóc la cho đến khi họ thấy tay và mặt mẹ tôi đã tím bầm, không còn khóc la được nữa, họ mở trói, mẹ tôi rớt đổ xuống, nằm ở mé sân. Một lúc sau mẹ tôi tỉnh lại. Họ cho anh chị em chúng tôi về nhà, mẹ tôi bị bắt giam, mùa đông nằm ngoài thềm nhà, tay bị trói. Em gái út tôi lúc đó 5 tuổi, mỗi chiều vào lúc hoàng hôn lại lẻn đến trao cho mẹ vài ba củ khoai lang. Khi bị bắt gặp họ la lên: "Kìa, con địa chủ !" và họ la mắng xua đuổi. Sau ba ngày đêm mẹ tôi được thả về, sống trong phập phồng ngày đêm lo sợ.

Trước khi có cuộc đấu tố và mở phiên xử toàn xã của "Tòa án nhân dân đặc biệt", bố tôi nằm trên chiếc chõng tre, được con cái khiêng tới đặt giữa sân trình diện nông dân. Trời mưa lất phất, sau một hai giờ đồng hồ, từng người bần cố nông cốt cán đến tra hỏi, khám người, xem xét bệnh tình, báo cáo "ông đội". Ông đội khám xét, thấy không thể dựng một người nằm liệt giường lên để đấu tố, bố tôi được cho khiêng về nhà với mệnh lệnh:

- *Khi nào cha bây ngồi dậy được phải đến báo cho nông dân biết liền. Nghe chưa?! Nếu không, cả nhà bây sẽ chết".*

Ngày mẹ tôi bị đưa ra đấu trường, con cái không được tham dự, ngoại trừ bà chị dâu. Anh chị em chúng tôi còn vị thành niên. Tôi ra đứng ở góc vườn ngóng mắt về phía đám "kên kên" tụ họp, đang chực chờ "ăn thịt" đồng loại hiền lương. Từng đợt tiếng hô "đả đảo", và tiếng chiêng trống inh ỏi vọng vào tai, lòng tôi quặn thắt, nước mắt ràn rụa.

Sau mấy tuần lễ bị giam giữ và hai ngày hò hét đấu tố, hành xác các địa chủ, ngày thứ ba tiếp theo là cuộc hành hình nạn nhân về tội: "địa chủ, phản động, cường hào, đại gian, đại ác"!!

Chánh án phiên tòa này tên Lê Minh, thường gọi là Minh Mèo Lý, 18 hay 19 tuổi, thành phần cố nông, học lực chưa hết bậc tiểu học, vài năm trước đó bỏ học đi làm thuê, chăn trâu, làm mướn, đuổi chim giữ hoa màu, còn phảng phất hôi hám mùi phân chuồng trâu bò.

Trên hai mươi địa chủ đứng sắp hàng trong vành móng ngựa, Chánh án Lê Minh tuyên đọc bản án:

- Ngô Hệ: tử hình

- Trần Kim Tần: 20 năm tù khổ sai.

- Lê Khắc Thông, Phan Hiệp, "mụ" Hoạt, "mụ" Minh 18 năm tù giam.

- Những người còn lại là "địa chủ bóc lột", tịch thu toàn bộ tài sản, miễn án tù.

Bản án tử hình được thi hành tại chỗ. Ngô Hệ bị xử bắn trước khi phiên tòa bế mạc.

Ngô Hệ, nguyên là Chủ tịch Ủy Ban Hành Chánh xã, làm việc nhiều năm với bố tôi. Khi bố tôi bị quy thành phần địa chủ, được dẫn đến trụ sở Ủy ban xã, Ngô Hệ ngồi trên ghế Chủ tịch hất hàm nói với bố tôi:

- *"Thì ra anh là địa chủ phản động. Cháy nhà ra mặt chuột. Có vậy chứ. Anh sống thì bọn này chết. Anh chết thì bọn này sống".*

Nhưng chỉ mấy tháng sau, để có một con dê tế thần, Ngô Hệ "lọt vào mắt xanh" của "ông đội", Ngô Hệ bị bắt giam, giao cho đám bần cố nông "bình bầu" vào giai cấp bóc lột với tội danh địa chủ đầu sỏ, thay "chức danh" Chủ tịch Ủy ban Nhân dân xã.

Để có "con dê tế thần" và phải đạt chỉ tiêu số "địa chủ phản động ác ôn", không chỉ "con tép" Ngô Hệ, chủ tịch UBND xã mà Phan tử Huy, Phó Chủ tịch UBND tỉnh Hà Tĩnh cũng bị đấu tố, kết án tử hình, lôi ra bắn.

Một cán bộ CS nòng cốt có nhiều thành tích và uy tín trong thời kỳ kháng chiến chống Pháp tên là Đội Suất, được nhân dân Hà Tĩnh nhắc nhở nhiều năm bởi câu "danh ngôn" ông này phát biểu trong những lần diễn thuyết, cổ vũ trước quần chúng thời đó. Bằng giọng địa phương, ông kêu gọi: *"Muốn khàng chiên thanh cồng thi phải đù ba cài, một: đù người, hai: đù cua, ba: đù khì giơi"*. (Muốn kháng chiến thành công thì phải đủ ba cái, một đủ người, hai đủ của, ba đủ khí giới).

Dưới chế độ mà ông đem cả cuộc đời, góp tâm sức dựng lên cỗ xe chuyên chính, qua chủ trương của đảng và bàn tay hung bạo của "ông đội" cải cách, ông bị quy thành phần địa chủ, phản động, cường hào, gian ác, bị xử bắn và chôn sấp. Năm 1956, sau khi "sửa sai", con cháu xin cải táng để chôn ngửa, mà không được phép!

Để đạt chỉ tiêu số địa chủ quy định phải có tại mỗi địa phương, sau vài tháng tạm lắng dịu, chiến dịch truy lùng "địa chủ lọt lưới" bắt đầu. Một khẩu hiệu được phổ biến cho nông dân: "Không có voi to thì bò cũng lớn". Xã tôi có hai người Trần Kim Trung và Phan Vịnh từ thành phần trung nông được dồn lên thành địa chủ, bị đem ra đấu tố và kết án mỗi người 5 năm tù giam.

Trong thời gian đấu tố, một số địa chủ đã tìm cách tự tử, kết liễu cuộc đời. Tất cả tài sản, từ nhà cửa, ruộng đất, trâu bò, đến mọi thứ đồ dùng trong nhà như chén, đũa, nồi niêu đều bị tịch thu. Gia đình địa chủ bị đuổi ra khỏi nhà với một cái quần và một manh áo trên người. Ai mặc hai lớp áo quần, phải cởi ra trả lại cho nông dân trước khi được dẫn đi đến một nơi cư ngụ khác, thường là một túp lều dột nát, tơi tả.

Mẹ tôi, sau phiên tòa, chiều tối hôm đó được thả về, đầu tóc rũ rượi, mặt bầm tím, sưng vù vì những mũi gai bưởi, kim gút mà đám bần cố nông đấu tố xỉa vào mặt bà. Về tới nhà, mẹ tôi ôm hôn từng đứa con, nước mắt tuôn trào, bà nấc lên từng chặp. Mẹ tôi nói:

"Mẹ đã về đây với các con. Nhưng làm sao thầy các con thoát được hai mươi năm tù mà về với các con đây". Chúng tôi không xúc động chút nào về án tù 20 năm của cha, trước nỗi xúc động, vui mừng tràn ngập được gặp lại Mẹ.

Hai ngày sau, khoảng mười giờ sáng, một đoàn người với cờ đỏ sao vàng dẫn đầu, kéo đến sắp hàng trong sân trước nhà tôi. Ba người bần cố nông cốt cán vào bắt mọi người trong nhà tôi ra ngoài sân, đứng sắp hàng một góc. Rồi từng tốp người vào lập biên bản kiểm kê tài sản. Tất cả mọi thứ giấy tờ, sách vở, đồ thờ tự, giấy khai sinh, các loại văn tự, sắc chỉ, áo mão can đai... các triều vua ban cho các bậc tiên hiền dòng họ nhà tôi bị đem ra sân chất thành đống phóng hỏa. Không ai trong gia đình tôi còn giấy tùy thân.

Không còn giấy khai sinh, nên khi vượt thoát sang Lào, người hướng dẫn nhằm cho mau xong thủ tục đã khai ngày sinh các anh chị em trong gia đình tôi theo phỏng đoán. Em gái tôi trên giấy tờ nay là chị tôi, tôi bị khai sụt xuống bảy tuổi (?) Sau này mẹ tôi chỉ nhớ ngày tháng âm lịch khi sinh ra tôi. Bố tôi thì nhớ năm sinh, cũng năm Âm lịch. Chúng tôi cứ lấy đó làm tin.

Trong khi lục lọi của cải trong nhà, mẹ tôi và các anh chị em tôi bị khám xét, nắn bóp từng cái gấu quần, túi áo. Mẹ tôi mặc hai lớp váy, cái váy trong mới hơn, một chị bần cố nông bước lại miệng la lối "địa chủ mà mặc cái váy đẹp thế này à?" trong khi đưa hai tay kéo tuột cái váy mới xách đi!

Người anh kế tôi thọc tay vào cái vại ngâm đầy những trái hồng dòn, lấy ra một trái liền bị giựt lại. Gia đình tôi trồng mấy sào khoai mì ở một vườn trại, khi gia đình tôi bị bao vây, mỗi tuần phải làm đơn xin cán bộ cốt cán nhổ khoai mì về ăn. Mỗi tuần lễ chỉ được phép hai lần, mỗi lần chỉ được nhổ ba gốc. Nhổ xong buổi sáng, buổi chiều có người đến kiểm tra. Nếu nhổ hơn một gốc sẽ bị bắt giữ ít nhất hai ba ngày đêm.

Tất cả những gì ngày hôm qua còn là của mình, bằng công lao khó nhọc làm ra, ngày hôm sau trở thành của người khác, mình lấy ăn, lấy dùng là phạm luật, phạm tội.

Tôi còn nhớ ông chú tôi nói: *Trước đây kẻ cướp vào nhà thì khổ chủ khua trống mõ kêu cứu, thời này kẻ cướp kéo thành đoàn mang theo cờ quạt vào nhà, hết kêu cứu vào ai. Thật lạ!!"*

Khi kiểm kê xong tài sản, gia đình tôi được dẫn đến một cái nhà lều dột nát, trên không tranh, dưới không phên, bốn bề gió lộng để "đổi" lấy cái nhà ba gian và một dãy nhà ngang, làm nơi cư ngụ, với hai bàn tay trắng.

Chúng tôi được lệnh cấm không được đi ra khỏi làng, không được tiếp xúc trò chuyện với bất cứ ai, dù là bà con, anh em ruột thịt đã ra riêng, không còn liên hệ với gia đình.

tôi bị đấu tố. khai trừ. đuổi học

Một chính sách cô lập thi hành triệt để đối với con cái, gia đình địa chủ. Tôi đã bị đem ra "đoàn thể thanh thiếu niên, nhi đồng đấu tố trong một đêm dài sau khi gia đình tôi bị quy địa chủ về tội "chống đối chính sách, phá hoại đoàn thể". Sau cùng đưa ra quyết định khai trừ khỏi đoàn thể, đuổi khỏi trường học, cấm không được đi ra khỏi địa phương.

"Tội trạng" và biện pháp kỷ luật về tôi lại do sự đạo diễn của một người em họ, cùng một ông cố nội với tôi (bố anh ấy và bố tôi cùng ông nội, là con chú con bác).

Tôi bị đuổi học, nhà trường không biết. Sau khi toàn bộ tài sản bị tịch thu, gia đình tôi được cấp một mái nhà như túp lều. Thầy Hiệu trưởng cho người bạn thân cùng lớp với tôi tên là Phạm Văn Nhân đến gặp tôi chuyển lời thầy:

- "Thầy bảo bạn đừng bỏ học, uổng lắm. Nếu gia đình khó khăn thì thầy sẽ giúp cho sách vở và cần gì thì cho thầy biết..."

Tôi trình bày cho Nhân biết về quyết định của địa phương mà tôi tưởng là họ đã thông báo cho nhà trường. Nhân tỏ ra buồn và an ủi tôi. Nhân đến được khoảng hơn 30 phút thì chị Ất, một cố nông cốt cán cùng với một du kích đến bắt Nhân đi về tội "liên lạc với gia đình địa chủ". Từ sau đó cho tới nay tôi không gặp lại Nhân. Nghe nói Nhân hiện nay khá giả, con cái thành đạt.

Việc tôi bị đuổi học, ngoài địa phương, không một ai hay biết, kể cả nhà trường. Ông anh tôi là Giáo viên, được thầy Hiệu trưởng thông báo tôi bỏ học, một lần trốn về, lén gặp riêng tôi la rầy tôi tại sao lại bỏ học. Khi tôi cho biết là tôi bị đuổi học, các huynh trưởng đoàn thanh thiếu niên cấm tôi đi ra khỏi địa phương, ông anh tôi lại có ý trách tôi không chấp hành tốt kỷ luật đoàn thể.

Ông là giáo viên thoát ly, không còn liên hệ với gia đình... địa chủ, theo chính sách không còn nhìn nhận cha mẹ, anh em ruột thịt.

Tôi bỏ học từ đó, từ năm đầu Trung học cho tới sáu năm sau mới trở lại trường học tiếp. Nhờ... trời, tôi cũng đã theo kịp người bạn tôi cùng lớp thời tiểu học. Anh vượt thoát sang Lào, về Sài Gòn năm 1955, đậu Tú Tài toàn phần cùng năm với tôi.

**

kết thúc CCRĐ
giai đoạn "chia quả thực"

Toàn bộ tài sản của các gia đình địa chủ từ ruộng đất, trâu bò, nhà cửa, dụng cụ sản xuất, đồ dùng trong nhà, kể cả chén bát, đôi đũa đều bị tịch thu, gom về tập trung để "chia cho nông dân". Tài sản tịch thu của địa chủ đã được quy định từ trước:

- Vàng bạc, đồ kim khí như mâm thau, nồi đồng, đồ thờ tự, ngũ sự nạp lên Đoàn Cải Cách đem về dùng vào "kháng chiến". (mà chiến tranh đã chấm dứt tháng 7-1954).

- Nhà, vườn chia cho "cốt cán, rễ chuỗi" làm chủ và cư ngụ.

- Tài sản linh tinh tập trung chia "Quả Thực" cho nông dân.

- Ruộng đất cho nông dân "tự báo" nhận canh tác, nạp thuế.

- Trâu bò được chia về các đội sản xuất mỗi xóm. Các đội viên trong đội SX được toàn quyền sử dụng trâu bò vào việc cày bừa canh tác.

Sau khi gia đình địa chủ bị đuổi ra khỏi nhà, cốt cán, rễ chuỗi đến chiếm ngụ làm sở hữu. Trong thời gian làm chủ ngôi nhà, họ tháo gỡ từng phần đem bán. Vườn tược bỏ hoang. Các loại cây ăn trái, các cây gỗ quý đều bị đốn cành chặt cây làm củi. Ruộng đất nông dân tự báo canh tác, sau vài vụ thu hoạch hoa lợi không đủ nạp thuế, mọi người nhất tề trả lại đảng, qua UBND Xã. [Phú Gia, Lịch sử Sự tích. Trần Kim Tần, Đông A Phúc Nhạc 2001]

Trong giai đoạn "chia quả thực", nhà của bố mẹ tôi được đem chia cho hai gia đình bần cố nông đến ở. Của cải, đồ đạc của gia đình tôi, đám bần cố nông chia nhau. Những thứ quý giá hơn như mâm thau, nồi đồng, lư hương, đồ thờ tự ông đội lấy đem đi.

thực chất biện pháp sửa sai
vai trò HCM

Tình trạng xã hội nông thôn trong thời kỳ CCRĐ cực kỳ

hỗn độn. Thành phần bần cố nông "cốt cán" dựa hơi cán bộ đội Cải Cách, xưng hùng xưng bá, tự tung tự tác, thẳng tay đàn áp, truy bức, trấn lột bất cứ người nào. Trong khoảng thời gian từ 1954 đến 1956 danh từ "Địa chủ" nghe rất rùng rợn, một ám ảnh kinh hoàng cho con cái thân nhân những gia đình bị khép vào thành phần này. Bản thân những người địa chủ bị miệt thị ghê tởm hơn cả một con súc vật. Xã hội bị đảo lộn mọi tôn ti trật tự, luân lý đạo đức hoàn toàn bại hoại.

Một số gia đình địa chủ có con em là bộ đội, cán bộ thoát ly, ở nhà cha mẹ bị đấu tố, có người bị tử hình, tài sản bị tịch thu... Tình trạng đó khiến những người nông dân lương thiện sa sút tinh thần, hoang mang giao động, những người từng dấn thân xông pha phục vụ chấn động niềm tin.

Trước tình trạng người dân chao đảo oán than, đảng CSVN buộc phải có biện pháp xoa dịu. Tháng **9 năm 1956**, Hội nghị lần thứ 10 của Ban Chấp hành Trung ương Đảng Lao động phải ra quyết định:

Ngưng chức Tổng Bí Thư của Trường Chinh, khai trừ Hoàng Quốc Việt và Lê Văn Lương khỏi Bộ Chính trị; loại Hồ Viết Thắng ra khỏi Ban Chấp hành Trung ương.

Vậy có phải sự thật là ông Hồ Chí Minh vô can và ông đã khóc khi nghe biết người dân đã bị hành hạ, chết chóc oan nghiệt trong những vòng tai họa của cuộc CCRĐ??

Qua bài viết của những người trong cuộc như các ông Bùi Tín, Nguyễn Minh Cần, Vũ Thu Hiên khẳng định thì "người chịu trách nhiệm chính là ông Hồ Chí Minh, chứ không phải là Trường Chinh. Trường Chinh chỉ là con dê tế thần cho ông Hồ".

Trong nhiều thập niên qua vai trò của Hồ Chí Minh trong CCRĐ vẫn được đặt ra với nhiều câu hỏi. Có thật ông chỉ theo lệnh của Stalin và Mao Trạch Đông? Có thật ông chỉ là thiểu số không đủ quyền lực để ảnh hưởng đến các cố vấn Trung Quốc? Có phải ông chỉ muốn tiến hành giảm tô? Có phải ông đã khóc khi biết được các tội ác do CCRĐ gây ra?

Để "minh họa", người viết xin lược trích một số những

chi tiết trong bài viết của ông Nguyễn Quang Duy (*) hầu cung cấp cho bạn đọc có thêm dữ kiện:

...“Hồ Chí Minh đã hiểu rất rõ nguyện vọng "người cày có ruộng" của nông dân Việt Nam. Khi còn ở Pháp ông có viết một số bài lên án việc chiếm hữu đất đai của thực dân Pháp

và của nhà thờ Công giáo. Trong thời gian hoạt động tại Trung Hoa, ông tiếp nhận và để tâm nghiên cứu cách mạng thổ địa tại đây. Nó vừa là một phương tiện đấu tranh giai cấp, vừa để xây dựng chuyên chế vô sản.

Hồ Chí Minh (1968)

Trong một lá thư gởi các lãnh đạo Quốc tế Nông dân đề ngày **8/2/1928**, ông viết: "*Tôi tranh thủ thời gian viết 'những ký ức của tôi' về phong trào nông dân, chủ yếu là phong trào Hải Lục Phong, nơi có các xô-viết nông dân. Người 'anh hùng' trong 'những ký ức của tôi' chính là đồng chí Bành Bái, cựu Dân uỷ nông nghiệp của Xô-viết Quảng Châu và hiện là lãnh tụ của nông dân cách mạng.*"(Hồ Chí Minh Toàn tập, tập 2 trang 265).

Năm 1953 tại Hội nghị nông hội và dân vận toàn quốc, ông lại nhắc đến: "...đồng chí Bành Bái ở Trung Quốc, gia đình đồng chí là đại địa chủ, đại phong kiến, nhưng đồng chí ấy đã tổ chức và lãnh đạo nông dân đấu tranh rất quyết liệt chống địa chủ phong kiến" (Hồ Chí Minh Toàn tập, tập 2 trang 357).

Ngày 25/1/1953, tại Hội nghị lần thứ tư của Ban Chấp

hành Trung ương Đảng Lao động, Hồ Chí Minh chủ toạ, đọc báo cáo đề ra nhiệm vụ phát động quần chúng triệt để giảm tô, thực hiện giảm tức, đấu tranh chống giai cấp địa chủ phong kiến, tiến đến CCRĐ. Ít tháng sau, Đảng CS đã lãnh đạo nông dân nổi dậy ở nhiều nơi, đặc biệt là ở Nghệ An và Hà Tĩnh. Khẩu hiệu "trí - phú - địa - hào, đào tận gốc, trốc tận rễ" được dùng làm tiêu đề cho cuộc đấu tranh mới - đấu tranh triệt tiêu giai cấp địa chủ và phong kiến.

Ngày 12/4/1953 Hồ Chí Minh ban hành Sắc lệnh số 150 SL về Cải cách ruộng đất, tịch thu ruộng đất của thực dân Pháp và địa chủ phản động chia lại cho nông dân nghèo.

Nhiếp ảnh gia Liên Xô Dmitri Baltermants (1912-1990)
chụp tại Miền Bắc Việt Nam năm 1955

Ngày 14/11/1953, Hội nghị lần thứ 5 Ban Chấp hành Trung ương và Hội nghị toàn quốc của Đảng Lao động đã quyết định tiến hành CCRĐ.

Trong báo cáo trước Quốc hội khoá I kỳ họp lần thứ ba,

ông Hồ đã phát biểu "Phương châm của cải cách ruộng đất là: phóng tay phát động quần chúng nông dân" (Hồ Chí Minh Toàn tập, tập 6 trang 509).

Ông Nguyễn Văn Trấn, nguyên Đại biểu Quốc hội khoá I, đại diện Sài Gòn Chợ Lớn, giải thích "phóng tay" nghĩa là "cứ việc làm mạnh thả cửa" (Nguyễn Văn Trấn, trang 266). Ông Nguyễn Minh Cần giải thích "là làm hết sức mãnh liệt, thẳng tay, không khoan nhượng, không thương xót, cho dù quá trớn, quá tả cũng không đáng sợ". Ông còn cho biết: "Ông Hồ đã dùng hình ảnh dễ hiểu: khi uốn thanh tre cong cho nó thẳng ra, phải uốn quá đi một tí và giữ lâu lâu, rồi thả tay ra thì nó mới thẳng được".

Ông Nguyễn Văn Trấn than rằng "Trời ơi! Đảng của tôi đã nghe lời người ngoài, kéo khúc cây cong quá trớn. Nó bật lại giết chết bao nhiêu vạn sinh linh." **(Nguyễn Văn Trấn, trang 266).**

Cũng trong báo cáo trước Quốc hội này, Hồ Chí Minh đã ra chỉ tiêu: "Giai cấp địa chủ phong kiến không đầy 5 phần trăm dân số, mà chúng và thực dân chiếm hết 7 phần 10 ruộng đất..." **(Hồ Chí Minh Toàn tập, tập 6 trang 509).** Chính chỉ tiêu này đã: "... giết chết bao nhiêu vạn sinh linh".

Trong thời gian tiến hành giảm tô tiến đến CCRĐ, sáu xã tại huyện Đại Từ, tỉnh Thái Nguyên đã được chọn làm thí điểm. Người đầu tiên bị mang ra xử bắn là bà Nguyễn Thị Năm. Bà còn được gọi là bà Cát Hanh Long (xem Nguyễn Minh Cần). Bà là người đã che giấu và nuôi dưỡng các lãnh đạo cộng sản như Trường Chinh, Hoàng Quốc Việt, Phạm Văn Đồng, Lê Đức Thọ, Lê Thanh Nghị, Lê Giản... trong thời gian ĐCS còn hoạt động bí mật. Hai con trai bà, ông Nguyễn Công và ông Nguyễn Hanh đều theo Việt Minh từ trước 1945. Khi CCRĐ được phát động, ông Nguyễn Công đang làm chính uỷ trung đoàn và ông Nguyễn Hanh là đại đội phó bộ đội thông tin.

Thành Tín cũng viết "Ông Hoàng Quốc Việt kể lại rằng hồi ấy ông chạy về Hà Nội, báo cáo việc hệ trọng này với ông

Hồ Chí Minh. Ông Hồ chăm chú nghe rồi phát biểu: 'Không ổn! Không thể mở đầu chiến dịch bằng cách nổ súng vào một phụ nữ, và lại là một người từng nuôi cán bộ cộng sản và mẹ một chính uỷ trung đoàn Quân đội Nhân dân đang tại chức.' Ông hẹn sẽ can thiệp, sẽ nói với Trường Chinh về chuyện hệ trọng và cấp bách này".

Thành Tín viết tiếp: "Thế nhưng không có gì động theo hướng đó cả! Bởi vì người ta mượn cớ đã quá chậm. Các phóng viên báo chí, các nhà văn hạ phóng tham gia cải cách đã viết sẵn bài tố cáo, lên án, kết tội bà Năm rồi".

Trong hồi ký "Giọt Nước Trong Biển Cả", ông Hoàng Văn Hoan đã cho rằng Ủy ban CCRĐ "... tự cho phép các đội CCRĐ được bắn vào địa chủ gian ác để nâng cao khí thế nông dân. Việc bắn địa chủ mở đầu từ Thái Nguyên, sau lan tràn đi nhiều nơi, coi là một phương pháp tốt, để nâng cao uy thế của nông dân."

Ông Nguyễn Minh Cần, nguyên Phó chủ tịch thành phố Hà Nội, đã hết sức ưu tư về việc "những người lãnh đạo cộng sản trong Bộ Chính trị và đứng đầu chính phủ đã từng được bà che giấu, nuôi ăn, tặng vàng, nay đang làm Chủ tịch nước, Tổng Bí thư, Ủy viên ban chấp hành, Thủ tướng, Phó Thủ tướng đã lạnh lùng chuẩn y một bản án tử hình như vậy! Phát súng đầu tiên của CCRĐ nổ vào đầu của một người phụ nữ yêu nước đã từng giúp đỡ cho những người cộng sản! Phát súng đó tự nó đã nói lên nhiều điều về các lãnh tụ cộng sản! Nó báo trước những tai họa khôn lường cho toàn dân tộc!".

Nhà văn Vũ Thư Hiên nhận xét một cách dứt khoát: "Câu chuyện về Hồ Chí Minh trong thâm tâm chống lại chủ trương Cải cách ruộng đất, bực bội vì việc mở màn bằng việc bắn một người đàn bà, như một số người bào chữa cho ông là một chuyện tầm phào. Một lệnh ông Hồ ban ra không phải là chỉ cứu được bà Nguyễn Thị Năm, nó còn cứu hằng ngàn người bị giết oan trong cả Cải cách ruộng đất, lẫn Chỉnh đốn tổ chức do Lê Văn Lương song song tiến hành. Ông không cứu ai cho tới khi những sai lầm tích tụ lại thành cái nhọt bọc. Lúc cái nhọt bọc vỡ ra ông mới tỉnh cơn mê. Nhưng đã muộn".

Vũ Thư Hiên còn cho biết ông Vũ Đình Huỳnh, nguyên thư ký riêng của Hồ Chí Minh, đã nói thẳng với ông Hồ: "Máu đồng bào, đồng chí đã đổ mà Bác vẫn còn ngồi yên được à? Chúng ta tuy không có học, chúng ta dốt, chúng ta phải vừa làm vừa học xây dựng chính quyền, vì dốt nát chúng ta mắc mọi sai lầm, nhưng chúng ta không có quyền để tay chúng ta nhuốm máu đồng bào đồng chí".

Cũng qua Vũ Thư Hiên ta biết được ông Vũ Đình Huỳnh đã "... khẳng định người chịu trách nhiệm chính là ông Hồ Chí Minh, chứ không phải là Trường Chinh. Trường Chinh chỉ là con dê tế thần cho ông Hồ".

Vụ án Nguyễn Thị Năm nói riêng và CCRĐ nói chung còn rất nhiều uẩn khúc. Những uẩn khúc này không phải chỉ liên quan đến các nạn nhân hay gia đình nạn nhân CCRĐ. Nó còn in đậm nét trong tâm trí của những người đã một thời tin vào chủ nghĩa cộng sản, vào lý tưởng cộng sản, vào sự lãnh đạo của Hồ Chí Minh và ĐCS, trong đó có người từng trực tiếp tham gia CCRĐ. Những uẩn khúc này cần phải được làm sáng tỏ.

Trong tập tài liệu Phát động quần chúng và tăng gia sản xuất của tác giả C.B. do báo Nhân Dân xuất bản năm 1955, trang 27 và 28, có bài "Địa chủ ác ghê". Bài viết này đã được đăng trên báo Nhân Dân ngày 21 tháng 7 năm 1953 và phổ biến lại trong tập liệu này. Đúng như nhà báo Thành Tín cho biết, "các phóng viên báo chí, các nhà văn hạ phóng tham gia cải cách đã viết sẵn bài tố cáo, lên án, kết tội bà Năm rồi".

Nhân tiện người viết xin được đăng toàn bài để bạn đọc có thể cùng suy ngẫm. Bài báo có tựa đề:

Địa chủ ác ghê

"Thánh hiền dạy rằng: "Vi phú bất nhân". Ai cũng biết rằng địa chủ thì ác: như bóc lột nhân dân, tô cao lãi nặng, chây lười thuế khoá - thế thôi. Nào ngờ có bọn địa chủ giết người không nháy mắt. Đây là một thí dụ:

Mụ địa chủ Cát-hanh-Long cùng hai đứa con và mấy tên lâu la đã:

- Giết chết 14 nông dân.

- Tra tấn đánh đập hằng chục nông dân, nay còn tàn tật.

- Làm chết 32 gia đình gồm có 200 người - năm 1944, chúng đưa 37 gia đình về đồn điền phá rừng khai ruộng cho chúng. Chúng bắt làm nhiều và cho ăn đói. Ít tháng sau, vì cực khổ quá, 32 gia đình đã chết hết, không còn một người.

- Chúng đã hãm chết hơn 30 nông dân - Năm 1945, chúng đưa 65 nông dân bị nạn đói ở Thái Bình về làm đồn điền. Cũng vì chúng cho ăn đói bắt làm nhiều. Ít hôm sau, hơn 30 người đã chết ở xóm Chùa Hang.

- Năm 1944-45, chúng đưa 20 trẻ em mồ côi về nuôi. Chúng bắt các em ở dưới hầm, cho ăn đói mặc rách, bắt làm quá sức lại đánh đập không ngớt. Chỉ mấy tháng, 15 em đã bỏ mạng.

Thế là ba mẹ con địa chủ Cát-hanh-Long, đã trực tiếp, gián tiếp giết ngót 260 đồng bào!

Còn những cảnh chúng tra tấn nông dân thiếu tô thiếu nợ, thì tàn nhẫn không kém gì thực dân Pháp. Thí dụ:

- Trời rét, chúng bắt nông dân cởi trần, rồi dội nước lạnh vào người. Hoặc bắt đội thùng nước lạnh có lỗ thủng, nước rỏ từng giọt vào đầu, vào vai, đau buốt tận óc tận ruột.

- Chúng trói chặt nông dân, treo lên xà nhà, kéo lên kéo xuống.

- Chúng đóng gióng trâu vào mồm nông dân, làm cho gẫy răng học máu. Bơm nước vào bụng, rồi giẫm lên bụng cho học nước ra.

- Chúng đổ nước cà, nước mắm vào mũi nông dân, làm cho nôn sặc lên.

- Chúng lấy nến đốt vào mình nông dân, làm cho cháy da bỏng thịt.

- Đó là chưa kể tội phản cách mạng của chúng. Trước kia mẹ con chúng đã thông đồng với Pháp và Nhật để bắt bớ cán bộ. Sau Cách mạng tháng Tám, chúng đã thông đồng với giặc

Pháp và Việt gian bù nhìn để phá hoại kháng chiến.

Trong cuộc phát động quần chúng, đồng bào địa phương đã đưa đủ chứng cớ rõ ràng ra tố cáo. Mẹ con Cát-hanh-Long không thể chối cãi, đã thú nhận thật cả những tội ác hại nước hại dân. Thật là:

Viết không hết tội, dù chẻ hết tre rừng,
Rửa không sạch ác, dù tát cạn nước bể!
(Báo Nhân Dân 21-7-1953)

(*) [Vai Trò Của Hồ Chí Minh Trong Cải Cách Ruộng Đất.
Nguyễn Quang Duy - Canberra, Úc Đại Lợi]

Khoảng cuối năm 1956 đầu 57 gia đình tôi ở Lào nhận được thư ông anh tôi gửi từ Hà Tĩnh via (qua) HongKong thông báo cho bố mẹ tôi biết CCRĐ đã được sửa sai, bố mẹ tôi đã được trả lại thành phần. Thư có đoạn mong gia đình trở về sum họp.

Nhà của bố mẹ tôi gồm ba căn nhà ngang và hai căn nhà dọc, có vườn rộng, nhiều loại cây ăn trái, có vườn cau, ao nuôi cá... bị tịch thu chia cho hai gia đình cố nông chiếm ngụ. Khi có lệnh sửa sai, ông anh tôi là giáo viên, làm đơn xin Ty Giáo dục tỉnh chứng nhận và giới thiệu sang xin bút phê của Uỷ Ban và Công an tỉnh, đem về địa phương xin lại ngôi nhà. Đang lúc có biện pháp sửa sai, để xoa dịu dư luận nên thủ tục lấy lại nhà tương đối dễ dàng. Cuối cùng gia đình ông anh tôi được trở về tổ ấm cũ, có nơi thờ phụng tổ tiên.

Ngày mà đảng cho vào chiếm ngụ nhà tịch thu của địa chủ, những cố nông cốt cán ấy như người trúng số, như nằm mơ, bỗng dưng từ khố rách áo ôm, chui ra chui vào một túp nhà tranh lụp xụp, một sáng một chiều trở thành chủ nhân một tòa nhà rộng rãi khang trang. Hết lời ca ngợi, biết ơn đảng! Ngày phải thu dọn, gom góp mấy cái chén đĩa, nồi niêu, rổ rá sắp vào quang gánh bước ra khỏi nhà, đứng giữa sân, đứng trước ngõ vừa khóc vừa la: "Ơi đảng ơi là đảng! Đảng lừa bịp chúng tôi! Ơi trời ơi là trời! Bây giờ ăn đâu? Ở đâu?...".

Những người này khi trở lại với công việc làm ăn sinh sống thì đã hai bàn tay trắng, nhà không, vách trống, không nơi nương tựa, không còn nơi để làm thuê, làm mướn, lâm vào cảnh đói rách cùng cực. Có người phải đi hành khất độ nhật, thân xác liệt nhược, chết dần chết mòn thê thảm.

Nhà cửa địa chủ khi lấy lại đã bị phá phách tả tơi. Chạn bếp, bàn thờ đã bị tháo gỡ xuống làm củi. Ngoài vườn, cây cối bị đốn ngã, cưa chẻ làm củi chụm bếp, sưởi ấm mùa đông. Tất cả tiêu điều ngay sau khi chủ nhà bị đuổi ra khỏi.

Trong thời gian CCRĐ, đám bần cố nông cốt cán vung tay lộng hành, vu vạ, trấn áp, cướp của giết người vô tội vạ. Người đi chợ mang bán ít trái cam trái bưởi, vài ký đậu, kí lạc, lỡ gặp đám ""cốt cán" là bị gán cho tội "phân tán tài sản" bị tịch thu, cướp đoạt.

Bà Thái Thị Trường, vợ một đại úy bộ đội, lúc ấy đang công tác ở Liên Xô, ở nhà bố mẹ bị quy địa chủ, bố vợ chết trong tù, tài sản bị tịch thu. Bà Trường phải chạy chợ, mua từ chợ này bán ở chợ kia kiếm gạo nuôi con. Một hôm bị một cốt cán tên Tý đón đường lục xét lấy hết cả gánh hàng: đậu, bắp, môn khoai và nhiều thứ khác đem về trụ sở Ủy Ban, bảo về xin giấy địa phương chứng nhận, sẽ được trả lại. Hôm sau bà Trường mang giấy chứng nhận tới thì được trả lời "tang vật đã chuyển lên cấp trên!".

Bà Trường gạt nước mắt ra về! Chồng bà Trường sau 1975 là Đại tá làm việc tại QK7. Những "cốt cán" kia đã mồ xanh cỏ từ nhiều năm trước!

Một trường hợp "chết người" khác tiêu biểu trong muôn một những tai ách mà con cháu, gia đình địa chủ phải hứng chịu trong thời kỳ đó: gia đình ông bà Trần Thựu xã Phú Gia, ông tự tử chết chưa quá một trăm ngày, một hôm đứa cháu nội bảy tuổi sang nhà hàng xóm chơi, đám trẻ xúm nhau gọt mía ăn. Đứa con hàng xóm bị đứt tay chảy máu, òa lên khóc. Cha mẹ đứa bé và hàng xóm chạy đến, trong số có Phan Châu,

Bố tôi ngồi dậy, nhìn trước ngó sau, ông đứng lên kéo hai cán bộ cốt cán cho là địa chủ xúi cháu mình chém con nông dân để trả thù. Y ra lệnh bắt bà Thựu giam giữ hành hạ suốt nhiều ngày đêm. Bà Thựu trên 70 tuổi uất nghẹn vì oan ức, trốn ra mồ chồng treo cổ chết.

Vì những hành vi man rợ giữa những người trong cùng chòm xóm không xa lạ gì nhau, đã hãm hại, triệt hạ người khác, nên "Ban sửa sai" đã rất khó khăn trong việc tổ chức những buổi hội họp. Nhiều vụ lộn xộn xẩy ra. Nhiều cảnh xô xát, hoặc hăm dọa thanh toán các cán bộ cốt cán rễ chuỗi để trả thù. Nhiều cuộc họp bất thành, xung đột xẩy ra nhiều nơi giữa cốt cán rễ chuỗi trong CCRĐ và con cái, gia đình những địa chủ uất ức vì người cha bị tử hình hoặc chết trong tù.

Tại vùng Loan Dạ, bà Ngô Hệ vác dao đến chỗ họp rượt chém, đuổi về tận nhà những người trước đó đấu tố, xử tử chồng bà. Các cán bộ rễ chuỗi phải lẩn trốn, không dám xuất hiện. Ban sửa sai đã phải vận dụng mọi cách, đến nhà an ủi, khuyến dụ Bà Ngô Hệ, trả lại thành phần Trung nông, trả lại nhà và vườn, trên nguyên tắc, được tham gia mọi sinh hoạt bình đẳng với nông dân. Các phiên họp sau đó mới tổ chức được yên ổn.

Kết quả sửa sai tại xã Phú Gia, con số trên 20 địa chủ từ: một án tử hình, một án 20 năm, bốn án 18 năm và các án 5 năm tù, đến các án tịch thu tài sản trong CCRĐ được sửa lại:

- Một địa chủ kháng chiến
- Một địa chủ có công với cách mạng
- Những địa chủ bị quy sai khác được trả lại thành phần Phú nông hoặc Trung nông. [*"Phú Gia- Lịch Sử Sự Tích" –s đđ*].

Chương III

Một Ngày
Vào Tù Cọng Sản Cũng Không

ột ngày sau khi gia đình tôi về "nhà mới", hai người du kích, một người đàn ông tên là Lê Lự, gọi bố tôi bằng cậu, mang cây kiếm, đi với một người đàn bà tên là Nuôi Đề, cầm cây gậy đến túp nhà lều, nơi gia đình tôi trú ngụ. Hai người này mang bản án đến để bắt bố tôi ký tên vào. Bố tôi ra hiệu, chỉ cho tôi cầm lấy tay ông ký nguệch ngoạc vào bản án. Bố tôi ký xong, hai du kích cầm bản án, trước khi ra về họ dặn:

"Khi nào cha tụi bay ngồi dậy được phải đến báo cho nông dân ngay, không thì chết cha bay hết!"

Sau khi ký vào bản án, bố tôi vẫn nằm im một chỗ trên cái chõng tre như từ hơn nửa năm trước đó. Đêm đêm mẹ tôi vào nói chuyện thầm thì với bố tôi. Một hôm mẹ tôi gọi tôi và người chị kế tôi lại nói nhỏ: "Thầy các con không chịu đi tù, sẽ tự tử chết. Các con vào van lạy thầy con".

Chị tôi và tôi vào chỗ bố tôi nằm, chị tôi khóc và năn nỉ:

- "Xin thầy đừng chết, thầy đi tù thì còn sống, còn có ngày về với mẹ và chúng con".

chị em tôi ra trước bàn thờ tổ tiên vừa đặt tạm. Ông ngồi xuống, chị tôi sụp xuống quỳ lạy, tôi quỳ theo, chị tôi khóc: "Con xin thầy, thầy đừng chết, đừng bỏ mẹ và chúng con".

Bố tôi nén giấu xúc động, ông nói:

- "Thầy không thể sống được. Thầy không thể đi tù. Một ngày vào tù cộng sản thầy cũng không. Khi thầy không còn nữa, các con phải thương và đỡ đần công việc cho mẹ, lo nuôi các em. Nhớ chôn thầy ở chỗ đất cao góc vườn, đầu hướng về đồng Nhà Sạ" (nơi có mộ phần ông cố và ông bà nội chúng tôi).

Chúng tôi đau khổ buồn lo giây phút bố tôi uống thuốc độc, như mẹ tôi cho biết. Thời gian nặng nề nhích đi từng giờ, từng ngày. Một hôm, giữa đêm khuya người anh họ tôi, đang bị truy nã từ hơn một năm trước, trốn trong rừng quay về lén vào mái nhà tranh lụp xụp, vào phòng thầm thì gì đó với bố mẹ tôi, cả đàn con chúng tôi thức dậy, bố tôi và người anh họ vụt ra khỏi nhà, mất biệt. Trước khi đi bố tôi đã dặn mẹ tôi sau ba ngày, ngày thứ tư mới đi báo cho du kích là bố tôi đã đi đâu từ sáng, không thấy về.

Ngày xóm làng biết bố tôi mất tích thì ông đã đến gần giáp ranh biên giới Lào Việt. Khi gia đình tôi đến báo cáo bố tôi "đi đâu từ sáng không thấy về" thì lập tức một đám du kích kéo tới bắt mẹ tôi đưa đi tra khảo. Đến khuya mẹ tôi được thả về. Sáng sớm hôm sau du kích và cán bộ tới bảo chúng tôi:

- "Tụi bay phải chia nhau tới những bờ sông, mé rừng tìm cha bay. Thế nào chiều về báo cáo nông dân".

Các anh chị em tôi bửa nhau ra đồng hái rau, tắm giặt, đến chiều về báo cáo - "không tìm thấy tông tích gì cả. Chắc tự vẫn ở sông Tiêm rồi".

Sáng hôm sau cán bộ lại tới bảo "Tụi bay chia nhau xuống vực Hà Vang và vực Xuân Lũng mà tìm. Nghe nói mấy ngày nay có quạ bay về đó nhiều lắm".

Các anh chị em chúng tôi cứ mỗi sáng thức dậy là xách rổ ra đi, mỗi người một hướng, lại hái rau, tắm sông và núp đâu đó cho hết ngày, chiều tối về "báo cáo cán bộ..!!". Sau hơn một tuần lễ, biết không còn tìm được nữa họ cho ở nhà.

Sau ngày bố tôi trốn thoát, gia đình tôi ăn cái tết cuối cùng trên quê quán và là cái Tết đầu tiên hãi hùng trong đời đến với gia đình tôi, đến với những gia đình thành phần địa chủ, mà số đông những người cha, người mẹ trong gia đình đã bị bắt đưa đi, có người đã vào trại giam, có người đã bị xử tử, có người đã quyên sinh, có người đã chết bờ chết bụi.

Tuổi thơ của đám anh em chúng tôi bắt đầu u ám, ủ dột, đói rách và tủi nhục.

Chiều Ba Mươi Tết mẹ tôi ngồi khuất sau một tấm phên rách nát, vừa lượm về che lên cho đỡ gió, đỡ lạnh, đôi mắt quầng thâm, mặt vẫn chưa hết những vết gai bưởi, vết bầm sau hai tháng bị bắt giam và sau bảy ngày đêm bị hành hạ giữa đấu trường của cuộc đấu tố...

Bố tôi thoát được bản án 20 năm tù khổ sai trong chuyến vượt qua dãy Trường Sơn, trốn thoát sang Lào, tìm sự sống trong cái chết cận kề, giờ đó chưa biết sống chết thế nào. Mẹ tôi ngồi rũ rượi, đau nhói cả thể xác lẫn tinh thần. Nước mắt mẹ tôi ràn rụa, bà đưa hai tay kéo từng anh chị em chúng tôi chụm đầu vào lòng như con gà mẹ xòe cánh ủ ấm những con gà con.

Giờ Giao Thừa, bảy mẹ con chúng tôi nằm nghe gió thổi vùn vụt qua những tấm phên lá che hờ của túp lều tranh. Bữa ăn tối ba mươi Tết, mỗi người một chén canh lá rau lang. Mẹ tôi ngồi dậy ôm hôn từng đứa con, nước mắt mẹ nhạt nhòa, rồi đứng lên chắp tay vái bốn phương, cầu trời cho bố tôi thoát nạn.

Sáng mồng Một Tết, anh chị em tôi, mỗi đứa một hướng tỏa ra đồng hái rau má, rau lang, rau dại... Cũng như bao gia đình địa chủ khác, chúng tôi bị gạt ra ngoài lề xã hội trong cảnh huống cùng quẫn, đói rét, thiếu thốn, bị khủng bố áp bức, khủng hoảng tinh thần, đời sống tận cùng thê thảm...

cuộc vượt thoát giữa lằn ranh sống chết chặng đầu đời lưu lạc

Gần một năm trôi qua, trong đói khổ, tủi nhục tận cùng của địa ngục trần gian ấy, mấy mẹ con chúng tôi, con mất cha, vợ mất chồng, cốt nhục tương tàn, anh em ruột thịt không dám nhìn nhau, bà con họ hàng quay lưng ngoảnh mặt. Chúng tôi sống trong lầm lũi, bị cô lập và ngược đãi...

Thế rồi, "sông có khúc, người có lúc", một buổi tối cuối tháng Chạp, bố tôi cho người vượt biên giới Lào-Việt trở về nhắn tin gia đình tôi theo họ tìm đường trốn thoát.

Mẹ tôi nhận được một mảnh giấy bằng một phần tư trang vở học trò, chữ viết của bố tôi:

"Gia đình liên lạc với người đưa tin này, thu xếp theo họ ra đi. Chỉ có một lần này thôi, không có lần thứ hai. Phải dứt khoát ra đi để gia đình sum họp".

Ông anh cả tôi được người nhà nhắn tin, nửa đêm đi xe đạp từ huyện về nhà, tôi và bà chị kế tôi sang gặp, ba anh em chúng tôi đi đến gặp người liên lạc dẫn vào rừng tiếp xúc với một trong những người từ Lào về. Họ chỉ bằng lòng cho Mẹ tôi và tôi đi, còn các anh chị em tôi chờ: –*"Con địa chủ chết nhiều lắm rồi. Tụi bay chưa chết, chờ đi chuyến sau".*

Mẹ tôi không thể bỏ lại mấy đứa con để ra đi. Ông anh tôi sắp đặt kế hoạch cho cả nhà đi cách xa phía sau, đến điểm hẹn trong rừng giữa đêm khuya, đặt họ trước việc đã rồi. Kết quả đúng như anh tôi tiên liệu. Cuối cùng tuy có bị nạt nộ la mắng, nhưng cả gia đình tôi cùng được cho đi.

Nếu không có anh cả tôi đích thân liên lạc, thu xếp, cung cấp lương thực, chắc chắn bố tôi không thoát chết với bản án 20 năm và gia đình tôi không có cơ hội thoát thân đến vùng trời tự do an ổn để có ngày hôm nay. Ông anh tôi tuy đã "thoát ly" gia đình cha mẹ địa chủ, nhưng trong chỗ kín đáo, ông thường xuyên liên lạc cưu mang hoạn nạn với cha mẹ và các em. Anh đã làm tròn bổn phận của một đứa con, một người anh cả: Tình Đã Vẹn, Hiếu Đã Toàn.

Sau hai ngày thu xếp, "ngụy trang" sinh hoạt bình thường ở căn nhà lều trú ngụ, nửa đêm gia đình tôi vượt sông, băng đồng ruộng vào điểm hẹn ở chân núi, người hướng dẫn đưa chúng tôi vào sâu trong rừng giao cho những người từ Lào về đón.

Ra đi mang theo được vài ba kg gạo, một ít muối và mỗi người một bộ quần áo mặc trên người. Hai mươi ngày vượt Trường Sơn, rừng thiêng nước độc, cọp beo chực rình hằng đêm, rắn quấn lên cổ, sên vắt bám đầy chân tay, khắp trong cơ thể, máu chảy đầy mình. Không ai biết đường đi Lào, không có lối mòn, người hướng dẫn cũng chỉ nhắm hướng Tây, nhìn phía mặt trời lặn mà đi tới. Rừng âm u, nhiều ngày đêm mưa như nước trút, không nón lá, áo tơi, nước xối xả vuốt mặt không kịp. Tuần lễ đầu, ngày ngủ đêm đi, những tuần lễ sau, ngày đi đêm ngủ. Mười hai người, đàn bà con nít ngồi quây quần quanh một gốc cây cổ thụ, đốt lửa sưởi ấm, thỉnh thoảng lại ném ra ngoài, giữa màn đêm một thanh củi cháy đỏ để đuổi cọp đang chực rình.

Có lần đang đi, gặp mấy con rùa bắt làm thịt nấu với cây chuối rừng làm canh, húp lót dạ. Đi ba ngày sau lại trở về chỗ làm thịt rùa. Chẳng biết có phải đúng là "Gặp hổ thì đi, gặp quy thì về"?

Để tìm đường, một trong hai người hướng dẫn rẽ ra hai hướng – ông Phan Kiêm Lộc mang túi gạo – bị té xuống một cái vực cạn, nằm mấy tiếng đồng hồ tỉnh lại, tìm đường đi tiếp. Người hướng dẫn đám đàn bà con nít chúng tôi, ông Lê khắc Bái (năm 1963 là Biệt Kích nhảy toán) đi theo hướng khác. Ông Lộc nhai gạo sống qua ngày, đoàn chúng tôi có nồi, có lửa nhưng không có gạo, nhịn đói cả mười ngày, hái rau rừng luộc ăn cầm hơi. Cuối cùng biết đã gần tới biên giới, không ai bước nổi nữa, đứa em út tôi đã rũ người xuống, tay không còn níu ôm được vai mẹ, khi mẹ cõng trên lưng. Cô em gái út chúng tôi lúc đó mới hơn 5 tuổi. Mẹ tôi cõng trên lưng suốt chặng đường 20 ngày đêm vượt Trường Sơn.

Bà cụ Đông khoảng sáu mươi, đi chung đoàn có trong túi

áo chừng vài nắm gạo, đưa cho mẹ tôi một nhúm, nhai mớm vào miệng, đứa em út tôi nhấp từng ngụm nước mẹ mớm vào, biết là còn sống. Cả đoàn vào ẩn trong một lùm cây. Ông Lê Bái, người dẫn đoàn dắt tôi đi theo từ sáng tới 6 giờ chiều vào tới một làng (người Lào gọi là "bạn" hay "bản") sát biên giới. Chúng tôi được hai người đàn ông Lào dẫn tới nhà một người Lào biết tiếng Việt. Họ tiếp đón niềm nở, vui vẻ. Chủ nhà cho biết có một ông người Việt vào nghỉ ở nhà ông này và đã được đưa vào làng trong giao cho lính để đem vào tỉnh. Cách đó một tuần lễ cũng có lính Việt minh vào "bản" và họ đã đi rồi.

Chúng tôi được đãi một bữa cơm tối với thịt nai và rượu cần. Tôi đưa cây rựa, ông Bái đưa cái khăn len quàng cổ đổi một con gà và hai kg nếp, nhờ chủ nhà làm thịt gà và nấu xôi vào lúc gần sáng. Ngủ dậy hai ông cháu tôi gói cơm, gà trở ra rừng tiếp cứu đám người già và con nít, rồi dẫn đoàn trở vào "bản" Lào. Đoàn ở lại một đêm, sáng hôm sau xin dân làng dẫn vào gặp đồn lính Lào mà không dám ở lại, sợ lính Việt Minh vào bắt.

Đến đồn chỉ khai loa qua, không làm giấy tờ, chúng tôi được xe chở vào thị trấn Nhùm Mà Lạt (Nhummarath) trình diện ông "Quan Một", Trưởng đồn nói tiếng Việt rất sành sỏi. Chúng tôi ở đây một tuần lễ khai báo tên tuổi, quê quán, lý do ra đi. Nơi đây là trạm đầu tiên chúng tôi có thời gian nghỉ ngơi, ăn uống no nê đầy đủ. Cứ đến bữa ăn lên nhà bếp gánh về cả thúng xôi, và một nồi thịt trâu. Ăn được bao nhiêu lấy bấy nhiêu. (Người Lào không ăn cơm gạo tẻ và thịt bò).

Chỉ mới một tháng trước đó, bị cô lập, khủng bố, cái đói, cái chết rập rình đe dọa từng giờ, từng ngày bởi đồng bào của mình, cùng chung làng chung xóm vì tin theo đảng, đã mất hết tính người.

Chúng tôi như vừa thoát khỏi địa ngục trần gian. Dưới bầu trời thênh thang cao rộng, hít thở không khí tự do, bà con

Việt kiều, đồng hương chào mừng tiếp đãi. Lúc đầu họ gánh từng bữa cơm vào đồn lính đãi người ty nạn, về sau xin được phép của "ông Quan Một" (Thiếu úy, người Lào), chúng tôi được ra khỏi đồn ăn những bữa ăn thịnh soạn của bà con ngoài phố.

Hơn một tuần lễ qua rất nhanh với chúng tôi. Bố tôi đã mở lớp dạy tiếng Việt ở trong tỉnh Thakhet, không ra Nhumma-rat đón gia đình được, chắc là thời gian này ông trông đợi rất lâu. Chúng tôi từ giã bà con ở thị trấn nhỏ lên xe vào tỉnh. Cuộc đời ty nạn cộng sản thực sự từ đây. Bến bờ tự do, no ấm cũng thực sự từ nơi này.

1956- chặng đầu đời ty nạn cộng sản

Chuyến xe nhà binh Lào dừng lại trước trụ sở Ty Cảnh sát thị xã Thakhet. Mọi người xuống xe, tôi nằm lăn ra trên mặt đường nhựa, nhìn lên bầu trời mà cảm nhận một giấc chiêm bao đã hiện thực. Bố tôi ôm lấy từng đứa con, mẹ tôi nước mắt ràn rụa. Dòng lệ của hồi sinh, của mừng vui, sum họp, của hoạn nạn, cay đắng, khổ đau đã thuộc về quá khứ.

Người sĩ quan cấp tá, Trưởng ty Cảnh sát tỉnh này và bố tôi nhận ra nhau là người quen, khi ông ta đích thân thẩm vấn toán ba người Việt vượt biên đến Thakhet một năm trước.

Nguyên khoảng năm 1950-51 ông ta là hạ một sĩ quan Phathet Lào, đem một trung đội lính Lào cộng về đóng quân ở làng tôi. Ông có một thân hình cao to, da trắng, bảnh trai, một hôm chàng hạ sĩ quan Lào Cộng này vào Chợ Gia ở làng tôi, cởi cái khăn len quàng cổ đem bán, lấy tiền mua một đĩa bún ngồi ăn giữa chợ, bố tôi gặp và tránh mặt, vì trước đó đã có những lần gặp và nói chuyện trong các buổi họp.

Rồi sau đó trung đội lính Phathet Lào rút đi, chàng hạ sĩ quan Lào đẹp trai rất sõi tiếng Việt kia cũng mất biệt. Đầu năm 1956 bố tôi vượt biên đến Lào, khi lính dẫn vào ty Cảnh Sát tỉnh làm thủ tục an ninh di trú, viên Trưởng Ty nhìn chằm chặp vào mặt bố tôi và nói: - "Anh T. tôi thấy anh có vẻ quen lắm". Bố tôi nhìn kỹ, chợt nhớ ra và đáp:

- "Tôi cũng thấy quan như quen lắm. Xin lỗi, có phải quan là người trước kia đóng quân ở xã Phú Gia không? Có lần quan bán cái khăn foulard ở Chợ Gia...". Ông ta liền đứng dậy bắt tay bố tôi và nói:

- "Đúng là tôi đã gặp anh rồi. Tôi rút khỏi Phú Gia một thời gian ngắn sau đó...". Rồi ông kể tiếp:

"Sau một thời gian đem lính về giúp VN, tôi thấy tôi đi lạc đường, tôi nhớ gia đình, bản mường (làng, tỉnh) của tôi, lúc đầu tôi định trốn về một mình, nhưng sau đó tôi dẫn tất cả lính của tôi đi tuần biên giới. Đến biên giới Lào Việt, tôi tập họp lính, bắt họ bỏ súng xuống. Tôi bảo họ: Ai muốn về Lào đứng sang một bên; ai muốn trở lại VN đứng sang một bên, không ai được ngăn cản ai.

Có người hỏi tôi: "chậu" (như chữ you) đứng bên nào. Tôi bảo họ tôi sẽ đứng một bên sau khi họ giải tán đứng thành hai hàng, hai phía. Sau cùng tôi ra lệnh những người muốn quay lại VN quay lưng. Tôi bảo những người phía bên tôi lấy hết đạn để súng lại cho họ. Tôi dẫn gần mười người lính của tôi trở về Lào, tôi được làm việc ở chỗ này từ đó..."

Từ sự tình cờ nhận ra nhau là "người quen", nên lần này bố tôi được dẫn gia đình về, hôm sau mới ra khai báo chi tiết. Mấy ngày sau, ông Thiếu tá, trưởng ty vào nhà tạm trú thăm gia đình tôi, dần dà coi bố tôi như là bạn. Ông sĩ quan người Lào này giỏi tiếng Việt lắm. Có lần ông ta "đố" bố tôi:

- "Nếu anh thấy hai người, một trai một gái; và hai con bò thì anh gọi thế nào?"

Bố tôi muốn biết ý ông ta định nói gì nên trả lời: "Thì cứ gọi là hai con bò và hai con người, một trai một gái". Ông ta đáp lại: - "Không phải vậy, phải nói là một **đôi** trai gái và một **cặp** bò".

Ông sĩ quan này đã có công giúp công tác tình báo của VNCH trong nhiều năm.

Dân Lào có chung một luồng văn hóa, và ngôn ngữ văn tự có nhiều tương đồng với Thái Lan, cũng là một quốc gia Phật giáo Tiểu Thừa, nhưng người Lào nói chung hiền hòa, hiếu khách. Họ thật thà và quý trọng tình người. Đó cũng là lý do gia đình tôi ở lại Lào 4 năm sau mới về Sài Gòn.

Bọn hải tặc Thái Lan với tội ác man rợ đối với hàng trăm ngàn nạn nhân người Việt vượt biên trên biển Đông trong thập niên 70 - 80 sẽ mãi mãi là một vết nhơ, bị loài người phỉ nhổ.

phúc đức. số phận. và định mệnh

Tôi vẫn nghĩ rằng sự đời đưa đẩy, trong cái rủi có cái may, trong niềm vui có nỗi buồn nhen nhúm; trong nỗi buồn lại le lói niềm vui. Bố mẹ tôi, gia đình tôi từng nhìn lại những vinh nhục, thăng trầm mà chiêm nghiệm phúc đức tổ tiên dành cho. Trong số hơn một trăm bảy mươi hai ngàn (172.000) địa chủ bị giết trong thời CCRĐ, số người thoát chết, thoát khỏi tù đày không có được bao nhiêu. Bố tôi đã thoát khỏi hoạn nạn, thoát chết như một phép lạ.

Sau 16 năm ở Mỹ, lần đầu tiên về thăm quê (tháng 2-2009), một người trong dòng tộc họ Trần Kim, phụ trách việc tế tự, hàng ngày tiếp đón khách viếng thăm ngôi đền Trại Trụ được đưa vào danh mục di tích lịch sử, gặp bố tôi, ông nói oang oang giữa đám đông vài chục người:

- "Bác về đây, tổ tiên dành bác lại. Hồi đó bác không khôn khéo giả ốm, giả điên thì bác là người bị bắn chứ không phải Ngô Hệ. Ngô Hệ chết thay cho bác. Khi bắn Ngô Hệ, nó còn hỏi thằng T. ở đâu?...".

Tôi và cô em gái phải lái sang chuyện khác, lên tiếng hỏi: "Chú được mấy cháu nội cháu ngoại rồi...?"

Chẳng hay ho gì để nhắc lại những nỗi đau thương, nhưng hình như với nạn nhân, kể cả người ngoài cuộc, và kẻ chứng kiến vết thương dĩ vãng đã nửa thế kỷ vẫn chưa lành da liền thịt.

Khuynh hướng đấu tranh diệt trừ cái ác chủ trương phải khắc ghi và biến đau thương đó thành căm thù. Phải căm thù cái ác để tiêu diệt cái ác.

Nỗi bất hạnh ấy, thế hệ cha anh tôi là nạn nhân trực tiếp, thế hệ tôi vừa là nạn nhân vừa là nhân chứng. Cả dân tộc phải hứng chịu một thế kỷ đau thương nghiệt ngã, dù là kẻ thắng hay người thua, ngoại trừ bọn ngoại lai mất gốc.

Lịch sử đang được thời gian lật lại từng trang để lương tri soi rọi. Ngày nay không thiếu gì những người từng tham dự vào canh bạc xương máu của dân tộc đã sửng sốt nhìn lại tội ác có chính bàn tay mình dính máu. Xin hãy đọc một đoạn trong bài viết của một người lính cộng sản 33 năm sau cuộc chiến:

"Định mệnh trớ trêu đưa đẩy, chúng ta đã chọn con đường cách mạng vô sản! Sự lựa chọn ấy đã xác định luôn cả bạn đường cho dân tộc ta là giai cấp vô sản thế giới! 'Vô sản toàn thế giới liên hiệp lại!' Tiêu chí giai cấp được đưa lên trên hết. Dân tộc không còn được tính đến. Dân tộc phải hòa tan trong giai cấp. Từ một khái niệm còn mơ hồ, giai cấp bỗng hiện hình sừng sững trùm lên xã hội, đè xuống từng số phận con người! Từ đó, con người Việt Nam vốn bao dung, nhường nhịn "Chín bỏ làm mười", "Tranh quyền cướp nước chi đây/ Coi nhau như bát nước đầy là hơn", con người Việt Nam vốn chan chứa thương yêu "Thương người như thể thương thân", dân tộc Việt Nam vốn rộng lòng đùm bọc "Nhiễu điều phủ lấy giá gương/ Người trong một nước phải thương nhau cùng", bỗng thành con người khác, dân tộc khác.

"Con người ấy, dân tộc ấy bỗng đằng đằng sát khí ôm súng lao vào hết cuộc chiến tranh này đến cuộc chiến tranh khác, lâu dài và thảm khốc! Con người ấy, dân tộc ấy bỗng lạnh lùng, cay nghiệt, tay cầm nghị quyết, mê mải đi từ cuộc đấu tranh giai cấp này đến cuộc đấu tranh giai cấp khác. Chiến tranh kéo dài, mất mát của chiến tranh trải rộng trên đất nước, đè nặng xuống số phận cả dân tộc. Đấu tranh giai

cấp triền miên, nỗi đau từ đấu tranh giai cấp thấm sâu vào hằng triệu số phận con người. *Bước vào cuộc chiến tranh từ Nam Bộ kháng chiến, ngày 23, tháng chín, năm 1945, đến khi quân đội Việt Nam rút khỏi Campuchia, 1989, chúng ta mới thực sự bước ra khỏi cuộc chiến. Hơn bốn mươi năm trời liên tiếp mấy cuộc binh đao khốc liệt.*

Và khốc liệt nhất, mất mát lớn nhất, đau thương lớn nhất, phân rã, li tán dân tộc lớn nhất là cuộc tương tàn nam bắc hơn mười năm trời! Bọc trăm trứng của Mẹ Âu Cơ ngày nào nay tan tác muôn nơi. Hàng triệu người trôi giạt tận góc biển chân trời nơi đất khách quê người. Bản thân ..."

[Phạm Đình Trọng, Suy Nghĩ từ Ấn Độ @talawas 3-2008]

Chủ nghĩa Mac-xit ngoại lai đã chực cướp từng cơ hội, hoành hành, làm điên đảo cả toàn dân, kéo dài hậu quả tưởng chừng như vô tận.

Từ tuổi thiếu niên nhi đồng, tôi đã chứng kiến "con người ấy, dân tộc ấy bỗng đằng đẵng sát khí ôm súng lao vào hết cuộc chiến tranh này đến cuộc chiến tranh khác, lâu dài và thảm khốc!"

Năm 1948, thanh niên quê tôi hăm hở "lao vào" đoàn thanh niên cứu quốc. Từng buổi sáng tôi ùa ra khỏi nhà đi xem anh cả tôi cùng đoàn thanh niên xuống đường tập cơ bản thao diễn, tiếng hô diễn tập hòa lẫn tiếng hát làm chộn rộn khung cảnh trầm lặng của xóm làng trước đó. Mấy tháng sau, những người thanh niên ấy vắng bặt xóm làng đi theo kháng chiến và biệt ngày về. Anh cả tôi nhờ trúng tuyển khóa giáo viên đi học sư phạm nên không phải "tòng quân". Làng tôi có mấy thanh niên ra đi chiến dịch vào sanh ra tử năm, bảy năm, mang trên vai lon lá, trong khi cha mẹ đẻ, cha mẹ vợ ở nhà bị quy thành phần địa chủ, gục ngã giữa đấu trường, chết trong tù, chết trên đường giải đến trại giam..!!

**

Chương IV

Người Việt trên xứ Lào

Gia đình tôi vượt biên đến Lào giữa năm 1956, nửa năm đầu tạm trú trong một ngôi trường của cộng đồng Việt Nam, thị xã Thakhek. Ngôi trường này, nền và tường xây bằng gạch, mái lợp bằng tôn, đã ngưng hoạt động từ nhiều năm trước, khi chính quyền địa phương phát hiện nhà trường có những bài học tuyên truyền chủ nghĩa Cộng Sản. Các phòng học không có người ở và sân bãi cỏ mọc um tùm, hoang phế. Ngôi trường tọa lạc trên con đường dẫn tới Sở Lục Lộ (Nha Lộ Vận) tỉnh, cách ngôi trường chỉ nửa cây số. Khu vực này là nơi tập trung gia cư người Việt, được đặt tên Làng Số 7.

Cách thị xã Thakhek của tỉnh Khammuane khoảng mười cây số có một làng người Việt khác ở Xieng Vang, tập trung cư dân người Việt. Tại Xieng-Vang có một bộ tộc thiểu số từ Quảng Bình sang, họ nói tiếng ríu rít như chim hót, rất khó nghe. "Đi mô, đi về" thì họ nói "ti mô ti viền".

Số cư dân người Việt ở các tỉnh Paksé, Savannakhet, Thakhek, Vientiane, Luang Prabang, Sầm Nứa rất đông nhưng không rõ con số chính xác hồi ấy là bao nhiêu.

Người Việt ở Lào phần đông sống bằng nghề buôn bán nhỏ ở chợ, mở tiệm chụp ảnh, mở lò làm bánh mì, tiệm may, làm bếp nhà hàng do người Hoa làm chủ, chạy taxi, xích lô, làm công chức, nhà giáo, y tá ...

Cả tỉnh Khammuane có bốn, năm người Việt làm công chức Lào, dạy học, có một kỹ sư cầu đường. Tại Thakhek có ông Phan Huệ là công chức cao cấp của sở Công Chánh. Ông giỏi ba ngôn ngữ: Việt Lào và Pháp văn, được các cộng đồng nể trọng.

Về chính kiến có hai khuynh hướng Quốc gia và cộng sản, cả hai đều hoạt động quyết liệt cho khuynh hướng của mình. Những người theo cộng sản hoạt động bí mật, được tổ chức người Việt CS từ Thái Lan, bên kia sông Mekong yểm trợ và chỉ thị công tác. Hai khuynh hướng người Việt này tìm cách triệt hạ lẫn nhau. Nhất là phía CS họ dùng bất cứ ngón đòn nào để ám hại người Quốc gia. Con viên chức VNCH tại Thái – Lào tắm ở sông Mekong bị đám thân cộng trấn nước chết.

Ngón đòn mà CS dùng để triệt hạ người quốc gia là bỏ tài liệu CS, súng đạn hoặc dựng lên những chứng cớ giả tạo hoạt động cho CS rồi báo cho an ninh Lào bắt giam. Nhiều người bị bắt và bị giết vì những chứng cớ ngụy tạo này.

Giữa năm 1959, CS đem súng tiểu liên, mấy tràng đạn và thư giả mạo của chi bộ từ Thái Lan đề tên gửi bố tôi, nhờ chuyển ra mật khu. Rất may người nhà phát hiện kịp vào buổi sáng sớm, bố tôi ra báo cho công an tỉnh kịp thời.

Vào thời gian đó tôi bị công an Lào gọi thẩm vấn nhiều lần về việc "thường xuyên liên lạc với một một phụ nữ, cán bộ Việt Minh từ Nakhorn, một thành phố bên kia bờ sông Mekong của Thái Lan. Đó là một phụ nữ thường mang vải nhập cảng (len Ăng-lê, vải popeline Nhật..) từ Thái lan sang bán cho tiệm vải của anh chị tôi. Đầu năm 1960 thấy bất an nên gia đình thu xếp cho tôi về Sài Gòn, cuối năm đó gia đình tôi và gia đình cụ Ngô Văn Vĩnh, ông trùm xứ đạo Thiên chúa nổi tiếng chống Cộng bị trục xuất về VN vì ... khả nghi thân cộng. ông anh rể tôi ở lại, mấy tháng sau bị bắt và bị thủ tiêu. Hàng ngũ người Việt QG ở Thakhek hoàn toàn tan rã. Lãnh sự quán VN tại Paksé và tòa Đại sứ VNCH tại Vientiane mặc dù được chính quyền Lào tin cậy và hỗ trợ nhưng đã không có hành động nào để can thiệp cho những người bị bắt oan.

Năm 1958 chính phủ của Hoàng thân Souvana Phouma làm thủ tướng chủ trương hòa hợp hòa giải với Phathet Lào (Mặt Trận Lào Yêu Nước) của hoàng thân Soupha Nouvong (em cùng cha khác mẹ với Souvana Phouma). Trong một lần Soupha Nouvong về thăm tỉnh Khammane, chính quyền thị xã Thakhek chỉ thị, phân công cho cộng đồng Việt Nam làng Số 7 dựng một cổng chào tại một ngã tư dẫn vào trung tâm thành phố, cách tòa tỉnh trưởng khoảng hai cây số.

Đại diện cộng đồng người Việt làng Số 7 viện cớ không có ngân quỹ và thiếu nhân lực, không thực hiện cổng chào tiếp đón lãnh tụ cộng sản Phathet Lào.. Hai ngày trước khi Soupha Nouvong đến, khoảng 5 giờ sáng quân đội và cảnh sát Lào với xe tăng, súng ống vây chặn các ngã đường ra vào Làng Người Việt, ra lệnh giới nghiêm. Mọi người phải ở yên trong nhà, nội bất xuất, ngoại bất nhập. Học sinh nghỉ học, người buôn bán làm ăn bỏ việc. Đến trưa, đại diện cộng đồng Việt tiếp xúc, xin thương lượng. Cuối cùng thỏa thuận thành phố giúp cho một số nhỏ tiền, cộng đồng Việt phải dựng gấp rút xong cổng chào trước ngày Soupha Nouvong tới. Mỗi gia đình người Việt phải có ít nhất một người ra sắp hàng bên lề đường vẫy tay mừng lãnh tụ CS Lào "hồi chánh". Sáng hôm đó tôi được giao cầm một bình hoa trao tặng ông Hoàng có bộ ria mép cá trê. Khi trao hoa, Soupha Nouvong bắt tay từng người. Đó cũng là một ký ức khó quên của tôi.

Năm 1959 Tướng Khong Le đảo chính đưa tướng Phumi Nosavan lên làm thủ tướng, Soupha Nouvong trốn ra rừng trở lại với các đồng chí của ông.

Trong bốn năm ở Lào, tôi không thể theo học trường Pháp, Không thể học trường Lào, tôi học tiếng Anh qua chương trình Việt ngữ đài BBC với bộ sách English For You tôi nhờ người mua từ Sài Gòn, nửa chỉ vàng mua được hai quyển 1 & 2.

Để cùng gia đình ổn định cuộc sống, lúc đầu tôi theo đoàn phu làm đường, sau xin vào làm tại một tiệm chụp hình trong hai năm, sau cùng làm thợ may và đứng trông coi tiệm may, tiệm bán vải cho bà chị và ông anh rể tôi.

Đầu năm 1960 tôi đáp máy bay từ Paksé về Sài Gòn, bỏ lại phía sau một quãng đời lưu lạc khi đã qua tuổi vị thành niên, với nhiều ký ức vui buồn đậm nét. Tất cả cơ ngơi, gia tài của anh chị tôi, người và của đều tiêu tán. Anh rể tôi bị thủ tiêu, chị tôi bị bệnh, qua đời. Đứa cháu gái, con anh chị tôi có chồng con, thành đạt ở Paris.

Nước Lào, chặng đầu lưu lạc của tôi, và gia đình tôi, sau khi thoát khỏi cơn ác mộng kinh hoàng trong cuộc CCRĐ từ quê quán bao đời, nơi chôn nhau cắt rốn.

Những kẻ liều mạng đi tìm Tự Do

Những năm từ xa xưa đến trước CCRĐ thỉnh thoảng vẫn có những người Việt vượt biên sang Lào ty nạn chính trị, hoặc ra đi vì đời sống quá cơ cực. Một số chạy sang Lào từ thời kỳ phong trào Văn Thân bị Pháp truy lùng, tan rã, sau đó họ trở về. Năm 1945 một số khá đông sang Lào trong nạn đói năm Ất dậu.

Năm 1956 khi gia đình tôi sang Lào, số người Việt ở Lào đa số thuộc hai thành phần này. Trong các năm 1957, 58 và 59 có nhiều đợt người Việt vượt biên ty nạn Cộng Sản, sau cuộc CCRĐ. Hầu hết những người chạy trốn CS đến Lào là đàn ông, đều xuất xứ từ các tỉnh Hà Tĩnh, Nghệ An và Thanh Hóa. Chặng tạm trú đầu tiên là thị xã Thakhek. Số người vượt biên đa số là thanh niên, thỉnh thoảng có một hai phụ nữ độc thân.

Có một cặp vợ chồng tên là Hoàng Quy, khi vượt biên sang đến biên giới, người chồng bị lính VM bắt, người vợ chạy thoát, sống một thời gian ở Lào sau về miền Nam lập gia đình. Mấy năm sau người chồng tình nguyện gia nhập Biệt Kích ra Bắc, để lại hai đứa con trai cho vợ nuôi. Bà lại "góa bụa", lại tái giá. Sau hơn 21 năm người BK ở tù về, con không nhận ra bố, vợ đã ôm cầm thuyền khác.

Gia đình tôi là "thành phần" Việt kiều vượt biên sau CCRĐ, cư ngụ tại khu phố của thị xã Thakhek, nên hầu hết người vượt biên đến sau đều tìm tới thăm. Về sau có những người trở thành thân thiết với bố mẹ tôi và gia đình tôi.

- Anh Thái Khắc Chương là một trong những Sinh Viên, gốc Thanh Hóa vượt biên sau vụ Nhân Văn, Giai phẩm. Hồi đó tôi đã được đọc những tờ báo này do anh mang theo. Thái Khắc Chương về Sài Gòn, anh lên Đà Lạt vào đại học. Nhiều lần anh viết thư khuyên tôi về gấp để vào trường học tiếp. Tôi về Sài Gòn không liên lạc được với anh. Những ngày SG lên cơn sốt trước ngày 30 tháng tư, 75 tôi đọc được trong hồ sơ an ninh số ký giả được Mỹ bốc đi có Thái Khắc Chương. Không biết có sự trùng tên không.

Một toán vượt biên khác có bốn người, về Sài Gòn vẫn còn có liên hệ thân quen với gia đình tôi. Một người là Lê Bá Hòa, học hết Tú Tài toàn phần, lấy em gái tôi, nhập ngũ khóa 19 Sĩ Quan Trừ bị Thủ đức. Một người em họ của Hòa là Lê Bá Phùng, làm công chức, từng là Trưởng Ty Dân vận Chiêu hồi Đà Lạt, Kiến Phong. Một người khác cùng toán vượt biên này là Hồng Xuân Trí.

Hồng Xuân Trí –
Bác sĩ riêng của Tổng Thống Thiệu ??

Trong số những người vượt biên, Hồng Xuân Trí là người có những biểu hiện bất thường. Lúc còn ở trại giam Hà Tĩnh, Lê Bá Hòa và Lê Bá Phùng cùng một người nữa đang bị giam về tội vượt biên, Hồng xuân Trí được công an đem vào giam chung buồng. Trí cho biết bị bắt trên đường trốn sang Lào. Trí đề nghị, anh có một chiếc xe đạp tốt, đắt tiền, đồng ý bán chiếc xe đạp lấy tiền tổ chức cùng vượt biên. Mấy tháng sau được thả, ba người tổ chức thuê người dẫn đường thực hiện cuộc trốn thoát qua biên giới do tiền bán chiếc xe đạp. Chuyến vượt biên đến Lào thành công. Họ được Lãnh Sự quán VNCH tại Paksé làm thủ tục đưa về Sài Gòn.

Những người vượt biên qua Lào hay bơi qua sông Bến Hải, hoặc vào miền Nam từ những ngả khác, vào khoảng giữa năm 1961 đều được mời vào "Trung Tâm Tiếp Đón Đồng Bào Vượt Tuyến" tại khu vực vườn cao su Bình Triệu (Gần cầu Bình Lợi) ăn ở một tháng do công quỹ đài thọ để làm giấy tờ, thu thập khả năng, trình độ và nguyện vọng, ngỏ hầu được giúp đỡ thiết thực. Đó là mặt nổi. Mặt chìm của công tác là để điều tra cặn kẽ lý lịch, thẩm định về mặt an ninh, đề phòng cán bộ CS len lỏi.

Sau cuộc quy tụ đón tiếp này, bố tôi được Bộ Ngoại Giao tuyển dụng làm việc tại Lãnh sự quán VNCH tại Paksé (Nam Lào).

Riêng Hồng Xuân Trí, sau khi ra khỏi Trung Tâm Tiếp Đón, vào tu tại chùa Phước Hòa, đường Phan Đình Phùng. Thỉnh thoảng Trí cỡi chiếc xe gắn máy Mobilette từ Chùa ghé thăm gia đình tôi. Anh vẫn gọi bố mẹ tôi là thầy mẹ và xưng con. Có lần anh ngỏ ý muốn làm rể gia đình tôi. Sau cuộc đảo chính TT Ngô Đình Diệm, Trí không qua lại gia đình tôi nhiều năm, cho tới giữa nhiệm kỳ đầu của TT Nguyễn Văn Thiệu, một hôm bất ngờ Trí đến nhà tôi bằng một chiếc xe Toyota, người lái xe là một Cảnh sát thường phục. Trí mang theo hai chai rượu bổ biếu bố mẹ tôi. Trên chai có nhãn in Ronéo ghi: "Rượu bổ dành riêng cho Tổng Thống VNCH do BS Hồng Xuân Trí bào chế". Trí cho biết anh là BS riêng của Tổng Thống Thiệu.

Trí đến nhà tôi, đi lại vài lần, sau đó Hồng Xuân Trí lại bặt tin lâu, cho tới sau cuộc tổng công kích đợt 2 của CS vào Sài Gòn Tết Mậu Thân, một hôm tôi đọc được mẩu nhắn tin trên nhật báo Trắng Đen:

"Nhắn tin Bà xxx... địa chỉ xxx quận 5 Sài Gòn (tôi không nhớ chi tiết) BS Hồng Xuân Trí đã từ trần. Ai là thân nhân của BS Trí xin liên lạc với Bệnh viện Chợ Rẫy để làm thủ tục mai táng".

Tôi báo tin này cho Lê Bá Hòa và Lê Bá Phùng (Lúc bấy giờ Phùng đang là Trưởng Ty DVCH) liên lạc với địa chỉ ghi trên mẩu nhắn tin. Các anh tìm đến địa chỉ, một người phụ nữ cho biết bà là vợ chưa cưới của Hồng Xuân Trí. Trong những ngày có chiến sự, Trí đi vắng, khi Trí về nhà thì đã bị cảm sốt khó chịu, có một người tìm đến chích cho Trí một mũi thuốc, sau đó chở vào bệnh viện thì bệnh nhân tắt thở.

Dư luận những người từng quen biết với Hồng Xuân Trí cho rằng Trí bị thủ tiêu vì "con bài" đã bị lộ hoặc do bị nghi ngờ đã biến chất. Cho đến nay chưa ai biết đích xác về con người này.

Đỗ Cơ Tiếu
Đỗ Xuân Quy lái xe tông qua cầu Hiền Lương.

Khoảng năm 1960 có hai người lái một chiếc xe vận tải từ phía Bắc lao tới tông sập rào cản giữa cầu Hiền Lương trên sông Bến Hải chạy thoát sang bờ phía Nam tìm tự do. Lính CS gác bên kia cầu có bắn theo mấy loạt đạn nhưng xe và người vượt thoát an toàn. Báo chí miền Nam rầm rộ loan tải tin vui và chào mừng hai chiến sĩ tự do. Hai thanh niên dũng cảm này là các anh Đỗ Cơ Tiếu và Đỗ Xuân Quy (anh em con chú con bác). Hai anh có một người chú ruột, Đỗ (...) Thư, di cư từ năm 1954. Cả hai anh đều tham dự một tháng họp mặt tại "Trung tâm tiếp đón" ở Bình Triệu nên quen thân gia đình tôi. Ngày đó tôi đang đi học nên được miễn có mặt tại trung tâm. Về sau hai anh Tiếu và Quy thường lui tới thăm gia đình tôi. Quy ngỏ ý muốn cưới em gái tôi nhưng không thành. Hai anh được chính phủ thưởng một số hiện kim và tạo công ăn việc làm. Chiếc xe vận tải anh Tiểu sở hữu, bù một khoản tiền cho anh Quy mua một chiếc xe Jeep. Anh Tiểu chạy xe chở hàng liên tỉnh. Anh Quy cùng với ông chú khai thác gỗ tại Bình Tuy. Trong một lần lái xe đi làm, bị mìn VC gài ở ven đường xe cháy, Quy chết tại chỗ. Anh Tiểu lấy vợ có nhà ở Cam Ranh. Trong những ngày cuối tháng Tư lộn xộn, Anh Tiểu có ghé đến nhà tôi ở Sài Gòn thăm hỏi chốc lát rồi chia tay đến nay.

Nguyễn Văn Long
Bơi qua sông Bến Hải

Con người liều mạng, đem cái chết để đổi lấy sự sống ở vùng Tự do là một bộ đội thuộc đơn vị canh gác phía bắc cầu Hiền Lương bên kia sông Bến Hải. Anh bộ đội dũng cảm này có tên là Nguyễn Văn Long, người xứ Nghệ. Gặp nhau tại Trung Tâm Bình Triệu, anh Long sau đó trở thành bạn thân với ông anh kế tôi. Cũng thường qua lại gia đình tôi từ năm 1961 đến 1975, tôi có dịp trò chuyện nhiều với anh. Anh Long cho biết, sau nhiều đêm ngày suy nghĩ, chấp nhận hậu quả và quyết định, một buổi tối đến phiên gác của anh, anh ra đầu cầu lội xuống khỏi bờ cắm đầu bơi sang bờ phía Nam.

Sau tết Mậu Thân, Long gia nhập quân đội VNCH, rời Quang Trung ra đơn vị Truyền tin. Năm 1985, tôi ra khỏi tù cải tạo, anh đến thăm tôi, nói cười "hồ hởi"! Chức vụ của anh trong chế độ mới là Đội trưởng đội Hợp tác xã xe Ba-gác quận Bình Thạnh. Nói chuyện với anh, nghe anh đổi giọng xoay chiều, tôi im lặng, thông cảm, không lấy làm phiền trách.

Chương V

Ngày Bắt Đầu Cuộc Đời

Trên suốt những chặng đường nửa thế kỷ nổi trôi từ đầu non tới cuối biển, tôi đã từng nhiều lần làm lại đời mình từ sau những đổi thay do rủi may, hoạn nạn. Ngày vượt biên sang Lào sau CCRĐ tị nạn, ngày rời Lào về miền Nam, ngày trở về từ trại tù cải tạo, ngày bỏ đất nước đem vợ con sang định cư tại Hoa Kỳ... Mỗi chặng đường là một đổi thay đòi hỏi nhiều nghị lực để vượt qua gian khó, vươn lên để làm mới lại cuộc sống và phần đời phía trước.

Mỗi chặng đường thay đổi ấy là một dấu mốc đậm nét trong đời. Sau bốn năm lưu trú ở tỉnh Khammuane, ngày 10 tháng 4-1960 tôi "tung cánh" bay về vùng trời Miền Nam Tự Do qua chuyến bay Paksé – Sài Gòn, chấm dứt giai đoạn tỵ nạn chính trị tại Vương quốc Hoàng Gia Lào, dưới chính thể quân chủ lập hiến [Triều vua cha Sisavang Vong, và hoàng tử nối ngôi, Savang Watthana] thời thủ tướng Souvana Phouma.

Về Sài Gòn, việc đầu tiên của tôi là nhờ người anh họ ở

Ban Mê Thuột làm giấy Thế Vì Khai Sinh theo ngày tháng năm sinh trong sổ thông hành (Passport).

Sau đó tôi mang thư của Lãnh Sự quán VNCH đến văn phòng Ông Nguyễn Hữu Chỉnh, Phụ tá Cố Vấn Ngô Đình Nhu, trình thư đề nghị gửi tôi vào trường Trung học Chu Văn An. Nơi đây giới thiệu tôi với GS Nguyễn Văn Khánh. GS Khánh cho tôi biết, thay vì vào trường Chu Văn An, tôi được cấp học bổng toàn phần theo học trường tư trong tất cả các năm trung học. Tôi theo học lần lượt tại các trường Trung học Huỳnh Thị Ngà, Tổng Đoàn Thanh Niên Học Đường, Trung học Đăng Khoa, và Trung Học Hưng Đạo của GS Nguyễn Văn Phú.

Sau sáu năm bị gián đoạn việc học, tôi trở lại trường "học rút" cho kịp với tuổi tác của mình. Tại các lớp Trung học tôi là người học trò "già" nhất lớp, nhiều tuổi hơn các bạn khác, lại đã từng trải qua đủ gian nan nên là người "chững chạc" hơn bạn cùng lớp, do đó tôi được thầy giáo và Bà Hiệu trưởng giao cho nhiều việc. Ngoài tôi, còn có Ngô Khắc Thế, một bạn học ngồi cùng bàn, dân di cư, từ Cái Sắn lên Sài Gòn học tiếp sau nhiều năm nghỉ học vì hoàn cảnh. Sau này Thế là Sĩ quan "Lính Mũ Xanh" dưới quyền tướng Lam Sơn. Chúng tôi trở thành đôi bạn "nối khố" cho tới ngày tôi đi HO. Bạn tôi đã qua đời năm 2004.

Tại trường Huỳnh Thị Ngà, tôi được Bà Hiệu Trưởng giao phụ trách các lớp tối miễn phí, mở tại trường tiểu học Phan Đình Phùng do Phong Trào Phụ Nữ Liên Đới của Bà Ngô Đình Nhu tổ chức. Vì là lớp học buổi tối từ 7 đến 10 giờ, nên tôi thường phải "đi đêm về hôm" để gặp bà Hiệu Trưởng lãnh tiền phát lương cho các ông thầy giáo ban đêm, (ban ngày là học trò). Bà Hiệu trưởng Huỳnh Thị Ngà rất bận rộn nên thường tiếp chúng tôi sau 10 giờ đêm, có khi chuyện trò xong, bà mời chúng tôi đi ăn phở đến 1 giờ sáng mới về nhà.

Tại Tổng Đoàn Thanh Niên Học Đường, tôi được đề cử làm Liên Đoàn Trưởng Liên Đoàn B với khoảng 300 "khóa sinh" đoàn ngũ hóa. Sau mấy tháng diễn tập, Tổng Đoàn đã tổ chức buổi trình diễn tại sân Vận động Hoa Lư trình diễn ông cố vấn Ngô Đình Nhu.

Tại trường Hưng Đạo, tôi tập trung cho việc học để thi bằng Tú Tài toàn phần nên không tham gia một hoạt động nào.

Mặt Trận Văn Hóa
cuộc đối đầu giữa SV Quốc Cộng

Sau khi đậu Tú tài Toàn phần ban Toán tôi mới biết mình chọn không đúng khả năng. Tôi không giỏi toán mà lại có năng khiếu về Văn. Tôi thi vào Đại học Y Dược, nhưng không đậu, tôi ghi danh Cử Nhân I đại học Luật khoa, (năm thứ nhất). Tôi không ưa nghề "thầy cãi" và cũng không chắc làm tới... luật sư. Tôi ghi danh vào trường Luật vì tôi không vào được những trường mà tôi lựa chọn. Tôi "chê" Cao đẳng Kiến trúc.

Trước đó mấy năm ông anh cả tôi ở bên kia vĩ tuyến 17 gởi bưu thiếp qua sông Bến Hải, do Ủy Hội Quốc Tế Kiểm Soát Đình Chiến (Ấn độ, Canada, Balan CS) chuyển trao, "răn đe" tôi nên theo ngành Y, Dược cùng lắm thì chọn nghề dạy học là nghề mà từ đời ông cố, ông nội và bố tôi, anh tôi đã đeo đuổi. Ý ông anh tôi sợ tôi chọn ngành Sĩ quan, Tâm Lý Chiến, hay Tình báo, Phượng Hoàng... khi tình hình đất nước đang hồi chưa biết sấp ngửa ra sao.

Nhưng rồi, "ghét của nào trời trao của đó". Tôi không lựa chọn, không xin xỏ thế mà sau khi tốt nghiệp khóa Sĩ Quan Trừ Bị Thủ Đức lại nhận Bưu điệp thứ nhất về Bộ Tư lệnh Hải quân, Bưu điệp thứ hai về Phòng Tổng Quản Trị Bộ Tổng Tham Mưu. Sau cùng cầm Sự vụ lệnh biệt phái về nha Nhân Viên Hành Chánh Phủ Tổng Thống. Ba lần ông Đại Úy Huỳnh Văn Dân, Đại đội trưởng ĐĐ19 Khóa sinh tập họp đại đội giữa sân tuyên đọc bưu điệp của Bộ Quốc Phòng, khiến nhiều anh em trong đại đội nhìn tôi bằng con mắt khác trước. Có anh còn la lên "Gốc gì mà bự thế. Bộ TL Hải Quân chê, Bộ TTM cũng chê, phải về Phủ Đầu Rồng mới chịu".

Thật ra tôi không hề có gốc gác nào cả.

Tôi vào Vạn Hạnh sau những biến động chính trị chấm dứt nền Đệ nhất Cộng Hòa, đưa Phật giáo vào "chính trường" nhưng rồi biến động cứ tiếp tục lan tràn từ Sài Gòn ra tới miền Trung mãi tới năm 1967, bàn thờ Phật từ trong chùa được đem bày ra ở lề đường để... Phật tham gia biểu tình chống chính phủ!

"Cách mạng" 1-11-1963 thành công, khí thế ngùn ngụt của Phật giáo sục sôi. Cái ngày mà người ta gọi là "Cuộc Cách mạng" ấy được lấy làm ngày "Quốc khánh" của VNCH; cũng như ngày 2- 9- 45, ngày mà Hồ chí Minh và đảng CS cướp chính quyền áp đặt chủ nghĩa cộng sản trên nửa phần đất nước, là ngày "Quốc Khánh" của miền Bắc, nay là ngày quốc khánh của Việt nam !

Ở miền Bắc, sau năm 1954 đảng Cộng sản tiến hành cuộc Cải cách Ruộng đất đến năm 1960 thành lập "Mặt trận Giải Phóng Miền Nam", phát động cuộc chiến tranh thôn tính VNCH. Tại miền Nam sau những xáo trộn nhằm "dứt điểm" chế độ của Tổng thống Ngô Đình Diệm, chấm dứt một thời kỳ thanh bình an lạc, tiếp theo từng chuỗi biến động và xáo trộn chính trị liên tục diễn ra cho tới ngày rã đám.

Cuộc đấu tranh của Phật giáo được đạo diễn và giựt dây bởi bàn tay lông lá của hai thế lực cộng sản và "đế quốc" Hoa Kỳ. Người ta có cảm tưởng Phật giáo Việt Nam trở lại thời kỳ hưng thịnh Lý Trần. Phật Giáo Việt Nam Thống Nhất ra đời, nhưng không bao lâu lại chia thành hai phái: Ấn Quang và Việt Nam quốc Tự (VNQT). Người ta còn nhớ sau năm 1965 VNQT thuộc phái của Thượng Tọa Thích Tâm Châu, và Ấn Quang do TT Thích Trí Quang thống lãnh.

Tôi vào Vạn hạnh từ năm 1965. Trong thời gian cơ sở trường ốc đang tiến hành xây cất, trước ngày Lễ đặt viên đá đầu tiên 9.6.1965 tại đường Trương Minh Giảng.

Đại học Vạn Hạnh, cơ sở văn hóa đầu tiên của Phật giáo

ra đời đáp ứng thôi thúc tâm lý thời thượng và là một nhu cầu thiết thực của Phật giáo nhằm hoằng dương đạo cũng như đời.

Tôi vào Vạn Hạnh, hơn ba năm, đến đó rồi ra đi, cho tới một ngày tôi trở về, sau gần một thập niên làm người tù biệt xứ lưu đày từ Nam ra Bắc... Một buổi chiều tôi ngồi trên yên chiếc xe đạp mini, lòng rưng rưng nhìn ngôi trường cũ mà làm "Bài Thơ Viết Trước Cổng Trường Vạn Hạnh". Tôi viết bài thơ bằng cảm xúc chân thật, bằng mối "rung động" từ tâm cảm ngỡ ngàng trước thực cảnh và một dĩ vãng cuồn cuộn trong lòng khiến bật ra ngôn ngữ của thơ.

Bài thơ như một đòi hỏi của con tim, như một tự sự, thổ lộ tâm trạng của một kẻ thất tình, của một người thua cuộc, sau một chặng đường theo đuổi một ý hướng, một tình yêu. Khi viết bài thơ tôi không hề có bất cứ một chút trách móc giận hờn nào. Nhưng khi bài thơ được phổ biến và in vào sách, một số không nhiều các bạn SV Vạn Hạnh không vui, bất bình với tác giả khi họ nhìn thấy hình bóng thầy Viện trưởng trong bài thơ. Biết làm sao hơn! Tôi là chứng nhân, là người trong cuộc, một chặng đường sôi nổi suốt hơn ba năm. Tôi viết cảm xúc, tâm sự của mình.

Bài Thơ Viết
Trước Cổng Trường Vạn Hạnh

Tôi trở về thăm lại trường xưa
Khuôn viên cũ đã thay lề đổi thói
Câu Duy Tuệ (*) xoáy lòng người nhức nhối
Từng nỗi buồn thấm lạnh từng cơn

Tôi trở về văng vẳng nỉ non
Ngọn tháp rưng rưng giữa chiều cuối hạ
Rên rỉ oán hờn
Quằn quại hồn Chiêm quốc
Mười năm núi lở đá mòn

Mười năm hồn người nhập viên đá cuội
Chìm lặng giữa dòng sông
Từng đợt sóng ngược dòng cuồn cuộn
Kéo tan hoang một cõi cơ đồ

Tôi trở về thăm lại trường xưa
Trong thác nguồn của thời Vọng Nghiệp
Cuốn đời theo thiên tai
Ngỡ ngàng hư thực
Mở cửa Chân Như: lệ thấm Phật đài!

Tôi trở về thăm lại người xưa
Người xưa xuống núi
Tôi lục lọi từ hư vô
Tìm sắc hoàng y một thời rạng rỡ
Người năm xưa tán lạc mơ hồ
Ôm kinh điển trá hình vào cõi tục
Đám sinh đồ nhìn theo lơ ngơ
Gẫm từng trang Thị Nghiệp (*)

Tôi trở về thăm lại trường xưa
Cổ tháp rêu phong giữa đời gió bụi
Bầy chim nhỏ ẩn mình sau mái ngói
Kinh sách cuộn mình phủ bụi nằm mơ

Tôi trở về thăm lại trường xưa
Hồn mê mải góc giảng đường thư viện
Một thuở lòng say mê
Một thuở đời rộn rã...

Mười năm tơi tả tôi về
Chập chờn ác mộng
Thiện ác chân giả lập lờ

Một cõi trần ai nhốn nháo
Bặt tiếng kinh cầu
Trời đất hoang sơ./

Sài Gòn 1985
(*) Duy Tuệ Thị Nghiệp là châm ngôn trên huy hiệu ĐH Vạn Hạnh.

Tuổi Trẻ Lý Tưởng.
Tình Yêu. Lâm Lạc

Mở tập lưu ảnh như lật lại những trang đời, tôi ngắm nghía một khúc phim sôi nổi của thời trai trẻ. Tôi nhớ từng con đường, tôi nhớ từng người bạn. Tôi nhớ từng giờ phút xôn xao, từ trong gia đình tới trường học. Vạn Hạnh đã để lại trong tôi nhiều dấu ấn vui có, buồn có. Tôi nhớ Tường, nhớ Hải... Tôi nhớ Long, cô bạn học Bắc kỳ thường "phớt lờ" những lời "tán tỉnh" của tôi, nhưng khi nào cũng quấn quýt... Có lần ngồi bên nhau suốt buổi chiều trên bờ sông Hương, quên cả giờ hẹn lái xe ra sân bay Phú Bài.

- "Long, sao không là Phụng?" Long trả lời tôi: "Ừ, có lẽ vì vậy mà Long không có đôi cánh mềm mại thướt tha để bay theo những lời mời gọi..."

Sau chuyến bay rời Huế về Sài Gòn, Long, rồi Phượng "của tôi" và những người ngày đó có nhau ở Vạn Hạnh đã mất nhau, như chỉ trong một ngày, hôm sau hôm trước. Tôi muốn nói đến Dũng, đến Quang, đến các thầy, các cô trong lớp áo tu hành...

Từ một *Hướng Đi*, tờ Bán nguyệt san của SV Vạn Hạnh đã đi về hai ngả. Phải chăng từ tiền kiếp cha Rồng mẹ Tiên, đàn con chia làm hai miền sông núi. Một trình tự dân tộc đã mấy phen chia lìa. Trịnh Nguyễn phân tranh, sông Gianh chia cắt đôi bờ đất nước. Nguyễn Tây Sơn, Nguyễn Gia Long. Bến

Hải, cầu Hiền Lương. Người Việt Quốc gia, người Việt Cộng sản. Người Việt Hải ngoại, người Việt trong nước ... Phải chăng cái nghiệp dĩ từ huyền thoại lưu truyền kia cứ mãi đeo đẳng, đè nặng trên thân phận con người Việt Nam mãi đến ngày hôm nay.

Thế hệ chúng tôi sinh ra và lớn lên cùng một thời, trải qua hàng chục năm chiến tranh, hận thù, chia rẽ. Cho tới hôm nay, nhân loại đã bước qua một thập niên đầu của thế kỷ Hai Mươi Mốt, sau hai nghìn năm Tây lịch; và sau năm nghìn năm Hùng Vương dựng nước, vết thương đó vẫn còn rỉ máu.

Tôi nghĩ cả dân tộc Việt Nam, con người lương tri không ai ưa gì thù hận. Tại sao con người Việt Nam, từ bọc mẹ trăm trứng lại là kẻ thù của nhau? Và tại sao là con người có lương tri lại chấp nhận tội ác, chấp nhận những tráo trở, bịp lừa? Là con người tự nhận là yêu quê hương đất nước lại chấp nhận một thứ lý thuyết phản logic, phi đạo đức, phi nhân bản, ngoại lai ...??

Tôi không bao giờ chấp nhận chủ nghĩa cộng sản. Nhưng tôi cũng không chủ trương ân oán hận thù người cộng sản. Hãy nhìn nhận nhau là đồng bào, cùng máu thịt Việt Nam trong cộng đồng dân tộc. Hãy cùng nhau nhìn ra bằng được lý thuyết và thực tiễn nghịch ngược của chủ nghĩa Mác-xít không tưởng. Nó đã tạo nên những thực tế nghịch ngược, gây nên biết bao tai họa cho đất nước và dân tộc, để rồi cùng nhau dứt khoát đoạn tuyệt với quá khứ và bóng đen con ma cộng sản. Từ đó cùng bắt tay xây dựng lại tình người và xây dựng lại quê hương. Đó chính là sự hòa giải hòa hợp đích thực để tìm về với cội nguồn dân tộc.

Tấm gương người dân Nga, các nước Đông Âu, Mông Cổ là một bài học phải noi theo.

Tại Vạn Hạnh, tuổi trẻ chúng tôi đã được thi thố và thử thách. Tất cả chúng tôi đều thể hiện lòng yêu nước bằng tình yêu và lý tưởng nồng nhiệt. Mỗi người đến đây từ mỗi hoàn cảnh, mỗi môi trường khác biệt, nên mỗi người chọn một hướng đi khác nhau. Tôi tin tất cả anh em chúng tôi đều hồn nhiên ước vọng cống hiến tuổi trẻ của mình cho tổ quốc, dù là tả hay hữu.

Thời cuộc đã đưa đẩy tuổi trẻ Sài Gòn, trong đó có Sinh Viên các đại học Vạn Hạnh, Huế, Sài Gòn, Cần Thơ, Đà Lạt đứng về hai chiến tuyến khi chính trị xâm nhập học đường. Lịch sử sẽ rõ ràng minh bạch sau này, nhưng thời gian đến đó không phải là khoảng ngắn để chúng ta có thể chờ đợi. Lác đác theo thời gian, từ sau biến cố 30.4.1975 đến nay đã có những con người từng dấn thân nhập cuộc "trong đám người ấy", giành phần hơn thua thắng bại Bắc-Nam, ngày nay đã nhìn thấy ánh sáng mà tự thú với mình, với dân tộc và lịch sử. Số người này ngày một đông đúc thêm: Dương Thu Hương, Bùi Tín, Bùi Minh Quốc, Nguyễn Thanh Giang, Hà Sỹ Phu, Đào Hiếu, Trần Mạnh Hảo, Tiêu Dao Bảo Cự, Trần Kim Anh, Nguyễn Xuân Nghĩa, Trần Khải Thanh Thủy, Lê Thị công Nhân... và đang dấy lên hàng hàng lớp lớp...

khi chính trị đi vào trường học

Một cách chính thức Bộ Giáo dục VNCH cấm đưa chính trị vào học đường. Giáo chức và Sinh viên, học sinh nếu có tham gia các sinh hoạt chính trị là với tư cách cá nhân. Sách giáo khoa Trung học, môn công Dân Giáo dục không có chương mục nào dạy cho học sinh lý thuyết chủ nghĩa cộng sản và tuyên truyền chống cộng. Cũng không có những bài học tuyên truyền cho chính thể quốc gia trong sách giáo khoa môn công dân giáo dục.

Ở Đại học, do tuổi tác và trình độ nhận thức, sinh viên không những được khuyến khích mà còn được giáo sư chỉ định đọc những sách về chính trị để tìm hiểu và nghiên cứu các triết thuyết từ các triết gia Jean Jacque Roussaeu, Montesqieur đến Karl Marx, Engene...

Cuộc chính biến 1-11-1963, lực lượng SVHS nói riêng và giới trẻ, nói chung đã đóng góp một phần đáng kể vào "thành quả cách mạng" lật đổ chế độ Đệ Nhất Cộng Hòa, kết thúc một chuỗi biến động bằng sinh mệnh của vị Tổng thống khai sáng và lãnh đạo nền Cộng hòa đầu tiên của Việt Nam.

Hai lãnh tụ Sinh Viên – con bài góp phần "làm lịch sử" thời bấy giờ là Lê Hữu Bôi và Nguyễn Trọng Nho. Ông Nho vài ba năm sau ra tranh cử làm dân biểu Hạ Nghị Viện, còn ông Bôi khoác áo lính lên đường chiến đấu bảo vệ Tổ quốc. Trong cuộc tổng công kích Tết Mậu Thân, ông Bôi bị Cộng sản giết, tìm thấy xác trong một mồ chôn tập thể. Cả hai ông là biểu tượng của tuổi trẻ dấn thân, đã đi và đã "đến". Một : "công thành danh toại"; một : Tổ Quốc Ghi Công.

Người xưa, Quản Trọng đưa ra kế sách: "Nhất niên chi kế mạc ư thụ cốc. Thập niên chi kế mạc ư thụ mộc. Bách niên chi kế mạc ư thụ nhân". Ông HCM đã "mượn" câu cuối biến thành câu 'châm ngôn' của mình: "vì lợi ích trăm năm trồng người". Một thời, báo đài trong nước ra rả ngày đêm câu "châm ngôn" này của "bác", về sau nhiều người đưa bằng chứng là câu nói của người xưa bên Tàu, nên từ đó im luôn.

Dưới thời Tổng thống Ngô Đình Diệm chính quyền đã có những quan tâm đặc biệt đến kế sách "trồng người" dành cho giới trẻ và Sinh viên, học sinh trong chính sách đào tạo lớp người mới cho đất nước. Thời đệ Nhất Cộng Hòa, ngoài Quán cơm Xã hội dành cho giới lao động, SVHS Sài gòn có quán Anh Vũ ở đường Bùi Viện. Giới trẻ đến đó ăn cơm trả tiền bằng phiếu được phát không. Cuối tuần có các danh ca Sài Gòn, Minh Hiếu, Thanh Thúy, Túy Phượng... đến hát giúp vui.

Chính sách đó, sau cuộc đảo chính vẫn được Hội đồng Tướng lãnh tiếp tục thực hiện. Mùa Hè 1964, Trung Tướng Phạm Xuân Chiểu, cho tổ chức một trại Hè một tuần lễ tại Vũng Tàu dành cho SVHS các trường Trung học và SV học sinh cũ thuộc Tổng Đoàn Thanh Niên Học Đường Việt Nam. Tôi bất ngờ khi khi nhận được giấy mời tham dự trại Hè này. Đúng là một trại hè, nghỉ mát, tắm biển, văn nghệ, ăn chơi. Ban ngày có giới chức địa phương hướng dẫn và phục vụ ăn uống. Ban đêm có Cảnh sát thường phục và sắc phục đi theo bảo vệ.

Buổi chiều tối hôm rời Vũng Tàu về Sài Gòn có xe thiết giáp theo hộ tống đoàn GMC về tới Long Thành.

Năm 1967, một trại hè khác lại được Ủy Ban Hành Pháp Trung ương tổ chức tại Huế trong hai tuần lễ dưới hình thức một cuộc tranh tài thể thao: Đại Hội Thể Thao SV Liên Viện Toàn quốc Kỳ Năm, tranh tài các bộ môn bóng tròn, bóng chuyền, bóng rổ, cầu lông, và nhu đạo. Tham dự có các đội tuyển Sinh Viên thuộc các viện đại học Sài Gòn, Vạn Hạnh, Cần Thơ, Đà Lạt, Huế. Tất cả mọi chi phí ăn ở trong bốn tuần lễ đều do công quỹ đài thọ. Tôi được mời tham dự với tư cách Trưởng Ban Báo chí SV Vạn Hạnh.

6 giờ chiều ngày 27 tháng 3 - 1967 chúng tôi tập trung tại sân bay quân sự Phi Long, Phi trường Tân sơn Nhất. Chiếc phi cơ C130 chở phái đoàn SV Vạn Hạnh hạ cánh tại phi trường Phú Bài vào khoảng 11 giờ đêm. Một đoàn xe GMC, được thiết giáp hộ tống chở đoàn về Trường Đại Học Sư Phạm, trên đường Lê Lợi. Tất cả các phái đoàn đều cư ngụ tại đây trong thời gian ở Huế. Các phái đoàn SV từ trong Nam ra được hướng dẫn đi thăm các đền đài lăng tẩm, và các danh lam thắng cảnh của cố đô, đi tắm biển Thuận An, thưởng thức đêm văn nghệ "Lễ Nhạc Cung đình" tại khách sạn Hương Giang. Ngoài thời gian tham dự các cuộc tranh tài, thời giờ còn lại các vận động viên tự do đi đây đó, dạo phố, mua sắm, thăm bà con, bạn hữu, ngủ đò, ngắm trăng trên sông Hương, chụp hình lưu niệm v.v..

Buổi lễ khai mạc Giải Thể Thao Liên Viện diễn ra tại Vận Động Trường Tự Do, Huế dưới sự chủ tọa của Trung Tướng Hoàng Xuân Lãm, có sự hiện diện của giới chức lãnh đạo chính phủ từ Sài Gòn ra, Thiếu tướng Nguyễn Cao Kỳ, Chủ tịch Ủy Ban Hành Pháp Trung Ương đá trái banh danh dự khai mạc trận túc cầu.

Các cuộc tranh tài thể thao cùng những tuần lễ hội hè, văn nghệ, vui chơi hào hứng lành mạnh ấy diễn ra trong tình hình cuộc chiến đang hồi "dầu sôi lửa bỏng". Mục đích của những cuộc vui chơi này chính quyền nhằm "tranh thủ" giới trẻ hướng tới những sinh hoạt lành mạnh. Đây là một dịp hiếm hoi quy tụ được đông đảo giới Sinh viên tất cả các viện đại học về quây quần bên bếp lửa trại, trong các sân khấu văn nghệ, trên các sân thể thao và trong các cuộc vui chơi khác...

Dưới bề mặt sinh hoạt lành mạnh ấy, nhóm sinh viên họat động cho VC đã ngấm ngầm tiếp xúc với nhau và tiếp xúc với người của MTGP nằm vùng tại Huế. Chủ Tịch SV Vạn Hạnh vắng mặt khó hiểu trong hai đêm sinh họat với đoàn SV.VH lúc đó. Một năm sau chính người gần gũi với SV này đã khẳng định với tôi trước hành lang Đại học Vạn Hạnh rằng: "Lúc đó Dũng bỏ anh em đi vào bưng tiếp xúc với VC".

từ nghị trình Văn Hóa
đến nghị trình Chính Trị

Mấy tháng sau Đại Hội Thể Thao SV toàn quốc tại Huế, một hội nghị được triệu tập, họp tại Phòng số 1, lầu 1 Đại Học Vạn Hạnh.

Phe đăng cai với tư cách Ban Chấp Hành Sinh Viên chủ nhà gửi thư mời Ban Chấp hành SV bốn đại học bạn gồm Tổng hội SV Viện Đại Học Sài Gòn, ĐH Cần Thơ, ĐH Đà lạt, và ĐH Huế. Thư mời do Chủ tịch Ban Chấp Hành SV Vạn Hạnh ký tên. Tôi nhận được thư mời ghi rõ tham dự với tư cách Trưởng Ban Báo Chí. Chương trình nghị sự được thông báo trên thư mời gồm có bốn điểm vắn tắt:

1- Thắt chặt mối giao hảo giữa sinh viên các viện đại học trong nước.

2 - Trao đổi các đề án giáo khoa,

3 - Trao đổi báo chí

4 - Tổ chức Giải thể thao SV liên viện.

Đúng 8 giờ sáng trong phòng họp đã đủ mặt phái đoàn các Đại học Huế, Cần Thơ, Sài Gòn, Đà Lạt. Chủ tọa đoàn được ban tổ chức đề cử rồi giơ tay tán thành "đơn giản", chẳng ai có ý nghi ngờ gì. Phe chủ nhà là Ban Đại diện SV Vạn Hạnh đã kết hợp từ trước với nhóm sinh viên Hồ Hữu Nhựt, chủ tịch Tổng Hội SV Sài Gòn. Khi buổi họp chính thức vào nội dung thảo luận, Chủ Tọa đoàn đã làm cho hầu hết những người tham dự vô vùng sửng sốt khi tuyên đọc nghị trình thảo luận gồm có:

1.- Nhận định và thái độ của giới Sinh Viên trước hiện tình đất nước.

2.- Đòi hỏi Hoa Kỳ ngưng oanh tạc miền Bắc và chấm dứt can thiệp vào nội bộ của miền Nam Việt Nam.

3.- Yêu cầu Thiệu Kỳ từ chức.

4.- Công nhận Mặt Trận Giải Phóng miền Nam như một thực thể chính trị.

Cả phòng họp nín thinh mọi người im lặng như để dò xét phản ứng của nhau. Một không khí khá nặng nề. Mới khoảng vài mươi phút trước đó còn tay bắt mặt mừng, bá vai bá cổ, đến lúc bấy giờ là ngờ vực, xa cách, thủ đoạn. Từ giờ phút đó, một số sinh viên trước nay vẫn đóng vai "hiền lành" nay bắt đầu lộ diện. Và từ giờ phút đó trong phòng họp nói riêng, và trong giới SV nói chung bắt đầu hình thành hai phe: Phe Tả và Phe Hữu.

Nghĩ lại, chủ trương "học đường phi chính trị" là một cái nhìn rất thấu đáo. Thế mới biết tại sao nền giáo dục VNCH trước năm 1975 cấm đem chính trị vào trường học.

Đám bọn tôi, những người thuộc "phe ta" liếc mắt nhìn nhau, rồi đảo mắt nhìn quanh một lượt để nhận diện "bà con", xem những ai là đồng minh của mình, những ai có thể nhờ cậy được. Tôi thấy bên phía Tổng Hội Sài Gòn có Lưu Vĩnh Khương, em trai Nghị Viên Lưu Vĩnh Lữ là người có thể "đồng thanh tương ứng" với chúng tôi. Tôi ngờ vực phái đoàn Huế, nhưng tôi lại trông đợi rất nhiều ở phái đoàn Đà Lạt. Tôi chưa có ý tưởng nào về phái đoàn Cần Thơ.

Mọi dự tính, và những ý kiến manh nha để phát biểu đề nghị và cổ vũ cho các chương trình văn hóa, báo chí, thể thao đã bị hụt hẫng, chúng tôi bị đặt vào thế bị động. Nhưng chỉ sau lời tuyên bố của chủ tọa đoàn thuộc "phe bên kia," và ý kiến phát biểu của một SV trong phái đoàn Tổng hội Sài Gòn lên án cuộc chiến tranh can thiệp của Mỹ với luận điệu nghe y hệt như từ làn sóng của đài phát thanh MTGPMN.

Bình tĩnh, nhã nhặn nhưng cứng rắn, "phía bên này" liền xông trận, phản pháo. Với lập luận đanh thép, các SV Nguyễn Thế Ngũ, người viết, Bùi Quốc Quyền, Phạm Văn Ngũ Hải, Lưu Vĩnh Khương đã phân tích:

Mầm mống và thực chất cuộc chiến Việt Nam do từ tham vọng nhuộm đỏ cả nước của giới lãnh đạo Hà Nội. Hà Nội là tay sai của Trung Cộng và Nga Sô; MTGPMN là công cụ, là con đẻ của Hà Nội. Chính phủ Sài Gòn và nhân dân miền Nam phải chịu đựng một cuộc chiến tranh thôn tính, chống lại chủ nghĩa cộng sản, do cộng sản Bắc Việt phát động.

Thật là phi lý khi đòi hỏi Hoa Kỳ ngưng yểm trợ cuộc chiến đấu bảo vệ tính mạng và sự an ổn của nhân dân miền Nam. Không một lý do chính đáng nào để đòi Ông Thiệu, Ông Kỳ lãnh đạo một chính phủ hợp pháp phải từ chức; và thật là phi lý khi đòi hỏi công nhận một tổ chức, con đẻ của thủ phạm phát động cuộc chiến tranh.

Nhóm SV phe Hữu mạnh mẽ yêu cầu hủy bỏ nghị trình chính trị, trở lại nghị trình văn hóa, thể thao như đã ghi trong thư mời họp; đồng thời bày tỏ thái độ bất tín nhiệm đối với chủ tọa đoàn. Tuy nhiên vì thiểu số, so với đám sinh viên thuộc các phái đoàn không bày tỏ thái độ lập trường và số sinh viên phe tả áp đảo nên cuộc thảo luận vẫn được tiếp tục.

Đến giờ trưa nhóm sinh viên phe Hữu bỏ phòng họp ra ngoài để phản đối. Cuộc họp cho mục đích văn hóa, thể thao đã trở thành "cuộc hiệp thương chính trị" mà những người chủ xướng đã không lường trước được phản ứng quyết liệt của đám sinh viên phe Hữu, khiến họ không kịp đối phó và lái nghị trình phiên họp theo ý muốn, tạo thành một cuộc tranh luận gay go, căng thẳng suốt từ 8 giờ sáng đến hơn 10 giờ đêm mới đúc kết được một bản tuyên bố chung chỉ có chữ ký của ba trưởng phái đoàn: Sài Gòn, Vạn Hạnh, Huế.

Họp Báo tại số 4 Duy Tân
TT Johnson nhận hụt điện văn

Cuộc họp hôm đó kéo dài đến 8 giờ tối, nhóm hữu khuynh còn lại một mình Ngũ Hải ngồi nghe và theo dõi diễn tiến. Tôi đã bỏ phòng họp ra ngoài từ 12 giờ trưa. Tôi sang làm việc ở phòng bên cạnh. Phòng này được thầy Viện trưởng Thích Minh Châu cho mượn sử dụng làm văn phòng Trung Tâm Giáo Dục Tráng niên Trương Minh Giảng, Hải là Giám đốc Điều Hành và tôi là Giám đốc Học Vụ. Tôi ngồi nghe ngóng tình hình. Đến 9 giờ tối, có mấy người bên phòng họp gõ cửa văn phòng. Tôi mời vào. Hai SV bên phòng họp trao tôi mấy tờ giấy và nói: "Ban Chấp Hành (SV.VH) nhờ anh dịch sang Anh văn giùm thư này".

Đó là bản tuyên bố chung của hội nghị và bức điện văn gửi Tổng thống Johnson và Quốc Hội Hoa Kỳ. Tôi nhận lời và cầm mấy tờ giấy họ trao rồi khóa cửa văn phòng, ra về. Khoảng hai tiếng đồng hồ sau, nhóm chủ tọa đoàn cử một sư huynh (mặc cà sa nâu) cùng với Trần Hữu Quang tới nhà tôi lấy bản dịch. Tôi trả lại cho hai người bản Việt ngữ và nói với họ "Tôi bị nhức đầu".

Bảy giờ sáng hôm sau tôi đến nhà Ngũ Hải. Sáng hôm đó Hải cũng dậy sớm. Tôi hỏi diễn tiến buổi họp, Hải cho biết: "Thì nó cứ kéo cù nhăng vậy mãi tới tối, chúng nó cũng đâu có đồng ý với nhau hết đâu".

Tôi rủ Hải đi ăn sáng. Hải nói: "Tao phải xuống Trụ sở Tổng Hội SV Sài Gòn, số 4 Duy Tân (Phạm Ngọc Thạch) có việc. Sáng nay tụi nó họp báo ngoài đó".

Nghĩ rằng Hải đi hàng hai, không thành thật với tôi, Tôi tỏ thái độ bất bình với Hải: - "Bây giờ không đi đâu cả. Đi ăn sáng với tao rồi đến văn phòng giải quyết một số việc; nếu mày ra ngoài chỗ tụi nó họp báo, tao sẽ ra thông cáo đóng cửa văn phòng và ngưng hoạt động trung tâm".

Thấy tôi làm dữ, Hải dịu giọng: "Tại vì tao lỡ hứa cho tụi nó mượn cặp loa. Hay là mày chở tao tạt qua đó tao bỏ cặp loa xuống rồi ta đi ăn. Mày thấy tao chưa thất hứa với ai điều gì. Tao không có ý hỗ trợ tụi nó".

Tôi nhất định buộc Hải bỏ cặp loa lại và hai đứa đến phở gà Hiền Vương, sau đó về văn phòng làm sổ sách và nhận học viên cho khóa học. Đến chiều đọc báo mới biết cuộc họp báo bị cảnh sát "giàn chào", tịch thu biểu ngữ, micro và truyền đơn. Trụ sở TH.SV Sài Gòn bị phong tỏa suốt một ngày.

Chiều hôm đó T.T Johnson và Quốc Hội Hoa Kỳ nhận hụt điện văn "phản đối chiến tranh can thiệp".

Bầu Cử Sinh Viên, trò chơi dân chủ gian lận

Câu chuyện hiệp thương chính trị, họp báo, kiến nghị vừa nguôi ngoai thì cuộc bầu cử Ban Chấp Hành mới của Tổng Hội SV Vạn Hạnh diễn ra. Lúc này SV Vạn Hạnh đã có hai phe rõ rệt. Một thuộc cánh hữu và một thuộc cánh tả. Nhóm hữu gồm mấy tay chủ lực: Ngũ Hải. Nguyễn Thiêm Tường, Nguyễn Văn Lâm., Bùi Quốc Quyền, Nguyễn Thị My, Trần Thế Ngũ, được ủng hộ của đa số. Nhóm tả có Hoàng Tiến Dũng, Bùi Nghị, liên kết với một số người vừa ghi danh vào Vạn Hạnh với sự ủng hộ ngầm của một số "giới chức" và các "SV tu sĩ " Phân khoa Phật Học. Ngoài ra còn có một số sinh viên bạn từ bên các phân khoa đại học Sài Gòn tấp sang, trong số đó người xông xáo nhất là Trần thị Lan. Tôi vẫn thường gặp cô SV này bên trường Luật. Lan có cô em gái là Trần Thị Huệ cùng hoạt động cho MTGP/MN. Sau hiệp định Paris 1973, Lan và Huệ được trao trả cho MTGP tại Lộc Ninh. Ngày tôi đi tù về mới biết Trần Thị Lan là Phó Chủ tịch Hội Liên Hiệp Phụ Nữ

Giải phóng quận Bình Thạnh, (sau chết vì tại nạn lưu thông).

Phe hữu khuynh (nhóm Đồng Hành) lúc đầu không có ý định ra tranh cử; cũng không có ai trong nhóm muốn ra làm đại diện, nhưng khi thấy liên danh I do phe tả đưa ra, anh em mới bàn nhau nếu để liên danh I độc diễn, trúng cử thì tập thể SV Vạn Hạnh sẽ bị lợi dụng hoặc bị lôi kéo vào các hoạt động chính trị có lợi cho CS. Ngũ Hải bàn với tôi thành lập Liên danh II, tôi và anh là thụ ủy. Tôi từ chối đứng trong liên danh và đề nghị Hải làm chủ tịch. Trong cuộc vận động, liên danh II bị phá và bị cản trở nhiều mặt. Những tấm áp-phic, những flyers bị xé bỏ, người của Liên danh II đi phát flyers bị hăm dọa. Tôi cảm thấy một không khí ngột ngạt, căng thẳng lạ thường trong khuôn viên trường học, có tính cách như là khủng bố. Hải và tôi cho một số học sinh lớp 11 và 12 của TTGD Trương Minh Giảng làm "xung kích", bảo vệ các em đi dán và phân phát flyers bị hăm dọa, cản trở. Cuộc bỏ phiếu sau đó diễn ra rất gay go vì Ban tổ chức bầu cử phần đông là người của Ban Chấp hành cũ, thuộc phe tả.

Trò chơi dân chủ ở trong một trường học đã diễn ra y như một đấu trường chính trị, như cách chơi nhà nghề của những cuộc đua giành nhau chiếc ghế dân cử trên trường chính trị.

Liên danh I đã cho một số người lạ có thẻ sinh viên Vạn Hạnh vào bỏ phiếu và không ai biết được những lá phiếu gian lận khác. Kết quả kiểm phiếu, liên danh II lúc đếm hơn liên danh I ba (03) phiếu, sau đó "Ban tổ chức bầu cử" tuyên bố LD II chỉ hơn 01 phiếu.

Liên danh I rất tự tin vào số phiếu gian lận nên rất bất ngờ với kết quả đó. Ban Tổ chức bầu cử liền tìm cách trì hoãn công bố kết quả chính thức. Vài hôm sau họ tuyên bố Liên danh II hơn một phiếu nhưng là phiếu "bất hợp lệ".

Liên danh II liền khiếu nại lên Hội Đồng Viện, chờ viện giải quyết nhưng không được trả lời. Liên danh II bèn trương biểu ngữ, ngồi xếp hàng trước hành lang Vạn Hạnh, tuyên bố tuyệt thực vô hạn định. Sau ba ngày tuyệt thực, Thầy Viện trưởng Thích Minh Châu từ trên lầu xuống nói với các môn sinh của thầy: "Thứ Bảy tuần này có phái đoàn người Mỹ và Tổ chức Asia Foundation đến viếng thăm. Vì danh dự của Viện, thầy đề nghị các anh ngưng tuyệt thực, giải tán; sang thứ Hai tuần sau thầy sẽ giải quyết theo nguyện vọng của các anh".

"Được lời như cởi tấc lòng", cuộc tuyệt thực chấm dứt sau khi thầy Viện trưởng bước lên lầu. Tất cả ra về vui vẻ với lòng tin tưởng tuyệt đối. Thế rồi ngày thứ Hai qua đi bình lặng, nhưng với kẻ đợi chờ thì từng giờ phút xê dịch nặng nề, lòng dạ bồn chồn, bứt rứt. Mãi đến hơn một tuần lễ sau người ta đọc được một thông cáo của Hội đồng Viện: Hủy bỏ kết quả cuộc bầu cử. Ban Chấp Hành cũ xử lý thường vụ trong khi chờ tổ chức vòng bầu khác!!

Khi đọc bản thông cáo này dán trước văn phòng Viện, Ngũ Hải, Mai Văn Tỏan và tôi lên lầu gõ cửa ba lần phòng thầy Viện trưởng, không ai mở cửa. Tỏan co chân đạp mạnh vào cửa, lớn tiếng phản đối. Hải và tôi kéo Tỏan xuống sân.

một cuộc chiến
không súng đạn giữa Sài Gòn

Tình trạng của giới trẻ chúng tôi lúc đó là cuộc đối đầu Quốc Cộng giữa Sài Gòn và các đô thị miền Nam, không bằng súng đạn mà bằng những thủ đoạn ăn thua quyết liệt, tạo nên một hậu phương xáo trộn bất an, thắng hay thua thì CS vẫn là kẻ thủ lợi. Những người tuổi trẻ miền Nam hồi đó không ôm súng ra mặt trận, hay ít ra không phải khoác áo lính, phần đông là Sinh Viên đại học.

Người miền Nam, nói chung và giới trẻ nói riêng chưa hiểu biết tí gì về cộng sản nên số đông thờ ơ với thời cuộc, không có lập trường, chính kiến rõ rệt, họ chỉ biết lo cho bản thân mà không mấy quan tâm đến "việc người khác" khi "nước chưa đến chân". Một số có lòng nhiệt huyết, bị hấp lực "giải phóng dân tộc" đem lại công bằng cho xã hội, nghe theo những tuyên truyền rủ rê của CS mà không hề biết cộng sản là cái gì, từ đâu tới, không hề biết thực trạng xã hội miền Bắc ra sao. Những gì người Bắc di cư vào Nam nói cho họ nghe, họ cho là nói thêm, bịa đặt.

Năm 1959, khi cuốn phim "Chúng Tôi Muốn Sống" của đạo diễn Vĩnh Noãn, với hai vai chính Lê Quỳnh và Mai Trâm thủ diễn, mô tả cuộc Cải Cách Ruộng Đất ở miền Bắc, được Phòng Thông Tin Lãnh Sự VNCH chiếu ở Lào. Sau buổi xem phim, một thanh niên phát biểu: -"Cái này là Ngô Đình Diệm tuyên truyền. Làm gì có cảnh dã man đó". Tôi nói với anh ấy: -"Tôi là người từng nhìn thấy những cảnh như vậy. Sự thật còn hơn thế nhiều". Thế là từ tranh luận đến cãi cọ xảy ra, tôi bị anh thanh niên kia dùng cây kéo trong tiệm may đâm bị thương ở chân, phải đi bệnh viện băng bó. Về nhà tôi nói dối mẹ tôi "bị té ngã, cái đinh ở thành cầu đâm trúng chân".

Mấy thân nhân trong gia đình Ba Mẹ vợ tôi, vốn là dân gốc gác Sài Gòn từ bao đời. Những ngày chộn rộn cuối tháng Tư 75, thấy gia đình tôi hốt hoảng lo sợ đã nói lời an ủi: "Thì có sao đâu. Cùng là người VN cả. Hết chiến tranh rồi, sẽ được sống yên ổn...". Nhưng chỉ hơn một tháng sau đó, bốn năm đứa vừa con, vừa rể vào tù "yên ổn" đến trên dưới mười năm mới được thả về. Mấy anh em khác trong nhà đã vượt biên sau đó.

Sau ngày tôi ở tù CT về, các anh chị trong nhà nói như cũng để "an ủi" tôi: -"Hồi trước nghe mấy người di cư nói mà không tin. Đâu có ai nghĩ cộng sản khủng khiếp đến như thế".

Chính vì không biết "cộng sản khủng khiếp đến như thế", nên một số thanh niên miền Nam đi theo "cách mạng", cùng với thành phần cộng sản trà trộn phá làng phá xóm, khuấy động cuộc sống yên ổn của hơn ba triệu dân Sài Gòn, đặt chính quyền vào thế bắt buộc phải đối đầu với những kẻ "nội thù", bao gồm cả thành phần "ăn cơm quốc gia thờ ma cộng sản" trên một mặt trận như đã mặc nhiên tuyên chiến.

Nhà văn Nguyễn Văn Lục, một tác giả có nhiều bài nghiên cứu về tình trạng Sài Gòn của những năm đầy biến động ấy đã nói lên tâm trạng của lứa tuổi chúng tôi như sau:

"Bên cạnh sinh hoạt đấu tranh có vẻ dân chủ, có một thứ đấu tranh một mất một còn giữa Cộng Sản và chính quyền miền Nam thông qua những thanh niên, sinh viên, học sinh. Chính những sinh viên, học sinh này đang đấu tranh, đang hô hào phản đối chính quyền đã góp phần làm tiêu hao lực lượng cũng như tinh thần của miền Nam Việt nam. Đó mới là bộ mặt thực của cuộc chiến tranh này. Bộ mặt được dẫn dắt và chỉ đạo từ đảng Cộng Sản miền Bắc Việt Nam.

Có một cuộc chiến tranh ngoài Sài Gòn bằng bom, bằng đạn, bằng trực thăng, bằng đại bác 105 ly, bằng hầm chông, bằng xe tăng. Bằng xác người phơi thây bên bờ kinh, bờ rạch. Bằng đô la và xác người.

Nhưng cũng có một cuộc chiến tranh thứ hai ngay giữa lòng Sài Gòn bằng biểu tình, tuyệt thực, xuống đường, bằng hô hào, đả đảo, bằng lựu đạn cay, bằng hàng rào kẽm gai".

[Mặt Trận Văn Hóa và Những Thủ Tiêu Ám Sát Trí Thức Miền Nam. Nguyễn Văn Lục. Tạp chí Nguồn số 45/46 tháng 4/5-2008. tr. 63]

Giới trẻ Sài Gòn, nói riêng và miền Nam nói chung, họ thật sự bơ vơ, không có định hướng và không được định hướng. Trong khi đó những thanh niên Sinh viên Học sinh hoạt động cho MTGPMN đã được cán bộ CS móc nối, hướng đạo, trui rèn, kềm cặp rất chặt chẽ.

Trong ba năm tôi theo học và sinh hoạt tại Vạn Hạnh, chưa bao giờ có một giới chức chính quyền đến tiếp xúc hay gợi ý hỗ trợ tinh thần nhóm Sinh viên Quốc gia. Họ ngồi lại với nhau bày tỏ quan điểm chung và hành động tự phát để đấu tranh với nhóm SV cộng sản. Chính quyền không hề để ý đến họ, đến một tập thể đa số đông đảo có thực lực. Chương trình "Quân sự Học đường" chỉ là một biện pháp hình thức, không thực sự ươm vào giới trẻ một lý tưởng dấn thân đích thực.

Đề cập đến sự kiện phản kháng, đối lập của làng báo Sài Gòn và tình trạng hùa theo, do từ cảm tính của giới văn nghệ sĩ Sài Gòn bênh vực, giải cứu cho những cán bộ cộng sản và những phần tử thiên tả thuộc tổ chức Trí vận Sài Gòn Chợ Lớn, Nhà văn Nguyễn Văn Lục viết:

"Ai đập ai giữa những người Quốc gia? Bên cạnh đó là các tên tuổi lớn hỗ trợ tờ báo Sóng Thần như Vũ Hoàng Chương, Nguyễn Hiến Lê, Bình Nguyên Lộc, Sơn Nam, Lam Giang, Lê Ngộ Châu. Và các nghệ sĩ như Năm Châu, Bích Thuận, Kim Chung, Khánh Ly lên tiếng để chịu chung bản án với Sóng Thần. Rồi 32 nhà văn, nhà thơ tên tuổi ký tên chung tuyên bố: Phản đối đàn áp báo chí, truy tố Sóng Thần. Cạnh đó hình ảnh diễn hành của một số luật sư ra tòa biện hộ như các luật sư Bùi Tường Chiểu, Hồ Tri Châu, Lý Văn Hiệp, Trần Ngọc Liễng, Nguyễn Lâm Sanh tại một ngã tư. Ở một góc phòng với bị can Trùng Dương, chủ nhiệm báo Sóng Thần, vây quanh có các luật sư Đỗ Văn Võ, Đặng Thị Tám, Nguyễn Văn Tấn, Nguyễn Tường Bá. Cũng cạnh đó, bà luật sư Nguyễn Phước Đại thay vì cầm tập hồ sơ biện hộ thì lại đang cắt chanh phòng hờ bị lựu đạn cay.

Tôi có liên lạc với nhà văn Trùng Dương, chủ nhiệm báo Sóng Thần. Chị khẳng định và xác nhận lại cuộc tranh đấu của báo chí qua vụ báo Sóng Thần là đúng, không làm khác được..." (**Mặt Trận Văn hóa... Nguyễn Văn Lục, bđd**).

Nhà văn Trùng Dương sau khi đọc được bài của ông Nguyễn Văn Lục đã có gửi đến tạp chí Nguồn một bài viết để phổ biến, nhưng sau đó chị đã gọi đến nói với tôi "xin không đăng bài viết lên Nguồn" nữa.

Về tổ chức Trí Vận, nhà văn Nguyễn Văn Lục đề cập, năm 1972 tại văn phòng làm việc ở cơ quan, tôi nhận được một hồ sơ danh sách ký giả trong tổ chức Trí Vận Sài Gòn Chợ Lớn cộng sản gài lại sau năm 1954. Trong danh sách có những tên tuổi như: nhà văn Vũ Hạnh, nhà thơ Kiên Giang Hà Huy Hà, nhà văn Sơn Nam, soạn giả cải lương Mộc Linh, tên thật Nguyễn Hiệp Duyên, còn có bút hiệu Minh Lộc; nhà báo Thanh Nghị, nhà báo Vân Sơn Phan Mỹ Trúc (chủ nhiệm nhật báo Đông Phương), còn một số người khác, cả vài ký giả báo Hoa ngữ ở Chợ Lớn... tôi không nhớ hết. Trong những nhà báo nằm vùng này, Vũ Hạnh là người quậy phá hăng nhất. Nguyễn Hiệp Duyên do được móc nối "trở về" cộng tác với an ninh VNCH.

Mặc dù bộ phận an ninh nắm được đầy đủ lý lịch, quá trình hoạt động của tổ chức Trí vận, nhưng để yên, theo dõi họ mà không có biện pháp bắt bớ hay cấm cản hành nghề. Một số được mời viết cho báo thân chính quyền để "giữ chân" họ. Cho tới năm 1974, khi phong trào chống đối Luật Báo chí làm náo loạn Sài Gòn, mãi đến ngày "Ký giả ăn mày", chính quyền mới bắt giữ một số người. Dư luận lại tung ra từ những người không biết sự thật đằng sau, hùa với luận điệu của cộng sản, lại phản đối nhà cầm quyền "Đàn áp Báo chí".

Năm 1975, khi vào trại cải tạo, gặp lại một số "ký giả ăn mày" tôi nói với họ: "Bây giờ thì mới thực sự là đi ăn mày đấy".

Chương VI

Đặc San Máu Lửa
Chi bộ Giáo Chức SV.HS đảng Dân Chủ

Trong những năm từ 1961-1963, đã có những lần tôi đi cùng phái đoàn SVHS và văn nghệ sĩ (có Võ Phiến, Dương Nghiễm Mậu, Bích Sơn, Thanh Thanh Hoa...) thăm các tỉnh miền Tây và vùng Cao nguyên, những lần đi thăm Ấp Chiến lược, cùng những năm về miền quê nghỉ hè, tôi đã được nhìn thấy tận mắt đời sống sung túc của người dân nông thôn. Sau ngày thành lập MTGPMN, 20.12.1960, chiến tranh du kích ngày càng mở rộng quy mô. Và sau cuộc đảo chính 1.11.63, hệ thống Ấp chiến lược bị phá sản, CS gần như làm chủ nông thôn, người dân bắt đầu phải chịu cảnh "một cổ hai tròng". Ban ngày Quốc gia, ban đêm cộng sản.

Thay vì đoàn kết để đối phó với kẻ thù, các đảng phái đã làm lung lay chế độ, các phe nhóm, cá nhân vì quyền lợi, hùa theo ngoại bang lật đổ chế độ mà không hề nghĩ tới hậu quả trước mắt. TT Diệm bị giết, khủng hoảng lãnh đạo đã làm các chính phủ quân nhân sau đó nhào lên đổ xuống.

Một thể chế dân chủ tự do là một thể chế cần thiết và bắt buộc phải có đối lập. Nhưng các tổ chức, đảng phái đối lập phải hoạt động trong khuôn khổ hiến pháp và luật pháp quy định. Đảng phái hoạt động, đấu tranh để được người dân tin cậy qua lá phiếu mà lên cầm quyền, để thực hiện chính sách của mình phục vụ người dân và bảo vệ chế độ, chứ không phải đấu tranh bằng bất cứ phương tiện nào để đạt được mục đích (Cứu cánh biện minh phương tiện) lật đổ chính quyền, vô hình chung, thay vì bảo vệ chế độ, lại là phá hoại chế độ.

Trong 5 năm đầu thiết lập chế độ Cộng Hòa miền Nam, chính phủ của TT Diệm đã phải đối phó với một tình trạng như vậy. Nhìn vào lịch sử cận đại, tôi chưa thấy một chính quyền nào của Việt Nam từ trước đến nay kiến tạo được một xã hội ổn định về nhiều mặt như thời Đệ nhất Cộng Hòa. Có những lãnh vực đã được thiết lập, chỉnh đốn một cách hoàn hảo thật đáng ngạc nhiên. Đơn cử ngành giáo dục và thể lệ thi cử, từ chương trình học của Pháp chuyển sang chương trình Việt một cách suôn sẻ và rất hiệu quả. Tình trạng thái bình sung túc của xã hội miền Nam bắt đầu lung lay phân rã từ năm 1960 qua việc chính phủ của TT Diệm phải cùng lúc phải đối phó với "thù trong giặc ngoài" - qua cuộc đảo chính do Tướng Nguyễn Chánh Thi cầm đầu (dù là ông bị dí súng vào hông dẫn lên đài phát thanh tuyên bố, như nhiều nguồn tin đã tiết lộ).

Năm 1960 trong chuyến đi nghỉ hè ở Ban Mê Thuột, tôi đi cùng người anh họ trên một chuyến xe đò. Khi xe đến giữa rừng, quá khu vực Bù Đăng, có mấy người lính mặc quần áo rằn ri từ trong bụi bước ra lề đường chặn xe đò lại xét giấy tờ. Nhìn thấy quần áo quân đội "phe ta" tôi ngây thơ nghĩ bụng "sao lại xét giấy tờ giữa rừng thế này"? Và có ý không tốt về Quân Đội của chính phủ. Khi hai người lính hỏi giấy tờ một người đàn ông ngồi cách tôi hai hàng ghế phía trước. Người lính xét căn cước của người đàn ông này và hỏi - "Anh làm nghề gì?".

Ông này trả lời: - "Tôi làm công chức". Người lính bảo ông này xuống xe rồi dẫn đi một quãng chừng 10 thước giao cho đồng đội. Một người lính khác vẫn đứng cạnh chiếc xe đò. Người đàn bà ngồi cạnh tôi và ông anh tôi nói nhỏ:

- "VC bắt ông ấy rồi. Cho tôi xuống xe".

Lúc bấy giờ tôi bàng hoàng, và đó là lần đầu tiên tôi thấy lính VC. Tôi sợ hãi đến xanh mặt. Ông anh tôi bảo "Bình tĩnh. Em cứ nói là học sinh". Trong khi người đàn bà ngồi cạnh tôi trở về xe thì hai người lính VC lại xét giấy tờ tôi. Tôi nói với họ tôi là học sinh, nghỉ hè về thăm bà con ở thị xã BMT. Họ hỏi "Người bà con làm gì? Tôi trả lời: "Buôn bán ở chợ". Tôi được ngồi yên. Ông anh tôi khai làm rẫy. Họ hỏi "Ở đâu?" Anh trả lời ở Dinh điền Đạt Lý. Anh cũng được ngồi yên. Cuối cùng VC bắt đi hai người, rồi cho xe chạy.

Người đàn bà ngồi cạnh tôi kể, bà ấy lại giả vờ nhận ông kia là chồng, năn nỉ: "Xin cho chồng tôi về để vợ chồng tôi nuôi các con. Các cháu còn nhỏ dại".

VC trả lời: "Chị về đi. Ít ngày nữa anh ấy về. Chị nói nữa tôi bắt chị đi theo chồng chị luôn".

Bà ấy sợ hãi, giả vờ gạt nước mắt vội vã quay lui. Đó là lần đầu tôi nhìn thấy lính VC và chứng kiến hành vi bắt cóc của họ. Không biết số phận hai người bị bắt đi hôm ấy rao sao.

Mấy năm sau, một người bạn vong niên của tôi, làm sở Mỹ ở Long Bình, trước khi về thăm vợ con gia đình ở Đức Minh (BMT), có ghé chơi và cho tôi biết. Tôi ngăn cản anh ấy, nhưng anh nói "Lần này mình đi ngã Đà Lạt, không đi theo đường lên Bu đăng". Về giữa đường xe anh bị chận, VC xét thấy giấy tờ anh làm cho Mỹ bỏ quên trong túi áo, anh bị bắt vào rừng và bị giết. Hôm sau có người đến nhà báo cho vợ anh ấy biết: "Chồng chị chết rồi. Ngày mai chị đến (chỗ hẹn) lấy xác. Hôm sau chị Ph. đến thì thấy đầu của chồng chị bị cắt lìa khỏi cổ, gác bên một gốc cây.

Một người bạn tôi đi từ Nha Trang về BMT, giữa đường cũng bị chận xe, xét giấy tờ. Trong bóp anh ta có tấm hình chụp tại phòng học nhà tôi. Trên kệ sách có chiếc mũ SVSQ Thủ Đức của người em rể tôi. Thế là anh ta bị bắt vào rừng ba năm sau được thả về.

Sau năm 1960 tình hình là như vậy, chưa kể những vụ lùng sục nhà dân ở thôn quê bắt đi những người làm việc hoặc có liên hệ với phía quốc gia. Về sau là những vụ giựt sập cầu, đắp mô, đắp ụ giữa đường, giật mìn xe đò, mở các trận đánh chiếm đất, giành dân v.v..

Ở các thành thị từ sau năm 1960 vẫn là những hậu phương an toàn. Mọi sinh hoạt vẫn diễn ra tấp nập, hàng quán, hộp đêm, Snack Bar, nhảy đầm, ăn nhậu ...., đủ mọi thứ trên đời như không ai hay biết gì đang có một cuộc chiến ở phía ngoài kia.

Sự "yên Vui" đó kéo dài cho đến ngày đầu năm Tết Mậu Thân 1968, người dân các thành thị miền Nam mới thực sự sống trong lửa đạn, mới nếm mùi chiến tranh, loạn lạc.

Một số đám trẻ chúng tôi bỗng giật mình nhổm dậy, ngơ ngác trước một thực trạng bi quan, bức xúc. Tôi đã thể hiện tâm trạng lúc đó ở bốn câu thơ trong bài "Thức Giấc":

Lửa đã cháy rừng thiêng kia đã dậy/ Con phố đông người đã bỏ ra đi/ Tôi nửa đời hoài bão tới đam mê/ Khi thức giấc tiếng hờn căm réo gọi..."

Tiếng thơ thốt ra khi tôi nhìn thấy đám lính rừng tràn vào thành phố Huế.

Một số đám trẻ chúng tôi có hai GS trường Phan Sào Nam Nguyễn Hưng Nhân, Tô Dương Tử; Nguyễn Văn Hùng, và Đinh văn Thông (trường Luật), Ngũ Hải, Nguyễn Thiêm Tường (Vạn Hạnh), sau cuộc tổng công kích Mậu Thân đợt 2, chúng tôi ngồi lại với nhau, bày tỏ nỗi thao thức của mình trong tờ Đặc san Máu Lửa. Ngũ Hải đứng tên Chủ nhiệm, tôi là Chủ bút với bút hiệu Hà Việt Tĩnh. Khổ báo bằng nửa tờ nhật báo (30x 35cm), khoảng 24 trang.

Nội dung tập trung vào chủ đề báo động sự an nguy của miền Nam khi máu lửa đã lan tràn giữa Sài Gòn và các thành phố lớn, điều mà trước khi chuẩn bị đón Giao thừa Tết Mậu Thân không ai có thể ngờ tới. Nhưng Lửa đã cháy trên từng căn nhà, từng khu phố, máu đã loang trên các đường phố, các vỉa hè của Sài Gòn - thành phố trái tim của người Quốc Gia chống Cộng từ Bến Hải đến Cà Mau.

Tờ báo kêu gọi mọi tầng lớp đồng bào mỗi ngày hãy dành ra một chút thời gian để nghĩ tới và biết ơn những người lính ngoài mặt trận đang ngày đêm ôm súng đánh giặc giữ nhà cho mọi người được yên ổn buôn bán làm ăn. Hãy làm một cái gì để tỏ ra biết ơn họ.

Tờ báo kêu gọi giới trẻ, thanh niên, SV. HS hãy mỗi ngày dành chút thời gian xếp lại trang sách, nhìn vào thực trạng an nguy của xã hội, gia đình và bản thân, khi chiến tranh đã thực sự tràn về trước ngõ. Hãy nhận rõ vai trò của thế hệ nối gót cha anh và làm một cái gì cho đất nước.

Tờ báo kêu gọi giới trí thức, trước sự tồn vong của vùng đất tự do đã lựa chọn, xin hãy đứng ra nhận lãnh và gánh vác sứ mạng của mình đúng theo truyền ngôn "Quốc gia hưng vong thất phu hữu trách". Xin hãy làm một cái gì cụ thể cho mọi tầng lớp noi theo. Xin hãy nhìn vào những bậc vĩ nhân của đất nước và nhân loại như Martin Luther King.

Lúc ấy Luther King vừa bị ám sát chết. Ngũ Hải có bài thơ: "Hỡi Luhter King/ Bức tượng đồng đen quý giá..." đăng trên đặc san này.

Bọn chúng tôi một nhúm người vẫn tin rằng xung quanh chúng tôi còn đông lắm, có thể có hàng chục, hàng trăm ngàn người cùng suy nghĩ và có tiếng nói như chúng tôi, nên hăm hở làm tờ báo. Báo in 3000 tờ. Nguyễn Văn Hùng, chàng SV trường Luật phụ trách phát hành, đem rải khắp các sạp báo ở Sài Gòn. Một buổi chiều em gái Hùng đến báo tin, Hùng đã bị Cảnh sát bắt vì phổ biến báo không có giấy phép xuất bản của Bộ Thông Tin.

Bộ Trưởng Thông Tin lúc ấy là GS Tôn Thất Thiện, dạy ở Vạn Hạnh. Mừng quá, Ngũ Hải "cử" thêm hai cô đến Bộ

TT xin được gặp Thầy. Gặp, GS như vừa an ủi, vừa trách: "Sao các em không xin giấy phép. Bây giờ là việc của Cảnh sát thầy can thiệp đâu được". Cũng... hên, hai ngày sau Hùng được thả. Việc gửi báo đi các tỉnh bế tắc luôn.

Tờ báo không biết có gây được tác dụng gì không, nhưng bọn chúng tôi như vừa qua được nỗi khát khao tìm đến chỗ hẹn gặp được người yêu, thổ lộ tâm tư, dù cuộc hẹn hò rồi cũng chẳng đi tới đâu.

Tôi không nhớ rõ bao lâu sau đó, GS Nguyễn Hưng Nhân rủ tôi "đem" nhóm báo "Máu Lửa" cùng với người của thầy, thành lập Chi Bộ Giáo chức Sinh Viên Học sinh đảng Dân Chủ của TT Thiệu.

Một lần tôi đi cùng GS Nhân họp với ông Nguyễn Văn Hướng và Ban Bí thư của ông. Tôi được cử làm Thư Ký Chi bộ. Tôi vừa đi dạy, vừa đi học, vừa đi... "làm chính trị", mất hết thì giờ, bố mẹ tôi lo lắng. Bản tính tôi lại không thích gia nhập một tổ chức hay đảng phái chính trị nào, nên sau lễ Ra Mắt đảng Dân Chủ tại Rạp Thống Nhất (đường Thống Nhất – trụ sở Xổ số Kiến Thiết Quốc gia), tôi rút lui, xin nghỉ. Tôi giấu biệt chi tiết này cho tới hôm nay mới "khai" ra.

trường bỏ tôi & tôi bỏ trường

Đám Sinh viên hoạt động cho MTGPMN gặp thất bại hai công tác lớn là cuộc hiệp thương chính trị và cuộc bầu cử Ban Chấp Hành SV Vạn Hạnh, tôi là người được "chiếu cố" trước hết. Việc đầu tiên là Ban đại diện SV. VH lưu nhiệm họp cách chức Chủ Bút bán nguyệt san Hướng Đi của tôi mà không có tôi tham dự. Sau khi biết tôi bị gạt ra khỏi tờ báo, GS Lữ Hồ quản lý cơ sở in ấn của Vạn Hạnh nói với tôi: -"Anh cứ tiếp tục ra tờ báo như trước. Tôi sẽ in giúp anh". Nhưng tính tôi không ưa giành giựt nên tôi đã không làm như đề nghị của GS. Lữ Hồ.

Việc thứ hai có tính cách là một sự hăm dọa, khủng bố nhắm vào tôi. Một hôm, sau giờ dạy, nghỉ trưa ở Trung Học

Khiết Tâm, Biên Hòa, tôi đi ăn trưa về, vừa đậu xe trước sân trường thì Linh mục Hiệu Trưởng lại gặp tôi cho biết:

-"Có hai người đi Honda, chở nhau tìm gặp thầy, có vẻ không bình thường. Ở Sài Gòn thầy có tham gia hoạt động chính trị gì đó phải không? Thầy để lớp tôi coi cho, về ngay đi. Hàng ngày thầy đi đường trong hay đường ngoài (Ý nói xa lộ BH hay đường qua Thủ Đức - Dĩ An). Thầy đổi lộ trình đi!"

Tôi cảm ơn LM Hiệu trưởng, cởi Vespa về thẳng Vạn Hạnh, lên lầu I gặp Trần Hữu Quang, tôi nắm cổ áo Quang, dí vào sát ngực, cố ý áp đảo để buộc Quang tiết lộ. Thực tình tôi biết Quang không can dự vụ này:

- "Quang nói cho tôi biết ai cho người lên Biên Hòa tìm ám sát tôi?". Quang hoảng sợ: -"Anh buông Q. ra. Q. đang bị bệnh suyễn, anh đấm một cái là Q. chết bây giờ. Để Q. nói anh nghe".

Quang dẫn tôi ra hành lang tìm chỗ vắng, và nói: "Tất cả là thằng Dũng. Anh còn nhớ ngày ra Huế, thằng Dũng bỏ đi hai đêm vào bưng liên lạc với VC không. Hôm tết (Mậu Thân) Dũng dẫn thêm hai người đến nhà bắt Q. đi theo chỉ điểm những gia đình sĩ quan công chức, Q. phải quỳ xuống lạy nó.

-"Dũng, mày tha cho tao. Mẹ tao đau nằm một chỗ. Mày để cho tao săn sóc mẹ tao".

Quang hứa với tôi: -"Q. sẽ cho anh nhiều chi tiết khác để anh viết. Vụ này Q không hề dính dáng gì cả".

Sau năm 1970 Quang được cử làm quản thủ Thư viện Vạn Hạnh. Đây có thể là "củ cà rốt và cây gậy", bởi từ sau khi làm việc tại thư viện, Quang chuyển hướng, tích cực tham gia hoạt động chống chính phủ, bị bắt giam.

Năm 1974 tại cơ quan, tôi nhận được hai lá thư của Quang và mấy SV tranh đấu tuyệt thực, viết từ khám Chí Hòa (do Cảnh Sát Đặc Biệt chuyển tới) gửi TT Lyndon Johnson tố cáo chính phủ VNCH đàn áp SV và yêu cầu Mỹ chấm dứt can thiệp vào nội tình Việt Nam.

Sau 30.4.75 Quang được cho đi du học Tiệp Khắc. Năm 1985, sau khi ra tù về Sài Gòn, một hôm tôi nhìn thấy Quang vẫn cỡi chiếc xe Vespa 50cc đứng ở Bến Bạch Đằng. Vài người bạn ở Vạn Hạnh không bị đi cải tạo cho tôi biết Quang tâm sự, anh bị cưỡng ép mà sa vào con đường theo MTGP.

Biện pháp thứ ba họ dành cho tôi là một văn thư gửi Nha Động Viên Bộ Quốc Phòng. Không lâu sau đó tôi nhận giấy gọi nhập ngũ của Nha Động Viên, mặc dù chứng chỉ hoãn dịch của tôi chưa hết hạn và niên học chưa hết. Cầm giấy gọi nhập ngũ, tôi xin hẹn đến Nha Động viên khiếu nại tính hợp pháp của Lệnh gọi, một ông mặc quân phục không mang lon trả lời nhã nhặn: "Anh là giáo chức, không phải là sinh viên thuần túy để tiếp tục được hoãn dịch. Chúng tôi có văn thư của đại học Vạn Hạnh". Ông chìa tờ văn thư ra, tôi đọc thoáng được chữ ký của ông Văn Đình Hy, Giám đốc Nha Học Vụ Viện ĐHVH.

Tôi vui vẻ khăn gói trình diện vào quân trường đúng ngày giờ ấn định. Khoảng sáu tháng sau trong bộ quân phục Sinh viên Khóa sinh trường Bộ Binh Thủ Đức, tôi về Vạn Hạnh thi môn vấn đáp tín chỉ Hán văn với GS Trần Trọng San. GS trao tôi một bài thơ Đường, bảo tôi đọc, phiên âm và dịch ý sang tiếng Việt. Bài thơ... lạ quá. Tôi tìm mãi trong trí nhớ, ít thấy chữ quen, đành chịu thua. – "Xin thầy cho em bài khác. Bài này em chưa được đọc lần nào". GS mở sách chỉ cho tôi một trang. Tôi viết được vài dòng rồi buông bút, trả sách cho Thầy. GS nói: "Bạn về học lại, thi khóa sau". Tôi xa Vạn Hạnh từ đó.

Ngày tôi đã về làm việc tại Sài Gòn, Hải đến nhà nói với tôi: "Thầy Thích Minh Châu bảo mày đến ghi tên dự lễ phát bằng. Thầy sẽ xin GS San hợp thức tín chỉ Hán văn cho mày"(**).

Cho đến lúc viết những dòng chữ này tôi vẫn cảm động và biết ơn Thầy Viện trưởng, nhưng ngày đó tôi không ghi tên tham dự lễ phát bằng và cũng không có lời cảm ơn thầy. Ấn tượng tờ văn thư Vạn Hạnh gửi Nha Động Viên và lời hứa giải quyết kết quả cuộc bầu cử, khiến tôi "mặc cảm" ngại ngùng... cũng như việc Thầy ra Hà Nội tham dự quốc khánh 2-9 với tư cách là một đại biểu quốc hội mà tôi đọc được bản tin trên báo, từ trong tù ở Quảng Ninh, làm tôi phân vân và lạnh nhạt.

Phó TT Nguyễn Cao Kỳ
những ô dù của đám sinh viên VC

Sau tết Mậu Thân, Hoàng Tiến Dũng bị bắt, khoảng một năm sau được trả tự do. Sau đó Dũng cưới vợ, đám cưới tổ chức tại nhà, nhóm anh em "phe hữu" chúng tôi có thiếp mời và cùng đến tham dự. Tôi lái xe chở thêm bốn người bạn nữa đến nhà vào lúc 7 giờ tối. Trước nhà cô dâu chú rể đã có khoảng vài chục cảnh sát sắc phục và Dã chiến đứng đợi... Chúng tôi vào nhà, lễ cưới bắt đầu, đại diện họ đàng trai là một sinh viên tranh đấu, có cả Miên Đức Thắng, Tôn Thất Lập và nhiều khuôn mặt lạ, tuyên bố sặc mùi chính trị thiên tả: "đám cưới của Dũng-Oanh hôm nay còn vắng mặt một số người bạn của chúng ta ở bên này và bên kia chiến tuyến không thể về đây hiện diện được, chúng ta hẹn sẽ đón các bạn chúng ta, cùng nâng ly mừng Bắc Nam đoàn tụ... chúng tôi hân hạnh chào mừng...". Sau lời tuyên bố đó năm anh em chúng tôi đứng dậy ra về, chở nhau vào Chợ Lớn ăn mì La Cai.

Sau năm 1975 Dũng làm Giám đốc trong công ty Emexco đường Nguyễn Huệ (tòa nhà Quỹ tiết kiêm quân đội miền Nam). Bùi Nghị (trong Liên danh I) làm Giám đốc Hồ Kỳ Hòa, Dương Văn Đầy trưởng công an quận Nhất. Trần Quang Long sau lần gặp tặng tôi tập thơ "Tiếng Hát Những Người Đi Tới", tôi không gặp lại cho đến khi nghe tin Long và SV có bút hiệu Thiết Sử chết trên đường từ Lộc Ninh về Sài Gòn trong vụ tổng công kích Mậu Thân.

Theo lời kể của Bạch Diện Thư Sinh: Vạn Hạnh còn có Võ Như Lanh cùng đi trong phái đoàn SV.HS hoạt động cho MTGP/MN do Huỳnh Tấm Mẩm cầm đầu, cùng với Nguyễn thị Yến (Văn Khoa), Hạ Đình Nguyên (Văn Khoa), Lê Văn Nuôi (học sinh Cao Thắng), và Phạm Văn Xin, Trần Hoài được ông Kỳ tiếp kiến tại trại Phi Long tháng 9.1971. Cuộc gặp gỡ này được DB thân cộng Hồ Ngọc Nhuận sắp xếp. Sự nứt rạn giữa ông Kỳ và ông Thiệu ai cũng biết. Thành Đoàn Thanh niên CS Hồ Chí Minh càng biết rõ ông Kỳ thâm thù ông Thiệu đến đâu, họ còn biết cả những gì ông Kỳ đang âm mưu. Vì thế Thành đoàn chỉ thị Huỳnh Tấn Mẫm tranh thủ ông Kỳ. Họ không gặp khó khăn nhờ sự trợ giúp của Dân biểu thân cộng Hồ Ngọc Nhuận. [Nội San số 3 Houston. Số 113 tháng 7.2009]

Về SV Huỳnh Tấn Mẫm, Ông Trần Bạch Đằng cho biết ông còn giữ lại một mảnh giấy Huỳnh Tấn Mẫm gửi cho ông ta. Ông ghi lại như sau: Xin đoàn thể yên tâm, quyết làm tròn nhiệm vụ. L71. (L.71 là mật hiệu của Huỳnh Tấn Mẫm. NVL)

Cũng trên tờ Nội San số 3 Houston đã dẫn, số 114 tháng 8-2009, tác giả Bạch Diện Thư Sinh viết:

- "Ngày 19.9.1971, bọn Mẫm phối hợp với Tổng Hội SV Vạn Hạnh và Tổng đoàn HS Sài Gòn tổ chức một cuộc biểu tình từ trong khuôn viên Đại học Vạn Hạnh, đường Trương Minh Giảng. Toán xung kích ném lựu đạn MK3 vào địa điểm đầu phiếu, dùng bút lông sửa các bích chương liên danh ứng cử Tổng Thống Thiệu-Hương: Liên danh 1 thành liên liên danh "lì", "dân chủ" thành "dân chửi", Thiệu thành "Thẹo". Họ còn đốt vỏ xe, dựng lên những bàn chông, hình đầu lâu và lựu đạn với hàng chữ cảnh cáo: "Nguy Hiểm Chết người, Không vượt qua" làm cho giao thông tắc nghẽn.

Để vãn hồi trận tự, Giám đốc Cảnh Sát Đô Thành Trang Sĩ Tấn ra lệnh tấn công vào trường Vạn Hạnh dẹp tan cuộc biểu tình". Cũng cần "giới thiệu" thêm một khuôn mặt SV Vạn Hạnh khác, Kim Hạnh, nguyên Tổng Biên tập báo Tuổi Trẻ, Là Trưởng Đoàn Văn Nghệ Đại Học Vạn Hạnh thành lập năm 1970 bổ sung cho Phong trào "Hát Cho đồng bào tôi nghe" dưới sự chỉ đạo của Thành đoàn.

Cuối tháng 9.1971, Huỳnh Tấn Mẫm tới khách sạn Caravelle, đường Tự Do để trả lời phỏng vấn của đài BBC. Sau đó trở về trụ sở Tổng Vụ Thanh Niên Phật tử, số 294 đường Công Lý (Nam kỳ khởi nghĩa). Vì biết đang bị theo dõi, nên khi về tới trụ sở Tổng Vụ, Mẫm chạy thẳng lên lầu cao nhất, nhưng cảnh sát đã kịp thời bao vây. Mẫm đang lúng túng thì Ngô Thế Lý, đoàn trưởng SV Phật tử Đà Lạt tới đưa Mẫm vào một căn phòng và khóa kín y trong đó.

Thấy nguy cho Mẫm, Nguyễn Thị Yến gọi điện thoại cho hai dân biểu Hồ Ngọc Nhuận và Kiều Mộng Thu. Ông Nhuận gọi ngay cho Phó TT Nguyễn Cao Kỳ xin giúp giải vây cho Mẫm. Ông Kỳ liền phái hai Sĩ quan cấp Tá lái hai xe Jeep tức tốc tới trụ sở Tổng Vụ Thanh Niên Phật tử. Hồ Ngọc Nhuận cũng lái xe LaDalat tới. Cảnh sát không dám ngăn cản xe quân đội của hai viên sĩ quan cấp tá và xe của dân biểu, cho nên cả ba xe vào được bên trong trụ sở Tổng Vụ. Hai sĩ quan lên lầu tìm Mẫm. Ngô Thế Lý mở khóa phòng Mẫm đang trốn. Một sĩ quan cho Mẫm một chiếc áo nhà binh rồi đưa y và một số SV lên hai chiếc xe jeep. Xe của Hồ Ngọc Nhuận che kín làm kế nghi binh để nhử cảnh sát đuổi theo. Kỳ thực trên xe ông Nhuận không có SV nào.

Xe ông Nhuận ra trước, kế là chiếc xe jeep chở Huỳnh Tấn Mẫm, cuối cùng là chiếc xe jeep thứ hai. Họ chạy về hướng phi trường Tân Sơn Nhất. Xe cảnh sát hụ còi bám sát. Tới ngã tư Trương Tấn Bửu, chỉ mình xe Hồ Ngọc Nhuận chạy thẳng hướng Lăng Cha cả, còn hai xe jeep quẹo trái hướng Trương Minh Giảng, thẳng về trung tâm thành phố.. Xe cảnh sát đuổi theo. Chiếc xe jeep đi sau lạng qua lạng lại cản xe cảnh sát, chiếc xe jeep chở Mẫm vọt lẹ bỏ xa xe cảnh sát. Tới khu chợ Bến Thành, viên sĩ quan thả Mẫm xuống, Mẫm len lỏi giữa chợ tìm tới ẩn núp trong quày hàng của "má Tám Ảnh" ở cửa Bắc chợ Bến Thành. Má Tám(*) liền phái người đi báo cho "má" Văn Hoa là chủ tiệm may Văn Hoa số 100 đường Lê Thánh Tôn để thu xếp cho Mẫm tá túc qua đêm ở đó.

Cũng do sự thu xếp của Hồ Ngọc Nhuận với Tướng Dương Văn Minh, Mẫm được người của tướng Minh đón từ nhà may Văn Hoa đưa về dinh Hoa Lan của tướng Minh ở số 3 Trần quý Cáp. Mẫm được tướng Minh cho ở một căn phòng đầy đủ tiện nghi có cả điện thoại và nhà vệ sinh trong thời gian vận động bầu cử tổng thống nhiệm kỳ II, cho tới đầu tháng 1.1972 Mẫm bí mật rời dinh Hoa Lan.

Ngày 5.1.1972, sau phiên họp tại đại học Y Khoa, Nguyễn

Văn Lang, Phó chủ tịch ban đại diện SV Y Khoa, chở Mẫm về Đại học Xá Minh Mạng, vừa tới ngang cửa bệnh viện Hồng Bàng (BV Phạm Ngọc Thạch), Mẫm bị nhân viên công lực chận bắt. Mẫm bị giam giữ cho tới khi có Hiệp định Paris 1973 thì được đưa lên Lộc Ninh trao trả cùng với Huỳnh Văn Trọng, Nguyễn Long, Cao thị Quế Hương, Trần thị Lan, Trần thị Huệ, Nguyễn Thành Công.

Việt cộng còn muốn lợi dụng Mẫm hoạt động với tư thế hợp pháp công khai nên không nhận Mẫm, nại cớ Mẫm không thuộc thành phần quân sự, không là "tù binh". Mẫm phải miễn cưỡng chấp hành mệnh lệnh nên đã nại lý do SV thuần túy và kiên quyết đòi thả y về với gia đình.

Mẫm chỉ thật sự được tự do vào sáng ngày 29.4.1975 khi chính tướng Cảnh sát Bùi Văn Nhu đích thân lái xe đưa Mẫm tới tư dinh tướng Dương Văn Minh. (Hết trích) [Bạch Diện Thư Sinh Nội San số 3 Houston. Số 114 tháng 7.2009]

Tất cả những họat động ráo riết, phối hợp nhịp nhàng giữa những SV MTGP/MN từ sau cuộc tranh tài thể thao liên viện tại Huế, đến "hội nghị hiệp thương", đến cuộc bầu cử Ban chấp hành SV Vạn Hạnh là nhắm vào mục đích chuẩn bị cho cuộc tổng công kích "nổi dậy" của cộng sản tại Sài Gòn. Mấy ngày giáp tết Mậu Thân, nhóm SV cộng sản thuộc tổng hội SV đại học Sài Gòn và Vạn Hạnh tổ chức "Đêm Quang Trung", đốt lửa trại, họp mặt, văn nghệ... lúc đầu được loan báo tại khuôn viên đại học Vạn Hạnh, nhưng phút chót dời sang trường Quốc Gia Hành Chánh, đường Trần Quốc Toản.

Một sự trùng hợp không phải ngẫu nhiên của giải thể thao các Viện Đại học toàn quốc tại Huế tháng 4.1967 với Hội nghị SV các viện đại học họp tại Vạn Hạnh, cuộc tranh cử gay go giữa hai liên danh "quốc cộng" cũng tại Vạn Hạnh năm 1967 với sự ra đời của "Thành đoàn Thanh Niên Lao động Hồ Chí Minh (nay là Thành đoàn Thanh niên Cộng sản Hồ Chí Minh) do Nguyễn Văn Linh, lúc bấy giờ là Phó Bí thư Trung

Ương Cục, kiêm Bí thư Khu Sài Gòn-Gia Định thành lập năm 1966. Thành đoàn Thanh Niên Lao động Hồ Chí Minh là hậu thân của "Khu đoàn Thanh Niên Nhân dân Cách Mạng khu Sàigon-Gia định, một tổ chức hoạt động ngầm của Hội Liên Hiệp Thanh Niên SV. Học sinh Giải phóng" hoạt động từ năm 1965 đến năm 1967.

Ngày 20.6.1972 liên danh Lý Bửu Lâm (khuynh hướng quốc gia) đắc cử Ban Chấp hành Tổng Hội SV Sài Gòn, đánh bại nhóm SV Việt Cộng, chấm dứt một thời gian Tổng hội SV Sài Gòn bị Thành Đoàn khống chế.

thái độ của người trí thức trên Hướng Đi

Không lâu sau khi có nghị định của chính phủ cho thành lập một viện đại học Phật giáo, Vạn Hạnh được quảng cáo và thông báo tuyển sinh cho hai phân khoa: 1/ Phật Học, 2/ Văn Học và Khoa Học Nhân Văn (VH&KHNV). Khi chưa có trường sở, hai năm đầu sinh viên học tại các giảng đường của chùa Pháp Hội và chùa Xá Lợi.

Tại chùa Xá Lợi, Ban Đại diện SV phân khoa Văn Học và Khoa Học Nhân Văn (VH&KHNV) gồm có: Trịnh Như Kim (Trưởng Ban), Nguyễn Ngọc Diễm (Phó Nội vụ), Tạ Hoa Trung (Phó Ngoại Vụ), Thủ quỹ kiêm Trưởng ban Tài chánh: Lưu Kim Loan, Đoàn Trung Can (Tổng Thư ký), Trưởng Ban Báo Chí Trần Kim Lý, Ủy viên Văn Nghệ Nguyễn Tự Cường.

Ban Báo chí được thành lập, Thượng Tọa Thích Thiện Ân là cố vấn. Đặc san "Xuân Văn Khoa Vạn Hạnh" là tờ báo Sinh viên được ấn hành công phu, bìa màu, in tại nhà in Sen Vàng, chi phí in ấn do nhà trường đài thọ. Bài báo còn giữ được đến nay là một bài phỏng vấn có tựa đề:

Thái Độ Của Người Trí Thức VN Trước Thực Trạng Chiến Tranh Và Chia Cắt.

Giai phẩm

XUÂN VĂN-KHOA VẠN-HẠNH

DO BAN ĐẠI-DIỆN SINH-VIÊN VĂN-HỌC VÀ KHOA-HỌC NHÂN-VĂN
THUỘC VIỆN ĐẠI-HỌC VẠN-HẠNH PHÁT-HÀNH

SINH-VIÊN VĂN-KHOA VẠN-HẠNH
PHỎNG-VẤN GIỚI TRÍ-THỨC TẠI SAIGON

HOÀNG-TIẾN-DŨNG phụ-trách

Nhận thấy rằng trong thảm - cảnh hiện-tại của đất nước, mọi người dù muốn dù không đều phải chọn lựa cho mình một thái-độ. Thái-độ ấy thể-hiện ở mọi giai-cấp xã-hội. Thâu góp những thái-độ ở nhiều tầng lớp khác nhau để có thể kết-luận được rằng « Hiện chúng ta muốn gì? Chúng ta phải làm gì? và làm với phương-tiện nào? » là ý-muốn của chúng tôi.

phương-tiện, nhất là thời-giờ cấp-bách, nên không thể thực-hiện ý muốn được. Ngay ở Saigon, chúng tôi cũng không thể phỏng-vấn hết các vị có tên tuổi. Chúng tôi sẽ tiếp-tục phỏng - vấn và sẽ đăng bài ở những số báo sau.

Mong rằng những vị thường lưu-tâm đến những vấn-đề dân-tộc như hiện-trạng đất nước, phát-triển văn-hóa v.v... vui lòng cho chúng tôi được tiếp-kiến ở những...

— ... (thơ)
— Quan-hệ giữa đạo-đức nhân-sinh và thời-đại. (dịch)
— Hộp thơ
— Vạn-Hạnh đoàn-ca (nhạc)

(thơ)

★ Võ-văn-Quai
★ Trần-cửu-Chân
★ Nhất-Hạnh
★ Minh-Ngộ
★ Trần-Tường
★ Bạn Bảochi
★ I.P. Đặng-sơn-Ka

Trang mục lục và loạt phỏng vấn trên số Xuân Văn Khoa VH.

Đây là một trong những bài quan trọng của giai phẩm Xuân Văn Khoa Vạn Hạnh 1965. Chúng tôi đặt tiêu đề và các câu hỏi gửi tới các nhân vật được lựa chọn để xin ý kiến. Bài phỏng vấn do Hoàng Tiến Dũng phụ trách. Ở đây xin giới thiệu sơ lược những điểm chính. Bài phỏng vấn được gợi ý bằng lời mở đầu:

"Nhận thấy trong thảm cảnh hiện tại của đất nước, mọi người, dù muốn dù không đều phải lựa chọn cho mình một thái độ. Thái độ đó thể hiện ở mọi giai cấp xã hội. Thâu góp thái độ ở nhiều tầng lớp khác nhau để có thể kết luận được rằng hiện chúng ta muốn gì? Chúng ta phải làm gì? Và làm với phương tiện nào?"

"Chúng tôi nhận định rằng: Giới trí thức thường được quần chúng nhìn vào, vì vậy, thái độ của trí thức có ảnh hưởng rất nhiều đến thái độ của quần chúng. Cũng vì vậy chúng tôi bắt đầu phỏng vấn giới trí thức trước".

Có ba câu hỏi được đặt ra cho cuộc phỏng vấn:

1./ Trước thực trạng của đất nước, giới trí thức có thái độ không? Nếu có, thái độ đó như thế nào?

2./ Nền văn hóa dân tộc đóng một vai trò như thế nào trước thực trạng chiến tranh và sự chia cắt đất nước?

3./ Quý vị nghĩ gì về sự có mặt của Viện Đại học Vạn Hạnh?

Trong ba câu hỏi trên đây, trang viết này chỉ xin tóm lược một số nét chính trong câu trả lời của các nhà trí thức về thái độ cần có của giới trí thức trong thực trạng Việt Nam trước năm 1975. Có một số vị đã đưa ra định nghĩa thế nào là trí thức trước khi đi vào ý chính.

TT Thích Thiện Ân cho rằng Trí thức không phải là một mớ hiểu biết suông, xa rời thực tế. Gọi là trí thức khi nào người đó đem trí thức ra ứng dụng cho việc phục vụ dân tộc và nhân loại.

Ông Nguyễn Văn Đính đưa ra quan điểm: Một thạc sĩ, một kỹ sư, một giáo sư khoa học trong xã hội Việt Nam lúc bấy giờ chưa hẳn là một nhà trí thức. Đó chỉ là những người có kiến thức chuyên môn rộng rãi; là những người đỗ đạt, có cấp bằng. Họ chưa hẳn là những nhà trí thức. Một người hiểu biết sâu rộng về bất cứ ngành nào và đem sự hiểu biết đó ra phụng sự lợi ích chung cho xã hội thì đó là người trí thức.

Giáo sư Vũ Khắc Khoan phân biệt trí thức làm hai thành phần: Trí thức là kiến thức của những nghề chuyên môn trong con người (bác sĩ, chuyên viên, giáo sư...) và trí thức là tri thức, là sự hiểu biết tron vẹn qua kinh nghiệm sống. Là trí thức phải có có sự lựa chọn tích cực. Chẳng hạn nhà văn phải có mặt, dấn thân trong khi Tổ Quốc lâm nguy.

Giáo sư Nguyễn Văn Trung diễn giải: trí thức phải hiểu như là khả năng suy tưởng những vấn đề vượt khỏi kiến thức chuyên môn trong một chiều hướng nhân bản và lòng can đảm dám nói lên những suy tưởng đó. Hiểu như vậy trí thức chưa hẳn là người có bằng cấp cao mà còn phải là một người có tinh thần trách nhiệm.

Ông Nguyễn Vỹ lại cho rằng trí thức phải có thái độ rõ rệt, thẳng thắn, can đảm và chỉ để phục vụ cho một mục tiêu duy nhất đó là quyền lợi của dân tộc.

Về thái độ cần phải có của người trí thức trong tình hình đất nước lúc bấy giờ còn có những phát biểu như sau:

TT Thích Minh Châu: Vấn đề Việt Nam trong những năm 1960 đã vượt ra ngoài biên giới của nó, nghĩa là đã bị ảnh hưởng của những thế lực bên ngoài. Một số trí thức lúc đó chạy theo các ý thức hệ ngoại lai.

TT Thích Thiện Ân: Thái độ cần thiết phải có là phải để tinh thần dân tộc Việt Nam và đặt quyền lợi của Tổ quốc Việt Nam lên trên hết. Trong tình trạng thời bấy giờ của xứ sở, trí thức phải được coi như nhà hướng dẫn dân tộc trong việc tìm kiếm một giải pháp thích ứng để ổn định tình thế và xây dựng đất nước về sau.

Ô. Nguyễn Văn Đính: Thái độ của trí thức đáng lẽ phải là thái độ của sĩ phu cách đây một thế kỷ, chịu trách nhiệm trước sự tồn vong của lịch sử dân tộc. Trong suốt 20 năm chiến tranh (tính đến năm 1965 - nv) chưa có một Phan Thanh Giản, một Nguyễn Tri Phương, một Hoàng Diệu.

Nhà văn Mai Thảo: Thái độ của người trí thức Việt Nam là phải đứng về phía của dân tộc Việt Nam đang chiến đấu cho hòa bình.

Riêng với **GS Đỗ Trọng Huề**, câu hỏi được đặt ra là *thái độ của sinh viên trước thực trạng đất nước?* Và câu trả lời của giáo sư là Sinh viên nên hòa mình vào niềm thống khổ chung của dân tộc, sửa soạn cho mình một lập trường, một thái độ dấn thân mà mình có thể biện minh được khi xếp sách để bước vào đời.

**

Những ý kiến trên đây của các bậc thức giả, là những chứng nhân thời cuộc của một giai đoạn lịch sử bi tráng và đau thương nhất của dân tộc Việt Nam.

Những hệ lụy trước thảm trạng chiến tranh, thù hận và cắt chia đất nước đến nay vẫn chưa ra khỏi cơn ác mộng của quá khứ đau thương mà mỗi chúng ta, dù muốn dù không, không thể phủ nhận có trách nhiệm, hoặc đã trực tiếp hay gián tiếp can dự.

Trung Tâm Giáo Dục Tráng Niên Trương Minh Giảng

Trong cuộc hội ngộ SV liên viện tại đại học Sư Phạm Huế, Phạm văn Ngũ Hải bàn với tôi mở một trung tâm dạy miễn phí cho học sinh nghèo từ lớp 6 đến lớp 9 và các lớp luyện thi Tú tài I & II. Khi về Sài Gòn chúng tôi tiến hành thủ tục hành chánh.

Là một cơ cấu hoạt động bất vụ lợi nên chúng tôi được sự hỗ trợ từ các cơ quan chính quyền thành phố. Tòa Đô chánh Sài Gòn cấp giấy phép cho sử dụng trường tiểu học Trương Minh Giảng mở các lớp học từ 7 giờ chiều đến 10 giờ tối, thứ hai đến thứ sáu. Nha Trung Học Tư Thục, Bộ Giáo Dục cấp giấy phép họat động. Về sau Trung tâm mở thêm hai lớp dạy nghề Y Tá và Kỹ nghệ điện Lạnh. Học viên lớp Y tá được Sở Y Tế cho thực tập tại các bệnh viện và được Bộ Y Tế công nhận bằng tốt nghệp. Giảng viên lớp Y Tá này do các Sinh viên Y Khoa từ năm thứ ba trở lên giảng dạy. Lớp Kỹ nghệ điện lạnh do một kỹ thuật viên (Technican) phụ trách. Kết quả hai lớp dạy nghề, các học viên mãn khóa số đông đều xin được việc làm.

Số học viên các lớp toàn trung tâm có khóa lên tới trên một ngàn, với hơn 50 giáo sư và giảng viên các lớp Anh văn, Toán Lý Hóa và luyện thi.

Trong thời gian này Phạm Văn Ngũ Hải đang mở nhiều lớp

luyện thi Toán Lý Hóa Tú Tài II, và tôi là GS tuyển dụng có "giấy phép hành nghề" dạy học do Nha Trung Học Tư Thục cấp nên Hải giao tôi làm Giám đốc Học Vụ (Director of Studies), Ngũ Hải Giám đốc Điều Hành (Executive Director). Tổng giám thị (General Supervisor) Nguyễn Thiêm Tường. Tường là nhân viên Tòa Đại sứ Hoa Kỳ tại SG, động viên nhập ngũ Sĩ quan Trừ bị Thủ đức, mãn khóa về làm việc tại Đài Tiếng Nói Tự do (VOF) do Đại úy Vũ Quang Ninh làm Giám đốc. Lê Văn Sắc được mời thay thế Nguyễn Thiêm Tường. Tường có hai văn bằng Cử nhân Triết Đông và Hán văn. Anh chết tại một trại tù cải tạo ngoài Bắc.

Trung tâm GD/TMG bắt đầu hoạt động từ quý III năm 1967 tới năm 1972. Khi nhiều trận giao tranh diễn ra ác liệt, người dân các vùng ngoại ô SG chạy về lánh nạn, một số trường tiểu học công lập bị trưng dụng làm trung tâm tạm trú cho người tỵ nạn, trường Trương Minh Giảng và về sau trường tiểu học Đoàn thị Điểm nơi mở các lớp tối này cũng bị trưng dụng, TTGD Tráng niên Trương Minh Giảng ngưng hoạt động từ đó.

(**) Tr. 97.- Đây không phải là tín chỉ mà là một môn trong tín chỉ Văn Học Trung Hoa. Văn bằng tốt nghiệp **Văn Học Á Đông** gồm: 1/.Chứng chỉ Dự Bị (có hai tín chỉ Triết Học Nhập môn, gồm triết đông và triết Tây + tín chỉ Anh Văn), 2/. Chứng chỉ Văn Học Việt Nam, 3/. Chứng chỉ Văn Học Trung Hoa, 4/. Chứng chỉ Văn Học Nhật Bản 5/. Chứng chỉ Văn Học Ấn độ. Hai "món khó nuốt trôi" là chữ Hán và chữ Nhật. Chữ Phạn (Sankrit) trong chứng chỉ Văn học Ấn độ được miễn.

Chương VI

Miền Nam
cơn lũ nghịch thường

Tháng Tư nghĩ về Sài Gòn lại nhớ những cơn mưa nhiệt đới. Những cơn mưa xối xả, ào ào trút xuống, vội vã, dữ tợn, đến nhanh và đi nhanh. Chỉ năm ba mươi phút, một tiếng đồng hồ là trời quang, nắng đẹp. Thế mà trong tâm tưởng của những người bỏ nước ra đi, những cơn mưa tháng Tư của ba mươi lăm năm trước vẫn mãi âm u đen kịt cả bầu trời Sài Gòn.

Cứ mỗi lần tháng Tư là mỗi lần người dân xa xứ lại quặn lòng nhớ về quê mẹ. Nhớ đến từng hàng cây ngọn cỏ đến góc phố ngõ nhà. Tất cả xoắn vào nhau, đan quyện với những biến động dồn dập của những ngày miền Nam thoi thóp trước bạo lực, thù trong giặc ngoài. Diễn tiến một chuỗi biến động dồn dập không lường đã mở đầu những ngày bất hạnh như sau (*):

Ngày 10.3.1975 VC tấn công chiếm Ban Mê Thuột

Ngày 14.3.1975 TT Thiệu ra lệnh triệt thoái khỏi Cao nguyên

Ngày 17.3.1975 địch tiến chiếm Pkeiku – Kontum

Ngày 19.3.1975 Quảng Trị thất thủ

Ngày 23.3.1975 VC tràn vào chiếm Quảng Ngãi

Ngày 26.3.1975 Huế mất vào tay quân CS Bắc Việt

Ngày 01.4.1975 mất Tuy Hòa, Nha Trang

Ngày 03.4.1975 Đà Lạt, Cam Ranh bỏ ngỏ

Ngày 10.4.1975 Xuân Lộc bị tấn công sư Đoàn 18 và binh chủng anh hùng Mũ Đỏ đánh thắng trận oanh liệt cuối cùng trong chiến sử của QL/VNCH

Ngày 16.4.1975 mất Phan Rang

Ngày 19.4.1975 mất Phan Thiết

Ngày 20.4.1975 Biên Hòa bị pháo kích

Ngày 21.4.1975 Hàm Tân, Xuân Lộc thất thủ.

Ngày 27.4.1975 VC bắn hỏa tiễn vào Sài Gòn

Ngày 28.4.1975 Phi công phản tặc Nguyễn Thành Trung ném bom và VC pháo kích phi trường Tân sơn Nhất.

Ngày 30.4.1975 xe tăng CS vào Sài Gòn !!!

(*) [Di Tản và Vượt Biên, Bùi Trọng Cường/VN Thời Báo số 4041, ngày 24.4.2005]

Ban Mê Thuột mất như một tin hung dữ đến với mọi người. Buổi sáng ngày 10-3-1975, như thường ngày, tôi chở cô em gái tôi đến Trung tâm Điện Lực đường Hồng Thập Tự trên đường đến sở làm. Tôi vừa đậu xe, mở cửa phòng bước vào thì chuông điện thoại reo. Tôi nhấc máy, cô em tôi giọng nói như đang run sợ : "Anh ơi, Việt Cộng đánh chiếm Ban Mê Thuột đêm hôm qua rồi". Tôi hỏi "sao em biết?" -"Anh dân biểu quen em vừa gọi báo em biết khi em vào tới đây".

Cả hai anh em tôi có vẻ hoảng hốt và xúc động vì gia đình tôi có nhiều bà con họ hàng (là dân di cư) ở đó. Ban Mê Thuột với tôi có nhiều kỷ niệm của những kỳ nghỉ hè, những lần thăm ấp chiến lược, thăm các làng di cư, các khu dinh điền Hà Lan, Đạt Lý, Buôn Hô...

Một lát anh Uyển, người làm việc cùng phòng với tôi bước vào, tôi cho biết và anh ấy gọi sang văn phòng Đại tá Cầm (Chánh Văn Phòng TT) trong Dinh hỏi thăm. Bên kia đầu giây xác nhận Ban Mê Thuột đã thất thủ.

Từ sau ngày 14-3-75 sau lệnh của TT Thiệu triệt thoái

khỏi Cao nguyên, tình hình ngày càng hỗn loạn. Tin tức về những đợt người đổ xô nhau di tản, tạo thành một chuỗi biến động dồn dập. Cả miền Nam như con thuyền chồng chành trên sóng nước. Cuộc tử thủ Bình Long, An Lộc đang cầm cự thì Phước Long rơi vào tay cộng quân. Nỗi buồn chung, buồn riêng trộn lẫn. Khi mất Phước Long, tôi nghĩ ngợi xót thương hai người học trò Trung Tâm GD Tráng Niên TMG mà tôi đã làm đơn xin Nha Động viên cho hoãn nhập ngũ mấy tháng, chờ thi xong Tú Tài Một. Cả hai được chấp thuận ở lại dự thi. Thi đậu là nhập ngũ, ra trường đúng lúc đi vào mặt trận **Phước Long**. Chỉ mới vài ba tháng trước khi Phước Long mất, một trong hai Chuẩn Úy trẻ đó về Sài Gòn ghé thăm tôi. Rồi sau đó đến nay hai nẻo trời mù mịt...!

Rồi Huế rồi Đà Nẵng lần lượt bỏ ngỏ để cộng quân vào tiếp thu. Một buổi sáng vào sở làm, tôi được một anh trong phòng cho hay, "người ta đang tưng bừng đón tiếp tướng Ngô Quang Trưởng ngoài Bến Bạch Đằng, nhưng là để cách ly ông ấy". Tôi nghe vậy biết vậy, không thắc mắc. Thắc mắc lớn nhất của tôi là tại sao lại bỏ Huế. Không lẽ các đơn vị tinh nhuệ của quân lực VNCH không kìm nổi cộng quân. Nhưng những gì xảy ra đã xảy ra.

Sau ngày Đà Nẵng mất, ngày 16-4-75 mất **Phan Rang**. Tin tướng Sang bị bắt tại mặt trận khiến tôi, và có lẽ rất nhiều người bàng hoàng. Tôi có ông anh đi làm gỗ tại Bình Tuy, chờ lâu không thấy về, bố tôi ra đường Bạch Đằng, Bà Chiểu coi bói. Rất nhiều người tụ tập nhờ "thầy" xem quẻ. Một bà nhờ thầy cho biết tình trạng gia đình bà ở Đà Nẵng bấy giờ ra sao. Ông thầy bói hỏi:

- Nhà nữ có một chiếc xe hơi đậu ngay trong nhà, trùm vải lại phải không?

- Dạ, thưa thầy phải rồi, phải nhà tôi rồi.

- Trong gia đình nữ mọi người không sao cả. Người Nam (chồng của bà đi xem bói) của nữ khi lính áo đen vào thì đi theo chỉ đường nên được thong thả an thân".

Bà khách quay sang nói với mọi người: "Phải rồi nhà tôi có chiếc xe Peugeot 404 mấy tháng nay lộn xộn quá nên không chạy, dọn salon phòng khách ra sau, đem chiếc xe vào đậu ở đó".

Đến lượt bố tôi xin thầy cho biết tin đứa con đi lạc hai tuần rồi không thấy về. Ông thầy bói sau khi hỏi tuổi bấm quẻ rồi nói: "Con của Nam không phải đi lạc, con nam đi làm đường, làm đất, làm đá chi đó. Không sao đâu đang theo đoàn người chạy trốn lính áo đen, bốn ngày nữa sẽ về nhà". Đúng bốn hôm sau ông anh tôi có mặt tại Sài Gòn.

Ba ngày sau Phan Rang, đến lượt mất **Phan Thiết**, rồi Hàm Tân, Xuân Lộc thất thủ.

Ngày 21.4.1975 TT Thiệu từ chức.

Đêm 27- 4-75 VC pháo kích vào Khánh Hội, Bảy Hiền và trung tâm Sài Gòn. Cơ quan tôi làm việc bị một trái hỏa tiễn rơi cạnh trạm máy phát điện.

Ngày 28-4-75 T.T Trần Văn Hương bàn giao chính phủ cho tướng Dương Văn Minh vào lúc ngoài trời trận mưa chiều tầm tã.

Kế hoạch di tản của Mỹ
bỏ lại toàn bộ một cơ quan đầu não

Ở bất cứ thời đại nào, dưới bất cứ chính thể, chế độ nào, khi có chiến tranh từng lớp thanh niên hoặc được, hoặc bị khóac lên mình hai chữ Nghĩa Vụ để đi vào cuộc chiến.

Lịch sử cổ kim cho thấy hàng hàng lớp lớp người trai xông pha vào chiến trận, máu đổ, thịt rơi cho quê hương tổ quốc, hay cho tham vọng của kẻ cầm quyền, cho cuồng vọng của những tên độc tài tàn bạo muốn thâu tóm thiên hạ vào vòng kiềm tỏa cai trị của mình. Nhân loại đã bao phen điêu đứng bởi những cuộc chiến tranh chinh phục của Thành Cát Tư Hãn, Nã Phá Luân, Hít-le, của chủ nghĩa thực dân thuộc địa. ...

Lịch sử tiếp diễn khi chủ nghĩa cộng sản bành trướng trên một phần rộng lớn của địa cầu. Việt Nam bị chủ nghĩa này lôi vào vòng tương tranh ác liệt.

Cùng với hàng triệu tuổi trẻ cả nước, tôi đã bình thản chấp nhận lên đường tham dự vào cuộc chơi xương máu nồi da xáo thịt cho lý tưởng được khẳng định: Bảo vệ miền Nam Tự Do. Tuổi trẻ miền Bắc cũng được tuyên truyền nhồi sọ "Giải phóng miền Nam", hàng trăm ngàn thanh niên lao vào lửa đạn "sinh bắc tử nam" cho tham vọng nhuộm đỏ cả nước, biến Tổ quốc VN thành chư hầu của cộng sản đệ tam quốc tế.

Tôi lên đường khoác áo lính bằng một "Lệnh gọi nhập ngũ", bỏ lại phía sau giảng đường, lớp học, những tháng năm miệt mài sách đèn, những tháng năm trên bục giảng; thành phố, gia đình và những dự tính dở dang...

Tôi không tự nguyện đầu quân, nhưng tôi không áy náy băn khoăn, bình thản bước sang ngã rẽ cuộc đời, chấp nhận căn phần may rủi, ôm súng ra chiến trường. Rồi sau chín tháng "thao trường đổ mồ hôi", khi trên vai mang lon Chuẩn Úy, tôi thấy mình trưởng thành thực sự và tôi nhận ra Quân đội là trường học lớn, nơi rèn luyện con người.

Tôi không chạy chọt, thưa gửi một ai, nhưng quân đội không để tôi ra chiến trường hay một đơn vị nhà binh nào. Cuối khóa học tôi nhận ba bưu điệp biệt phái từ Bộ Quốc Phòng. Bưu điệp thứ nhất về Bộ Tư Lệnh Hải Quân, Bưu điệp thứ hai về Phòng Tổng Quảng trị Bộ Tổng Tham Mưu, và bưu điệp thứ ba về Nha Nhân Viên Hành Chánh Phủ Tổng Thống. "Cô Trung úy" phòng Hành chánh Trường Bộ Binh trả lời tôi "Bưu điệp thứ nhất có hiệu lực hủy bỏ hai bưu điệp trước".

Thế là tôi lại trở về đời sống dân sự, làm việc như một công chức, ngày hai buổi đi về... Công việc tôi làm lại là báo chí – Chủ Sự Phòng. Đầu năm 1975 đã có nghị định thăng chức Chánh Sự Vụ. Ngoài tám tiếng ở sở, tôi lại đi dạy học, hoạt động xã hội ở TTGD Tráng niên TMG và viết báo – Biên tập viên nhật báo Quật Cường cho tới những ngày cuối tháng Tư bảy lăm.

Tôi không có ý định ra đi cho tới chiều ngày 29- 4-75 sau khi gặp vị Trưởng Cơ quan và lái xe một vòng qua sứ quán Mỹ ở đường Thống Nhất, ra bến Bạch đằng rồi về nhà nằm đợi...

Vào khoảng tháng 3-75, ở cơ quan tôi làm việc, các nha sở cho lập hồ sơ di tản để nạp cho cố vấn Mỹ. Thành phần được vào danh sách là nhân viên cơ quan, bất kể cấp bậc, chức vụ, cùng với gia đình gồm vợ và con. Nhưng có người còn xin ghi thêm cha mẹ, anh em ruột...

Trong những ngày giữa tháng Tư chộn rộn, chúng tôi được mời họp với thượng cấp và nhận chỉ thị: -"Các anh về phòng nói với nhân viên yên tâm làm việc, tránh gây xáo trộn. Nếu có biến cố như đã dự liệu, hiện cơ quan đã có hai chiếc tàu của Việt Nam Thương Tín với lương thực đầy đủ. Một tàu dành cho gia đình; một tàu cho nhân viên của sở, khi có lệnh các anh phải có mặt tại cơ quan để còn mang theo hồ sơ...". Hầu hết nhân viên tin tưởng tuyệt đối vào kế hoạch cụ thể này. Nhưng cũng có một số nhân viên di tản trước kế hoạch theo con đường riêng. Anh Bùi Quốc Quyền thông báo với tôi và xin phép nghỉ: -"Thứ Năm tuần này tôi xin anh nghỉ. Đến thứ bảy tôi không trở lại thì sáng thứ hai anh cho ông Trưởng Ban biết tôi đã di tản". Giữa chúng tôi là chỗ quen thân từ hồi còn là sinh viên. Tôi là người vận động xin biệt phái Q. về làm với tôi sau khi anh học xong 6 tháng ở Trường Bộ Binh Thủ Đức. Q. nói với tôi: -"Nếu anh chị muốn đi và cả cô Vân (em gái tôi) thì tôi sẽ cho địa chỉ chỗ hẹn tại đường Võ Di Nguy Phú Nhuận, (gần Tân Sơn Nhất) mang theo mỗi người vài ba bộ quần áo đón taxi sáng thứ Năm đến đó, tôi đón anh chị". Tôi trả lời Q. là không thể đi bất ngờ như vậy được. Tôi cần thu xếp nhiều việc trước khi có quyết định. Quyền có người em gái làm việc và quen một tướng Không quân Mỹ, đã đưa cả gia đình cha mẹ các anh em ra đi.

Chiều thứ Hai tuần sau đó tôi đến trường trung học Phan Sào Nam (lúc này trường đã nghỉ hè – sớm hơn mọi năm) gặp ông Hiệu trưởng Phạm Văn Tâm, tức Nghị sĩ Thái Lăng Nghiêm và các ông Giám học Phạm chí Chính, Phạm Thanh Giang, Giám đốc, tôi hỏi – "Tình hình có vẻ căng lắm. Theo các ông nếu đi được lúc này có nên đi không?"

Ông Thái Lăng Nghiêm không trả lời mà hỏi lại tôi – "Anh làm trong đó thấy tình hình thế nào?" Tôi cho các ông ấy biết, "Trong tôi đã có kế hoạch di tản phòng hờ. Mấy hôm trước đã có lệnh thiêu hủy một số loại hồ sơ tối mật". Ông Thái Lăng Nghiêm nghe xong không nói gì, nhưng ông Giang nói "Đi được cũng nên đi".

Tôi về nhà, mỗi ngày đi làm như thường lệ, mà không hề có ý tưởng tìm đường ra đi. Sáng ngày 22-4 tôi đã bỏ một chuyến đi chính thức do Tòa Đại sứ Mỹ thu xếp. Chuyến đi do một cô học trò cũ ghi đơn và nạp cho sứ quán Mỹ từ ba tuần lễ trước đó. Cô tên là Vũ thị Xuân Thu làm việc cho ngân hàng Manhattan ở Đà Nẵng, di tản về Sài gòn ở nhà cha mẹ, cạnh nhà tôi. Khi cô Thu báo tin cho gia đình tôi ngày giờ tập họp tại một biệt thự ở đường Công Lý để lên xe buýt ra phi trường, tôi hỏi ý kiến bố tôi. (Việc này chỉ tôi và bố tôi quyết định). Ông cụ nói với tôi một câu khiến tôi không thể có ý kiến gì khác:

-"Đi lúc này là đào ngũ đó con!".

Tôi báo cho Thu biết và hỏi ý có thể dời lại chuyến sau được không? Thu trả lời tôi:

- "Cậu (người Bắc gọi thay tiếng Bố) em còn đóng quân ở Long Khánh chưa về, em cũng phân vân quá. Nếu không đi được, VC vào đây em sẽ nhảy xuống sông Bạch Đằng tự tử...". Trong những ngày cuối tháng Tư hỗn độn ấy tôi không gặp Thu. Sáng ngày 1 tháng 5 Thu với người chồng sang cầu Tân Thuận lên tàu ra đi. Hiện gia đình cô ấy ở San Diego.

Sáng ngày 1 tháng 5, tôi nghĩ không còn con đường nào thoát nữa nên ngồi nhà chờ... Tôi nghĩ đến cái chết, tôi nghĩ đến lao tù, đến những trận nhục hình ám ảnh từ thời CCRĐ. 11 giờ trưa một người học trò cũ tên là Vinh đạp xe đến nhà gặp tôi báo tin người bạn của em và là một phi công F5 đã tự tử tại phi trường Tân Sơn Nhất sáng 30-4. Vinh kể cho tôi biết.

Chiều 29-4 Quang từ TSN về nhà ở xóm Bùi Phát, đường Trương Minh Ký (Trương Minh Giảng nối dài) đón người yêu là tên là Phượng, không gặp được Phượng, trở lại TSN thì phi đội F5 đã bay đi. Sáng 30-4 sau khi tướng Dương Văn Minh tuyên bố đầu hàng, Quang rút súng tự tử. Gia đình đã hay tin và đang ra phi trường lấy xác.

Nghe câu chuyện thương tâm tôi thật xúc động nhưng trong lúc tâm trạng rã rời, bất an, tôi bảo Vinh về liên lạc với gia đình có tin gì về Quang, cho tôi biết. Từ đó Vinh không trở lại, bặt tin nhau đến nay.

Nguyễn Minh Quang là một học sinh gia đình nghèo, hiếu học. Em ghi danh học lớp luyện thi Tú tài I tại TTGD/TMG những buổi không có giờ học em phụ giúp công việc với thư ký văn phòng. Quang xin tôi cho sử dụng một phòng trống để học ôn bài cùng một người bạn nữ sinh, tên là Tuyết. Tôi để ý thấy hai em này thường thảo luận bài học với nhau rất nghiêm chỉnh và chăm chỉ. Cuối khóa cả hai đều thi đậu. Quang vẫn mỗi tối đến trường học bài và phụ giúp Trung tâm. Chưa hết niên khóa, Q. đến nhà cho tôi biết em đã ghi tên vào Không quân. Trước ngày ra Nha Trang năm 1972 Q. đến nhà chào từ giã tôi và trao tấm thiếp mừng đám cưới thầy cô. Ngày Quang sang Mỹ học cũng đến chào tôi và ngày từ Mỹ về em đến thăm và tặng tôi một chiếc radio, tôi từ chối:

- "Tôi biết gia đình em khó khăn, em lo cho gia đình, cảm ơn em tôi có rồi". Quang lấy ra khẩu súng nhỏ (loại bỏ túi), hiệu Thompson tặng tôi, tôi cũng từ chối và cố nói lời để em không buồn tôi. Tôi tiễn em ra về và từ đó xa luôn. Có thể Quang đã dùng khẩu súng nhỏ kia để kết liễu đời mình. Tôi có gửi chi tiết này nhờ Trung tá Phi công Võ Ý hỏi dò trong binh chủng Không Quân có ai biết chi tiết gì thêm về phi công trẻ Nguyễn Minh Quang không. Tôi chưa được người bạn văn Võ Ý cho biết.

Bảy ngày sau khi Sài Gòn đổi chủ, một buổi chiều có một người đạp xe đạp đến nhà trao tôi một miếng giấy hẹn 8 giờ sáng hôm sau vào trình diện tại một cơ quan cũ của Cục Phản gián Phủ Đặc Ủy TƯTB ở đường Trần Bình Trọng.

Dân miền Nam sau những ngày hỗn loạn, người Sài Gòn sau mọi cố gắng đi tìm con đường di tản, vượt thoát bất thành, tất cả bàng hoàng trước cơn ác mộng đổ ập xuống mỗi con người, mỗi gia đình khi chứng kiến cả một chế độ, cả một giềng mối quốc gia sụp đổ. Người dân ngơ ngác hoang mang trước một cuộc đổi đời. Nỗi ám ảnh sợ hãi một quá khứ còn tươi máu chưa rời: những tàn bạo trong thời chiến, những vụ bắt cóc, ám sát, phá đường, giựt sập cầu, giựt mìn xe đò, pháo kích, bắn tỉa, những tin đồn sẽ có cuộc tắm máu.v.v...

Nỗi ám ảnh đó đã thẩm nhập vào tim óc mọi người, từ thôn quê đến thành thị, mà không cần phải học tập, tuyên truyền. Bởi người dân miền Nam đã từng chứng kiến, từng trải qua, từng chịu đựng, từng là nạn nhân, kẻ mất con, người mất cha, mất chồng, mất vợ....

Không phải chỉ ở nông thôn mà cả những người ở thành thị, như trường hợp bà mẹ của chị dâu tôi, cư ngụ tại thành phố Biên Hòa, trong một lần đi trên chuyến xe Lam (Lambretta) về miệt ngoài Tân Uyên làm giỗ mẹ. Chiếc xe chở hơn mười người khách ấy, trong số có bà và người con gái đang mang thai, bị giựt mìn chết không toàn thây. Nhiều người dân ở Khánh Hội, Bà Điểm, Xóm mới, Gò Vấp cũng mất mẹ, mất cha, mất chồng, mất con. Cho nên không phải là chuyện tiếu lâm bịa đặt khi một người bộ đội vào Sài Gòn sau ngày 30 tháng Tư, hỏi một bà cụ:

- "Má thấy cách mạng về giải phóng rồi vui không"? Bà cụ trả lời rất thành thật:

- "Vui lắm chú, từ bữa có cách mạng giải phóng về đến nay Việt cộng không còn pháo kích nữa, không có ai chết, hết lo sợ, đêm ngủ yên..."

Để trấn an, nỗi lo sợ của tuyệt đại đa số người dân, cũng để trấn áp dư luận và để sửa soạn "hợp thức hóa" những biện pháp đối xử với sĩ quan, viên chức chế độ cũ, bộ phận đầu não của chế độ mới đã đưa ra một văn bản phổ biến sâu rộng trong dân chúng Sài Gòn dưới hình thức học tập, thảo luận tại các tổ dân phố, từ hạ tầng cơ sở đến trung ương trên lãnh thổ miền Nam, đặc biệt chú trọng các thành phố lớn như Sài Gòn Gia Định, Huế, Đà Nẵng, Cần Thơ v.v.

Tại Sài Gòn tài liệu này được đem học tập thảo luận nhiều đêm ở mỗi tổ dân phố, có cán bộ từ trên về chỉ đạo. Đây là một hình thức học tập rập khuôn theo phương thức trong Cải Cách Ruộng Đất vào những năm 1955 - 1956 ở miền Bắc. Tài liệu này có 6 đề mục, dài hơn sáu trang đánh máy với cỡ chữ (size) 11. Xin trích tóm lược những ý chính trong mỗi đề mục đó. Những dòng chữ trong ngoặc, trích y nguyên văn, kèm ý kiến của người viết.

"tài liệu phát động quần chúng"

1./ *Chế Độ Mỹ Ngụy Đối Với Nhân Dân Ta Như Thế Nào?*

Nguyên văn tiêu đề thứ nhất đặt ra câu hỏi rồi tự trả lời. Phần trả lời chính là bài học mà người dân phải thuộc, phải nhớ, phải nghe theo. Bất cứ ý kiến nào trái ngược lại đều là phản động, là tay sai Mỹ ngụy, là bán nước, là Việt gian.

Tài liệu phổ biến còn ghi thêm các "tội trạng" được soạn sẵn gán cho sĩ quan viên chức chế độ cũ, đồng thời đưa ra lời kêu gọi người dân "tố khổ", kích động mối căm thù truyền kiếp, kích động chia rẽ tình tự dân tộc:

- *"Chúng bắt bớ giam cầm, tra tấn, bắn giết hành hạ đồng bào yêu nước một cách dã man...."*
- *"Chúng vơ vét các giới đồng bào rất thậm tệ..."*
- *"Trước đây ta khổ mà phải cắn răng chịu. Bây giờ giải phóng rồi, nói hết nỗi khổ của ta, nói cho bỏ những ngày tăm tối vừa qua. Không ai được ngăn cản bà con ta hết."*
- *"Tội ác của đế quốc Mỹ và tay sai chồng chất bao năm rồi. Cao hơn núi, sâu hơn biển, mối thâm thù này đồng bào ta khắc cốt ghi xương đời đời còn truyền lại cho con cháu".*

Mối thâm thù khắc cốt ghi xương, đời đời truyền lại...
Lấy mắt trả mắt, lấy răng trả răng...

Ở miền Nam trước năm 1975 ít ai nghe hai chữ "Việt gian", không có từ "bán nước", cả nghĩa đen lẫn nghĩa bóng. Sau năm 1975 bỗng dưng hàng trăm ngàn người được chụp cho cái nghề, cũng là cái tội "bán nước" và bị bắt đi tù.

Ngày nay, sau hơn 30 năm cuộc chiến chấm dứt, người dân đã thấy rõ trắng đen, đã nhận rõ sự thật *"Đế quốc Mỹ sang cướp nước ta, bọn tay sai cho Mỹ bán rẻ nước Nam ta cho Mỹ...."* như thế nào. Ai cướp nước và ai bán nước? Ai dâng Bản Giốc? Ai dâng Ải Nam quan cho Trung cộng?

Ngày nay, "đế quốc Mỹ" đã có mặt từ Sài Gòn tới Hà Nội. Tướng Phạm Văn Trà đến Trần Đức Lương, Nguyễn Tấn Dũng đã phải đích thân sang tới Washington gặp những giới chức đầu sỏ của "đế quốc". *"Bọn tay sai cho Mỹ"* ngày trước *"bán rẻ nước Nam ta cho Mỹ...."* nhưng nước Nam không mất một tấc đất, ngày nay nhà cầm quyền Hà Nội, đảng Cộng sản Việt Nam đã dâng cho "bá quyền" Trung Quốc ải Nam quan, thác Bản Giốc và một phần lãnh hải. Công nhân Trung quốc tràn vào VN khai thác tài nguyên!

Tiêu đề thứ hai, bản tài liệu viết:

"2./ Nhân Dân Ta Đã Làm Gì Đối Với Chế Độ Mỹ Ngụy?"

Và câu trả lời là:

"Quân dân ta đã đánh đuổi được lũ xâm lược Mỹ... Quân dân ta đã đập tan ngụy quân, ngụy quyền ....."

Hai đề mục thứ ba và thứ tư của bản tài liệu nêu lên tình hình ở các nơi sau ngày 30 tháng Tư – 75, theo đó:

"3./ Ở Sài Gòn Gia Định Quân Dân Ta Đã Làm Gì?

Trả lời:

- "Quân dân ta đã giải phóng Sài Gòn rất nhanh... Giải phóng rồi điện nước còn nguyên, giao thông đi lại bình thường, hỗn loạn chấm dứt... Tuy quân địch tan rã nhưng sự chống cự lẻ tẻ chưa hết hẳn..."

4./ Nhiệm Vụ Chống Địch Của Nhân Dân Ta Đã Hoàn Thành Chưa?

- "Hiện nay chưa thể gọi là đã hoàn thành. Một số tên ngoan cố vẫn còn tìm cách phá hoại, xuyên tạc, gieo rắc nghi ngờ... thậm chí chúng ám sát chiến sĩ ám sát đồng bào".

- "Một số ít phần tử ác ôn không ra trình diện, nạp súng đầu hàng. Một số người trước đây làm công cụ cho địch áp bức bà con, nay vẫn còn đó tiếp tục *'thống chế'* tư tưởng đồng bào. Cũng có người chui vào một số tổ chức của cách mạng ở hạ tầng".

Tiêu đề thứ năm, bản tài liệu đưa ra những sự kiện "tội ác" của Mỹ ngụy nhưng thực ra đó chính là những biện pháp họ đề ra để áp dụng đối với giới chức chế độ cũ.

5./ Trước đây Mỹ Ngụy Đã Đối Xử Với Cán Bộ Chiến Sĩ Và Đồng Bào Bị Chúng Bắt Giữ Như Thế Nào? Đối Với Gia Đình Cách Mạng Như Thế Nào?

- "Chúng bắt bớ giam cầm bừa bãi. Chúng bắt cả người già bỏ tù cả trẻ em mới sanh. Chúng tra tấn đồng bào, cán bộ bằng đủ thứ cực hình. Đối với gia đình có chồng con đi làm cách mạng, chúng ép, bắt giam, tống tiền, chúng bắt trình diện, bắt tập trung..."

6./ Cách Mạng Đối Xử Với Binh Lính Sĩ Quan Ngụy Quân Nhân Viên Ngụy Quyền Gia Đình Binh Sĩ Như Thế Nào?

- "Toàn bộ ngụy quân ngụy quyền đều có tội với tổ quốc. Cần phải đập tan bộ máy đó. Kẻ nào kháng cự thì tiêu diệt mà đã tiêu diệt thì tiêu diệt đến cùng. Phần lớn đã buông súng đầu hàng, ra trình diện nạp vũ khí. Họ là những hàng binh, tù binh trong trong tay các lực lượng võ trang giải phóng. Có người lo rằng cách mạng sẽ đối xử với họ như họ đã từng đối xử với cán bộ, chiến sĩ và đồng bào ta sa vào tay chúng. Họ cho rằng nếu đối xử như vậy thì cũng không ai có quyền tranh cãi vì đó cũng chỉ là sự công bằng thông thường 'lấy mắt trả mắt, lấy răng trả răng' mà thôi".

Bản tài liệu này không khác nội dung tố khổ "tội ác" địa chủ trong cuộc CCRĐ, cũng bịa ra cáo trạng tội ác của "ngụy quân, ngụy quyền" như *"bắt cả người già bỏ tù cả trẻ em mới sanh, tra tấn đồng bào, cán bộ bằng đủ thứ cực hình. Đối với gia đình có chồng con đi làm cách mạng, chúng ép, bắt giam, tống tiền, bắt trình diện, bắt tập trung..."* để rồi phán quyết **"lấy mắt trả mắt, lấy răng trả răng"**.

Thực tế, bản tài liệu học tập này đã hoàn toàn phản tác dụng. Không như trong CCRĐ ở miền Bắc, đám bần cố nông vô học, lại mơ tưởng vào lời hứa hẹn đổi đời, nên một số răm rắp nghe theo lời đảng tố cáo những tội ác hoang tưởng nhắm vào địa chủ. Ở miền Nam, mọi người nhìn thấy bên nào chính nghĩa, bên nào tà gian. Đám cán bộ tập kết, 20 năm sau trở trở về, không những không thấy vợ con của mình bị *bắt giam, tống tiền, bắt trình diện, bắt tập trung...* mà ngược lại con cái đứa nào cũng học hành đỗ đạt, nhà cửa xây cất lại đôi ba tầng lầu, khang trang giàu có nên chẳng ai mở miệng nói ngược lại với thực tế, như tài liệu hướng dẫn.

Trước và sau ngày tù cải tạo về, tôi có dịp tiếp xúc và chứng kiến một số trường hợp cụ thể về những gia đình có người đi tập kết. Một Thượng tá có đứa con trai tên là Thanh đã di tản sang Mỹ trước ngày 30-4.75, ông này tuyên bố trước gia đình, họ hàng một câu chắc nịch –"Tôi sẽ đưa thằng Thanh về, bằng mọi giá". Khi tôi đi tù về hỏi thăm thì được biết ông Thượng tá này viết thư sang bảo con: "Đất nước độc lập, hòa bình rồi, con phải thu xếp về gặp Ba, sống với ba má và gia đình". Người con trai xa bố đã 20 năm viết thư trả lời ông:

- "Khi nào ba bỏ cộng sản thì con sẽ về. Mà dù ba bỏ CS thì ba vẫn còn lỗi với má, với các con và còn tội với miền Nam."

Cảm nghĩa khí đó của Thanh, sang đến Mỹ tôi có liên lạc với anh vài lần. Thanh đã mất vì tai nạn, và giấc mơ đoàn tụ với người con trai của ông Thượng tá VC đã thành mây khói!

Một ông cùng đi tập kết với ông Thượng tá trở về, khi được hỏi tình hình ngoài Bắc thế nào, ông nói nhỏ cho một số người thân tín cùng nghe: "Tất cả chỉ là bịp"!!

tháng tư – để quên và để nhớ

Không phải riêng một ai, mà với tất cả quân cán chính và hàng triệu người dân miền Nam, trong đời mình, khó có thể quên được chuỗi ngày biến động cuối tháng Tư 1975.

Trong tôi chất chứa cả một "ao tù, nước đọng", khi nào cũng như muốn được khơi giòng cho vơi cạn, nói một lần với mọi người, từ những chuyện nhỏ tới những chuyện "đại sự" liên quan đến mệnh hệ chung; cũng là một chuỗi đan kết liên lụy cả một đời người. Tôi đã lăn lóc từ hết ngõ ngách này đến ngõ ngách khác của cuộc sống, đủ mùi vị đắng cay, ngọt bùi; khổ đau, hạnh phúc.... Cứ mỗi đoạn đời qua đi là một dấu mốc dĩ vãng in hằn những vết tích trong tâm não. Và cứ mỗi lần đến một chu kỳ thời gian nào đó của mỗi dấu mốc thời gian và sự kiện là trí não lại dội ngược trở về với những tai ách mà người dân nước tôi đã gánh chịu suốt gần một thế kỷ vừa qua.

Một trong những tai ách trong đời, một tai ách làm rung chuyển đến chín tầng thiên địa, làm héo rũ trái tim, đã ập xuống trên vận mệnh của cả hàng chục triệu con người, mà nếu không chết đi thì ám ảnh đó sẽ khó mà nhạt mờ trong tâm trí: đó là ngày chế độ dân chủ tự do miền Nam sụp đổ!

Từ ngày thoát ra khỏi vũng tối u trầm của quá khứ, tất cả

những cảnh tượng hãi hùng kinh khiếp ấy như cứ mãi bám lấy con người tôi từng mỗi phút giờ, khi ăn, ngủ, làm việc, nghỉ ngơi, ngay cả khi tôi ngồi đơn lẻ ở một nơi nào đó, cũng lẩm nhẩm một mình... hay khi trò chuyện với người khác; nhắc lại, kể lại với bằng hữu, với thân thuộc, với con cháu, với những người vẫn muốn được nghe lại, được nhắc lại, được ghi chép lại cho hôm nay, cho mai sau.

Bà chị dâu tôi trước đây vẫn thường lên tiếng như trách ông anh tôi: -"Chuyện tù đày, chết chóc ấy có hay ho chi mà cứ nhắc lại, kể lại hoài... ". Nhưng nhờ "nhắc lại, kể lại" mà các con của anh chị tôi đã biết được và không quên bố của các cháu đã bất ngờ, nghe đọc lệnh bắt giam ngay giữa lớp học của "thiên đường XHCN", ngỡ ngàng bỏ trường lớp, bỏ học trò vào trại tập trung cải tạo Thanh Cẩm.

Hầu như tất cả những gia đình Việt Nam từ Nam chí Bắc không ai không là nạn nhân; Và ít ai thoát khỏi hệ lụy chính trị bởi trận đồ dẫn dắt đất nước lọt vào cái tròng chủ nghĩa Mác Xít, ngay cả bí thư của ông HCM và những người từng góp tay vẽ nên trận đồ này cũng không thoát nạn.

Biến cố 30 tháng Tư là dấu ấn lịch sử đen tối của dân tộc. Và ngày đó lịch sử không quên, mọi người Việt Nam không quên, anh chị không quên. Nếu quý vị không còn, con cháu quý vị sẽ nhắc lại những gì mà chúng được biết, được nghe, được đọc, bởi quý vị cũng như tôi là nhân chứng thời cuộc, đã ngụp lặn trong đó, đã từng chết lên sống xuống, từng lê lết đi khắp ba miền đất nước, xuống Nam ngược Bắc, vượt biển, vượt rừng, trốn chạy con người, rời bỏ đất nước, để rồi khi đó nhìn lại quê hương, đồng bào chỉ thấy khổ đau và bội bạc.

Trong lịch sử cổ kim, chưa có đất nước nào, đồng bào nước nào như lịch sử VN dưới bàn tay cuồng bạo của chủ nghĩa Cộng sản?

Năm 1956 tôi đã từng vượt thoát khỏi biên cương tổ quốc để được che chở đùm bọc, tránh đại nạn thanh trừng giai cấp... tôi đã đi khỏi chốn thôn quê nghèo nàn tăm tối, nồng nặc oán thù, đến nơi thành thị phố xá đất khách quê người; Tôi từng học hành bay nhảy nơi thành phố, xã hội, cộng đồng an vui... rồi một sáng thức dậy hứng chịu cuộc đổi đời tăm tối. Từ ấm no, tự do sung túc đến đói nghèo, cơ cực, xiềng xích tù đày.

Mười giờ sáng ngày 30.4.75, lịch sử sang trang. Nhưng hai ngày trước đó, ngày 28 và 29, trong tôi có những ký ức khó quên. Tôi cảm nhận ngày 28 tháng Tư là ngày cáo chung của thể chế dân chủ miền Nam qua hai chế độ đệ nhất và đệ nhị cộng hòa. Tôi cùng hàng triệu người đã "đánh mất" một vùng trời đất nước chọn làm chốn dung thân. Tôi rời bỏ nơi đó vào giây phút cuối cùng của ngày định mệnh trong tiếng thở dài, không nghĩ đến thù hằn, oán hận. Tôi đè nén hết mọi thành kiến ưu tư, đổ hết sự mất mát rủi may vào vận nước.

Trong suốt mười lăm năm hít thở không khí tự do, trong lành của xã hội miền Nam, đến buổi chiều ngày 28 tháng tư tôi đành bỏ lại phía sau quãng đời rộn rã và một khoảng trời xanh êm ả. Đó là ngày tất cả bỏ tôi. Tôi lặng lẽ cúi đầu, lầm lũi bước đi vô định, đó là: *Ngày tôi rời trận đồ/ngã đời đêm hoang vắng/sơn hà nhuốm tóc tang/ chiến công rời súng đạn/ ... Tôi quay gót cúi đầu/ trả lại đời tiếng gọi/giữa vô vàn thương đau/người bặt câm tiếng nói...* **(Ngày Xóa Trận đồ, THCM, Cội Nguồn 1996, tái bản 2002)**

1 giờ chiều ngày 28 tháng Tư cả bầu trời Sài Gòn đen kịt, rồi mưa như trút. Hòa nhịp với trận mưa ngoài trời là không khí ngột ngạt tức tưởi bên trong Hội Trường Diên Hồng, nơi đang diễn ra cuộc chuyển giao quyền lực. Những bài diễn văn hôm đó cũng chính là những bài điếu văn tiễn biệt một chế độ đã tồn tại suốt 20 năm với đủ những buồn vui, hạnh phúc, xứng đáng để một nửa đất nước chiến đấu bảo vệ.

Chiều hôm đó tôi đến phòng làm việc, khi trận mưa bắt đầu; và tôi ra về khi mưa vừa nhẹ hạt. Tôi được giao thu lại hai bài diễn văn, một của Tổng Thống Trần Văn Hương, một của Tướng Dương Văn Minh. Đến giữa bài diễn văn thứ hai, tôi đứng lên, bỏ công việc đó cho người phụ tá giám đốc, cặp mắt tôi cay xè, trí não gần như tê điếng, tôi ra sân lái xe về nhà. Về tới ngõ, đúng vào lúc viên phi công phản tặc Nguyễn thành Trung ném bom phi trường Tân Sơn Nhất. Mấy người hàng xóm ra sân la lớn "Nguyễn Cao Kỳ đảo chính"! Tôi mở cửa xe, vội vã lên sân thượng nhìn theo cho đến khi chiếc máy bay A37 khuất hút. Tôi bước vào phòng ngả lưng nằm xuống chiếc ghế đan. Cả thân người mềm nhũn.

Suốt đêm 28 tôi chỉ chợp mắt được vài ba lần. Tiếng đạn pháo và hỏa tiễn bốn bề rót vào ngoại ô Sài Gòn réo lên từng đợt như xé tâm can. Tôi ngồi dậy mở đèn sáng để bớt đi cái cảm giác ghê rợn, cảnh những xác người giẫy giụa, những thịt nát xương tan, những khu nhà cháy rực, những tiếng kêu gào thảm thiết, những máu và nước mắt... Ngoài đường từng chiếc xe Lambretta, loại chở khách, chất đầy người bị thương, người chết, nối đuôi nhau chạy từ ngã Tư Bảy Hiền về hướng trung tâm thành phố tìm vào các bệnh viện. Tôi mở cửa nhìn ra thấy những tay chân, máu me nhuộm đỏ đu đưa từ hai bên thành xe.

Sáng 29 tháng Tư, cũng như những ngày khác trong năm năm trước đó, tôi vẫn ngày hai buổi đi về trên những con đường thân thuộc từ nhà tới cơ quan, nơi đặt tổng hành dinh tình báo chiến lược của miền Nam Việt Nam. 7 giờ 30 sáng mỗi trạm gác trên đường Cường Để và cạnh Công Trường Mê Linh, bến Bạch Đằng vẫn có nhân viên an ninh sắc phục canh gác. Tôi lái chiếc xe du lịch rời nhà đến sở với tâm trạng thật bình thản như những ngày thường nhật đi về. Đến đường Cường Để, tôi giảm tốc độ, chìa tấm thẻ an ninh với người lính gác, nở nụ cười chào hỏi quen thân. Người lính gác đưa tay chào. Một cái vẫy tay, chiếc xe lăn chậm. Cửa kính đã quay xuống. Gió buổi sáng trên sông Sài Gòn thổi hắt vào xe một cảm giác dễ chịu. Tôi nghe lòng thanh thản hơn. Chiếc xe dừng lại trước cổng cơ quan, một nhân viên trong toán an ninh cơ sở có mái tóc quăn dúm, người cao to bước ra mở cửa.

Hai cánh cửa sắt như hai cánh bướm khổng lồ xòe rộng.

Tôi nhìn vào phía trong, một không khí vắng lặng khác hẳn với những thường ngày trước đó. Nhân viên an ninh hỏi tôi: "Hôm nay ông đến sớm", thay lời chào. Tôi đáp lại: "Sớm hơn một tý". Đi thêm một đoạn đường chừng hai trăm thước, tôi đậu xe phía sau hông tòa nhà ba tầng lầu, nơi tôi làm việc. Tòa nhà lầu này nghe nói được xây dựng từ thời Tây thực dân, đã già hơn trăm tuổi. Tầng thứ ba là nơi làm việc của vị Tướng, Trưởng cơ quan và các phụ tá. Tầng thứ hai dành cho Nha Kế hoạch và lầu trệt là nơi làm việc của Sở An ninh Nội Chính, bí số A10.

Tôi làm việc tại tầng lầu dưới cùng này. Cửa văn phòng khép hờ, người trực ca đêm đang nằm trên chiếc ghế bố thấy tôi vào, ngồi bật dậy, thả tờ báo đang cầm trên tay xuống bàn và cho tôi biết đêm qua có mấy gia đình dưới khu Câu Lạc Bộ kéo lên xin ngủ nhờ để tránh pháo kích. Không ai dám cho đám người tránh nạn vào phòng làm việc của cơ quan, dù họ là thân nhân, gia đình nhân viên nội trú. Không ai được vào ngủ trong phòng. Họ nằm chật cả hành lang. Đàn bà và trẻ em. Một trái hỏa tiễn pháo kích rơi cạnh nhà máy phát điện của cơ quan, không gây thiệt hại nào, nhưng tổn thất rất lớn về mặt tâm lý.

Nhân viên trực về rồi, tôi thấy căn phòng quen thuộc lâu nay như trống rỗng, như bớt phần thân thiết.

Cả toàn bộ khu vực cơ quan còn vắng lặng. Tất cả hoàn toàn yên tĩnh. Tôi mở tủ sắt đọc một trong những bản danh mục hồ sơ lưu trữ. Nhiều ngăn tủ đã trống rỗng sau khi hàng chồng hồ sơ tối mật tôi đã nhận chỉ thị thiêu hủy vào một đêm khuya, mấy ngày trước đó.

8 giờ sáng, nhìn ra ngoài tôi thấy đã có mấy chiếc xe gắn máy, vài chiếc Vespa đậu sát hành lang của những tòa nhà nơi họ làm việc. 9 giờ xe của Trưởng cơ quan đã đậu ở sân sau. 10 giờ tôi và một số người khác được gọi lên trình diện "Ông phụ tá". Mọi người trong cơ quan vẫn quen gọi ông là "Ông Phụ

tá", mặc dù lúc đó ông đã là Trưởng cơ quan, không còn là phụ tá Kế hoạch của vị tướng tiền nhiệm nữa. Vị tướng – nghe nói đã cùng gia đình rời khỏi nước trước đó mấy ngày. Ông Phụ tá là một Đốc Sự Hành Chánh Thượng hạng Ngoại hạng, ngạch hành chánh cao nhất của công chức miền Nam. Ông cũng là tác giả cuốn sách nổi tiếng "Tử Vi Hàm Số".

Vẫn với cung cách đơn sơ, gần gũi thuộc cấp, ông cho biết cơ quan đã cử hai giới chức cao cấp sang tiếp xúc với tòa Đại sứ Mỹ để thu xếp cho kế hoạch di tản như đã trù liệu và đã được các cố vấn Mỹ đảm bảo từ mấy tháng trước.. Ông chỉ thị những người có mặt về phòng trấn an nhân viên chờ đợi kết quả từ sứ quán Hoa Kỳ. Nhân viên các phòng chỉ lưa thưa mấy người. Số đông không đến nhiệm sở.

Tôi trở về phòng, lẩn quẩn với đủ điều suy nghĩ. Một vài nhân viên ghé vào xin phép tôi được nghỉ để thu xếp việc nhà. Ông trưởng Ban, Phó Ban, không có mặt. Một vài người gọi điện thoại vào hỏi "có gì lạ không"?

Tôi kê chiếc ghế bố nằm đọc báo, nghe radio, chờ đợi, không biết là đang chờ đợi cái gì. Anh Chủ nhiệm nhật báo Quật Cường và anh Nguyễn Trọng Hiền, Sĩ Quan An ninh ghé vào. Ba anh em chúng tôi vẫn chuyện quẩn quanh "đi, ở..." Cả ba hẹn nhau nếu người nào biết có nơi "thoát" được thì tin cho người kia cùng đi. Sáng 30.4 hỗn loạn, mạnh ai nấy lo.

Hai anh bạn kia đi ra biển, hơn tháng sau tôi đi lên rừng... "học tập cải tạo", khoảng 20 năm sau mới gặp lại nhau ở Mỹ.

Thời gian vẫn là những khoảnh khắc tiếp nối trôi qua thản nhiên bình lặng, nhưng hơn tám tiếng đồng hồ hôm đó, một khối nặng tâm lý đè lên, trì kéo, để cũng chỉ tám tiếng đồng hồ như hôm qua, hôm trước trở nên nặng trịch, kéo lê trong não trạng con người.

Sau 4 giờ chiều, Ông Phụ Tá, quyền Trưởng cơ quan từ trên lầu đi xuống. Ông vừa bước ra sân, các nhân viên thuộc cấp của ông, trong số có tôi, chạy đến xúm vây quanh ông, như những nạn nhân đang trôi nổi giữa dòng bám vào chiếc thuyền mong cứu hộ. khoảng hơn chục người bu quanh nghe ông:

-"Ông Tm và Đại tá Tn được cử sang Tòa Đại Sứ Mỹ thu xếp cho cuộc di tản của chúng ta đã lên máy bay đi rồi. Thôi, các anh về đi, mỗi người tự thu xếp, lo cho gia đình. Tôi cũng như các anh".

Vài anh em nhìn ông tỏ vẻ không tin:

-"Ông Phụ Tá có thông hành rồi phải không? Còn chúng tôi làm sao mà tự lo liệu được".

Một anh khác chen vào:

-"Thì cùng nằm bên nhau trong đống xương vô định".

Không còn gì nữa để nói, vài câu chuyện như nói lên lời an ủi, nói lên điều âu lo, tất cả nhìn lại từng dãy nhà, từng phòng làm việc, như quyến luyến giã từ một nơi chốn mến thân trước khi từ giã nhau, vội vã ra về. Mạnh ai nấy... chạy.

Sau khi vào trại Long Thành, tôi gặp lại ông Phụ Tá nhiều lần trong sáu tháng đầu chung trại. Ông Phụ Tá đã chết trong một trại tù cải tạo ngoài miền Bắc.

nhận "giấy mời" của "cách mạng"

Thật bất ngờ và cũng thật "dễ sợ". Một tuần lễ sau khi dép râu, nón cối tràn ngập Sài Gòn, chiều ngày 8.5.1975, một người đi xe đạp tới nhà, trao cho tôi một mảnh giấy có tiêu đề "Giấy Mời". Và nói với tôi – "Ngày mai anh phải tới đúng giờ quy định". Tám giờ sáng hôm sau tôi đạp xe đến tòa nhà nguyên là nha sở ngoại vi của Trung Ương Tình Báo tại đường Trần Bình Trọng. Tôi được dẫn lên lầu một. Người cán binh giọng Bắc mở cửa phòng chỉ vào – "Anh ngồi chờ".

Tôi chỉ kịp thấy trong phòng có một cái ghế đặt cách xa một cái bàn phía góc, rồi cửa phòng đóng sập lại khi tôi vừa ngồi xuống. Bóng tối đen kịt bao trùm. Tôi không có cảm giác sợ hãi lo lắng mà cứ băn khoăn chuyện gì sẽ xảy ra đây? Tôi đặt ra nhiều nghi vấn và nghĩ đến tình huống xấu nhất là tôi có thể bị đem đi thủ tiêu chung với một số người khác. Lúc vừa đến dựng chiếc xe đạp cuối sân, tôi thấy anh Phạm Văn Tốt cũng là một Chánh Sự Vụ, Đốc Sự Hành chánh vừa bước vào cửa, nhưng khi tôi vào không thấy anh ấy đâu. Tôi ngồi chờ đợi trong bóng đen mờ mịt, với vô vàn ý nghĩ miên man cho tới gần mười hai giờ trưa, người cán binh hồi sáng mở cửa phòng, ló đầu vào và nói "sao anh không bật đèn lên". Tôi được dẫn xuống lầu trệt, vào một phòng khác. Người cán binh kia trao cho tôi mấy tờ giấy và cây bút bảo tôi hãy tự khai ba mục: 1./ Lý lịch cá nhân. 2./ Cấp bậc, chức vụ, quá trình làm việc. Và 3./ Tên họ và địa chỉ của cấp trên và của nhân viên cùng phòng.

Người cán binh vẫn ngồi bên cạnh tôi. Viết xong, tôi trao hết mấy tờ giấy cho anh ta. Y ngồi đọc một lúc rồi cầm đi. Khoảng nửa tiếng sau trở lại bắt đầu gợi chuyện hỏi han tôi với thái độ ra điều vui vẻ. Trong câu chuyện tôi nói lên ý nghĩ mong mỏi sau khi hết chiến tranh, đất nước sớm được hồi phục, giàu mạnh. Trong Nam đã tìm ra được giếng dầu, Ngoài Bắc có mỏ than, mỏ thiếc, đó là nguồn tài nguyên đầy hứa hẹn. Người cán binh ấy nói lại: - "ở ngoài Bắc chúng tôi cũng đã tìm được những giếng dầu. Như ở Thái Bình những giếng dầu vừa tìm thấy, dân được múc về dùng, nhà nước cho dân tự do khai thác...". Nghe tới đây tôi liền đánh giá anh này chỉ là một thứ "cán ngố" cấp Tiểu đội là cùng. Tôi thấy nhẹ nhõm hơn. Anh ta lại đứng dậy rời khỏi bàn, bỏ đi. Có lẽ đi nhận lệnh thượng cấp rồi trở lại nói với tôi:

- "Thôi anh về. Không được đi ra khỏi địa phương. Nếu cần đi đâu phải xin giấy phép".

Đến ngày có thông cáo "trình diện học tập" của Ủy Ban Quân Quản Sài Gòn-Gia Định, người đàn ông đến đưa "giấy mời" trước đây lại đạp xe đến gặp tôi và nói một câu ngắn gọn:

- "Ngày mai anh cứ đi trình diện như mọi người khác".

**

Bài Học Đổi Đời

Tôi dạy học ở trường Trung Học Phan Sào Nam Sài Gòn từ năm 1966 đến năm 1975, trừ một niên khóa gián đoạn khi tôi vào quân trường Thủ Đức. Vài tuần lễ sau khi cộng sản tiếp thu Sài Gòn, "mùi vị" tôi nếm thử đầu tiên trong cuộc đổi đời ấy là khi tôi tham dự buổi họp, bàn giao cơ sở Trường Trung Học Phan Sào Nam Sài Gòn cho "Sở Giáo Dục và Hội Nhà Giáo Yêu Nước" thành phố. Buổi họp, phía "bị cáo" gồm Ban Giám Đốc với Nghị Sĩ Thái Lăng Nghiêm (Hiệu Trưởng), các ông Phạm Thanh Giang (Giám đốc), Phạm Chí Chính (Giám Học), Đỗ Văn Khuôn (Tổng Giám Thị). Một số giáo sư cùng các giám thị, nhân viên văn phòng và lao công... tôi không nhớ hết tên. Hôm đó vắng mặt hai người trong Ban Giám đốc, GS. Đào Văn Dương, người phụ trách tài chánh, mà chúng tôi gặp ông hàng tháng để lãnh lương; và ông Phó Tổng Giám thị Sầm Quang Linh. Thật là một thích thú, tình cờ mới đây tôi biết cụ Sầm Q. Linh là nhạc phụ của anh Thân Trọng Nhân, Nguyên Chủ tịch Hội Ái Hữu cựu SV Vạn Hạnh. Anh cũng có dạy ở Phan Sào Nam.

Trở lại buổi trình diện và bàn giao trường ốc cho "Hội Nhà giáo yêu nước", mặc dù tôi đã từng chứng kiến những màn con đấu cha, vợ tố chồng, học trò trấn áp thầy giáo "phản động" trong thời kỳ Cải cách Ruộng đất, nhưng sau hai mươi năm thoát khỏi cõi trầm luân ấy, tôi đã bàng hoàng đến ớn lạnh khi nhìn tận mắt, nghe tận tai lời tố cáo bịa đặt độc ác đã được nhồi nhét vào những tâm hồn trong trắng, ngay tại một phòng học mà chỉ mới mấy tuần lễ trước đó đạo đức, lễ giáo học đường từ xa xưa vẫn còn là đường cân nẩy mực của xã hội miền Nam. Tôi rùng mình, đầu óc quay cuồng với những màn đấu tố rùng rợn mà thời niên thiếu tôi vừa là nhân chứng vừa là nạn nhân.

Hai học sinh lớp 11, vẫn với nét mặt non choẹt, trong bộ đồng phục học sinh, áo sơ mi trắng, quần xanh blue thay phiên nhau lên tiếng tố cáo Ban Giám Hiệu và các thầy cô là tay sai của Mỹ Ngụy, bóc lột nhân dân qua hình thức thu học phí làm giàu trên công sức của người nghèo! Mọi người, trong đó có những thầy giáo mới vài tuần trước đó đứng trên bục giảng truyền thụ kiến thức và lời hay ý đẹp cho những đứa học sinh này, bàng hoàng, đau đớn!

Một giờ chiều, cuộc "bàn giao" chấm dứt với sự "thỏa thuận" kết cuộc của ban Giám Đốc nhà trường ký biên bản "hiến tặng" toàn bộ cơ sở trường ốc cho hội Nhà Giáo Yêu Nước. Ông giám đốc (chủ trường) và vợ con được phép ở lại một phòng trên lầu thứ tư, nơi mà gia đình ông đã ở và có sổ Gia đình từ nhiều năm trước.

Tôi nhận mảnh giấy chứng nhận "Đã Trình Diện" do ông Hiệu trưởng Nguyễn Văn Tâm tức NS Thái Lăng Nghiêm ký rồi ra về mang theo tâm trạng rã rời cho đến ngày trình diện vào tù.

Ông Giám đốc, chủ trường có lần vượt biên, nhưng không thoát. Khi bị bắt, ông cởi cái quần treillis (quân phục Quân đội miền Nam) và cái đồng hồ đeo tay "tặng" viên công an áp giải, nên được để cho "tự do" chạy trốn tìm đường về nhà. Ông mất tại Sài Gòn trước khi tôi đi H.O.

Cuộc hội ngộ trên 3.000 Quan Chức Chính Phủ VNCH tại 5 "vùng chiến thuật"

Tôi không nhớ rõ ngày ký và phổ biến Thông cáo của Ủy BanQuân Quản Sài Gòn-Gia Định, nhưng nhớ nội dung của Bản thông cáo có những điểm quy định như sau:

Thành phần trình diện:

- Các viên chức hành chánh bộ máy ngụy quyền Sài Gòn từ Phó trưởng Ty đến Phó Tổng Thống.

- Các chức vụ dân cử gồm dân biểu và Nghị sĩ Quốc hội VNCH.

- Các nhân viên Tình báo, Phượng Hoàng từ cán bộ Trung cấp đến cao cấp.

- Các sĩ quan quân đội từ Đại Tá đến tướng lãnh.

- Các sĩ quan cấp Tá CSQG

Thời gian học tập: một tháng.

Ngày trình diện: ngày 12, 13 và 14 tháng 6 năm 1975.

Địa điểm trình diện:

- Viên chức hành chánh tại: các trường Trung Học Gia Long, Võ Trường Toản, Trương Quốc Dung, nữ trung học Lê Văn Duyệt ... (không nhớ hết)

- Tình Báo Phượng Hoàng tại Trường TH Chu Văn An.

- Sĩ quan Cảnh Sát... (không nhớ ...)

- Sĩ quan cấp Đại tá tại Đại Học Xá Minh Mạng.

Mỗi người mang theo quần áo lót, quần áo ngủ, đồ vệ sinh cá nhân và đóng 13 ngàn 500 tiền VNCH.

Mười giờ sáng ngày 12 tháng 6 -1975 tôi khăn gói đến trường Chu Văn An, đóng 13.500$ theo thông cáo "học tập" trong một tháng. Vừa bước vào phòng "tiếp quản", tôi gặp hai cậu học trò cũ cũng tại trường Phan Sao Nam làm nhiệm vụ kiểm tra hành trang của người trình diện. Hai em học sinh ấy thấy tôi, tiến lại và lên tiếng: "Thầy cũng đi vào đây à? Thầy cho chúng em kiểm soát". Tôi chỉ kịp nói –"Vâng". Hai kiểm soát viên liền kéo fermeture túi xách của tôi, lôi ra vài bộ đồ lót và đồ ngủ, bàn chải, kem đánh răng... Tôi chỉ mặc một chemise, quần tây trên người. Sau khi xét xong hành lý, tôi giơ hai tay lên để các em kiểm soát thân thể. Xong "cửa ải" thứ nhất này tôi vào phía trong, nơi kê mấy dãy bàn, có nhiều cán binh mặc đồ bộ đội thu tiền và dẫn tôi vào phòng đã có nhiều người ở đó.

Trong hai ngày tại đây các bữa ăn trưa và chiều do nhà hàng Bách Hỷ, đường Tổng Đốc Phương, Chợ Lớn chở xe van đến. Bữa ăn có nhiều món thịnh soạn gần như tiệc cưới. Ba ngày sau lệnh trình diện, gần nửa đêm 16 tháng 6 mọi người bị đánh thức dậy, đem hết xách gói ra sân tập hợp chờ xe di chuyển.

Đi về đâu? Là câu hỏi lúc bấy giờ mọi người thầm thì bàn tán. Chỉ có trời biết. Chúng tôi nằm nhoài giữa sân hứng sương đêm cho tới sau 5 giờ sáng mới có xe tới chở đi. Đến làng cô Nhi Long Thành khi trời còn tờ mờ, sương mù đen kịt. Mọi người được đổ xuống. Chỗ ở đã được quy định theo ban ngành. Có 5 khu, họ gọi là 5 khối. Chúng tôi gọi đùa là năm vùng chiến thuật. Khối I thuộc các quan chức hành chánh. Khối II dành cho các "bô lão" đảng phái. Khối 3 nơi hội tụ của các giới chức an ninh tình báo mà lúc ngoài đời ít có dịp gặp nhau; hoặc giả nếu có gặp, thậm chí quen thân cũng không biết "nghề nghiệp" của mỗi người, không biết gốc gác của nhau. Khối IV là nơi họp mặt của các quan Cảnh Sát từ cấp Tá trở lên; và khối V là khu biệt lập dành cho phái Nga Mi, trong đó có nàng Nguyễn Thị Thanh Thủy/ Đại Úy Cảnh Sát Đặc Biệt, "Chỉ Huy Trưởng" Đội Thiên Nga, Nàng Đỗ Thị Đẹp/ Trung Ương Tình Báo, nhân viên phát hành của Paris By Night mà mấy năm trước bị đả đảo ào ào vì vụ 'lúa đỏ'. Một nàng khác tôi được nhiều bạn tù quả quyết là người đẹp Diễm Xưa của Trịnh Công Sơn. Không biết thật hay giả, hay do nàng có tên là Diễm nên được "huyền thoại hóa"?

Cũng có một số nữ Sinh viên, nữ công chức trẻ, là những bóng hồng ít nhiều đã đem lại chút tươi mát giữa những khô khan đặc quánh của tình cảm yêu thương bởi sự cấm đoán và ly cách. Có một cô Sinh viên Văn Khoa thuở đó đem tuổi trẻ và nhiệt huyết cống hiến cho lý tưởng mà cô theo đuổi đến tận bây giờ nên cũng có mặt trong đám "Nga Mi". Hiện "nàng" đang là một cây viết cộng tác với tạp chí Nguồn.

Ngày đầu tiên tại Long Thành từ lúc tờ mờ sáng đến chiều tối không có bóng dáng một bộ đội, công an nào. Mọi "học viên" thoải mái với nhau, và cũng không cơm, không nước, cho tới khi mặt trời gần tắt, choạng vạng tối mới thấy người ta đẩy vào mỗi dãy nhà (trên 70 người) một cái thùng nhựa đựng cơm, cỡ thùng rác 32 galon. Dù đã nhịn ăn trên 24 giờ đồng hồ, tôi cũng không buồn chen lấn để lấy một chén cơm đầy sạn, thóc. Nhiều người bỏ cơm đi tìm thùng nước trong cơn khát đã gần lả người.

Màn đêm phủ trùm, cả ngọn đồi chìm trong bóng đen tĩnh mịch, tiếng dế rả rích, âm thanh nhiều loại côn trùng như một hợp khúc réo rắt xoáy vào tâm trạng mỗi con người đang thả bao nhiêu suy nghĩ về cha mẹ, vợ con, gia đình; ưu tư trôi đi trăm chiều vạn hướng. Nếu nhìn thấy, chắc chắn trên khuôn mặt mỗi người lúc ấy hiện rõ nét đăm chiêu, khắc khổ.

"Chân lý cách mạng" mà ngày nào Tố Hữu thấy bừng lên danh vọng của ông ta thì giờ ấy như những tia chớp hãi hùng đang lóe lên trong cơn bão đời của hàng triệu người bất hạnh. Võ Văn Kiệt trước lúc chết đã nói được một câu: "Ngày 30.4.1975 có triệu người vui thì cũng có triệu người buồn!"

Từng ngày, từng tuần lễ, từng tháng trôi đi trong tâm trạng nặng nề của mỗi người. Không ai giống ai. Lớp người có tuổi, phần đông thuộc các đảng phái, thành phần Bắc di cư họ có thừa kinh nghiệm về sự tráo trở lật lọng trong ngôn từ, chữ nghĩa và mưu mẹo, xảo thuật của "người anh em" nên ngay từ đầu họ an tâm "học tập", các bác, các cụ bắt đầu xới đất trồng rau, trồng ớt, trồng khoai lang. Những người khác thấy vậy la lên "Ông trồng cho ai ăn đó"?

Lớp trẻ và đa số dân "Nam Kỳ quốc" chưa biết mô tê gì về cộng sản nên lúc ngoài đời xuề xòa dễ dãi. Gia đình bên cạnh có con em đi tập kết, chạy ra bưng biền, kệ nó. Ta cứ ngày hai buổi đi ăn đi làm. Khi "Cách mạng" từ rừng rú về thành, đám con em họ về theo dẫn thêm mấy đồng chí đi lùng sục từng nhà "ngụy quân, ngụy quyền ác ôn" đem giao cho cách mạng xử lý. Khi vào trại "học tập" họ cứ tin răm rắp một tháng là về nhà. Có anh dự tính cưới vợ làm ăn, có anh quyết định đổi nghề về hưởng thú đồng quê làm ruộng, đào ao nuôi cá. Từng ngày từng giờ cứ mong được "lên lớp" được học tập sớm thấm nhuần "chính sách khoan hồng" của cách mạng.

Ngày tháng cứ trôi đi, cổ cứ dài ra vì trông ngóng, mỗi người chỉ còn lại một cái quần xà lỏn che vùng ngã ba, với chiếc áo may-ô đã te tua, lem luốc. Ban đêm mặc bộ đồ ngủ, ban ngày xà lỏn may-ô. Nhà mái tôn nằm phơi trên ngọn đồi nắng quanh năm, nóng như lửa. Thế là chỉ mấy tháng nhờ cách mạng, mọi lớp vỏ bên ngoài ở mỗi con người cùng một giai tầng xã hội, dù chênh lệch chức tước, địa vị giàu nghèo có khác, đã được lột bỏ đi, để trơ ra cái/ nơi che giấu. Lúc này nhân cách con người bắt đầu hiện lộ.

Thời gian cứ nặng nề trôi đi. Lòng người như những đám mây chở nỗi niềm chung riêng trĩu nặng, lửng lơ giữa bầu trời xám xịt. Với "cách mạng" còn năm dài tháng rộng, cứ nhẩn nha. Cái mẻ lưới quyết định đã kết quả mỹ mãn, hốt trọn được toàn bộ đầu não một guồng máy chính quyền gom vào rọ. Cứ thả lỏng cho "chúng" để tránh có phản ứng rắc rối; cũng để thời gian nguôi ngoai, dùng sức ép nhè nhẹ, từ từ trước sau cũng sẽ đến đó...

Kinh nghiệm chính sách tập trung tiêu diệt người Do Thái của Đức Quốc Xã cho thấy kết quả nhanh gọn đấy nhưng nó kinh khủng quá, dễ đánh động lương tâm con người. Ở đây chỉ "tập trung cải tạo", không có lò sát sinh, không có phòng hơi ngạt, không bỏ đói đến chết sắp chồng lên nhau. Phải để "chúng" chết dần chết mòn, hãy để "chúng" cạn kiệt thể xác để chúng bán linh hồn.

Từ ngày gom về để đó, vài ba tháng sau mới làm danh sách, khai báo qua loa. Sáu bảy tháng sau "học tập" chiếu lệ. Các buổi "học tập thảo luận, "thu hoạch" từng tổ, từng nhóm, từng đội nhằm trắc nghiệm tư tưởng từng người, kết quả tốt. Mọi ý kiến đều hoan hô cách mạng, tuyệt đối tin tưởng vào chính sách của đảng và nhà nước. Một anh chung phòng chung đội với tôi, tên Lê Hữu Lợi tuyên bố công khai trước mọi người trong buổi học tập rằng anh ta là một "đầu mối" (nằm vùng) của cách mạng. Chính sách của cách mạng là như thế này, thế này... các anh phải thế nọ, thế kia... Nhưng khi biên chế ra Bắc anh có tên trong danh sách hàng đầu, đi mút mùa tới mãi Hoàng Liên Sơn.

Trước khi có những đợt khai báo, thỉnh thoảng lại có một đợt thả về. Lúc năm bảy người; có đợt vài ba chục. Một số háo hức, nôn nóng đợi chờ, tràn trề hy vọng. Những người hiểu chuyện cứ tỉnh bơ, "an tâm tin tưởng" chờ năm bảy năm, hay một hai chục năm. Lấy trường hợp một tướng Quốc Dân Đảng Trung Hoa bị Trung Cộng giam mới được thả sau 26 năm, đúng vào lúc hàng ngàn "Quốc Dân Đảng" VN mới nhập trại giam Việt Cộng mà làm niềm tin.

Trong số những người được thả, có người biết trước, có người khi được gọi tên mới biết mình đến số thoát cõi trầm luân, nhưng không biết do đâu. Phần đông những người được thả sớm từ trại Long Thành đều có một "dây mơ rễ má" nào đó với "cách mạng". Người nằm bên cạnh tôi, anh Phan Khắc Thụy được về sau hơn hai tháng là cháu ruột của Linh mục hốt rác Phan Khắc Từ. "Linh mục hốt rác" là hỗn danh do báo chí Sài Gòn trước 75 đặt cho ông LM này vì ông nhân danh "giai cấp công nhân hốt rác hợp sức cùng các linh mục Trương Bá Cần (tên thật Trần Bá Cương), LM Nguyễn Ngọc Lan (về sau đã cởi áo dòng, cưới vợ), và LM Chân Tín quậy phá náo loạn, suốt mấy năm ở Sài gòn. Phan Khắc Từ có vợ con từ khuya, hiện vẫn là "cha xứ" nhà thờ Bùi Phát.

Chu Tam Cường là Giám Đốc "Gia Cư Liêm Giá Cuộc" tại đường Trương Công Định, Quận Ba (Sau 75 đổi tên là Sở Nhà Đất), Cường trình diện nhập ngũ cùng khóa với tôi ở Quang Trung. Đương sự được trở về nhiệm sở sau 9 tuần lễ thụ huấn quân sự. Vào Long Thành bảy tuần lễ sau có danh sách gọi tên ra trại. Hỏi ra mới biết là được tướng Chu Huy Mân từ ngoài Bắc bảo lãnh.

Nguyễn Đức Ninh người làm việc cùng ban, chung phòng tù với tôi cho biết anh ta có người bà con làm lớn từ Hà Nội vào công tác, bảo lãnh, được về sau bảy tuần lễ.

Cao Long Thọ. một sĩ quan cấp úy gốc tình báo, làm việc tại Bộ TL/CSQG, được về trong đợt đầu. Trường hợp của Cao Long Thọ đúng là "Tái ông thất mã". Thọ và tôi vừa đi làm vừa đi dạy học. Chúng tôi thường gặp nhau ở những lớp đêm dạy luyện thi và một số giờ ban ngày ở trường Phan Sào Nam, có tình thân thiết. Thọ ra tay "nghĩa hiệp" ký tên bảo lãnh cho một sĩ quan cấp tá VC bị bắt, xin cải ngạch hồi chánh. Quy chế lúc bấy giờ ấn định một sĩ quan VC bị bắt muốn được hưởng quy chế hồi chánh để cộng tác làm việc hoặc được trở về nguyên quán làm ăn phải có ba người ký giấy bảo lãnh, hai người phải là sĩ quan quân đội hoặc Cảnh Sát.

Một hôm tôi gặp Thọ tại trường, nét mặt anh buồn và lo lắng, nói với tôi: "Thằng VC tôi bảo lãnh cho nó, nó đã bỏ trốn vào bưng rồi. Không biết tôi sẽ lãnh cái gì đây"? Thọ mang tâm trạng lo âu hồi hộp ấy cho tới ngày "rã ngũ", chúng tôi gặp lại nhau tại Long Thành. Vài ba tháng sau Thọ được hồi chánh viên trước kia đón về trả cho gia đình. Năm 1985, tôi ra tù về Sài Gòn gặp Thọ trên đường Võ Tánh, khu Ủy Hội Quốc Tế cũ. Tôi ngạc nhiên hỏi: -"Sao không dzọt đi mà còn ở đây? Làm ăn cái gì?" Anh ta than không vượt biên được và cũng chẳng làm được cái gì.

Sống lây lất, khó khăn. Sau ngày có chương trình HO tôi lại gặp Thọ. Lúc này anh ta tỏ ra đau khổ hơn vì không có tiền vượt biên, không đủ tiêu chuẩn (trên 3 năm cải tạo) để đi HO giữa khi thiên hạ chộn rộn làm thủ tục xuất cảnh. Nay không biết cuộc sống anh có khá hơn sau thời kỳ đổi mới không.

Một "học viên" khác cũng được một Đại tá VC vào Long Thành đón về trả cho gia đình. Đ/tá này là một tình báo viên cao cấp xâm nhập từ miền Bắc, bị bắt trên một con rạch ở miền Tây trong giờ giới nghiêm, được giải về BTL/CSQG giao Cảnh Sát Đặc Biệt thẩm vấn. Sau nhiều tháng điệp viên này vẫn không khai tên thật, tung tích và công tác gián điệp. Cảnh sát Đặc biệt chuyển sang (Ban U) Phủ Đặc Ủy Trung Ương Tình Báo khai thác. Một tù binh VC, cấp bậc Tr/úy Y sĩ Sau khi cho nhận diện trong số hàng chục tấm ảnh cá nhân, đã xác nhận một người trong tấm ảnh là Đ/tá Tư Trọng mà chính tù binh này đã có lần chữa bệnh cho ông ta. Tư Trọng cuối cùng phải khai thật và nhận tội, bị giam giữ tại PĐU/TƯTB cho tới sáng

30-4-75. Mấy ngày sau được một viên chức Phủ Đ/ủy vào phòng giam mở cửa cho ra. Do quan hệ nhân quả đó, người "học viên" kia được tha sớm.

Cũng có trường hợp đặc biệt có người được cho về thăm nhà nếu có bảo lãnh. Hồi đó có dư luận Cung Văn từng bảo lãnh cho ông Dân biểu, chủ nhiệm tờ Đại Dân Tộc về thăm gia đình. Cung Văn tên thật là Nguyễn Vạn Hồng, trình diện nhập ngũ cùng khóa với tôi. Tôi biết anh ta do hai người cùng ở một trung đội. Ng. Vạn Hồng được Việt Tấn Xã can thiệp cho trở về nhiệm sở. Sau khi biệt phái về làm việc tại Sài Gòn, tôi gặp Hồng một hai lần, nhưng tôi không biết anh có bút hiệu là Cung Văn.

Tại Long Thành một lần có phái đoàn Võ Văn Kiệt và Phạm Hùng vào quan sát trại, đi tới từng dãy nhà. Tôi ngỡ ngàng thấy có Nguyễn Vạn Hồng mang xà cạp đội nón cối, mặc thường phục đi trong đoàn. Tôi tránh không để anh ta trông thấy tôi. Tôi nói với một người bạn về NVH, không ngờ anh bạn này biết rành rõ, nói với tôi: "Cung Văn đấy. Hắn làm cho tờ Đại Dân Tộc của VLT đấy. Hắn từng lãnh VLT về thăm nhà". Nhà văn Thanh Thương Hoàng, Chủ tịch Nghiệp đoàn Ký Giả VN từng bị Cung Văn đem ra đấu tố tại Làng Báo Chí Thủ đức. Trước 75 còn có Huỳnh Bá Thành một đảng viên CS là thư ký tòa soạn tờ Điện Tín của Nghị sĩ Hồng Sơn Đông. Sau 75 Thành nắm tờ Công An, chết năm 1992 vì "tai biến mạch máu não" và Cung Văn viết cho tờ SG Giải Phóng.

**

Trên ba ngàn sĩ quan viên chức cao cấp của VNCH tập trung tại Long Thành từ ngày 16.6.1975, sau một năm được phân tán đi các trại tù, phần đông ra Bắc. Một số không ít bỏ xác nơi núi rừng quạnh hiu, hẻo lánh. Số người sống sót trở về, đại đa số đã đi định cư ở các nước thế giới tự do.

Sau 34 năm chết đi sống lại, ngày nay có những chiến hữu, có những bạn tù từng chia sẻ đắng cay, tủi nhục, đã vội quên những năm tháng đọa đày nhục nhã ấy mà quay lưng lại với nhau, chỉ vì những tị hiềm, ganh ghét, nông nổi, nhỏ nhen..

Hẳn tất cả những ai từng qua trại Long Thành không thể quên lời mạ lỵ của một "giảng viên" cộng sản: "Các anh là thứ dòi bọ, là những con lợn chụm đầu vào máng tranh ăn, khi ngẩng lên thì lưỡi dao đã kề vào cổ".

Cái chết đầu tiên của một "học viên"

Gom được toàn bộ giai cấp, mà nguyên lý của chủ nghĩa cộng sản là phải tiêu diệt để giành quyền làm chủ đất nước cho giai cấp công nông, giai cấp bần cùng, không cần tri thức, không cần học vấn. "Bác" có được học hành bao nhiêu, Lê Duẩn chỉ mới qua lớp Ba trường làng. Đỗ Mười xuất thân là lái heo, thiến lợn. Tất cả những "Thẩm Phán Tòa Án Nhân Dân" trong thời kỳ cải cách ruộng đất là những người chưa từng cầm cây bút, chưa học hết bậc tiểu học. Bao nhiêu địa chủ, trí thức, "cường hào" đã nhận bản án tử hình từ lời tuyên bố suông của những ông "quan công lý cách mạng vô sản" ấy.

Việc trước tiên của cách mạng là triệt để khai thác tất cả những gì chứa đầy trong hàng trăm ngàn bộ óc của những con người từng lãnh đạo một guồng máy chính quyền đồ sộ, từng chỉ huy một quân đội hùng mạnh, quả cảm. Thành phần trí thức văn nghệ sĩ được "đặc biệt quan tâm" vì chính bộ phận này chỉ đạo tư tưởng, có đầu óc "phản động" nhất.

So với những đợt khai báo tại các trại sau khi được chuyển ra Bắc, đợt khai báo ở Long Thành chỉ mới là sơ khởi, mặc dù cán bộ vẫn nhấn mạnh yêu cầu của cách mạng là: Thành thật khai báo, soi rọi lại bản thân, viết hết tất cả mọi giai đoạn, mọi việc làm, mọi chi tiết "lý lịch dọc ngang"; làm thế nào để bản tự khai đạt tiêu chuẩn như một cuộn phim quay lại cả cuộc đời từ lúc nhỏ cho tới ngày ngồi viết bản tự khai đó. Phần lý lịch phải khai mọi liên hệ từ ba đời trở về trước. Phải khai rõ ông nội bà nội, ông bà ngoại, ông bố bà mẹ, chú bác cô dì, con rể con dâu, anh em ruột và anh em chú bác, tuổi tác nghề nghiệp, học vấn đến đâu, thuộc thành phần gì...
Các bản tự khai được nạp ngay cho cán bộ sau mỗi ngày. Có

người khai năm bảy trang, có người một vài chục trang, cũng có người viết cả trăm trang tùy theo nhận thức của mỗi cá nhân. Người khai nhiều do vừa tin ở lời hứa hẹn, vừa sợ lời dọa dẫm: "Bản tự khai là thước đo lòng thành thật đối với cách mạng. Các anh về sớm hay muộn là do có thành thật khai báo hay không". Người khai qua loa do nhìn thấy tính cách lừa bịp. Có người chỉ khai những gì vô thưởng vô phạt do từ ý nghĩ "ông chỉ khai chừng đó để xem chúng mày có biết gì hơn không? Cứ khoác lác "cách mạng đã nắm hết lý lịch quá trình của các anh".

Sau đợt khai báo, nhiều bản tự khai được đưa ra phối kiểm qua hình thức chất vấn răn đe. Có một "học viên" viết: "Nhỏ đi học, lớn lên đi lính. Thời gian trong quân đội chỉ đánh giặc..." Phần này được đọc lên cho mọi người nghe. Viên cán bộ hỏi: "Anh khai là đánh giặc. Giặc là ai? mà anh nói là không có hành vi nào chống lại cách mạng?". Mọi người ngồi lặng lẽ cười thầm khen người bạn kia vờ vĩnh chơi chữ khá hay.

Một số học viên rất lo lắng về phần khai báo do cấp dưới khai về cấp chỉ huy của mình, hoặc do cấp trên khai về thuộc cấp. Đây là phần khai báo về người khác. Trong đợt khai báo này còn có phần tố cáo những người nào đang ở trong trại hoặc còn ở ngoài xã hội, bất luận thành phần nào, kể cả thân nhân, họ hàng, bạn hữu có hành vi phản cách mạng, có nợ máu với nhân dân, từ trước cũng như sau ngày 30.4.1975.

Một buổi sáng thức dậy, hôm đó là chủ nhật, cùng mọi người tập thể dục xong, (không có mục điểm tâm, ăn sáng), từ các dãy nhà "học viên" tụ nhau từng nhóm chuyện vãn đủ điều. Tôi gặp anh Nguyễn Văn Long, Đốc Sự Hành Chánh, nguyên Chánh Sự Vụ cùng cơ quan với tôi. Long mặc bộ pyjamas, đang đi mượn cái ống điếu để rít thuốc Lào. Trước đó anh không hề hút thuốc. Tôi hỏi Long:

- Hút thuốc Lào à? Tập từ lúc nào?

Long trả lời tôi:

- Bị căng thẳng quá anh ạ. Mấy ngày nay tôi bị gọi lên thẩm vấn về nhiều việc làm do trên khai mà tôi không biết. Kiểu này chắc tôi sẽ chết ở đây. Ra đi ai không mong ngày đem xác về. Tôi có mẹ tôi và cô em gái (Long chưa lập gia đình), nếu tôi chết anh nói giùm tôi mong được chôn hướng đầu về Sài Gòn và ngày nào anh về nhờ anh đến nói với mẹ và em gái tôi, tôi tạ lỗi".

Tôi nói lời trấn an và cũng là ý nghĩ thật lòng của tôi:

- Làm sao mà chết được. Mọi việc sẽ qua thôi. Đừng hút thuốc Lào nữa. Chúng ta sẽ về, bao lâu thì chưa biết. Anh phải giữ gìn sức khỏe. Long đáp lại ngắn gọn.

- Anh biết tôi bị tăng-xông mà. (tension – áp huyết cao).

Chỉ mấy ngày sau đó, một sáng sớm thức dậy, dãy nhà bên cạnh cho biết Long đã chết hồi khuya hôm qua. Tôi nghe như có một mũi dao xoáy vào xương thịt. Người bạn đầu tiên, người đồng sự đầu tiên của tôi, người "học viên" đầu tiên của cách mạng đã bỏ mình trên đồi hoang này. Tôi không ngờ những gì Long nói với tôi là những lời trăn trối cuối cùng anh nhắn lại, mà tôi không giúp được một chút gì.

Tôi cùng một số anh em chạy sang chỗ Long nằm nhìn anh. Nhiều anh em rưng rưng nước mắt. Trong ngày, xác Long được đưa lên "trạm xá" nhỏ bằng cái trạm gác. Những người cùng cơ quan được đến viếng Long lần cuối. Chiều hôm đó mưa như trút. Một người nguyên là Giám đốc tại Bộ Canh Nông ra ngồi giữa đường trong tư thế tọa thiền suốt dưới cơn mưa tầm tã.

Từ ngoài cổng trại một người đàn bà mang áo mưa đội nón lá đi tới nơi quàn xác Long. Mọi người cứ yên lòng rằng người đàn bà đó là em gái của Long lên nhận xác; hoặc nhìn mặt người anh lần cuối, đúng như cán bộ thông báo.

Xác anh được chôn ở phía Nam ngọn đồi về hướng Sài Gòn. Trong đợt thăm nuôi lần đầu và cũng là lần cuối cùng trước khi chuyển trại ra Bắc, em gái Long lên tìm thăm anh, mọi người mới tá ngửa là đã bị một cú bịp trên một mạng người, trên nỗi đau thiêng liêng về sự mất mát của gia đình và bạn hữu người quá cố.

Cũng xin được nói rõ là tại Long Thành tù được gọi là "học viên". Xưng hô giữa "học viên" và cán bộ là "anh, tôi". Người nào nói "tù" là xuyên tạc chính sách của cách mạng.

Chương VII

Bản Án Ba Năm Tập Trung Cải Tạo

Tập Trung giam giữ không cần luật pháp là một loại án chỉ có ở những chế độ độc tài toàn trị. Trong lịch sử nhân loại, loài người đã từng hãi hùng chứng kiến những trại tập trung Đức Quốc Xã dựng lên để tiêu diệt người Do Thái. Hơn sáu triệu sinh linh vô tội đã bị đồ đệ của Hitler hành hình bằng những biện pháp bỏ đói, chích thuốc độc, cho vào lò hơi ngạt, dùng xe ủi đổ từng đống xác người xuống những hố chôn tập thể.

Từ năm 1945, thời kỳ của Đức Quốc Xã đến năm 1975, thời kỳ của cộng sản Việt Nam, ba mươi năm sau, một loại trại tập trung khác được dựng lên khắp nơi trên toàn lãnh thổ Việt Nam để trả thù những người thua trận. Tôi liên tưởng đến một bản tin vừa được phổ biến trên báo chí. Khoảng 280 ngàn lính Iraq sau khi chế độ Sadam Houssein bị đánh bại, vẫn ở nhà phây phây với vợ con, hàng tháng lãnh lương của Mỹ.

Từ ngày 3 tháng 2-1930, theo nhiều tài liệu được công bố, khi đảng Cộng Sản Đông Dương được thành lập và trước đó, nhiều thành phần bất đồng chính kiến, khác đảng phái đã bị thủ tiêu, bị bắn giết hoặc bí mật, hoặc công khai không cần xét xử với tội danh vu vơ, quy chụp "Việt gian phản động".

Thời tôi còn học tiểu học, một buổi chiều đến trường, thầy giáo cho nghỉ học đi xem xử tử "Việt gian". Tôi ôm cặp vở chạy một hơi đến địa điểm hành quyết. Một cây cọc tre đã dựng sẵn giữa một đám ruộng hoang, cạnh một bờ sông cạn. Bãi đất cao hơn mặt lòng sông khoảng mười thước. Một đám đông người hiếu kỳ và "nông dân cốt cán" đã có mặt. Tử tội được hai du kích kẹp súng với ba bốn người trong Ủy Ban xã dẫn tới. Đó là một người đàn ông cao to tên là Võ Tá Tế bị bắt từ Quảng Trị dẫn ra quê tôi thủ tiêu. Bản án được tuyên đọc ngắn gọn: tên "Việt gian phản động, làm tay sai cho Pháp". Vừa dứt lời, bị cáo bị giựt hai chân té ngửa xuống. Hai người tiến lại nắm hai chân tử tội kéo lê lại cây cọc tre, dựng người lên, trói vào cọc, bịt mắt. Hai khẩu súng trường từ phía trước khai hỏa, tử tội ngoẻo đầu sang một bên. Cũng có một phát súng ân huệ bắn vào màng tang. Xác được chặt giây trói, đổ xuống, được cho vào hòm chôn cạnh bờ sông. Mấy năm sau, bờ đất sụt lở, nấm mồ vô chủ ấy lở theo, trôi theo dòng nước lụt.

Đó lần đầu tiên trong đời tôi chứng kiến một cảnh giết người, lần đầu tiên nhìn thấy một xác chết trong nhiều lần tương tự sau đó.

Tôi muốn ghi lại trường hợp này, mà ngay từ hồi ấy tôi đã biết suy nghĩ về nỗi đau buồn của gia đình nạn nhân, khi người vợ, đứa con, cha mẹ, anh em của tử tội không biết số phận người thân của mình ra sao. Sau cuộc cải cách ruộng đất, gia đình tôi trốn thoát được sang Lào rồi về miền Nam. Trong nhiều năm tôi đã có ý định loan báo tin này trên báo chí cho gia đình họ Võ biết được tin tức về chồng, cha của họ, nhưng không hiểu vì sao tôi đã không làm. Nay là lúc tôi thực hiện ý định từ 50 năm về trước.

Sau Hiệp định Genève 20-7-1954, Việt Minh tiếp thu Hà nội, xây dựng XHCN trên toàn miền Bắc, cao trào phản kháng của nhiều thành phần, nhất là giới trí thức văn nghệ sĩ qua vụ án Nhân Văn Giai Phẩm, qua vụ Quỳnh Lưu, Nghệ An, và nhiều vụ chống đối lẻ tẻ khác, chế độ cần có biện pháp trừng trị quy mô, không thể áp dụng phương cách bắt bớ thủ tiêu bằng dao găm, mã tấu, bằng cán vồ kiểu thô sơ đã làm.

Luật Tập Trung Cải Tạo ra đời. Ngày 20 tháng 6 năm 1961 Ủy Ban Thường Vụ Quốc Hội miền Bắc ra **Nghị Quyết số 49/NS-TVQH** và ngày 9 tháng 8 cùng năm Hội Đồng Chính Phủ Hà Nội ban hành **Thông Tư số 121/CP** quy định *"Tập trung cải tạo những phần tử nguy hại cho xã hội mà không cần xét xử".* Một người miền Bắc tôi gặp sau năm 1975 nói "Luật tập trung cải tạo là một loại luật Phát xít". Lúc đó tôi ngạc nhiên khi nghe ý kiến này của một người sống dưới chế độ XHCN phát biểu.

Biện pháp tập trung cải tạo như một tấm lưới sắt vô hình vây chặt lấy mỗi con người, bất động ở những vị trí nhất định. Không ai dám cựa quậy, không ai dám mở miệng nói một lời than van. Không còn ai tin ai. Bất cứ ai cũng có thể một sớm một chiều vào trại tập trung cải tạo, không biết ngày về. Không chỉ là người dân đen, mà cả những kẻ nô bộc của chế độ, những nhà chính trị Mác-xít, những sĩ quan, cấp tướng tá trong Quân đội Nhân Dân cũng đã từng là thân chủ dài hạn của những trại tập trung cải tạo ở miền Bắc. Ngay cả bí thư của "bác" là ông Vũ Đình Huỳnh (bố của nhà văn Vũ Thư Hiên), người cùng một chi bộ đảng với ông Hồ, cùng làm việc kề cận bên "bác" suốt 20 năm liền mà cũng bị bắt, bị tù trong tám năm không xét xử. (Về Hồ Chí Minh – Bùi Tín)

Trong lịch sử của ngành tư pháp, có lẽ hiếm thấy những văn kiện hành chánh như trên được sử dụng thành luật, áp dụng cho các loại "tội phạm" từ hình sự đến tội danh chính trị. Từ hai văn bản Thông Tư và Nghị Quyết ấy, chế độ cộng sản Hà Nội đã hợp thức hóa việc giam giữ hàng trăm ngàn quân cán chính miền Nam sau khi gom lại được, qua thông cáo "học tập" một tháng đối với "ngụy quyền" và mười ngày đối với "ngụy quân".

Lịch sử và lương tri loài người nghĩ gì khi hàng ngàn

người bị đưa ra trước một Tòa án không có thẩm phán, không bồi thẩm đoàn, không luật sư biện hộ và cũng không có thư ký. Án văn là một tập danh sách đã được lập sẵn. Tất cả "phạm nhân" được tập trung vào trong một hội trường, im lặng ngồi nghe. Tuyệt đối không ai được mở miệng nói bất cứ một lời nào. Người đọc bản án là một tay tơ lơ mơ nào đó, không biết là ai? chức danh là gì? Mỗi tờ danh sách có khoảng mười, mươi lăm người. Phần mở đầu gồm mấy chữ "chiếu":
- Chiếu nghị định thành Lập Hội Đồng Chính Phủ. - Chiếu nghị định thành lập Bộ Nội Vụ. - Chiếu v.v.. - "Nay quyết định tập trung cải tạo, thời hạn ba năm những tên sau đây can tội làm tay sai cho Mỹ Ngụy, chống lại cách mạng, có tội với nhân dân".

Mọi người lãnh xong bản án ba năm tù dễ như cái búng tay, thong thả bước trở về nhà giam. Một số người băn khoăn thắc mắc tại sao ông kia là sĩ quan cấp tá, tôi cấp úy mà án như nhau. Người khác phàn nàn ông xếp tôi là Tổng Giám Đốc, tôi chỉ là Chủ sự phòng mà sao cũng ba năm đồng đều. Có người tự an ủi thôi thì rán thêm một năm rưỡi nữa, đã qua được hơn một năm rồi. Rất nhiều bàn tán, thắc mắc, lo âu.

Tôi nói với họ vấn đề là liệu sau ba năm có được về hay không, chứ không phải là ba năm lâu quá. Câu nói của tôi được "báo cáo cán bộ", mấy ngày sau Tư Liêm, cán bộ quản giáo gọi tôi ra giữa khu trồng khoai lang, ngồi trên một vồng khoai hỏi tôi:

- Anh có thắc mắc gì về ba năm tập trung cải tạo hay không?

Tôi trả lời:

- Tôi không thắc mắc gì cả. Ai sao tôi vậy.

- Anh có tin sau ba năm anh được về hay không?

- Tôi mong như thế.

Tư Liêm "lên lớp" một mình tôi giữa những ruộng khoai lang xanh tươi, dưới ánh nắng mỗi lúc một gắt.

Thái độ của người cán binh Việt gốc Kamphuchea tập kết

này không gay gắt hằn học như nhiều lần khác tôi bị hạch hỏi. Anh ta nói như con vẹt, giải thích "chính sách khoan hồng của cách mạng", vừa trấn an vừa răn đe tôi "không được xuyên tạc gây hoang mang đối với người khác. Cách mạng sẽ đè bẹp mọi âm mưu chống đối. Tình hình là không thể đảo ngược. Chỉ chuốc lấy hậu quả cho bản thân mà thôi...".

cuộc lục soát tư trang
và kiểm kê sách vở

Bản chất chế độ đặt nền móng trên căn bản cai trị bằng bạo lực chuyên chính, ưu tiên hàng đầu là lãnh vực an ninh chính trị, kiểm soát chặt chẽ tư tưởng, kịp thời phát hiện và khống chế mọi lời nói và hành vi bất lợi cho chế độ. Một người có thể bị tập trung cải tạo vô thời hạn, chỉ vì một lời nói, một bài thơ, một bài vè bày tỏ sự bất mãn; hoặc nêu lên khuyết điểm của một cán bộ, một công an, một chủ tịch xã...

Nguyên tắc đề phòng và ngăn chặn tư tưởng "phản động" đối với "ngụy quân, ngụy quyền", trong các trại tập trung phải là một ưu tiên trên tất cả các lãnh vực khác.

Cuộc lục soát tư trang và kiểm kê sách vở đầu tiên tại trại Long Thành diễn ra rất bất ngờ, như một cuộc hành quân chớp nhoáng. Từng tốp cán binh xuất hiện như một cuộc ruồng bố, tiến vào từng dãy nhà, từng phòng giam. Mọi người được lệnh không ai được cầm theo một thứ gì, ra sân tập họp. Sau đó từng người một trở vào chỗ nằm mang chăn mền chiếu gối, túi xách, áo quần ra sân để cán bộ lục soát. Không ai có súng, không có dao. Chỉ có mấy con dao tự chế bằng tôn để cắt lá rau, rọc tờ giấy. Không có thứ vũ khí nào nguy hiểm cho cách mạng. Cái "nguy hiểm" đáng tìm là sách vở, mọi thứ giấy tờ, thư từ đều bị thu gom lại một chỗ.

Những quyển sách bằng tiếng Việt thì OK, các "quan cách mạng" đọc được, biết quyển sách đó nói gì; nhưng sách ngoại ngữ, tiếng Anh, tiếng Pháp thì "các quan" mù câm. Cầm khẩu súng lên lẩy cò thì dễ, nhưng cầm quyển sách lên để nhìn vào, mấp máy cái môi thì "các quan" chịu thua. Thế là lại phải cầu cứu đám tù. Tại Khối 3, có bốn người được chỉ định làm công việc khám phá những "bí mật" đang ẩn giấu trong chồng sách kia mà cách mạng không thể "tiến công" vào được.

Bốn người đó gồm có các anh Phạm Hữu Đàm, Lê Trọng Minh, Nguyễn Phú Xuân, và tôi. Không hiểu do sự "tiến cử" từ đâu hay do từ lý lịch "trích ngang" mà bốn người chúng tôi đều cùng khóa Sĩ Quan Thủ Đức, đều là dân biệt phái, cùng trong Ban Biên tập nguyệt san Bộ Binh (Riêng Vương Ngọc Quỳnh và Nguyễn Việt Chước đã di tản).

Chúng tôi được một cán bộ tên là Bảy Sói dẫn ra khu nhà ngoài vòng rào, nơi lưu giữ "tang vật". Anh Bảy đưa chúng tôi vào một phòng làm việc có cái bàn dài và hai dãy ghế, bảo chúng tôi ngồi. Anh đưa ra một bình trà với sáu cái tách, vừa rót nước vừa nói – Các anh uống trà xong theo từng khâu như tôi đã nói, làm giúp tôi cho xong trong một vài ngày. Chúng tôi vừa bâng tách trà lên, có người đã nhấm nháp một ngụm, có người chưa... thì một "đồng chí" của anh Bảy gốc cán binh Bắc Kỳ từ ngoài thềm bước vào la toáng lên:

– Đồng chí cho các anh ấy vào ngồi đây à? Đây là nơi làm việc của các anh ấy hay sao? Đồng chí làm sai nguyên tắc quá!

Bảy Sói im lặng, nét mặt lạnh căm. Nhìn năm anh em chúng tôi rồi nói – Các anh ra ngoài này mà làm.

Chúng tôi kéo nhau ra ngồi bên thềm nhà, trước từng chồng sách tựa hồ như người ngồi bán sách "xôn" bên vỉa hè đại lộ Lê Lợi trước kia. Do sự mất hứng, chúng tôi làm tà tà, dịch tựa đề từng quyển sách, tóm lược nội dung, phân loại sách truyện, hay chính trị, giáo khoa, hay văn chương v.v.. Sau ba ngày mới xong hơn một nửa.

Bảy Sói là tên gọi do chúng tôi đặt vì anh này hói đầu. Gọi miết quên luôn tên thật. Anh này cùng với mấy anh "Nam kỳ" tập kết khác như Hai Thời, Tư Minh, Năm Tuyên phụ trách mấy dãy nhà khối 3. Mấy anh Nam kỳ tập kết sau 20 năm trở về như "Lưu Nguyễn lạc Đào Nguyên" trước một miền Nam đổi thay về mọi phương diện. Họ không thể ngờ quê cũ nhà xưa đã phát triển giàu có sung túc đến như vậy. Do đó thái độ của họ đối với "ngụy quân, ngụy quyền", không có khoảng cách lớn của oán trách, thù hằn, trong thâm tâm họ lại tỏ ra muốn gần gũi mật thiết hơn. Bảy Sói là người ít nói, luôn có nét mặt nghiêm nghị, nhưng khi tiếp xúc tỏ ra rất mềm mỏng. Anh sốt sắng giải quyết những yêu cầu nào của "học viên" tù mà anh làm được. Tư Minh thường hay trò chuyện và lâu lâu "phát ngôn bừa bãi" ngoài chỉ đạo của đảng. Có lần hỏi anh: -"Một số anh em chúng tôi có giấy bảo lãnh của thân nhân là cách mạng, giấy này nộp cho ai?". Tư Minh nói ngay: - "Anh nào có nạp cho anh Bảy" (Sói); Rồi tiếp: -"Bảo lãnh cái gì ì..ì.. các anh, bảo lãnh ti vi tủ lạnh không à".

Lần đầu tiên tiếp xúc với cán bộ "cách mạng", nghe nói như vậy, "tù ngụy" lấy làm ngạc nhiên. Không lẽ người cách mạng vô sản mà cũng có những hiện tượng tiêu cực ấy hay sao?

Trong số bốn anh cán binh gốc miền Nam này, Năm Tuyên là tay bộc toạc nhất, tính xuề xòa rất Nam Kỳ. Mỗi lần đưa tù đi lao động, anh ta cho tù ngồi xúm nhau lại, liệng ra vài gói thuốc lá "Ba-to-lu-xe" (Bastos Luxe) và tham gia tán dóc với tù., xưng hô tao mày như thân nhau từ kiếp trước. Có những câu anh này nói, nhiều anh em chúng tôi nhớ mãi:

- Tao mà ở lại trong Nam thì cũng như tụi bay bây giờ thôi. Lao động mẹ gì, chốc dỡ xong mái tôn kia về nghỉ...'

Tư Điệp, người cán binh gốc miền Nam này là cán bộ quản giáo phụ trách khối "Nga Mi". Chúng tôi không tiếp xúc với anh cán binh này nhiều nên không rõ tính tình y ra sao. Nhìn qua sinh hoạt trong gần hai năm ở đây, bề ngoài đám tù nữ có vẻ cũng được dễ dãi, thoải mái lắm.

Hai Thời là tay lớn tuổi hơn ba anh kia. Anh này có câu nói để đời khi anh đứng trước hơn hai trăm "tù ngụy" dõng dạc tuyên bố: -"Chiến thắng vinh quang của cách mạng như truyền thống của cha ông ta thời xưa đánh đuổi quân xâm lược, khiến Hốt Tất Liệt phải chạy lên đỉnh Trường Sơn lao đầu xuống tự tử !"

Trời đã chạng vạng tối, tập họp giữa sân, muỗi bay vi vo, mọi người chỉ mong được tha cho vào nhà để đỡ mệt vì phải nín cười khi được nghe bài học "sử ký tân biên" kiểu ấy.

chuyến thăm nuôi lần đầu
có những vẫy chào vĩnh biệt

Một năm sau ngày vào trại tập trung, các quan chức chính phủ VNCH lần đầu tiên được gặp gia đình trong một lần thăm nuôi "dã chiến", tổ chức giữa bãi đất trống trên ngọn đồi của làng cô nhi Long Thành. Sau lần thăm nuôi này là những đợt biên chế chuyển tù ra Bắc. Có những gia đình, chồng vợ, cha con không ngờ mươi lăm phút gặp gỡ, những thăm hỏi dặn dò, bịn rịn giã từ hôm đó là những cái vẫy chào vĩnh biệt vợ, con, cha mẹ, anh em... rồi không bao giờ gặp lại nhau nữa.

Đó là trường hợp của ông Phạm văn Sinh, là bạn đồng liêu của bố tôi, làm việc tại Lãnh Sự quán VNCH ở Lào. Ông Sinh chết trong một trại tù ngoài Bắc; Là trường hợp của Lê Quảng Lạc, của Nguyễn Thiêm Tường, bạn tôi; của rất nhiều người bỏ mình trên núi rừng miền Bắc sau một lần thăm nuôi từ biệt miền Nam, từ biệt người thân trước khi chuyển trại.

Lần thăm nuôi này ở Long Thành khác với những chuyến thăm gặp về sau, ở những trại khác. Địa điểm thăm gặp là khu đất trống nằm trong vòng rào. Bàn ghế thô sơ thuộc loại ngồi chồm hỗm, được kê lên vội vã. Thân nhân đến ghi danh ngoài cổng trại. Cứ một tốp khoảng trên chục gia đình cho vào gặp tù một đợt. Thời gian gặp khoảng 15 phút. Mỗi dãy bàn có một cán binh ngồi xem chừng. Vì không biết đó là lần thăm gặp đầu tiên và là cuối cùng trước khi chuyển trại ra Bắc, nên quà cáp không có nhiều, chủ yếu là phút gặp gỡ, nhìn được mặt vợ con cha mẹ để khuây nguôi nỗi nhớ nhung lo lắng tích tụ cả năm trời. Gia đình cũng được an tâm.

Tôi được gọi ra sau 10 giờ sáng. Thân nhân đến thăm tôi gồm có cha mẹ, vợ tôi, bế thêm bé trai một tuổi, cháu đích tôn bố mẹ tôi, con ông anh từ bắc vĩ tuyến 17, vừa vào Sai Gòn gặp lại cha mẹ sau 20 năm xa cách. Anh là giáo viên dạy giỏi có huy chương khen thưởng, cũng từng bị tập trung cải tạo ba năm tại trại Thanh Cẩm vì là "phần tử có cha mẹ, các em trong miền Nam, nguy hại cho an ninh xã hội!".

Cuộc thăm viếng chuyện trò diễn ra như cái chớp mắt so với thời gian chia ly chờ đợi với bao nhiêu tâm sự tích tụ đầy vơi cần được trao gửi. Từ giã gia đình, tôi tay xách, vai mang hai túi quà tiếp tế rời khỏi chỗ ngồi đi qua một khoảng đường ngắn thì gặp cô học trò từ ngoài vào, cũng là học sinh Phan Sào Nam. Em này học lớp 11, tên là Lê Thị Thanh Vân, con gái ông Lê Văn Tư cùng nhà giam, có hỗn danh là Tư ghẻ, do anh em đặt vì ông là một trong những người bị ghẻ nặng nhất trong "mùa ghẻ" ở trại Long Thành. Thấy tôi, Vân la lên:

- Thưa thầy. Thầy cũng vào đây à?

Tôi hỏi:

- Em thăm ai?

- Em thăm bố.

Buổi chiều ông Tư gặp tôi nói:

- Cháu Vân có nói chuyện về anh. Thì ra anh là thầy của cháu. Tôi nói với ông: Vân là học trò xuất sắc trong lớp tôi. Vân là học sinh giỏi, xinh và ngoan.

Quà thăm nuôi lần này không có nhiều thức ăn. Phần đông chỉ xin quần áo lót và thêm một vài cái sơ mi quần tây, đồ ngủ, các loại thuốc chữa bệnh. Nhiều người xin gia đình gửi cám và thuốc Vitamine B1 vì một số đông bị phù thủng. Nhiều người tưởng như không thể thoát chết do bệnh kiết lỵ kéo dài đến kiệt sức. Trong số này có người bạn tôi, nay đang là Cán Sự Xã Hội tại Nam California.

Sau đợt thăm nuôi ấy, số đông đã lấy lại được cân bằng

tinh thần và thể chất. Nhờ đó số tù biệt xứ đã chịu đựng, qua được cơn vật vã khủng khủng khiếp trong cuộc "hải hành" từ Nam ra Bắc.

<h1 style="text-align:center">ly rượu mừng
và những dòng lệ ứa</h1>

Tôi nếm trải hơn ba ngàn ngày trong các trại tập trung cải tạo, nếm trải từng phút giờ, từng ngày tháng trong nỗi chết, cận kề sự sống. Cái đói khát cào xé ruột gan bao tử, cái chịu đựng nỗi đắng cay tủi nhục như từng mũi kim chích vào thần kinh tâm não, cái đói triền miên từ ngày này sang tháng nọ làm cho thể xác người tù kiệt rạc, hơi thở thoi thóp.... Nhưng trong thể xác tàn tạ, điêu linh ấy vẫn còn một sinh lực vô hình ngấm ngầm, chìm lặng để giữ cho thể xác kia không sụp đổ, cho nhân cách phẩm giá không bị ố nhòe. Người ta gọi cái nguồn sinh lực ấy là tinh thần. Đời sống tinh thần không là miếng cơm manh áo, không là ăn ngon mặc đẹp, mà là cái gì sâu thẳm nhất, cái tinh chất nuôi sống con người, chủ động của mọi hành vi, thái độ. Có mấy ai cảm nhận cái sức mạnh "tinh thần" ấy như thế nào trong cuộc sống bình thường êm ả.

Trong nỗi cùng kiệt của sự sống, những người tù chúng tôi cảm nghiệm được cái "yếu tố tinh thần" kia nó mãnh liệt biết chừng nào. Đã có những con người ngã xuống, để lại thân xác nơi bụi bờ chỉ vì tinh thần sụp đổ; đã có những con người vẫn bước đi, vẫn cử động, nhưng linh hồn đã chết, khi đem thân làm tôi tớ cho đám cai tù để đổi lấy chút vật chất trội thừa, hoặc cái ảo tưởng được thoát chốn lao tù trước những người cùng cảnh ngộ.

Một Vũ Thành An sáng tác những bài hát ca ngợi chế độ mới, nguyền rủa cái "gia phả" của chính mình: *Nay mới biết đế quốc Mỹ là quân xâm lược. Bọn ngụy quyền là lũ tay sai. Bao nhiêu năm cúc cung tận tụy miệt mài. Cứ ngỡ rằng mình lo việc nước....*" bài hát còn dài, kể công kẻ thù, kết tội chế độ, nơi đã nuôi dưỡng, đã ưu đãi người nhạc sĩ này.... để hằng đêm người tù phải tủi nhục ngồi đồng ca tập thể hàng giờ đồng hồ trong bóng đêm đen kịt trên ngọn đồi Làng Cô Nhi Long Thành.

Tôi tin rằng ở các trại tù khác không thiếu gì những nỗi buồn, những dòng nước mắt òa vỡ vì khổ đau và vì sung sướng. Một trong những việc đầu tiên được áp dụng tại các trại tù là "nhồi nhét" thật nhiều những bài hát đem từ miền Bắc vào theo đoàn quân nón cối, những bài hát tôn vinh lãnh tụ, những bài hát khích động tuổi trẻ "sinh Bắc tử Nam": "Như có bác Hồ trong ngày vui đại thắng", "Trường Sơn Đông, Trường Sơn Tây", Chiếc Gậy Trường Sơn", "Tiến Về Sài Gòn".... Từ ngày này sang đêm nọ người tù phải ghi chép, phải học thuộc, phải ngồi hát những bài hát này, hết năm này sang tháng khác.

Cái Tết đầu tiên trong trại tù Long Thành, do yêu cầu, đề nghị của nhiều người, của các dãy nhà, các phòng giam đề đạt lên chỉ huy trại, bài hát Ly Rượu Mừng của nhạc sĩ Phạm Đình Chương được chấp thuận cho hát trong ba ngày Tết. Đây là một quyết định tâm lý, nhằm "xả xú bắp" cái bình áp suất bởi sự đè nén, uất ức tột cùng của những con người "sa cơ lỡ vận".

Từ cái "gật, ừ" đó, Ly Rượu Mừng không chỉ được hát trong ba ngày Tết, mà từng đêm trong các buổi "sinh hoạt, học tập" đã trở thành "khúc tâm tình" của người tù tìm lại thuở xưa, cất vang lên, tỏa vào một khoảng trời không, rộng lớn. Bao nhiêu cảm xúc sung sướng lẫn đau buồn của mỗi người tù gửi vào tiếng hát gửi về người thân, gửi về một thời quá vãng của ấm no, tự do, hạnh phúc.... trong cảnh ngộ cá chậu chim lồng.

Khi đoàn tù được chuyển ra những miệt núi rừng biên giới Hoa Việt, trong khoảng cách không gian, thời gian và nỗi nhớ mịt mù ấy, biết bao dòng nước mắt đã ứa trào, tuôn chảy theo từng lời ca tiếng nhạc của Ly Rượu Mừng. Đêm Giao Thừa Tết Tân Tỵ (1978), tại trại tù Quảng Ninh, trong giờ phút thiêng liêng của Giao Thừa – những người tù chúng tôi ngồi nhổm dậy, nắm chặt tay nhau, nhìn vào mắt nhau, cùng cất cao tiếng hát, tiếng hát lọt qua song sắt, phả vào không gian tĩnh mịch của núi rừng hiu quạnh vùng Cẩm Phả, Quảng Ninh:

- "Ngày xuân nâng chén ta chúc nơi nơi. Mừng anh nông phu vui lúa thơm hơi..."

- "Mừng người vì nước quên thân mình..."

- " Kìa nơi xa xa có bà mẹ già, từ lâu mong con, mắt vương lệ nhòa. Chúc bà một sớm tinh sương, đón con về, hòa nỗi yêu thương".

- "Bạn hỡi, Vang lên lời ước thiêng liêng. Chúc non sông hòa bình, hòa bình...

- "Hãy chúc ngày mai sáng trời tự do......"

....

Nước mắt chúng tôi tuôn rơi theo từng nốt nhạc, theo từng tiếng ca, như quặn xoáy vào từng tế bào thần kinh, vào từng mạch máu đang chuyển vần nhịp đập của trái tim.

Trong tập sách nhỏ "Bông Hồng Cài Áo", khi nói về cái mình có mà mình không biết, khi bị mất rồi mới ngó lại mà tiếc thương, thiền sư Nhất Hạnh viết: "Một bầu trời thương yêu dịu ngọt, lâu quá mình đã bơi lội trong đó, sung sướng mà không hay, để hôm nay bừng tỉnh thì thấy đã mất rồi..." (Bông Hồng Cài Áo. Nha tuyên Úy Phật Giáo. Sài Gòn 1965).

Mười lăm năm tôi sống ở sài Gòn, có mặt ở miền Nam trong hai mươi năm tồn tại của chế độ VNCH, của miền Nam tự do, chưa có khi nào tôi dành một khoảng nhỏ thời gian để nghĩ về người nhạc sĩ tài hoa này, mặc dù nhiều lần trong mỗi tuần lễ, trong mỗi tháng, tôi vẫn nhìn thấy trên màn ảnh Ti Vi hình dáng người nghệ sĩ này, tôi vẫn nghe ông hát trong ban hợp ca Thăng Long cùng với Hoài Trung, Thái Thanh, giọng ca trầm hùng, réo rắt. Cho tới khi tôi và hàng vạn người tù cải tạo "thọ ơn ông" tôi mới nghĩ về ông, mới biết Phạm Đình Chương đích thực.

đợt "chuyển quân"
bằng máy bay ra Hà Nội

Cuộc hội ngộ bất đắc dĩ của toàn bộ chính phủ Sài Gòn tại ngọn đồi Làng Cô Nhi Long Thành trong gần hai năm đã đến ngày bế mạc. Đợt "thuyên chuyển" số quan chức cao cấp lần thứ nhất vào một đêm khuya đã được chúng tôi đặt tên là "Đêm Màu Hồng". Gọi là Đêm Màu Hồng vì đèn chỉ được mở sáng một khu của ngọn đồi. Toàn trại vẫn im lìm trong bóng tối. Từng cán binh cầm đèn pin chia nhau đến mỗi dãy nhà đánh thức mọi người dậy, đọc tên những quan chức rồi "dẫn giải" đi chỗ khác. Tình trạng như bầy ong vỡ tổ. Có những người vợ ở khu biệt lập tù nữ chạy hớt hải đến những dãy nhà có chồng mình để xem có tên chồng trong số "đoạn trường" ấy không?

Khi những người có tên đã được dẫn đi, biết không có tên mình, tôi chạy sang dãy nhà ông anh rể nhà tôi ở khối 4, Tr/tá biệt phái, đã chín năm tại Phủ Tổng Thống. Chức vụ sau cùng sau khi TT Thiệu từ chức, là Tổng Thanh Tra Bộ TL/CSQG. Tôi chạy tới nơi, cũng tình trạng tương tự. Mọi người ngơ ngác, mỗi phòng còn lại một số người thưa thớt rời rạc. Tôi hỏi Đại/úy Quốc - trưởng phòng Báo chí BTL/ CSQG từng phối hợp công tác với tôi trước ngày 30-4.

Khi biết ông anh cột chèo đã bị gọi đi rồi, tự nhiên tôi cảm thấy buồn buồn, dù rằng trước đó anh em cũng ít được gặp nhau. Những người trong danh sách "đêm màu hồng" được đưa về trạm trung chuyển ở Thủ Đức. Sau mấy tháng làm thủ tục, đợt tù này được chở bằng máy bay ra phi trường Gia Lâm rồi phân phối đi các trại.

Đợt chuyển trại lần thứ hai từ Long Thành, không rõ con số chính xác là bao nhiêu, nhưng ít nhất cũng trên 1.500 người. Chúng tôi cũng được đưa về trại Thủ Đức. Trại này nguyên là nơi giam giữ các nữ phạm nhân hình sự dưới thời chính phủ VNCH. Trại tù này có từ thời Pháp.

Một hiện tượng chúng tôi ghi nhận được là bất kỳ lần chuyển trại nào, ở trong Nam cũng như ngoài Bắc, đều diễn ra sau những trận mưa lớn. Hiện tượng này chắc chắn không do "cách mạng" mà do Trời cũng "mủi lòng". Vào đêm chúng tôi lên xe rời Long Thành trời mưa như trút.

Buổi chiều hôm đó nhà bếp cho ăn sớm hơn thường ngày. Khi trời chập choạng tối thấy có nhiều chiếc xe tải đậu phía ngoài cổng trại. Một số anh em chúng tôi tinh ý, nhìn ra và bắt đầu sửa soạn gói ghém đồ đạc. Một số cứ tỉnh như không quan tâm, xúm nhau quanh bàn cờ tướng, hoặc chụm nhau hút thuốc, kể chuyện... Cô Gái Đồ Long...

Phần đông mọi người vẫn nghĩ về một ngày phân tán mỗi kẻ một nơi. Một số tù gặp nhau, chung đụng hơn một năm đã gắn bó, trở thành tri kỷ, đã nghĩ đến một ngày xa nhau. Một số hy vọng vào thời gian được về từ nơi này. Bề ngoài sinh hoạt toàn trại đã đi vào nề nếp lao động, học tập... "Học viên" tỏ ra biết chịu đựng mọi thử thách về tinh thần, thể chất và an tâm chờ đợi. Chờ đợi một cái gì đó.

Đời sống con người luôn luôn nảy sinh nhiều nhu cầu bên cạnh những thứ thiết yếu của cuộc sống hàng ngày. Cuộc sống người tù quanh quất chỉ có vài bộ quần áo với cái chén ăn cơm, cái ga-men quân đội, đôi đũa, cái thìa và ít thứ lặt vặt khác. Vì thế phần đông người tù nhặt nhạnh, lượm lặt, thu gom bất cứ thứ gì từ thanh nhôm, miếng gỗ, cái đinh sét dỉ, cọng dây kẽm đến một khúc cọc sắt dài chừng vài mươi phân đã mài giũa thành cái lưỡi thuổng đào đất, miếng vỏ dừa khô, hòn đá, cái xô đựng nước làm bằng tôn tự chế, cái nón sắt cũ tìm được bên lùm cây khi đi lao động - Thượng vàng hạ cám cộng với quà thăm nuôi, tích trữ phòng thân...

Hành trang của họ, do đó ngày một nhiều thêm, nhất là sau đợt thăm nuôi, nhận quà tếp tế từ gia đình. Đồ đạc rất lỉnh kỉnh nặng nề. Có người vai gánh tay xách; có người hai vai hai mang, sau lưng một túi, trên đầu còn đội một cái thùng trên đầu.

Gồng gánh một quãng đường khoảng 300 mét từ phòng giam ra bãi đậu xe người nào người nấy mồ hôi ràn rụa, dù cơn mưa vừa mới dứt hạt năm ba phút thôi, lối đi bùn sình nhầy nhụa, đến nơi tập họp, mọi người "bá thở". Hành lý được cho lên xe hết, ai nấy trở lại sắp hàng. Hơi đêm đã làm dịu lại cơn mệt nhọc vì khuân vác. Ngọn gió hiu hiu mơn trớn dễ chịu trên da thịt mọi người.

Tôi đang lơ ngơ như vừa bỏ quên hay đánh rơi mất một cái gì. Cả hồn xác đang chơi vơi thì hai anh cán binh từ phía sau bước tới, cầm theo những chiếc còng số 8, "made in USA" còn mới nguyên xi. Một cán binh lên tiếng – "vì biện pháp an ninh chúng tôi phải khóa tay các anh". Anh cán bộ vừa nói vừa đi theo hàng dọc, khóa tay hai người chung một còng. Tất cả tù không ai tỏ ra sợ hãi hay khó chịu nào, họ thản nhiên vì biết trước sau gì cũng phải đến đó, dù trong gần hai năm, đã nghe biết bao lời lẽ vẽ vời dối gạt. Khi viên cán binh đi tới còng tay những cặp cuối hàng, tôi nói cho mọi người xung quanh nghe – "Giờ này thì mặt nạ đã rơi xuống. Lần đầu tiên tôi đeo thử loại 'đồng hồ' tay số 8". Không hiểu viên cán binh kia có nghe không, nhưng lúc bấy giờ tôi nói mà không hề có sự e dè nào cả.

Từ Long Thành về Thủ Đức không bao xa. Lên xe, không ai biết số phận mình sẽ trôi nổi đến đâu. Đoàn xe chạy theo hướng Nam trên xa lộ Biên Hòa, rẽ phải ở ngã tư, chạy qua chợ Thủ Đức, qua đồn Quân Cảnh cũ. Một anh trên xe nói – Đây là đoạn đường vào khu trại Cải Huấn nữ. Lần đầu tiên chúng tôi tới đó.

Đoàn xe vào bãi đậu, từng tốp một được dẫn về mỗi buồng. Cửa mở, mọi người bị dồn vào bên trong một cách nhanh gọn. Cánh cửa sắt kéo lại. Một ống khóa lớn liền được móc vào, bóp chặt. Lần đầu trong đời tôi có cảm tưởng đúng là bị "xộ khám". Xộ khám là tiếng lóng cùng nghĩa với tống giam mà báo chí Sài Gòn trước kia thường dùng. Dưới ánh đèn mù mờ, tù nằm san sát bên nhau tìm chút thư giãn.

Sáng sớm thức dậy nhìn hai lớp cửa sắt, bốn phía tường xám xịt, có anh oang oang lên tiếng – "Tình hình trở nên xấu rồi các bạn ơi!". Khoảng 9 giờ sáng, một công an áo vàng, giọng Bắc đến mở cửa phòng. Giọng điệu nhát gừng, kêu mọi người ra sân tập họp để đi nhận hành lý. Một "học viên" hỏi:

- Thưa... (bỏ lửng) ở Long Thành chúng tôi được gọi là học viên, về đây thì nói là phạm nhân, là can phạm, vậy chúng tôi là gì?

Anh công an này gắn giọng:

- Học viên, phạm nhân, can phạm gì cũng là tù cả.

Mấy ngày sau trên giấy tờ ghi rõ là "Danh sách Phạm nhân", nội quy đổi lại, bắt buộc trong xưng hô phải "Báo cáo cán bộ". Ở trại này không lao động, không có học tập. Thỉnh thoảng được "lên lớp" một vài tiếng đồng hồ để phổ biến chính sách chung. Sự cách ly được áp dụng triệt để. Người ở buồng này không được gặp gỡ chuyện trò với người ở buồng kia. Gặp nhau không được chào hỏi. Không khí trở nên ngột ngạt.

Buồng giam ở trại này không giống những trại khác. Chỗ nằm là những bục xi măng xây sát hai bên bờ tường. Ở chính giữa buồng là một dãy hào sâu chia hai dãy nhà, người đứng dưới hào chỗ nằm cao ngang ngực, có bậc thang bước lên. Dưới khí hậu nhiệt đới, trời nắng nóng suốt tuần, suốt tháng, người đông ngột ngạt, ban ngày cũng như ban đêm chỉ có áo thun quần xà lỏn. Tôi nằm ở dãy nhà bên này nhìn qua song sắt sang phòng bên kia thấy mấy ông Thẩm phán Tối Cao Pháp Viện cũng xà lỏn may ô đang nằm chèm bẹp trên bục xi măng. Đầu óc tôi cứ luẩn quẩn mãi với hình ảnh những ông quan tòa áo đỏ ấy.

Khoảng hạ tuần tháng 10-1976, có biên chế quy mô, người từ buồng này chuyển sang buồng khác thành lập những tổ, đội và chỉ định những tổ trưởng, đội trưởng mới. Trong hai tuần lễ có mấy lần khám xét tư trang. Lần khám cuối rất kỹ. Nhiều thứ bị tịch thu, nhiều thứ bị bắt buộc bỏ lại. Mọi người biết là sắp sửa có đợt "chuyển quân", nhưng không biết bao giờ. Chiều ngày 27-10 sau khi điểm danh, vào buồng, khóa cửa như thường lệ, một lát sau, một công an đến mở cửa đọc tên tôi, bảo mang đồ đạc, tư trang ra ngoài. Trong khi tôi đang lục đồ đạc cho vào túi xách, anh chàng họ Khưu trước làm chung phòng Báo Chí đến gần tôi nói lời chúc lành và an ủi − "Chúc anh đi may mắn. Bữa nào tôi về sẽ đến thăm chị và nói cho chị an tâm là anh khỏe mạnh, vững tinh thần...". Tôi đi chuyến tàu Hồng Hà ra Bắc, sau đó chàng Khưu đi chuyến tàu Sông Hương, ra vùng biên giới Việt Hoa.

chuyến tàu Nam Bắc
số phận lênh đênh bắt đầu

Khuya đêm 28 -10 -1976 chúng tôi được đánh thức dậy khăn gói lên xe. Cứ hai người chung nhau một còng số 8. Trời lại mưa tầm tã. Đoàn xe chạy ngang chợ Thủ Đức rẽ qua Xa Lộ Biên Hòa, quẹo phải hướng Sài Gòn. Trời khuya, đêm mưa mù mịt. Tôi nhìn về thành phố, hình dung đến khung cảnh gia đình, bố mẹ, và những người thân trong căn nhà - Tổ ấm hạnh phúc ngày nào tưởng như không bao giờ xa cách được. Thế mà...

Có những ngọn đèn lù mù thấp thoáng từ xa, cả khung trời Sài Gòn mờ ảo, ký ức lại hằn lên từng nét mặt, từng hình bóng thân yêu cùng với một thời tuổi trẻ tưng bừng, rộn rã.

Đoàn xe rẽ vào khu Tân cảng xa lộ. Người Sài Gòn trước 75 vẫn quen gọi là New Port. New Port được hãng thầu của Mỹ RMK xây dựng cùng lúc với xa lộ Biên Hòa, nhưng về sau, khi lính Mỹ kéo sang ồ ạt, do nhu cầu, bến cảng này được mở rộng để tiếp nhận những chiếc tàu lớn từ cảng Vũng Tàu.

Dưới bóng đêm, trong mưa gió, chúng tôi xuống xe, được dẫn ra cầu tàu, có ánh đèn pin chiếu thấp thoáng. Người này dính lấy người kia với chiếc còng, tay vịn người phía trước lần mò bước lên boong tàu rồi vịn thang xuống gầm tàu sâu hút. khoảng trống trên boong tàu đã được che bằng những tấm bạt, để trống vài khoảng trời lớn bằng cái miệng giếng. Chúng tôi được phát nước uống, gạo sấy Quân Tiếp Vụ, và mì ăn liền. Nhìn loại thực phẩm được phát, chúng tôi biết thức ăn đó đủ cho bốn ngày đi đường. Mọi người đồng ý với nhau chỉ có hai nơi để đi tới: hoặc ra Bắc hoặc ra Côn đảo. Tàu bắt đầu chạy vào khoảng 5 giờ sáng. Khi mặt trời chênh chếch, chúng tôi cố nhìn lên để đoán phương hướng. Đến xế trưa thì biết chắc là tàu đang rẽ nước đi lên, giạt lại phía sau đất trời miền Nam, không hẹn ngày trở lại.

Chỉ sau một ngày, hầu hết mọi người đã nằm im thim thíp, không còn những bàn luận, chuyện trò như khi mới xuống tàu. Sau quá trưa, từ trên boong tàu thòng xuống một thùng nước nóng, tôi hứng vào ca mì ăn liền, để một lúc tôi đưa lên miệng thì muốn ói. Sóng đập vào mạn tàu, con tàu đu đưa, dập dờn trên sóng nước làm kích ngất thần kinh. Tôi bắt đầu nhịn ăn từ đó, nằm mê man cho tới ba ngày sau. Người nằm cạnh tôi, ông già Sơn – Lê Thiên Sơn, tên khai sinh là Mạnh Trọng Khánh, cháu gọi Mạnh Trọng Niệm là chú ruột. Mạnh Trong Niệm bị tử hình trong vụ Quỳnh Lưu, Nghệ An. Ông già Sơn – gọi là ông già nhưng thực ra anh này mới trên dưới năm mươi. Già Sơn luôn miệng rên la:

- Ơi cách mạng ơi cho tôi chết ngay đi. Tôi không còn chịu nổi nữa. Anh em ơi, tôi xin chọn nơi này làm quê hương...

Ông than la mãi cho tới khi không còn rên la nổi nữa. Thỉnh thoảng tôi mở mắt nhìn lên chút nắng lọt xuống từ tấm che khoảng trống trên nóc tàu. Sóng mạnh đập, con tàu chông chênh, lắc lư qua lại, những thùng phân và nước tiểu nghiêng đổ. Không ai dậy nổi để dựng lại mấy cái thùng ấy. Cảnh tượng kinh khiếp hãi hùng không ai có thể hình dung nổi. Tôi cố nhấc cái đầu lên một cách nặng nhọc để tránh một luồng nước tiểu hòa với phân đang trườn lại. Tôi cố xê dịch nhưng hai bên bị hai người nằm bất động, thêm mấy cái túi hành trang chèn lại, sức lực đã gần cạn kiệt nên đành để luồng nước thấm ướt một phần từ giữa lưng trở xuống. Hai ống quần ướt nhẹp. Tôi cố co hai chân lên, cởi được cái quần dài ra bỏ sang bên cạnh, mãi một lúc sau mới móc được cái quần khác từ trong túi đồ áo, lấy ra mặc vào.

Trong khi dùng hết chút sinh lực còn lại để chống chọi với cơn "tai biến" này, tôi để ý thấy một người mà tôi rất quen biết cứ ngồi ăn uống, rất tỉnh. Ông không chuyện trò với ai và cũng không cần biết đến những gì đang xẩy ra xung quanh, khi nước (tiểu và phân) chưa tới chân. Mọi người trong cơn nửa tỉnh nửa mê cố mấp máy môi nhờ những người còn tỉnh táo hơn kêu cấp cứu cán bộ, nhưng tiếng kêu như lạc vào hư vô. Mỗi buổi sáng có một cán bộ cầm đèn pin, miệng che kín bằng khẩu trang, vịn cầu thang leo xuống kiểm tra. Thấy không có ai chết, không có gì lộn xộn, cán bộ lặng lẽ leo thang trở lên, để yên một đống người nằm bất động trong bóng tối mù mờ với mùi hôi thối đến tởm lợm, nôn mửa.

Trong cơn say sóng mơ màng nửa sống nửa chết, tôi tự hỏi và tự trả lời – Có phải đây là địa ngục trần gian không? Có phải đây là cuộc hành hình "tế nhị" của "cách mạng Việt Nam"? Có phải cái đáy tàu này là đáy địa ngục??

- Phải rồi, đúng là nơi đây, địa ngục trần gian có thật. Trong đời tôi, cho tới khi ngồi ôn lại đoạn đường này, chưa bao giờ tôi gặp một nỗi hãi hùng ghê rợn khủng khiếp như lần đó.

Trên Tạp Chí Văn Nghệ coinguon.org tháng 9-2003 có đăng truyện ngắn "Chuyến Tàu" của nhà văn Hồ Phú Bông, trích từ tập truyện "Những Chuyện Chưa Quên" cùng tác giả, mô tả về cảnh tượng này rất thực, với một ngòi bút sắc bén. Nhà văn Hồ Phú Bông thuật lại:

"... Tù chen chúc nhau trong hầm tàu. Hầm tàu là một hộp sắt vuông vức, rộng như một hội trường lớn, vách bằng thép dày, han rĩ màu nâu đỏ. Về phía đuôi tàu, có một hành lang duy nhất, có song sắt thưa, ở trên cao, thông với buồng lái và boong tàu, nơi đó mấy ông bộ đội ghìm súng nhìn xuống.

Những cửa liên lạc với hầm tàu bên dưới đều đóng kín. Im ỉm.

Cả 2000 tù cộng với hành trang, chêm chặt như nêm. Thế ngồi co cụm, không đủ chỗ để duỗi chân. Có người ngồi trên sàn, có người ngồi trên túi quần áo, có người đứng để dễ thở hơn, nhưng nằm thì không đủ chỗ. Ngồi xuống sàn thì đầu gối gấp lại chân sẽ bị tê rất nhanh. Ngồi trên túi áo quần có chút thư giãn hơn nhưng cơ thể thì nghiêng ngửa không có điểm tựa. Có người thử tựa lưng vào nhau nhưng cũng không thể chịu đựng lâu được. Đứng thì cũng không thể đứng hoài một chỗ không cử động. Cứ thế, hết ngồi lại đứng, hết đứng lại ngồi, tại một chỗ cố định. Người nào có nhu cầu tiêu tiểu thì cả một cực hình. Cái đệ tứ khoái của con người, giờ đây là một tai họa. Phải chen chân vào chỗ người khác ngồi, để lần từng bước, đi về hướng mấy cái buồng xí ở trung tâm hầm tàu. Nơi đó được che sơ sài, tạm bợ bằng tấm vải bạt, chứa một số thùng phuy cắt ngắn, hai miếng gỗ đậy lên mặt có chừa một khe trống ở giữa. Nhiều người phùng mang trợn mắt, không còn ai giữ gìn ngôn ngữ trong tình huống nầy. Loại tử tế nhất là: *đừng đạp lên đầu con nghe cha nội!*

Khi càng âu lo về nhu cầu tiêu tiểu thì cơ thể hình như bị kích thích ngược lại. Cho nên nhu cầu sẽ nhiều hơn! Cố gắng ngồi yên thì có chút dễ chịu, nhưng đến khi buồn tiểu không thể nín được nữa thì cũng không thể đứng thẳng người lên được, vì bọng đái căng cứng, đau đớn. Ráng cố gắng lần mò đến được buồng xí thì mãi mười, mười lăm phút cũng không thể tiểu ra được, trong lúc cả hàng dài chờ đợi phía sau với đầy đủ điệu bộ, ngôn ngữ thô lỗ nhất!

Những đơn vị tù nào phải chịu vòng quanh khu mấy cái buồng xí thì quả thật là đại họa!

......

Những khuôn mặt hốc hác, bơ thờ. Những đôi mắt của loài thú bị đông lạnh, sâu trũng, thâm quầng. Tuyệt vọng.

Cũng buổi chiều, quang cảnh trung tâm của hầm tàu bắt đầu đổi khác. Khu vực quanh các buồng xí dần dần trở nên mất trật tự. Những dòng tù hướng về đó vì nhu cầu khẩn thiết, đều bị cự tuyệt, phản đối. Đám tù quanh các buồng xí la ó, kêu gào. Những tù đã giải quyết xong nhu cầu, trên đường về trở lại, cũng bị la ó, phản đối. Phân người và nước tiểu tràn dần ra, chảy ướt chung quanh. Những đôi bàn chân tù đến đó hoặc trở về đều ướt đẫm. Cứ thế. Cứ thế... Nhầy nhụa từ từ lan dần khắp nơi. Tiếng văng tục, kêu gào, la ó từ trung tâm hầm tàu cũng lan dần, lớn dần ra chung quanh.

Mấy ông bộ đội ở trên cao vẫn ghìm súng nhìn xuống. Điếc đặc như những bức tượng! Người lái tàu chỉ có nhiệm vụ lái con tàu. Người cầm súng canh giữ chỉ có nhiệm vụ canh giữ. Không có ai giải quyết chuyện dưới hầm tàu hoặc đã được quyết định từ trên với ông hạm trưởng rồi. Tất cả đều im lặng. Những con người máy. Tù chửi rủa: tù nghe. Tù kêu gào, la ó: tù khô hơi tắc tiếng. Những con người máy vẫn đứng ở trên cao với khẩu súng! Đám tù vẫn kêu gào từ địa ngục. Địa ngục không thể cao dần lên. Địa ngục chỉ có chiều sâu. Thăm thẳm. Chiều sâu không bao giờ thấy đáy!

Sức khỏe cạn kiệt. Phải vật lộn với nhầy nhụa hôi thối

mấy ngày đêm, đôi bàn tay không thể còn sạch nhưng không có nước để rửa. Chính mình phải sợ hãi đôi bàn tay của mình như của một người xa lạ! Đầu óc tù đã hoảng loạn hoặc đã thành đá, thành băng. Lũ tù là lũ heo đang ở trong chuồng, không phải là loại heo nuôi theo công nghiệp, nhưng là loại heo nuôi để lấy phân ở các chuồng vùng quê.

......

...... trong hôn mê, hoảng loạn! Lượng nhầy nhụa và nước lại từ từ dâng lên, dâng lên gần đến mắt cá chân. Rồi lại từ từ rút dần xuống chỉ để lại nhớp nháp, nhèm nhẹp. Thì ra chiếc tàu đang chuyển mình! Nghiêng qua, đảo lại. Hai bên hông hầm tàu cứ như triều dâng, lúc đầy lúc vơi .

......

Ở hành lang phía trên kia, vẫn những bức tượng cầm súng. Điếc đặc!

Hơi người đọng lại chảy thành dòng trên vách sắt.

Khi ngạt thở con người thường *dướn* cổ dài ra hoặc chúi mũi vào góc kẹt tìm chút sinh khí. Hình ảnh con người trong các lò hơi ngạt thời Đức Quốc Xã đang bắt đầu.

(Hồ Phú Bông – Chuyến Tàu)

năm hai ngàn năm
tôi còn gì ? em còn gì

Cách đây gần nửa thế kỉ tôi rất thích nghe bản nhạc Năm Hai Ngàn Năm của cố nhạc sĩ Y Vân qua tiếng hát của ca sĩ Hùng Cường. *"Năm hai ngàn năm tôi còn gì ? Em còn gì? Anh còn lại gì? ..."*

Khi tôi đưa tay xé tờ lịch cuối cùng của thế kỉ, lời ca kia như vang vọng, dội về một quá khứ mênh mông. Kí ức tôi quay lại một nửa cuộn phim đời chung riêng. Nửa cuộc đời, tôi lăn lóc theo những biến động thăng trầm của thời thế, của vận mệnh đất nước.

Lịch sử Việt Nam là cả những chuỗi dài thời gian đè nặng trên thân phận một dân tộc quật cường nhưng phải hứng chịu nhiều tai họa. *"Một ngàn năm nô lệ giặc Tàu, một trăm năm nô lệ giặc Tây, hai mươi năm nội chiến từng ngày..."*. Tiếng kêu phẫn nộ của Trịnh Công Sơn với giọng ca réo rắt của Khánh Ly vẫn luôn luôn réo gọi lòng người trở về với cội nguồn, với lịch sử, lòng yêu nước và tình tự dân tộc. Một ngàn năm đã qua. Một thế kỉ đã tận, cùng với nhân loại, dân tộc Việt Nam đã bước đi một chặng dài trên đường tạo dựng. Nhưng bên cạnh những phát triển thành đạt, lịch sử cũng đã để lại nhiều nỗi đau thương cho dân tộc.

Gần hai trăm năm, sau Trịnh Nguyễn phân tranh, sông Gianh là lằn ranh chia đôi đất nước, đến giữa thế kỉ hai mươi một cuộc thông đồng cắt chia đất nước giữa thực dân Pháp và cộng sản Việt Nam qua Hiệp định Genève 1954 đã đưa đến nhiều hậu quả bi thảm nhất trong suốt năm nghìn năm lịch sử của dân tộc Việt. Từ cuộc chia cắt này, với súng đạn của ngoại bang, tiêu xài bằng xương máu Việt Nam, một cuộc chiến khốc liệt kéo dài hơn hai mươi năm đã tàn phá, hủy hoại những cơ sở vật chất, những giá trị tinh thần của dân tộc. Truyền thống đạo lý, văn hóa kỉ cương bị đảo lộn, tình tự dân tộc tan vỡ.

Năm 1975 đất nước thống nhất, đánh dấu một giai đoạn lịch sử thảm hại nhất, xô đẩy hàng triệu người hốt hoảng bỏ nước ra đi. Hàng triệu người bơ vơ lạc lỏng giữa một xã hội hỗn mang, bạo lực.

Hơn 25 năm sau từ cái dấu mốc khúc ngoặt định mệnh đó của dân tộc, tôi đang ngồi đây, trước chiếc máy vi tính của con số 2000, trước dòng chữ Xuân Canh Thìn, Tân Tỵ, Nhâm Ngọ, Quý Mùi đang ngấp nghé phía trước, tôi đang gõ những dòng chữ về một đoạn đời khó quên, về một cái Tết, về một mùa xuân tại vùng núi rừng heo hút ở Thanh Hóa, chỗ lam sơn chướng khí – vùng núi Lam Sơn, nơi mà hơn năm trăm năm trước Lê Lợi và vị khai quốc công thần Nguyễn Trãi đã dấy nghiệp cứu sơn hà.

Tôi sẽ xin kể câu chuyện của những người sĩ phu thời đại đã chấp nhận mọi thử thách, đem cả tính mạng của mình để giữ tròn danh tiết của kẻ sĩ, của đoàn người bại trận, để không làm hổ danh chính nghĩa của một quân lực đã mấy phen danh tiếng hào hùng.

Chúng tôi, cùng với hàng vạn người con ưu tú của đất nước, cùng chung một định mệnh, bị lùa vào các trại tập trung cải tạo từ Nam ra Bắc.

Năm 1979 tại vùng núi rừng Thanh Hóa, và khắp miền Bắc nói chung, hàng trăm ngàn sĩ quan, viên chức của VNCH sau năm 1975 bị lùa vào các trại tập trung cải tạo, đều có những kí ức hằn sâu về những cái Tết trong các trại tù. Cái Tết tôi muốn kể ra đây như còn mang một dấu ấn hằn sâu, đậm nét.

Chúng tôi, hơn 1.500 người được thanh lọc từ trại tù Làng Cô Nhi Long Thành xuống tàu Hồng Hà ra Bắc, cập bến Hải Phòng, rồi được xe đò bít kín cửa, chở đến Quảng Ninh vào ngày 4 tháng 11 năm 1976.

Cái Tết năm đó, tất cả tù nhân đều nhận được quà Tết gia đình gửi ra từ Khám Chí Hòa. Mọi người "vui vẻ" ăn cái Tết lưu đày biệt xứ lần đầu tiên trong cuộc đời. Một cái tết tù bình thường trong đời sống bình thường của tù nhân.

Hơn hai năm sau, khi Trung quốc ra tay "dạy cho đàn em một bài học", tất cả các trại tù từ vùng rừng núi biên giới Việt Hoa được cấp tốc chuyển về các tỉnh Thanh Hóa và Nghệ Tĩnh. Chúng tôi, hơn 1.500 người, trừ một số đã ở lại vĩnh viễn nơi góc núi, chân rừng Việt Bắc, số còn lại được chất lên xe chở chở về trại Lam Sơn, tên mới của trại Lý Bá Sơ ở xã Thiệu Yên, huyện Yên Định, tỉnh Thanh Hóa.

Tôi nói "được chất lên xe chở heo" theo nghĩa đen vì những chiếc xe chở chúng tôi còn một lớp phân heo đầy sàn, bốc mùi nồng nặc. Chúng tôi chỉ có thể đứng ép sát vào nhau mà không thể ngồi, cũng không thể xoay trở được. Sau một hành trình ngất ngư từ 10 giờ đêm hôm trước đến 8 giờ tối hôm sau. Chúng tôi đến trại mới, xuống xe trong trạng thái mệt lã, tả tơi.

Lý Bá Sơ, danh bất hư truyền. Đó là một khu trại tù của Việt Minh được thiết lập từ thời Pháp. Nhà tù lợp bằng cỏ tranh, vách trét đất nhồi rơm rạ. Hàng rào quanh trại là những lũy tre hai ba lớp dày đặc. Nơi tù nằm là những bục bằng đất đắp cao. Nơi ăn uống là ô sân đất trước phòng giam, bùn lầy nhão nhẹ. Tất cả mọi thứ không có gì có thể gọi là chỗ cho sinh hoạt của con người. Thêm vào đó, khẩu phần ăn bị thay đổi hoặc cắt xén đi nhiều. Bữa ăn trưa, tối thay vì một chén cơm với mắm thối, thì được thay thế bằng mấy củ khoai mì không lột vỏ, luộc lên chia cho tù ăn.

Mỗi tháng có khoảng trên 20 tù hình sự chết, được bạn tù của họ khiêng ra quăng xuống hố lấp vội. Tù cải tạo bị cúp tất cả mọi liên lạc với gia đình, không được thư từ, quà cáp tiếp tế hay tin tức của thân nhân. Một không khí u ám chết chóc bao trùm. Thêm vào đó là thái độ hằn học dữ tợn của đám cán bộ cai tù nên nhiều hình thức phản kháng, tranh đấu bắt đầu bộc phát, từ cá nhân đến từng nhóm rồi trở thành cuộc đấu tranh của tập thể tù toàn trại. Hình thức tranh đấu đầu tiên là khai bệnh để ngấm tẩy chay lao động. Lúc đầu mỗi đội có năm, bảy người, rồi một hai chục người; khi cao điểm toàn trại trên 1.000 người chỉ còn khoảng vài trăm người chịu ra sân tập họp để đi lao động đào mương, cuốc đất.

Hình thức thứ hai là biến những buổi học tập chính trị, học tập nội quy thành những buổi hội thảo về chính sách đối với tù cải tạo, trong đó nhấn mạnh tính cách vô giá trị của nội quy vì nội quy ghi rõ tù nhân được viết và nhận thư, nhận quà của gia đình mỗi tháng một lần, tù nhân được đề đạt nguyện vọng của mình. Ai "tiến bộ" sẽ được xét tha v.v.. nhưng những thứ đó không hề được áp dụng.

Những buổi làm bản "thu hoạch", viết kiểm điểm, rút ưu khuyết điểm 6 tháng "cải tạo", phê bình và tự phê bình rồi sau đó tự đặt ra "phương hướng cải tạo" cho bản thân trong 6 tháng tới. Tất cả tù cải tạo thông báo với nhau trước, biến "Bản thu hoạch" thành những "Bản kiến nghị" phê phán chính sách của "đảng và nhà nước" mang tính lừa bịp khi thông cáo kêu gọi đi "học tập một tháng, hay mười ngày rồi kêu án tập trung cải tạo 3 năm, nhưng quá 3 năm không hề có ai được trả tự do; Phê phán thái độ thô bạo và ăn bớt cơm tù của đám cán bộ cai tù. Đòi hỏi thi hành nghiêm chỉnh nội quy đã đặt ra; đòi hỏi cải thiện chế độ lao tù v.v...

Giọt nước tràn ly. Cuộc đấu tranh của hơn một ngàn người tù chính trị tại phân trị B Lam Sơn, Thanh Hóa bắt đầu từ tháng 8.1978 dưới nhiều hình thức công khai.

Cuộc tranh đấu đạt tới cao điểm, quy mô khi Ban Giám thị trại phân tán tù. Hơn 500 người chuyển sang Phân trại A, khoảng 700 người chuyển sang Phân trại C. Phân trại B chỉ giam tù hình sự.

Tại Phân trại C, ba ngày sau khi được chuyển tới, 700 tù nhân cải tạo đã đồng loạt biểu tình, tuyệt thực, hô khẩu hiệu, làm loa thông tin với từng nhà giam về nguyện vọng và ý chí của tù nhân. Đòi trả về phòng những bạn tù đã bị lén bắt đưa đi. Các phòng giam, nhà giam đồng loạt ca hát nhạc Phạm Duy: *"Việt Nam, Việt Nam tiếng gọi vào đời..."*; Nhạc Nguyễn Đức Quang: *"Ta như nước dâng, dâng tràn có bao giờ tàn, đường dài ngút ngàn là một trận cười vang vang, lê đôi bàn chân xích xiềng của thời xa xăm..."*; và nhạc của Trịnh Công Sơn: *"Hãy nói cùng tôi, hãy thở cùng tôi. Việt Nam này dành cho thù hận, cho bạo quyền, cho một lũ điên..."*

Sau ba ngày tiếng loa kêu gọi cùng với lời ca tiếng hát hòa lẫn vào không gian như một thông điệp của lòng dũng cảm và tiết tháo kẻ sĩ thời đại đã làm rúng động cả núi rừng và vọng tới các làng xã địa phương. Mấy trăm tù hình sự được di chuyển vào các hang núi. Toàn bộ Công an Thanh Hóa được đặt trong tình trạng báo động. Cuộc tranh đấu còn làm chấn động đến Cục Quản lý Trại Giam và Bộ Nội Vụ tại Hà Nội.

Nhiều phái đoàn sau đó đã đến trại "làm việc" với những người bị biệt giam.

Ngày 11 tháng 1.1979 lực lương công an và dân quân địa phương được huy động đến tràn ngập trại tù. Với súng đạn đã lên nòng và với mệnh lệnh:

- "Anh nào muốn trở lại sinh hoạt bình thường đi ra ngoài sân tập họp. Anh nào không muốn thì nằm yên tại chỗ. Anh nào kháng cự phải chịu hoàn toàn trách nhiệm. Các đồng chí thi hành nhiệm vụ".

Từng toán võ trang đến trước cửa phòng giam mở khóa cửa phòng, ra lệnh tất cả tù nhân ra sân ngồi sắp hàng, đọc lệnh và bắt đi 59 người chủ chốt, mỗi phòng giam có vài ba người bị bắt. Những người này bị còng tay tại chỗ, dẫn ra khỏi cổng trại thì mở còng và bị trói thúc ké bằng lạt tre rồi lần lượt từng tốp bị dẫn đi biệt giam ở Phân trại B. Thời gian biệt giam kéo dài trong sáu tháng. Trong phòng kiên giam và trong xà lim, đám tù nhân này vẫn tiếp tục các hình thức tranh đấu và bất hợp tác.

Cái Tết trong tù và cũng là cái tết trong đời năm đó của chúng tôi là cái Tết đặc biệt nhất, khác thường nhất và khó quên nhất. Nó như một vết thẹo trên thân thể, trong tim óc của mỗi người tù còn sống sót, trở về. Cái Tết đầy u ám, ủ dột của không khí và thời tiết mùa đông của núi rừng, nhưng trên nét mặt mỗi con người vẫn tươi vui, trên cặp môi mỗi người vẫn nở nụ cười nhiên hậu. Tất cả như bằng lòng, như hãnh diện, như thỏa mãn với hành động đã qua của mình, mặc dù hậu quả chưa biết sẽ đi tới đâu.

Trong phòng biệt giam vừa được cho làm lại kiên cố hơn với ba lớp hàng rào mới dựng, chiều Ba Mươi Tết chúng tôi ngồi xúm nhau ca hát chuyện trò. Đến 8 giờ tối với chiếc đèn bão trên tay, đám tù hình sự gánh vào cho chúng tôi những chiếc bánh chưng gói bằng bột sắn, những chiếc bánh mật gói bằng bột khoai mì và một vài món rau xào "cây nhà lá vườn" do tù trồng, tù nấu. Giờ Giao Thừa trong ánh đèn leo lét, mù mờ, anh em chúng tôi xiết chặt tay nhau, trao nhau những khóe mắt sáng rực niềm tin, nói với nhau những lời chúc tụng về một ngày ra khỏi ngục tù, về một ngày mai cùng có nhau ở một nơi nào đó; và về một ngày Việt Nam có ánh bình minh. Chúng tôi đã giữ vững lòng son sắt mà chịu đựng mà đi tới, chấp nhận mọi gian lao, mọi hậu quả. Cũng có vài phần tử yếu mềm, rơi rớt.

Một ngày sau khi bị bắt đến phòng biệt giam là ngày sinh nhật của vợ tôi. Trước đó tôi đã để dành mấy cục kẹo và một ít thức ăn khô do gia đình tiếp tế từ Tết năm trước, nhưng bị bắt, bị trói thúc ké đưa đi, tất cả bỏ lại với âm vang của ba ngày tranh đấu bên Phân trại C, chúng tôi ngồi xúm nhau uống nước nguội của nhà bếp trại, cùng bàn tán về những ngày đã qua và những ngày sắp tới... Tôi không quên ngày sinh nhật của nhà tôi. Tình yêu của những người vợ chung thủy trung kiên thời buổi đó như một liều thuốc "an thần", như một liều thuốc bổ giúp những người tù chúng tôi vững lòng tin, quên khổ đau, nhẫn nhục để ngày qua ngày tiếp tục lê gót lưu đày. Từ ngày vào trại tù cải tạo, mỗi năm tôi vẫn làm một bài thơ, có bài chỉ bốn câu cho ngày sinh nhật của nhà tôi; và hôm đó, ngày 12 tháng 1.1979 buổi sáng ngủ dậy trong phòng biệt giam, tôi mở đầu bài thơ và mở lời với vài ba người bạn thân thiết nhất của tôi. Tôi nhận những lời chúc vui, chia sẻ. Rồi ngay trong buổi chiều hôm đó tôi đã đọc bài thơ vừa viết xong cho vài bạn hữu một lần nữa cùng chia sẻ với tôi. Bài thơ có tựa đề *Một Tù Khúc Cho Em* (đã in trong Tiếng Hờn Chiến Mã, tr.48 - Cội Nguồn xb 1996)

Hai mươi năm khói lửa hung tàn với kết cuộc bi thảm 30 tháng Tư là cơn lốc lịch sử làm chấn động toàn thế giới. Ba mươi tháng Tư cũng mở đầu thời kỳ đánh động lương tri nhân loại về sự thảm khốc của cuộc chiến tranh và về sự bạo tàn của một chủ nghĩa để hàng triệu người Việt Nam phải hốt hoảng bỏ nước ra đi. Hai mươi lăm năm sau, một phần tư thế kỷ đã đi qua trên biết bao nỗi nhục nhằn của một dân tộc. Xin ghi lại đây một âm vang đau buồn của lịch sử mà tôi tin rằng sẽ còn vọng mãi đến ngàn sau.

MỘT TÙ KHÚC CHO EM

Anh lại viết bài thơ này kỷ niệm
Tặng em ngày sinh nhật thứ hâm lăm
Trời sáng nay trải đầy sân nắng đẹp
Và anh ngồi trong những lớp chắn song

Bữa "tiệc liên hoan" nửa "gô" nước nguội
Có những bạn bè xùm xít bên nhau
Khung cửa sắt âm thầm như nín lặng
Nghe những trái tim máu chảy dạt dào

Hơn bốn năm qua hờn căm tủi nhục
Người đã đứng lên ngẩng mặt làm người
Trước họng súng trước lưỡi lê. Cùm kẹp
Từng nụ cười vẫn nở rất tươi

Bước tiếp bước đoàn người đi đõng dạc
Sáu chục anh em tay trói tay xiềng
Anh ngước mắt nhìn mặt trời sáng chói
Nhình mặt kẻ thù bè bạn thân quen

Trong ánh mắt sáng ngời lên ánh lửa
Ngọn lửa hồng soi tỏ vững niềm tin
Những tiếng nấc thét lên từ uất nghẹn
Đòi lại tự do cơm áo nhân quyền
Đòi lại yêu thương công bình lẽ phải
Phá tan ngục tù bóng tối đêm đen

Và sau những ngày núi rừng rung chuyển
Tiếng hát bay cao vút tận chân trời

Anh lại đến đây tường cao cổng kín
Cùng với anh em vẫn hát vẫn cười

Đã bốn năm qua đời như lớn dậy
Từ những ngày dài Mùng Chín tháng Giêng
Có bản trường ca những người đi tới
Anh trích đoạn này từ khúc cho em.

Phòng biệt giam P2
Thanh Hóa, 12.1.1979

Chương VIII

Bùi Đình Thi
chiêm nghiệm Nhân Duyên Nghiệp Quả

Tôi đọc được bản tin trên Internet về một sự việc chỉ mới xẩy ra chưa đầy 24 tiếng đồng hồ. Bản tin đó có tiêu đề và nội dung như sau:

- **ICE Bắt Ông Bùi Đình Thi Vì Đánh Chết 1 Tù Cải Tạo Ở VN**
- **Cơ Quan ICE Đang Làm Thủ Tục Trục Xuất Ông Thi Về Lại Việt Nam.**

LOS ANGELES – [Bản tin này dịch theo thông báo của ICE (US Bureau of Immigration and Customs Enforcement) – tên mới của INS].

Một người Việt Nam từng làm "kỷ luật" trong một trại cải tạo sau khi Cuộc Chiến VN kết thúc, đã bị bắt hôm thứ sáu 8-8-2003 bởi các viên chức Sở Kiểm Soát Di Trú và Thuế Quan (ICE).

Bùi Đình Thi, 61 tuổi, người gian lận để xin vào Mỹ với tư cách tị nạn năm 1994 và đã chuyển sang thường trú nhân sau đó 2 năm, bị cáo buộc là đã bỏ đói, đánh đập và tra tấn các bạn tù trong thời kỳ 3 năm, gây ra ít nhất 2 người chết.

Các nhân viên ICE đã bắt ông Bùi Đình Thi tại căn chung cư Garden Grove sáng thứ sáu. Bị cáo buộc là vi phạm Luật Di Trú và Quốc Tịch vì đã ra lệnh, kích động, trợ giúp hay tham dự trong việc truy bức người khác, ông Bùi sẽ bị ICE giam mà không cho tại ngoại, chờ tiến trình trục xuất hồi hương.

"Nhắm vào các cá nhân từng khủng bố chính đồng hương của họ và bây giờ đang tìm an toàn và ẩn tích tại Mỹ là một ưu tiên cho ICE và Bộ Nội An," theo lời Loraine Brown, Quyền Trưởng phòng thám tử đặc biệt ICE tại Los Angeles. "Chúng ta sẽ không để cho nước Mỹ trở thành nơi an toàn cho những ai từng phạm tội chống con người."

Sau khi Sài Gòn sụp đổ, vào tháng 4-1975, ông Bùi, một cựu đại úy trong quân đội VNCH, bị đưa vào trại cải tạo Thanh Cẩm nơi dành cho tù chính trị và tôn giáo. Trong tù, ông làm trật tự viên và ăng-ten cho cai tù. Với nhiệm vụ này, ông bị cáo buộc đã đánh 3 tù nhân, một trong ba người sau đó đã chết vì vết thương. Bùi cũng bị cáo buộc đã gay gắt hạn chế khẩu phần lương thực, làm 1 tù nhân chết đói, và cấm các tù nhân khác làm các nghi lễ tôn giáo.

thực hư vụ án

Đọc bản tin trên đây, mối cảm xúc đầu tiên chợt nhói lên trong tôi là hình ảnh của gia đình Bùi Đình Thi. Tôi cảm nhận và hình dung nỗi đau buồn của một người đàn bà, một người vợ và những đứa con, hoàn toàn vô tội bỗng đâu phải chuốc lấy một nỗi bất hạnh giữa đời.

Bỗng nhiên tôi cũng liên tưởng đến những cuộc săn lùng các tay tội phạm Đức Quốc Xã trong thập các thập niên 50s, 60s, và 70s, cho tới nay, dù đã hàng chục năm sau, tưởng như kẻ lẩn trốn đã ẩn náu an toàn ở các vùng Bắc Phi, Nam Mỹ. Nhưng tình báo, thám tử Do Thái đã tìm ra tung tích, thực hiện những màn bắt cóc như trong các hoạt cảnh phim ảnh, đem về Israel, đưa ra ánh sáng công lý. Các tội phạm chiến tranh Đức Quốc Xã còn lẩn trốn hiện vẫn đang bị theo dõi truy tìm.

Kể từ ngày miền Nam sụp đổ đến "biến cố" Bùi Đình Thi bị cơ quan ICE bắt giam, làm thủ tục trục xuất hồi hương đã xuýt xoát 30 năm. Chính xác là 28 năm 3 tháng 10 ngày. Thời gian đủ để một em bé (con gái một người bạn của tôi – chết tại trại tù Vĩnh Phú) chào đời ba ngày trước khi bố vào trại tù cải tạo, nay đã là một thiếu phụ có gia đình, vẫn thường muốn được nghe kể lại về người thân của mình, về thời trai trẻ của người cha, về những từng trải, chịu đựng trong các trại tù cải tạo và về cái chết của người bố... Khoảng thời gian đó cũng bằng khoảng thời gian mà các tay tội phạm Đức Quốc Xã bị truy bắt và đưa ra tòa.

Hình như ở trường hợp này, thời gian không phải là liều thuốc để "xoa dịu những vết thương lòng". Đọc xong bản tin, tôi cứ bần thần mãi, nhiều ý nghĩ, tình cảm, nhiều hồi tưởng từ ký ức hẳn lên, hiện về chập chờn, ám ảnh.

Tôi cũng trải qua ba ngàn ngày đêm trong "Đại Học Máu" (Hồi ký của Hà Thúc Sinh), được nếm đủ mùi vị; được chứng kiến nhiều tấn tuồng bi hài, thiện ác; được biết mặt, biết tên nhiều con người, nhiều bản diện, nhiều tâm địa: hào sảng, khẳng khái, cương nghị, trí dũng, bên cạnh những ti tiện, hèn nhát, ích kỷ, nhẫn tâm, thô bạo...

Tôi không ở chung trại với anh Bùi Đình Thi nên không quen biết, không được chứng kiến cái cá biệt ở con người này. Tôi chỉ được đọc trên báo chí, được nghe những người bạn từng chung trại với đương sự kể lại những gì mà các bạn ấy quả quyết là trung thực. Ở đời cái lẽ ghét ưa thật là thường tình. "Khi thương trái ấu cũng tròn, ghét nhau trái bồ hòn cũng méo".

Nhưng dù là tình cảm có bị chi phối bởi cái lẽ ghét ưa thế nào đi nữa thì sự thật vẫn là sự thật, chân lý chỉ có một. Đọc báo tôi thấy phía lên tiếng bào chữa, bênh vực cho BĐT có những người làm chứng trước tòa như các ông Võ Bình, Nguyễn Văn Lợi, Mai Văn An, Nguyễn Huyến. Viết bài trên báo có Hà Kim Âu. Ông này từng trải 22 năm tù, 27 tháng biệt giam qua nhiều trại giam khét tiếng như Cổng trời, Quyết Tiến, Thanh Lâm... tận núi rừng heo hút sát biên giới Việt Hoa. Tôi cũng có thân nhân cùng có trên 20 năm lao cải, từng ở các trại này. Trong bài viết trước đây của ông Hà Kim Âu, lập luận của ông cho rằng Bùi Đình Thi không hề đánh đập các tù nhân Đặng Văn Tiếp, Trịnh Tiểu, Linh mục Nguyễn Hữu Lễ, chỉ có bọn công an cộng sản phạm tội ác đánh chết Dân biểu Tiếp... Bài của Ông Hà kim Âu viết cách đây mấy năm, tôi không còn nhớ hết, và cũng không nhớ hai ông này có ở chung trại với nhau, hoặc có quen biết nhau không?

Trong chỗ riêng tư, tôi có mấy người bạn (13 năm tù) cùng chung trại Thanh Cẩm với Bùi Đình Thi. Tôi hỏi chuyện nhiều lần một người bạn tôi – xin nghe anh Nguyễn Đức Tồn:

- "Xin Anh cho tôi biết cụ thể và trung thực việc Bùi Đình Thi làm trật tự, đối xử tàn bạo với anh em tù ở Thanh Cẩm có thật không? Anh ở cùng trại, có mặt lúc đó."

- "Việc đó thì ai mà không biết". Tôi hỏi tiếp: -"Thế thì có thật Bùi Đình Thi đánh cha Lễ và đánh chết Đặng văn Tiếp không?" Người bạn tôi trả lời chậm rãi mà quả quyết:

—"Khi Ông Tiếp bị bắt dẫn về, cả trại biết. Những người trốn trại bị công an bắt được dẫn về giao cho Trật tự, cả trại đều biết. Trước khi giao cho trật tự, thì các nạn nhân đã bị đám công an đánh nhừ tử rồi, sau đó trật tự bồi tiếp những cú đấm đá, đạp vào ngực vào bả sườn nên có ai mà chịu nổi. Anh Tiếp chết trong trường hợp đó. Những người tù này bị nắm hai chân kéo ngược những bậc tam cấp từ đầu trại lên nhà Kỷ luật trên cao, đầu đập xuống đá có tiếng kêu "lộp cộp", những ai nằm trong các phòng dọc theo dãy tam cấp đều nghe hết...".

Anh bạn nói tiếp: - "Tôi không thấy tận mắt những trận

roi đòn từ tay Bùi Đình Thi ập xuống anh Tiếp, cha Lễ, nhưng mọi người ở Thanh Cẩm đều biết là do Bùi Đình Thi. Hơn nữa cha Lễ là nạn nhân trực tiếp, cha là nhân chứng sống mà, Tôi có gặp cha Lễ mấy lần tại San Jose. ..."

Chi tiết Bùi Đình Thi nắm hai chân nạn nhân kéo ngược các bậc tam cấp trùng hợp với bài báo của ông Tú Gàn mà tôi được đọc.

Cũng có một cựu tù ở Thanh Cẩm, tác giả của một tập truyện tù "Chuyện Nổi Trôi" (Cội Nguồn xb 2006) cho rằng: - "Bảo Bùi Đình Thi đánh chết anh Tiếp là không đúng".

Lại có lần tôi gặp Đại tá Trịnh Tiếu trong một buổi sinh hoạt sách báo ở Sacramento, ông nói với tôi:

- "Đây này, anh coi, cái xương sườn của tôi bị đánh gãy một khúc bằng hai lóng tay, tuy đã lành nhưng không liền lại được, nay còn đeo lủng lẳng đây này".

Lúc tôi gặp trông ông hơi yếu nhưng vẫn hoạt bát tươi tỉnh. Song chưa đầy năm sau ông qua đời.

Tôi nhắc lại đây một vài chi tiết tôi được nghe tận tai, không có ý bênh vực hay cáo buộc, vì sự việc coi như đã rồi, hồ sơ đã đóng, một "trang đời" đã khép lại, ít nhất với cá nhân Bùi Đình Thi. Bây giờ có bênh hay buộc thì sự việc cũng không còn lật ngược trở lại được nữa. Hơn nữa tôi vẫn tin vào sự điều tra kỹ lưỡng và phán xét vô tư của luật pháp Hoa Kỳ. Họ chẳng có thành kiến gì với bị cáo.

Khi đọc xong bản tin, tôi liền viết lại cảm xúc của mình. Tôi viết, vì tôi có cảm tưởng tâm trí tôi như "bất an", như vết thương ung mủ trở lại, như những khổ đau, nhức nhối, tủi nhục của những năm tháng kia hiện về, nhất là, hơn lúc nào hết, tôi lại chiêm nghiệm được cái lẽ đạo (nói theo Nguyễn Thùy), cái chân lý nhân quả, nghiệp báo mà đạo đức nhân cách con người được dạy dỗ từ bao đời, từng là mẫu mực lễ giáo của văn hóa Việt Nam đã nói:

"Tích thiện phùng thiện. Tích ác phùng ác. Thiện ác đáo

đầu chung hữu báo. Cao phi viễn tẩu giả nan tàng." (Làm nhiều việc tốt sẽ gặp điều tốt; Làm nhiều việc ác sẽ gặp điều ác; Thiện hay ác trước sau gì cũng sẽ gặp; Dù có cao bay xa chạy cũng khó mà thoát được).

Theo thuyết nhà Phật, theo luật Nhân Quả, có người gieo nhân lành từ kiếp trước mà mãi tới kiếp sau mới được hưởng quả lành; do đó có người hiện tại ăn ở hiền lành thì lại bị đói khổ, hoạn nạn, bị áp bức. Kẻ độc ác, gian manh thì lại được giàu có, uy quyền. Người lương thiện thì chết yểu, kẻ hung tàn lại sống lâu. Nghiệp quả hay Nhân Duyên Quả Báo có lúc hiển hiện nhãn tiền vì tính cách to tát, hệ trọng; Hoặc do nhân tốt, ví như hạt lúa gặp được duyên lành là nước và đất mà thành "hạt ngọc". Có những cái "nhân" hung tợn quá thì cái "quả" hiển hiện nhãn tiền.

Tôi cứ bâng khuâng mãi về cảnh ngộ của vợ con Bùi Đình Thi. Thế là lại cảnh chia lìa cha con, chồng vợ. Người đàn bà kia đã chịu đựng bao nhiêu năm chờ chồng trong lao tù cải tạo, những tưởng sau giông bão, cuộc đời đã tìm được chốn yên thân, nào ngờ lại "tai bay vạ gió", lại xa cách, lại đớn đau, tủi nhục.... Tôi đem cảm nghĩ này nói ra, có người nói lại với tôi hãy so sánh với nỗi đau đớn và cảnh ngộ của vợ con dân biểu Đặng Văn Tiếp, của ông Lâm Thành Văn khi nghe tin chồng, cha mình đã bỏ xác nơi bìa rừng Thanh Hóa.

Tôi cảm thông sâu xa nỗi đau này của các bà vợ. Ôi, những người vợ, những bà mẹ Việt Nam! Còn nỗi đau nào hơn nỗi đớn đau này.

Tôi nhớ tại trại Lam Sơn Thanh Hóa, một buổi trưa (khoảng tháng 6 -1979) đoàn tù trên đường đi lao động về, gặp ba bốn người vợ từ trong Nam ra thăm nuôi chồng, một anh trong đoàn tù nhận ra có một người là vợ của một tù "ăng ten" (antène), khi đi ngang qua người đàn bà này, anh ta lớn tiếng, nói lời nhắn gửi: -"*Chị (X) ơi, chị nói với chồng chị thôi đừng làm ăng-ten, đừng làm chó săn nữa. Đừng hãm hại anh em nữa. Tội nghiệp chúng tôi lắm!*"

Người đàn bà đánh rơi cái giỏ xách trên tay, ôm mặt òa lên khóc. Tôi còn hình dung được cả đoạn đường, cả cái nắng mùa hè buổi trưa Thanh Hóa hôm đó. Tôi được nghe, được chứng kiến cảnh bi thương đó, nhưng thú thật sao lúc ấy tôi không cảm thấy xúc động như bây giờ, sau 24 năm ngồi hồi tưởng lại nhân lúc nghĩ về cảnh ngộ của chị Connie Đinh (vợ Bùi Đình Thi), nghĩ về cái nghiệp quả mà con người vì mù quáng, vì sân si đã gieo nên bao nỗi thương tâm.

Sau 25 năm, tính từ ngày 30-7-1988 khi phái đoàn Hoa Kỳ do ông Robert Funseth ký với Cộng Sản Hà Nội bản thỏa hiệp thả hết tù cải tạo, các đợt HO lần lượt đến bến bờ Tự do, những thương tích tàn phế thể chất đã dần dà lành lặn, nhưng những "vết thương lòng", những nhức nhối tâm can thì khó mà mờ nhạt được. Tôi không bao giờ chủ trương ân oán, hận thù, nhưng nỗi đau tinh thần thì không thể khuây nguôi, nhất là những khi bị khơi lại.

Nhiều lần ở Mỹ tôi gặp lại mấy tay "antène", mấy tay sai cai tù từng quắc mắt, sừng sổ với anh em giờ này thấy nét mặt họ sượng sùng, cặp môi gượng cười méo xệch, đáng thương; đôi mắt long lanh chứa đầy tròng trắng nạt nộ hung hăng ngày nào, bây giờ hơi cúi xuống, có chút gian xảo hơn là ân hận, tự nhiên tôi thấy lòng thương hại pha lẫn đắng cay. Những người này thường tránh né chỗ đông người, ít dám đi đâu. Cũng là nhân quả! Không muốn thấy mặt nhau lại gặp nhau luôn.

Con người nhân hậu là con người không lấy hận thù làm điều vay trả. Tôi không có ý phanh phui một cá nhân nào, cũng chẳng hay ho gì khơi lại một quá khứ tủi buồn chung của một vận mệnh chung.

Trong bản tin trên đây, tôi chú ý đến một chi tiết khác được Bộ Nội An Hoa Kỳ minh định khá rõ ràng, theo lời Loraine Brown, Quyền Trưởng phòng thám tử đặc biệt ICE tại Los Angeles.: ["Nhằm vào các cá nhân từng khủng bố chính đồng hương của họ và bây giờ đang tìm an toàn và ẩn tích tại

Mỹ là một ưu tiên cho ICE và Bộ Nội An. Chúng ta sẽ không để cho Mỹ trở thành nơi an toàn cho những ai từng phạm tội chống con người."]

Sau bản án dành cho Bùi đình Thi, một số cựu tù trại Lam Sơn Thanh Hóa, cư ngụ ở Nam California họp nhau đề nghị ký kiến nghị gửi ông Nguyễn Đình Thắng tố cáo người tù Trưởng Ban Thi đua trại C Lam Sơn về hành vi đối xử khắc nghiệt đối với bạn tù, cưỡng bách tù lao động những ngày cuối tuần, Theo dõi và báo cáo mọi hành vi của người tù với ban giám thị trại...

Tôi và anh Lê Đình Khôi ở Bắc Cali, với anh Phạm Hữu Đàm ở Nam Cali nhận được đề nghị này. Chúng tôi thảo luận với nhau, trường hợp người tù trưởng ban thi đua này tuy đứng về phía công an, kiềm chế, theo dõi, và đặt ra những biện pháp cưỡng chế tập thể tù cải tạo, nhưng chưa có hành vi phạm tội trầm trọng như Bùi đình Thi nên chúng tôi không ký tên; và đồng ý sẵn sàng ra làm chứng mọi sự thật, nếu nội vụ được đưa ra tòa. Chúng tôi đã đồng ý với nhau hãy để quá khứ chìm khuất theo dòng thời gian, hãy khép lại một giai đoạn, và hãy tha thứ. Cũng mừng, vụ này êm luôn.

Bùi Bình Thi trước vành móng ngựa

Trong số báo ra ngày 22-8-2003 tuần báo Việt Mercury phát hành tại San Jose đưa tin: "RA TÒA VÌ BỊ CÁO BUỘC GÂY TỘI ÁC VỚI BẠN TÙ Ở VIỆT NAM" với nội dung: Lần đầu tiên trong lịch sử tị nạn Việt Nam, ông Bùi Đình Thi, một cựu Đại Úy trong QL/VNCH phải ra trước một tòa án tại San Pedro, Nam Cali để trả lời về cáo buộc của một số đông bạn tù khi họ nói rằng những năm sau ngày 30 tháng Tư 1975, ông đã có hành vi tiếp tay với nhóm cai tù để hành hạ và đánh chết một tù nhân. Phiên tòa điều trần đã được thiết lập hôm 14 tháng Tám, trong đó các đại diện luật pháp nghe những nhân chứng kể lại chuyện cũ của ông Thi tại trại tù Thanh Cẩm, miền Bắc Việt Nam.

Những lời khai của ông Thi và các nhân chứng trước tòa sẽ được coi là bằng chứng để chính phủ Hoa Kỳ có thể đi tới quyết định xem có nên trục xuất ông Bùi Đình thi hay không... Sở Di Trú Liên Bang đã tổ chức một cuộc phỏng vấn các nhân chứng khác vào ngày 13 tháng Tám để các cựu tù nhân chính trại ở Thanh Cẩm trình bày về vai trò của trật tự viên, cách tổ chức trại tù Thanh Cẩm và nhất là về con người và hành vi của Bùi Đình Thi...

Bài báo viết tiếp: trước vụ việc này, dư luận trong giới cựu tù nhân chính trị tại Quân Cam rất sôi nổi, nhưng suy nghĩ không đồng nhất. Theo bài báo thì nhiều người không có ý kiến vì họ không ở trại Thanh Cẩm, có người hồ nghi về lời tố cáo hành vi của Bùi Đình Thi và muốn Sở Di Trú mở cuộc điều tra rộng rãi hơn.

Ông Thi đến Mỹ năm 1994, đã bị thu hồi thẻ xanh vào năm 2002. Bị bắt giam ngày 8 tháng Tám, 2003. Theo luật của Sở Di trú Hoa Kỳ, bất cứ ai đã ra lệnh, xúi giục, tiếp tay hay dự phần vào sự bách hại người khác cũng đều không được phép di cư đến sống ở Mỹ.

Việc Bùi Đình Thi bị trục xuất đến nay đã ngã ngũ. Trong vụ án này, tôi nghĩ các cựu tù chính trị không vì lý do gì để "vu oan giá họa" cho người khác, cũng không vì tình cảm riêng tư hay vì những lý do khác lại chối tội cho Bùi Đình Thi. Những người có thẩm quyền để cáo buộc, là những nhân chứng có mặt tại Thanh Cẩm lúc vụ việc xẩy ra cũng như suốt thời gian Bùi đình Thi làm trật tự, nhất là các nhân chứng là nạn nhân còn sống sót. Nhân chứng đáng tin cậy là Linh mục Nguyễn Hữu Lễ, Đại tá Trịnh Tiếu, Giáo sư Nguyễn Sỹ Thuyên và những cựu tù có mặt tại trại Thanh Cẩm lúc đó.

Vụ án đã kết thúc tại Tòa án Sở Di Trú San Petro (California) sau bảy tháng xét xử - từ phiên tòa ngày 22.9.2003 đến phiên tòa ngày 27.4.2004. Bùi đình Thi bị truy tố 15 tội danh, Bản cáo trạng có đoạn:

"Sau khi Sài Gòn sụp đổ vào tháng 4-1975, Bùi Đình Thi, một cựu Đại úy trong quân đội Việt Nam Cộng Hòa, bị đưa vào trại Thanh Cẩm, nơi giam giữ các tù chính trị và tôn giáo. Trong tù, ông làm trật tự viên và ăng-ten cho cai tù. Với nhiệm vụ này, ông bị cáo buộc đã đánh ba tù nhân, một trong những người đó, sau đó đã chết vì vết thương. Bùi cũng bị cáo buộc đã gay gắt hạn chế khẩu phần lương thực, làm một tù nhân chết đói, và cấm các tù nhân khác làm các nghi lễ tôn giáo..."

[Chấm Dứt Một Bi Kịch.Tú Gàn, Thời Báo thứ bảy, Chủ nhật 8,9-5-2004]

Bản án về tội trạng Bùi đình Thi dài 88 trang. Bà Chánh án DD. Sitgraves đã đọc từ 8 giờ 30 sáng đến 5 giờ chiều mới xong. Tòa tuyên bố Bùi đình Thi có phạm các tội bị cáo buộc, và vi phạm công ước quốc tế chống lại sự tra tấn. Tòa ra lệnh trục xuất Bùi đình Thi trở về Việt Nam. Cấm Bùi đình Thi không được tự ý hồi hương mà phải theo thủ tục trục xuất luật định.

Vợ và con Bùi Đình Thi đã nhập quốc tịch Mỹ nên lệnh trục xuất Bùi Đình Thi không ảnh hưởng tới họ. Bùi Đình Thi có hai người con gái đã có gia đình đang ở Việt Nam.

Luật sư bào chữa cho BĐT, ông Louis Piscopo cho báo chí biết gia đình BĐT không kháng án quyết định trục xuất.

[bài đd ở trên]

Nỗi đau đớn tủi nhục của một người vợ

Vợ ông Bùi Đình Thi - Connie Đinh:
"Tôi Ơi Đừng Tuyệt Vọng" *Võ Xương

Bản án đã được phán quyết. Số phận Bùi đình Thi đã được luật pháp Hoa Kỳ và luật Nhân quả (Cause and Effects) định đoạt. Nhưng căn duyên cộng nghiệp (co-karma) đã an bài một gánh nặng lên gia đình vợ con nhà họ Bùi. Bà connie Đinh, vợ BĐT cũng như bao nàng Tô Thị miền Nam đã "bao nhiêu năm bồng con đứng đợi chồng về". Những tưởng sau mười năm cách biệt chia ly, thân cò lặn lội nuôi bảy đứa con, ngày đoàn tụ bà sẽ được bù đắp những năm tháng mưa nắng tảo tần, phòng không chiếc bóng ấy, nào ngờ...!!

Để câu chuyện có đoạn kết, xin ghi lại bài báo của tác giả Võ Xương sau đây:
- "Bà Connie Đinh, bắt đầu câu chuyện của mình cùng với những giọt nước mắt lăn dài trên gò má:
-"Kể từ khi nhà tôi bị bắt đến nay, tôi không sao ngủ được, ăn được gì hết. Nếu cứ thế này, tôi không thể sống nổi."
Tâm sự của bà vợ tù cải tạo Bùi Đình Thi, người đang bị câu lưu tại nhà giam San Pertro vì tội đánh đập và làm chết bạn tù vào năm 1979 tại trại tù Thanh Cẩm, Việt Nam.
Câu chuyện của bà Connie không phải là câu chuyện dự thi truyện ngắn, hay ký sự về quãng đời đã qua được nhật báo Viễn Đông đang tổ chức rất sôi nổi, mà đây là những mong mỏi gần như vô vọng của người vợ biết số phận của chồng mình sẽ được cán cân công lý định đoạt vào ngày 27 tháng 4

tới đây. Quyết định đó, kéo theo số phận của người vợ và 7 người con của bà.

Khi người chồng bị còng tay vào một buổi trưa cách đây hai năm, hình ảnh bà Connie có thể nhớ lại, tưởng lại là cuộc chia tay với chồng khi ông đi "cải tạo" trong thời gian trước. Cố nhiên nỗi đau hôm nay đau đớn hơn, tủi nhục hơn và lẻ loi hơn xưa gấp bội. Bà kể:

-"Kể từ khi đặt chân đến Mỹ năm 1994, tôi đã nghe phong phanh người ta nói cho biết cha Nguyễn Hữu Lễ đã gởi thư, nói trên đài về trường hợp đánh đập bạn tù dã man của chồng tôi. Nhưng tôi không tin. Anh ấy không thể nào là người như vậy. Vì đối với tôi và các con, anh không bao giờ có một hành vi gì thô bạo hết. Còn nói chuyện trong trại tù, anh có đánh đập ai khác vì hoàn cảnh, tôi cũng không thể nào hiểu được chồng tôi lại đang tay giết người!"

Nỗi lo sợ kể từ ngày đó đã âm ỉ trong lòng, mang theo cả gia đình đến chỗ làm, trong bữa ăn, trong giấc ngủ. Bà Connie cho biết, nỗi sợ hãi nhất là mỗi dịp đến ngày tưởng niệm 30 tháng Tư, thì không năm nào mà người ta lại không lôi "Chuyện Bùi Đình Thi giết người" lên trên các làn sóng phát thanh vào ban đêm để bình luận, hay lên án. "Người quen của tôi cứ mỗi lần nghe thấy thế, lại gọi cho tôi bảo "mở đài ra mà nghe họ... chửi chồng bà kìa". Mỗi lần như vậy, tôi như khủng hoảng tinh thần. Cả gia đình hầu như sống trong cái án treo lơ lửng trên đầu.

Cho đến khi linh mục Nguyễn Hữu Lễ liên lạc và đến thăm gia đình bà vào năm 1996, thì cơn ác mộng tưởng là có thể tháo gỡ được, hóa ra lại là sự thật hôm nay. Nếu nói hình ảnh nhân từ của vị linh mục đến với gia đình bà hôm đó, người đã ban phép lành, đã nắm tay với chồng bà và vỗ về:

- "Thôi bỏ qua nghe ông Thi, cả hai chúng ta già rồi, lớn rồi, quên đi... Chìa khóa buộc tội hay kết tội anh nằm trong tay tôi. Nhưng tôi nói tôi tha, anh yên tâm. Dù cho phải ra tòa làm chứng cho anh khỏi tội, tôi cũng sẽ làm..." đối ngược lại với hình ảnh nhân chứng Nguyễn Hữu Lễ hùng hồn buộc tội phạm nhân Bùi Đình Thi trước tòa hồi đầu tháng 3 vừa qua, thì bà Connie chỉ còn chắp tay nhìn lên mẫu tượng Chúa trên bàn thờ để thở dài.

Bà Connie còn nhớ lời chồng bà nói với linh mục Lễ: "Cha chơi con một vố đau quá", ý nói việc vị linh mục này đã đi khắp nơi, phát tán thư lên án, đứng trước bục giảng lễ để nói về lòng yêu thương tha thứ nhưng đồng thời cũng kể lại chi tiết, sống động những kỷ niệm kinh hoàng cũ của ông về thời gian ở tù, về hình phạt sau khi vượt ngục và những mẩu chuyện khác có liên quan đến ông Bùi Đình Thi cho tất cả mọi người nghe. "Tôi không hiểu cha có thực sự tha cho chúng tôi không, khi ngài miệng nói với chúng tôi như vậy, mà hành động thì ngược lại?" Cho đến khi cuốn bút ký "Tôi phải sống" của cha Lễ ra đời vào tháng vào tháng 9 năm 2003, cùng thời điểm các phiên xử vụ án Bùi Đình Thi gây ra sôi nổi trong cộng đồng Việt tại quận Cam cũng như khắp nơi, thì nỗi đau của người vợ cũng từ đó nhân lên gấp bội.

Chưa đến ngày xét xử chính thức. Vợ con ông Bùi Đình Thi đang chuẩn bị tinh thần và thể chất để vượt qua những gay go mới của phán quyết từ tòa án. Khi đi thăm ông ở trại giam, bà vẫn khuyên chồng vững lòng tin nơi thượng đế. "Biết đâu Chúa sẽ làm phép lạ, sẽ thay lòng đổi dạ tất cả mọi người, để mọi chuyện cũ xếp lại, cho mọi người chỉ còn biết thương yêu nhau, đừng lôi nhau ra hành hạ nữa. Cái gì qua, cái gì mất thì đã xong rồi, dù có thế nào, chúng tôi cũng biết làm sao hơn được? Xin đừng đem chuyện cũ ra thành cái cớ để trục lợi, để trả mối thù cá nhân... xin hãy thương lấy chúng tôi, vợ con vô tội."

Trong 10 năm qua, cuộc sống tuy phập phồng lo sợ, nhưng gia đình bà vẫn phải đối diện với thực tế cơm áo. Một vài người con lớn đi làm, có người cũng đã lập gia đình, mong sao cho mọi chuyện nhờ "một phép lạ" nào đó xảy ra trong buổi xử, để câu chuyện xếp lại, gia đình bà Connie được sống ở

Mỹ trong tự do.

- "Đó là ước mơ duy nhất, mãnh liệt nhất của chúng tôi bây giờ. Hàng ngày tôi vẫn luôn luôn cầu xin Chúa... Cầu xin nhiệt thành hơn bao giờ hết để ngài ngó nhìn, trông nom chúng tôi. Nhà tôi vẫn một mực kêu oan về mình. Nỗi oan ức này mà mang theo khắp nơi, ở nơi này, ở kiếp này cho đến đời con đời cháu thì làm sao con chịu nổi Chúa ơi?"

Tiếng nấc của người vợ tù nghe thê thiết như tiếng kinh cầu hồn cho ai đó, liệu có làm lay động thánh thần?

----

http://vietspace.kicon.com/page/gen.jsp?dir=/account/site/viets pace/news/vietweekly/v2n14/v2n14.tpl&body=/app/content/view/dis play.jsp

Nhân cách làm Người

Nhân vụ truy tố **tội phạm Chống Nhân Loại** trong nhà tù cộng sản tại trại tù Thanh Cẩm, tội ác bị phanh phui và bị cáo được đưa ra công lý, tôi muốn ghi lại những gì tôi nhìn thấy về nhân cách làm người ở những trại tù cải tạo từ Nam ra Bắc mà tôi từng đi qua, với những năm tháng, những cảnh ngộ mà tôi từng chịu đựng, những con người và những "nhân dáng" mà tôi từng chứng kiến, thậm chí từng "cọ xát" với những đau đớn, dày vò từ tinh thần đến thể chất.

Tôi mong muốn mọi người chưa biết, hoặc chỉ được nghe kể lại loáng thoáng đâu đó với những lời "bình luận" theo cảm tính, phải biết được sự thật từ những người mắt thấy tai nghe để sự thật về những cảnh sống nghiệt ngã, khủng khiếp trong các trại tù cải tạo, không trở thành một thứ huyền thoại, "truyền thuyết" mù mờ sau này.

Thời đoạn biến cố 30 tháng Tư 1975 là một phần trọng đại trong dọc dài lịch sử dân tộc. Biến cố đó có thể ghi thành hàng pho sách lớn, thành những bộ phim giá trị, thay vì những hồi ký, những tập thơ, những truyện dài, truyện ngắn tản mạn. Với ba triệu người Việt Quốc Gia, người Việt miền Nam định cư ở hải ngoại từ hơn một phần tư thế kỷ qua; với hàng trăm văn nghệ sĩ, trí thức, khoa bảng sao chưa có ai, chưa có nhóm nào làm được một tác phẩm lớn, đồng bộ? Để mặc đám phản chiến Mỹ toa rập với kẻ chiến thắng bóp méo sự thật, xuyên tạc lịch sử, biến lịch sử thành một pho truyện giả tưởng, mạ ly chính nghĩa để phục vụ mưu đồ chính trị của họ?

Đời người rất ngắn ngủi, mọi chủ nghĩa, mọi chế độ, mọi vương triều đều phải sụp đổ, phải cáo chung. Không một thành trì địa vị, ngôi báu, bá vương nào tồn tại mãi với thời gian. Lịch sử đã chứng kiến những kết cuộc bi thảm của biết bao triều đại, và hậu thế từng hết lời nguyền rủa những kẻ độc tài, tham vọng, dù họ đã thành tro bụi: Tần Thủy Hoàng, Hitler, Stalin, phải đến lượt... Hồ Chí Minh.

Từ sau ngày 30.4.1975, đất nước thống nhất trong mối chia rẽ vô cùng thâm hận. Trước tình trạng suy đồi thảm hại của cả nước, khi cả đất nước ngoi ngóp trong đói nghèo cùng kiệt, có một luận điệu nói rằng "nếu 'bác' còn sống thì tình trạng không đến nỗi như thế này". Luận điệu đó được thẩm nhập vào cả trong các trại tù cải tạo. Năm 1978, tại trại tù Lam sơn, Thanh Hóa, một tù cải tạo nguyên là "Sứ Thần Ngoại Giao" của VNCH từ Mỹ trở về công tác tháng 3-75, sau tháng Tư kẹt lại vô tù; trong một buổi cuốc đất trồng sắn, anh ta đã nói với tôi nguyên văn câu nói tôn vinh "Bác" mà tôi đã từng nghe ở Sai Gòn, trước khi "trình diện học tập". Khi nghe anh ta nói "Nếu Bác Hồ còn, anh em ta không phải chịu cảnh này đâu". Tôi sửng sốt đến nỗi nóng với anh: - "Nếu anh nói lại câu câu đó lần nữa tôi sẽ trở cán cuốc phang vào đầu anh". Anh ta lập luận bào chữa. Tôi nói với anh về sự nông nổi, hời hợt, thiếu nhận thức chính trị của anh. Cuộc trao đổi đó không làm chúng tôi xa cách thêm. Năm 1989, trước khi sang Mỹ, anh ta có ghé thăm tôi.

Chúng tôi được chuyển từ Quảng Ninh (dưới bí số hộp thư 15A TD63/QN-Quảng Ninh) về Thanh Hóa (bí số 50A TD63/05-Thanh Hóa) trước khi Đặng Tiểu Bình chuẩn bị "dạy cho đàn em cộng sản Việt Nam một bài học". Về tới Trại 5, là trại Lý Bá Sơ của Việt Minh, được thiết lập từ hồi Pháp thuộc, là nơi tù đi không có ngày về. Đúng là danh bất hư truyền.

Có thể nói thời gian hơn hai năm ở Quảng Ninh, là thời gian đám tù chúng tôi được đối xử nhẹ nhàng nhất so với các trại tù khác. Đám công an có vẻ lễ độ, không hống hách, không hằn học; không có ai bị nạt nộ, không có nhà kỷ luật, không có xà lim. Chế độ ăn uống hình như có tiêu chuẩn được quy định. Thậm chí có trường hợp khiến một số người cho rằng: họ (CS) đang muốn lấy lòng tù với ý đồ gì đây. Có lần một công an đứng khoanh tay trước một đội tù tập hợp giữa sân nói chuyện với tù như là để tâm sự: -"Trong đời tôi, không bao giờ tôi nghĩ được đứng trước các anh để nói chuyện trong hoàn cảnh như thế này. Chúng tôi chỉ biết làm việc theo chỉ thị ở trên giao. Chúng tôi giúp được các anh những gì tôi sẽ giúp, mong các anh được sớm trở về với gia đình". Tại một buồng giam khác, anh quản giáo gom tiền "lưu ký" của tù ra Cẩm Phả mua bia hơi chở về cho cả buồng uống, sau đó nghe nói bị Ban Giám Thị trại "kiểm điểm". Tại buồng giam tôi ở, một nữ công an đem một chai nước mắm đến cho cả buồng. Người này đứng giữa sân nói chuyện với một số anh em tù. Chị lên tiếng như để hỏi và cũng như vừa xác định một điều tất yếu: "Chắc các anh nhớ nhà, nhớ vợ con lắm phải không". Nói xong, người nữ công an im lặng một lúc, hai hàng nước mắt chảy lăn tròn trên đôi gò má.

Một công an vào buồng giam nhìn mấy chục ống loong Guizgo sáng loáng sắp thành dãy của tù đựng nước uống, rồi chỉ tay vào mấy cái bình đựng nước XHCN, đã thành thật phát biểu với chúng tôi: -"Cứ chỉ nhìn những thứ này là biết, cần gì phải nói ai hơn ai thua".

Chương IX

Đoàn Chiến Mã
và hành trình lưu đày biệt xứ

Khi xuống tàu Hồng Hà từ Tân cảng, xa lộ trực chỉ hướng Bắc ra Hải Phòng, chúng tôi biết ngày đi mà không nao núng nghĩ đến ngày về. Một số người kể lại kinh nghiệm khi Việt Minh tiếp thu Hà Nội năm 1954, thành phần Quốc gia kẹt lại không di cư được và những người có liên hệ với chính quyền thân Pháp đều bị tập trung cải tạo "mút mùa". Phần đông bỏ mình nơi rừng thiêng nước độc, một số sống sót được "khoan hồng" cho đem vợ con lên rừng đoàn tụ. Vài chục năm sau họ trở thành người rừng luôn.

Những người gốc Bắc di cư, những người tuổi từ "ngũ thập tri thiên mệnh" trở lên họ tỏ ra "an tâm cải tạo". Tâm lý đó lây lan sang số đông. Tình trạng sinh hoạt và đối xử với số tù thuộc các giới chức chính phủ "ngụy quyền" tương đối dễ thở nên số tù ăng-ten không xuất đầu lộ diện công khai. Chính sách chung của các trại tù là luôn luôn tìm cách móc nối những người tỏ ra "tiến bộ" để giao một số công việc, trước khi biến những người này thành một thứ tay sai, mà việc trước tiên là giao trách nhiệm theo dõi và báo cáo mọi lời nói, mọi hành vi của mọi người cùng buồng giam với đương sự.

Trong không khí bình lặng của sinh hoạt trại tù tại trại 15A - TD63/QN Quảng Ninh, khoảng cuối năm 1977, một đợt tù mới từ trong Nam được chuyển tới. Sau một thời gian cách ly nghiêm ngặt, vào một buổi trưa hai người công an dẫn một người tù lạ vào sân buồng số 8 để cho tắm rửa. Chúng tôi, người đứng ngoài sân, người nằm trong buồng giam đều hướng mắt về người bạn mới. Người bạn này tuổi khoảng dưới ba mươi. Đầu cạo nhẵn, trên cánh tay vẽ một lưỡi kiếm dài cỡ hai mươi phân từ đầu vai xuống tới gần cùi chỏ. Phần cán của lưỡi kiếm là một ngọn lửa rất sắc nét với hai chữ PQ (phục Quốc) nằm hai bên lưỡi kiếm. Khi bước qua sân, vòng ra hồ tắm phía sau, người bạn nói với cả buồng, nói cho mọi người nghe, giọng nói rắn chắc: "Hãy ngẩng đầu lên mà đi các anh ơi. Người này chết có người khác đứng lên". Tắm rửa xong, công an dẫn người bạn về buồng riêng. Ít lâu sau số tù Phục Quốc này được chuyển đi trại khác.

Việc chuyển tù đi và đến luôn luôn được thực hiện vào ban đêm, vì vậy ít khi tù cũ biết được "khách mới" thuộc thành phần nào.

Cũng tại buồng số 8, trại 15A -TD63/QN, hình như là vào mùa đông năm 1977, một buổi sáng chủ nhật, từ phòng bên cạnh có người buộc một miếng giấy xếp nhỏ vào cục đá liệng sang sân buồng số 8. Miếng giấy ghi mấy hàng chữ cho biết "những người khách mới" ấy là các linh mục, kèm theo một yêu cầu: "Các anh có thuốc lá cho xin mấy điếu và chút lửa. Lạnh quá!". Anh em chúng tôi liền buộc một cái hộp quẹt với bao thuốc đã bóc dở liệng sang. Một hai ngày sau đó, tôi không nhớ chính xác, người quản giáo đội may (may hàng xí nghiệp quốc doanh Hải Phòng), gọi bác Lê Hoài Nam và tôi ra sân bãi phía ngoài xa cật vấn:

−"Hôm chủ nhật người nào đã liên lạc với "phạm" ở buồng kế bên?" Bác Nam và tôi trả lời, "Tất cả anh em gom mấy điếu thuốc buộc vào cục đá liệng sang cho, sau khi họ xin vì thèm thuốc và lạnh quá". Viên quản giáo tin, và chúng tôi trở về buồng. Tôi biết người báo cáo là một tay trong tổ may do tôi làm tổ trưởng kỹ thuật. Mấy tiếng đồng hồ sau, tôi nói với 40 người trong phòng may: - "Hôm chủ nhật anh em chúng ta cho phòng bên cạnh mấy điếu thuốc lá thế mà có người đã báo cáo lên Ban Giám thị". Tôi nhìn thẳng vào mặt anh tù ăng-ten mà nói – "Hãy ngẩng mặt lên mà nhìn anh em. Sao lại cúi gầm mặt xuống như thế. Anh em chúng ta không làm việc gì sai trái thì không có gì để sợ". Một tháng sau người tù ăng-ten, gốc là một Th/tá bài trừ ma túy BTL/CSQG này xin đổi sang một đội lao động cuốc đất.

**

Từ kinh nghiệm sống, từ thế thái nhân tình, từ những những cảnh ngộ quặn thắt do chính con người gây nên, đổ ập lên đồng loại, người xưa đã đưa ra những mẫu mực đạo đức, những lời răn dạy mà đến hàng nghìn năm sau vẫn là khuôn vàng thước ngọc cho việc tu thân, cho đạo lý, cho trật tự của mỗi cộng đồng nhân loại. Cái đáng giá của con người không phải là tiền của, sự giàu có, hay chức tước địa vị trong xã hội. Những thứ này rất quý nhưng phải đi đôi với với nhân cách, phải tương xứng với nhân phẩm: "Phú quý bất năng dâm. Bần tiện bất năng di. Uy vũ bất năng khuất".

Năm 1968 sau luật Tổng động viên ban hành, tôi rời bục giảng, khăn gói vào quân trường. Trong khóa tôi có một số tân khóa sinh đang là giám đốc ở các bộ, các nha sở, một số là giáo sư Trung học, vài ba người là giảng viên, phụ khảo đại học, là Giám đốc Gia Cư Liêm Giá Cuộc, là Công Cán Ủy Viên Phủ Tổng Thống.... Chỉ trong ba tháng đầu chung đụng, tôi đã nghiệm ra rằng con người khi cởi bỏ lớp "áo mũ cân đai", thay đổi danh xưng thứ bậc mà xã hội "tạm thời ban trao"; khi lột hết lon lá, gom lại trong một tập thể xô bồ từ phó thường dân đến quan quân, bình dân hay trí thức..., con người dễ dàng để lộ chân tướng mà lúc bình thường, lúc đang thời (lên voi) đã được áo mão, cân đai, lon lá, chức tước, địa vị phủ trùm, che đậy.

Chín tháng quân trường, thời gian tuy ngắn ngủi, nhưng đó là một trường đời mà quân đội đã rèn luyện cho tôi trưởng thành về nhiều phương diện từ thể chất, kinh nghiệm sống, vốn liếng chuyên môn đến bài học làm người, giúp tôi cách xử thế hài hòa với trên dưới tại một đơn vị hành chánh, có đủ quân, cán, chính, từ anh lính trơn đến các ông tướng tá, trong hơn năm năm làm việc cho tới ngày miền Nam rã ngũ.

Biến cố bi thảm 30.4.1975 khiến tất cả mọi nền móng của miền Nam sụp đổ, mọi tầng lớp, mọi thành phần trong xã hội bị đẩy vào một cuộc đổi đời điên đảo. Tất cả những người thuộc thành phần ưu tú trong mọi ngành, mọi giới bị xua vào trại tập trung cải tạo. Đến lúc này tôi lại nhận ra được cái trường đời nơi quân trường những năm xưa cũ ấy chỉ dạy cho tôi những bài học sơ đẳng về nhân cách làm người. Nhà tù mới chính là nơi để thử thách, để chịu đựng và để mỗi con người chứng tỏ mình còn xứng đáng với nhân cách làm người hay không?

Tôi vào trại tập trung tại Làng cô Nhi Long Thành vào sáng sớm tinh mơ ngày 17 tháng 6 năm 1975. Dưới lớp sương mù dày đặc phủ trùm ngọn đồi, các loại xe từ các nơi đổ về, thả xuống trên ba ngàn hai trăm (tôi nhớ không chính xác lắm là 3.252) người mang cấp bậc, chức vụ từ Phó Trưởng Ty đến Phó Tổng Thống, theo thông cáo kêu gọi tập trung "ngụy quân ngụy quyền" của Ủy Ban Quân Quản Sài Gòn Gia Định. Những người "cao nhất" trong số hơn 3200 con người "hết thời" ấy có Chuẩn Tướng Bùi Văn Nhu của Bộ Tư Lệnh CSQG, Ông Trần Trung Dung, nghị sĩ, cựu Bộ Trưởng Quốc Phòng thời Đệ Nhất Cộng Hòa, Tướng Huỳnh Văn Cao, Nghị sĩ... Nhiều "tai to mặt lớn" khác đều có mặt đầy đủ tại đây, kể cả ông Nguyễn Xuân Phong, trưởng phái đoàn hòa đàm Paris.

Bài này không phải là một loại hồi ký nên tôi không trình bày thêm các chi tiết khác. Tôi muốn nói về "Bài Học Làm Người" trong hoàn cảnh này. Hẳn những ai có mặt tại Long Thành vào thời gian từ 17 tháng 6-1975 đến giữa năm 1976, (từ tháng 6 -76 bắt đầu chuyển trại phân tán số tù nhân này) còn nhớ những "bài học" do đám cán bộ "giảng huấn" từ Hà

Nội đưa vào. Trong số này có cả Hoài Thanh, tác giả tập "Thi Nhân Việt Nam" xuất bản năm 1940. Trong bài thuyết trình, Hòai Thanh tỏ vẻ lịch sự hơn, ông ta bi bô về những ngày "gặp bác, làm việc với bác, nói chuyện với bác", ông ta tránh những "đụng chạm" đến những thành phần ưu tú của miền Nam mà tôi tin chắc là ông ta đem lòng kính nể.

Một "giảng viên" khác tên là Tâm, cung cách ăn nói cũng biết điều hơn. Ông ta khoe thành tích cho đảng, cho bác, cho XHCN, rồi tự khoe mình: "Tâm này nhờ trời có những người con trai cũng đã học hành đỗ đạt...". Cả hội trường rộ lên cười. Mọi người quay sang nói với nhau "Cộng sản mà cũng tin nhờ trời à".

Một "giảng viên" khác có lẽ xuất thân từ một bần cố nông, nhân cách miệt vườn, khi có cơ hội lên mặt, vênh váo. Hẳn những ai ở trại tập trung Long Thành còn nhớ những lời "giảng dạy" của viên cán bộ cộng sản này. Đứng trước hơn ba ngàn người trí thức miền Nam, "nhà trí thức XHCN" ấy dõng dạc "phun châu nhả ngọc":

- "Các anh là một thứ dòi bọ, là những con lợn đang chúi đầu vào máng giành ăn. Khi ngẩng đầu lên thì lưỡi lê đã kề bên cổ. Nhưng các anh không bị giết. Cách mạng khoan hồng. Chính sách của đảng và nhà nước là cải tạo các anh. Khi chân giẫm phải cứt thì phải rửa sạch, chẳng lẽ đem chặt bỏ đi. Cách mạng phải tẩy rửa những nhơ nhớp nơi các anh. Cải tạo các anh thành con người lương thiện..."

Những lời lẽ "châu ngọc" này phát ra từ miệng một cán bộ cao cấp cộng sản, những bài học thế này làm sao không nhớ, làm sao có thể quên?

Trong khi "cách mạng" công khai tuyên bố chủ trương cải tạo, tẩy rửa những "ô uế" nơi con người trí thức miền Nam như vậy thì một thiểu số trong hơn ba ngàn người ở trại tập trung này bắt đầu lộ rõ bản chất. Một anh, từng là quyền Trưởng Ty Dân Vận Chiêu Hồi tỉnh Gia Định tối ngày xum xoe cầm một cái cặp giấy lẽo đẽo theo sau Hai Côn, Giám thị trưởng trại tập trung Long Thành. Anh ta lột xác trí thức, bất chấp cái nhìn không thiện cảm của mọi người xung quanh.

Chủ trương "khoan hồng của cách mạng", chủ trương "tẩy rửa nhơ nhớp" ở những con người "ngụy quân, ngụy quyền" đã được chính những con người như thế trong hàng ngũ người tù tự nguyện tiếp tay một cách đắc lực, "bảo hoàng hơn vua". Đêm đêm từ các dãy nhà giam trên cả ngọn đồi vang lên tiếng đồng ca được lặp đi lặp lại:

"Nay mới biết đế quốc Mỹ là quân xâm lược. Bọn ngụy quyền là lũ tay sai. Bao nhiêu năm cúc cung tận tụy miệt mài. Cứ ngỡ rằng mình lo việc nước..." (nhạc và lời Vũ Thành An).

Bài hát còn dài. Tôi chỉ nhớ được mấy câu này. Người nhạc sĩ "Không Tên" một thời của Sài Gòn đã thực sự bán linh hồn từ bài hát này, từ những ngày còn "chân ướt chân ráo" vào tù so với thời gian trên dưới 10 năm tiếp theo.

Tôi được "biên chế" vào danh sách chuyển trại đợt II, xuống tàu Hồng Hà từ Tân Cảng, Xa Lộ khuya ngày 29-10-1976 tới cảng Hải Phòng đến Quảng Ninh ngày 4-11-76. Lần chuyển trại đợt I vào 18-6-76. Các quan chức cao cấp trong chính quyền cũ, những nhân vật mà cộng sản đánh giá là quan trọng được chuyển đi vào đợt đầu tiên này. Họ đi bằng máy bay ra Hà Nội rồi từ đó mới chuyển đi các trại.

Người nhạc sĩ "không tên" không còn ở chung trại. Tôi được nghe nhiều anh em kể thêm những "thành tích" của người nhạc sĩ "không tên" tại những trại khác, từ Nghệ Tĩnh đến Hà Tây.

Tại một trại tù ở miền Bắc, Tr/tá Dương Diên Nghị đã can ngăn, nếu không người nhạc sĩ này đã được Th/tá Ng V. Th. ra tay "hỏi thăm sức khỏe" tận tình.

Ngày tàu Hồng Hà cập bến Hải Phòng, tôi chỉ kịp nhìn thấy một đám công an mặc đồ "đại cán" có mấy con chó Bergé ra đón... rồi mê man luôn. Tôi được kéo lê trên bãi cát từ cầu tàu lên bãi, rồi được anh em bê lên bỏ nằm sóng soài giữa sàn xe. Những người còn tỉnh táo được còng tay cẩn thận vào thành ghế. Hai bên hông xe được che bằng hai tấm vải màu đen kéo từ phía đầu xe đến sau hàng ghế cuối. Đoàn xe về đến Quảng Ninh, khu vực gần Mong Cái, sau một lộ trình băng qua đường rừng. Trại nằm trong một thung lũng, bốn bề là những ngọn núi cao ngất vây quanh. Đây là trại giam những tù binh miền Nam bị bắt tại mặt trận Hạ Lào, trong số có đại tá Hoàng Đình Thọ, vừa được chuyển đi một tuần lễ trước đó. Đại Tá Thọ được nhắc đến nhiều lần trong những dịp ban Giám Thị nói chuyện với toàn thể tù cải tạo.

Tới nơi tôi được khiêng xuống xe. Một người bạn cùng cơ quan đổ vào miệng tôi, hình như là nước chanh hay một thứ nước gì đó, không phải là nước lã. Tôi từ từ tỉnh lại, nhập chung vào dòng sinh hoạt mới của đoàn tù biệt xứ.

Mấy ngày sau, khi mọi người đã lấy lại chút sức lực, đã hoàn hồn, trại tổ chức "học tập", thảo luận về chính sách "khoan hồng nhân đạo" của đảng, thể hiện qua lần chuyển trại này. Có nhiều ý kiến chung chung, vô thưởng vô phạt. Có mấy lời phát biểu a dua theo ý muốn mục đích và chủ đề của buổi thảo luận. Một số anh em chúng tôi nói nhỏ với nhau cứ thí cho nó mấy câu để nghỉ sớm, nhưng chẳng anh nào chịu lên tiếng. Một bất ngờ. Anh Phạm Dương Đạt, một sĩ quan TQLC giơ tay xin nói:

- "Chúng tôi đã được cách mạng khoan hồng, đối xử với chúng tôi còn thua một con thú vật. Chúng tôi bị nhét xuống dưới gầm tàu với chút ánh sáng mù mờ. Chúng tôi nằm chen chúc nhau, lẫn lộn, nhầy nhụa với phân và nước tiểu, với những đống hèm do nhiều người ói mửa ra vì say sóng. Chính các cán bộ mỗi lần xuống kiểm tra phải dùng đèn pin và mang khẩu trang để tránh bị nhiễm trùng, để khỏi ngửi mùi tanh, mùi hôi thối. Một người chăn nuôi gia súc khi vào chuồng tôi thường thấy họ không cần mang khẩu trang như các cán bộ. Trong bốn năm ngày rùng rợn đó, nhiều người trong anh em chúng tôi muốn chết, muốn tự tử, nhưng không chết được. Chúng tôi đã phải sống để chịu một sự hành hình khủng khiếp nhất trên trần gian...."

Vài tuần lễ sau, anh Đạt được gọi ra khỏi buồng giam, đem theo tư trang cá nhân để chuyển trại. Anh bị đưa đi đến đâu, cho tới nay nhiều anh em chúng tôi không biết. Anh biệt tích từ đó.

Trong một buổi "văn nghệ mừng xuân" đầu năm 1977 cũng ở Quảng Ninh, người nghệ sĩ có biệt tài thổi Armonica bằng hai lỗ mũi và nhái tiếng heo la, cho sủa, đã lên trước đám đông bạn tù, trước nhiều công an, quản giáo, trật tự... trổ tài thổi kèn, kèm theo câu chuyện góp vui như sau:

-"Một gia đình nọ mừng xuân đón tết đã mổ thịt một con heo. Con heo bị trói bốn cẳng, xách ngược lên la rầm trời (nhái tiếng heo la). Heo được đặt trên một tấm ván, lật ngửa cổ lên, đầu giọng xuống. Rồi lưỡi lê dí vào cổ, thọc mạnh (nhái tiếng heo kêu la vang lên rồi nhỏ dần), lưỡi lê lún sâu vào. Máu ọc ra trào xuống chậu (tiếng heo kêu ứ ự rồi tắt hẳn). Thịt heo được bày soạn ra trong một bữa ăn tết linh đình. Thỉnh thoảng người ngồi ăn thả xuống gầm bàn một cục xương. hai con chó nuôi trong nhà giành nhau ăn, xúyt gây gổ sinh lớn chuyện. Người nhà thả xuống một cục xương khác, hai con chó ngoạm hai cục xương, dang ra hai phía nằm nhai (Tiếng hai con chó vừa nhai vừa gầm gừ). Bỗng đâu một con chó Berger, giống chó ngoại xông vào nhà giành cục xương. Thế là một trận ẩu đả dữ dội diễn ra giữa hai phe chó. Con chó berger ỷ thế lớn con lấn tới, nhưng hai con chó nhà liều lĩnh, can trường, lợi dụng thế nhỏ con luồn lách, xông vào cắn lén, nhảy ra cắn những cú bất ngờ làm con chó ngoại bị nhiều đòn đau, đành phải nhả cục xương. Con chó Việt Nam anh hùng đã thắng con chó berger lớn tướng...."

Câu chuyện vừa dứt, tiếng vỗ tay rền vang cả khu rừng. Mọi người thấy thấy khoái trá, lấy làm hả dạ, mấy anh em tôi bấm nhau ái ngại cho anh chàng nghệ sĩ tài tử cao lều khều gần 1m 80 này. Anh thổi Armonica điêu luyện, kể chuyện dí dởm, lôi cuốn, ý nghĩa thâm trầm. Đặc biệt anh nhái tiếng gà gáy, tiếng lợn la, tiếng chó sủa, tiếng chó gầm gừ cắn nhau, qua cái micro thì tuyệt. Nếu người nào không nhìn thấy màn trình diễn mà chỉ nghe âm thanh phát ra thì chắc chắn cứ tưởng đó là tiếng chó sủa, tiếng heo la thật.

Tương tự trường hợp của Phạm Dương Đạt, khoảng hai tuần lễ sau, công an đến mở cửa buồng giam, gọi tên: Nguyễn Nhượng mang theo đồ đạc cá nhân ra khỏi buồng. Khi Nguyễn Nhượng bước ra thềm, hai công an đứng sang hai bên, hai cái nón cối lô nhô ngang tầm nách Nguyễn Nhượng. Một công an gằn giọng "Anh theo chúng tôi". Khi về Sài Gòn tôi mới hay tin Nguyễn Nhượng được chuyển về trại Thanh Cẩm cho tới ngày được thả. Cũng nhốt vậy thôi.

**

Sau những bài viết đăng trên Trang Văn Học Cội Nguồn, nhật báo Việt Nam Thời Báo, đã được bạn đọc chú ý theo dõi. Tôi được nhiều độc giả hỏi thăm và có những lời khích lệ nồng nàn. Một độc giả vốn là người từng đi qua những trại cải tạo mà tôi đề cập đến trong bài viết đã nhắn lời đến người phụ trách, đại ý cho rằng: bài viết rất chính xác, vô tư, không có những lời lẽ lên án gay gắt, lập luận nhẹ nhàng so với những gì mà bạn đọc đó từng trải qua, từng chứng kiến.

Một e-mail gửi đi ngày 6 tháng 10. 2003 của một bạn văn trong làng viết lách. Ông bạn này không ở quận hạt Santa Clara với tôi nhưng cũng có được tờ Thời Báo cuối tuần. Đọc bài viết của tôi, ông gửi cho tôi Email, nội dung:

Lão Trượng thân,

"Hôm nay có được tờ Thời Báo, nằm đọc, và đọc bài "Nhân vụ Bùi Đình Thi, Nghĩ Về Nhân Cách Làm Người". Đọc đến đoạn anh nói với ông NXP (?) rằng: *Nếu anh còn nói lại câu đó lần nữa, tôi sẽ trở cán cuốc phang vào đầu anh*". Khoái quá, tôi bỏ tờ báo xuống, và viết cho anh ngay mấy giòng nầy, kẻo rồi đọc xong, quên mất.

"Chuyện khổ đau cùng cực trong trại cải tạo, còn chưa nói hết, và chỉ viết được một phần nào thôi. Dù đã có Hà Thúc Sinh, Phạm Quang Giai, Tạ Tỵ vân vân, cũng vẫn là mới một phần nào đó thôi. Chưa đủ. Như chuyện Đức Quốc Xã diệt Do Thái, bây giờ vẫn còn nhiều người viết, nhiều người nhắc nhở, để các thế hệ về sau còn biết, và biết để tránh. Thế mà có rất nhiều người VN tị nạn Cộng sản bắt chước giọng điệu của cọng sản, nói rằng chuyện cũ thì nên quên đi, quá khứ cho về quá khứ, không nên khơi lại mối đau thương nữa. Họ nói không nên trao ngọn đuốc hận thù cho thế hệ con cháu. Đó là luận điệu của Cọng sản đưa ra, để lấp liếm tội, và người không là cọng sản vô tình lặp lại. Có thể họ là những người có tấm lòng, nhưng chưa nghĩ đến ngọn nguồn.

Chuyện sai lầm cũ, cần được nhắc nhở, nhắc nhở trong sáng suốt, để con cháu sau nầy đừng bước vào con đường cũ, sai lầm cũ. Và thấy cả hai chiều, thấy nhiều mặt, không phải chỉ thấy theo chiều hướng có lợi cho CS mà thôi. Nhắc lại không phải để khơi dậy hận thù, để chia rẽ dân tộc, vì người ngoài Bắc, còn tội nghiệp hơn người trong Nam, đều là nạn nhân của chế độ CS. Chúng ta kết tội CS, chứ không kết tội kết tội người ngoài Bắc. Nếu có tạo nên tình cảm ghét bỏ cộng sản, thì không phải là tạo nên chia rẽ dân tộc. Nhìn về các xứ là cái nôi của CS, nay họ ghét CS hơn là những nước chưa hề có CS, và những người CS cũ, nay cũng viết rất nhiều sách, đưa ra ánh sáng rất nhiều tài liệu, để phơi bày cái vô luân, cái xấu xa của CS cũ.

"Anh có thì giờ, có những suy nghĩ chín chắn, và đã kinh qua đoạn đời chìm đắm trong địa ngục đó, nên viết tiếp, và viết nhiều, làm gia sản cho các thế hệ mai sau. Những người không có khả năng viết, những người chưa trải qua kinh nghiệm, sẽ biết ơn những cây viết đã ghi lại sự thực trong một giai đoạn lịch sử đau thương của nước nhà". [tramcamau2003@yahoo.com].

Xin cảm ơn ông bạn. Thật ra, tôi không có ý định viết hồi

ký mà chỉ viết "fueileton" cho trang Văn Học nghệ thuật của Cội Nguồn trên nhật báo Việt Nam Thời Báo. Trong mười năm qua, từ ngày đến Mỹ, tôi chỉ nghe ngóng, chiêm nghiệm lẽ đời, qua những chặng đường từng đi qua, từng trải nghiệm. Cũng vì - như ông bạn nói, tôi "đã kinh qua đoạn đời chìm đắm, ngụp lặn trong địa ngục đó", nên nhân vụ Bùi Đình Thi, những âm ỉ ấy bùng lên, thôi thúc tôi viết tiếp. Những âm ỉ ấy tôi mang theo từ ngày ra khỏi trại tù Z30A cách đây hai mươi năm. Những âm ỉ ấy tôi cưu mang suốt mười năm lưu lạc.

Cuộc sống cơm áo và tiện nghi trên một xứ sở giàu có như Hoa Kỳ, trong những năm qua đã không cho tôi thực hiện được ý định cầm cây viết để bộc bạch tâm tư, kể chuyện với đời. Vừa qua, nhân vụ Bùi Đình Thi "làm xúc tác" tôi mới có hứng khởi tiếp tục hoàn thành bản thảo. Tôi viết như một trao gửi đến những ai – hôm nay và mai sau – muốn biết về một thời chiến tranh, chia cắt, thù hận, tù đầy, tan tác chia ly... mà cả một thế hệ chúng ta là người trong cuộc.

Nhân đây tôi xin được cải chính ông Sứ Thần Ngoại Giao, người mà tôi định "tặng" cái cán cuốc ấy không phải là ông Nguyễn Xuân Phong. Ông Phong chỉ ở cùng trại với tôi ở Long Thành, khi ra Bắc tôi không gặp. Sứ Thần Ngoại Giao theo tôi hiểu là một ngạch trật được bổ nhiệm cho một công vụ nào đó. Ông ta tên là Trần Ngọc D. "đi sứ" tại San Francisco. Người em ruột của ông Phong là Nguyễn Xuân Thu, Tổng Giám đốc Air Việt Nam, tôi quen biết, cùng ở Long Thành, ra Bắc ở cùng trại với chúng tôi.

Tôi rất đồng ý với ông bạn về quan điểm cho rằng đây không phải là khơi gợi lại hận thù. Người xưa nói "ôn cố tri tân", đem chuyện xưa mà so với chuyện hôm nay để từ đó rút tỉa kinh nghiệm, bồi bổ cho cuộc sống thêm phần tốt đẹp. Nhắc lại quá khứ, quá khứ vinh quang của dân tộc hay quá khứ của những bài học máu xương không phải để lặp lại, để tái diễn những màn ân oán trả vay, mà để các thế hệ đi sau xem đó là bài học làm người, mà tránh những sai lầm lịch sử.

Có ý kiến cho rằng phủ nhận quá khứ là thái độ vô ơn, bội bạc. Tôi vẫn thường nói với mọi người rằng chúng ta không nên hận thù quá khích, chúng ta không chủ trương tiêu diệt người cộng sản nào, mà phải làm cho người cộng sản thấy được những sai lầm lịch sử của chính họ. Phải làm cho mọi người Việt Nam, kể cả người cộng sản nhận rõ được rằng chủ nghĩa cộng sản, dựa trên những luận điểm phản logic, lỗi thời, là nguyên nhân đưa đất nước và dân tộc đến thảm họa chiến tranh Nam Bắc, chia rẽ, hận thù, phá sản tình tự giống nòi. Khi mọi người nhận chân được căn nguyên cội rễ của vấn đề, chủ nghĩa cộng sản sẽ cáo chung. Và khi không còn chủ nghĩa cộng sản nữa thì mọi người Việt Nam là con dân một nước. Hàng trăm triệu người dân Nga, Đông Âu, Đức, Mông Cổ sau khi chủ nghĩa cộng sản sụp đổ, tất cả là con dân của đất nước họ. Hàng trăm triệu con người đó thoát ra khỏi vòm đen tăm tối ngột ngạt của dối trá, lừa gạt, khốn cùng, câm nín để làm một cuộc đổi đời bước tới một chân trời tự do rộng mở.

Từ chủ trương đổi mới của Gobachev; từ ngòi nổ do Công Đoàn Đoàn Kết tại Varsava lật đổ chế độ độc tài chuyên chế Ba Lan đã mở màn cuộc cách mạng từ Liên xô, Đông Âu, Mông cổ, Đức quốc vào năm 1989, xóa bỏ thành trì XHCN và chủ nghĩa cộng sản sau 70 năm tồn tại. Từ Mạc Tư Khoa ngòi nổ giây chuyền tràn qua Bungary, Budapet, Romanie, rồi đến Đông Đức, Albanie, Mông Cổ làm một cuộc đổi đời ngoạn mục, giải phóng hơn một phần ba nhân loại thoát khỏi gông xiềng ý thức hệ cộng sản để được hít thở dưới bầu trời tự do, sống một sống có ý nghĩa.

Ngược lại cuộc đổi đời của dân tộc Việt nam sau năm 1975 mãi mãi về sau còn in đậm một dấu ấn lịch sử đắng cay, đáng tủi nhục. Trên ba mươi triệu người dân miền Bắc, sau khi "giải phóng miền Nam" đã ngỡ ngàng nhận ra mình bị dối lừa, phỉnh gạt. Hơn ba mươi triệu người dân miền Nam đang từ cuộc sống tự do, ấm no sung túc bị bần cùng hóa, bị tước đoạt mọi thứ để trở thành một loại thứ dân, một thứ nô lệ, tệ hại gấp trăm ngàn lần dưới thời phong kiến, thực dân.

những nhân vật nổi cộm

Thời gian ở trại Quảng Ninh có những điều "bất thường" khiến tạo thành những dư luận bàn tán xôn xao trong số tù Cải tạo. Sau một hai tuần lễ đầu thấy trại cung cấp bánh kẹo, thuốc lá, những bữa ăn ba bốn món, thịt heo đông, dưa hành, canh bí, rau xào.... Một tù Nam, gốc Bắc di cư đã "buột miệng": "Nếu biết đi tù cách mạng mà như thế này thì ai cũng muốn đi". Câu nói nghe qua tưởng như một chút đùa chơi, song không những nó thể hiện một góc nhân cách làm người mà còn bộc lộ tư tưởng thỏa hiệp vì miếng ăn, huống chi trước những lợi lộc khác được làm mồi mua chuộc. Điều mà nhiều anh em chúng tôi xầm xì với nhau từ hơn mười năm qua là đương sự đã cố ý giấu diếm ngày lên máy bay đi H.O sang Mỹ và một số anh em bạn quả quyết là hai ngày trước khi lặng lẽ rời Sài Gòn đương sự đã có "làm việc", tiếp xúc mật với... ai đó. Đây chỉ là tin "thu lượm" ngoài hành lang, hư thực không thể quả quyết. Tuy nhiên tôi sẽ đề cập đến một số trường hợp mắt thấy tai nghe những vụ tù cải tạo được móc nối từ trong trại để cho ra nước ngoài hoạt động nằm vùng.

Ở trại Long Thành chỉ mới có những "bài học vỡ lòng" qua chủ trương nới tay, thả lỏng. Phòng giam không có cánh cửa đóng mở, không có khóa, ra vào thoải mái, có thể đi dạo loanh quanh, có thể gặp nhau chuyện trò trao đổi, bàn bạc, tiên đoán, bói mò thời cuộc và vận mạng của chính mình. Thỉnh thoảng mới có một lần tập họp điểm danh. Thỉnh thoảng lại có một pha ngoạn mục. Một hôm, giữa trưa giới nghiêm toàn trại, một chiếc xe jeep đến đậu trước dãy nhà kế phòng tôi bắt khẩn cấp một người. Người bị bắt đưa đi là ông Nguyễn Chí Vy, nguyên Phó Tỉnh Quảng Ngãi, nhiệm sở sau cùng là Phủ Đặc Ủy Trung Ương Tình Báo. Tin được cố ý loan truyền là "đương sự có nhiều tội ác, có nợ máu với nhân dân, đem về cho địa phương xử lý". Một lần khác người bị bắt đưa đi là một nhân viên CIA.

Một số bị đưa về Chí Hòa giam trong phòng tối. Hơn một năm sau thị lực của họ chỉ còn khoảng 30 phần trăm.

Vòng rào trại Long Thành bao quanh chu vi cả ngọn đồi. Tường mới được xây sau ba bốn tháng kể từ ngày tù tập trung. Công trình này do công nhân từ ngoài vào thực hiện. Tường cao khoảng 5 mét. Cả ngọn đồi này bị bỏ hoang từ sau ngày Tư Sự bị bắt và Làng Cô Nhi bị giải tán, do loạt bài Phóng sự điều tra của một tờ báo, tố cáo nhóm Tư Sự núp dưới chiêu bài từ thiện để hoạt động cho cộng sản. Tại Long Thành "học viên" được trình chiếu cho xem những cuốn phim về sinh hoạt, lao động và các biện pháp kỷ luật trong các trại tù cải tạo ở miền Bắc. Những phim về Hợp Tác Xã, về lao động XHCN.... Dĩ nhiên đây là những cuốn phim được giàn dựng có chủ ý tuyên truyền, nhưng với loại tù cải tạo mới ở miền Nam thì đây là một thứ bài học vỡ lòng, vừa là một thứ răn đe, chuẩn bị tinh thần cho một tương lai mà chính họ sẽ là những "vai diễn" trong đời thực.

Tôi nhớ năm 1955, trước khi mở màn các cuộc đấu tố đẫm máu ở miền Bắc, họ cũng đã cho trình chiếu lưu động khắp nơi cuốn phim "Bạch Mao Nữ" (Cô gái tóc trắng), phim của Trung cộng, mô tả một cô gái ở đợ, làm công cho một gia đình địa chủ, bị địa chủ đánh đập, hành hạ bằng những ngón đòn tàn bạo... Sau những trận roi đòn, cô gái trốn thoát vào rừng sống một thời gian với hoang dã, mái tóc dần dần ngã bạc, khi trắng hết cả đầu thì cô gái trở về trong phong trào tiêu diệt địa, trí, hào (địa chủ, trí thức, cường hào). Cô gái năm nào ở đợ làm mướn, bấy giờ là một cốt cán của phong trào. Cô tìm người cũ, trả mối thù xưa. Bà chủ bị đem ra đấu trường cho cô gia nhân năm xưa thẳng tay đấu tố, hành hạ đến chết.

Câu chuyện đổ nước mắm vào lỗ mũi, bắt nuốt sống con mèo phi lý đến thế nhưng đám bần cố nông tin lắm. Biết bao nhiêu câu chuyện tội ác hoang đường được dựng đứng, đổ lên đầu địa chủ ở miền Bắc. Và biết bao gia đình địa chủ đã tan nát, nhiều người dân vô tội đã bị giết oan dưới sự "chỉ đạo sáng suốt của Đảng và Bác Hồ vĩ đại".

Những cảnh trong phim mà tù cải tạo miền Nam được cho xem trước, quả thật khi ra tới "thiên đường miền Bắc" họ tiếp cận ngay từ hôm đầu đặt chân đến Quảng Ninh. Ngay trong buổi chiều đầu tiên mới tới, trong không khí im lặng của núi rừng, đoàn tù miền Nam ngơ ngác nhìn sang bên khu B, trên năm trăm phụ nữ, phần đông tuổi trên dưới ba mươi, mặc đồng phục đi lao động về. Họ ồn ào chộn rộn, ríu rít có vẻ rất hồn nhiên, cứ tưởng như là đoàn thanh niên tiền phong, cháu ngoan "bác" Hồ đi lao động XHCN về.

Một tù cải tạo miền Nam hỏi quản giáo: "Bên kia là thanh niên đi lao động về hả cán bộ"? Câu trả lời nhát gừng: "Thanh niên cái gì, tù nữ đấy". Về sau một số tù nữ ấy gánh cơm, nước đến cho các buồng, hàng ngày đến gánh phân và nước tiểu từ các buồng giam dọn đem ra ngoài sân bãi, nơi mỗi ngày tù tập họp điểm danh đi lao động. Người cộng sản họ tránh hai chữ "tập trung" (concentrate) mà thế giới từng lên án các trại tập trung của Đức Quốc Xã nên họ gọi là "tập kết" (regroup).

Những khi không có công an đi theo, các tù nữ gánh cơm đến, chúng tôi gợi chuyện hỏi thăm. Các cô rất bặt thiệp. Một cô vừa nói vừa mếu máo: Quê em ở Quảng Bình, em năm nay 26 tuổi. Em bị giam hơn năm năm rồi. Chúng nó bảo em không chịu lao động sản xuất mà đi buôn bán để tìm cách liên lạc với địch". Nói xong cô òa lên khóc. Có mấy cô gốc Hải Phòng, trong những lần văn nghệ tổ chức cho tù "giải trí", các cô hát bài "Đi Mô Cũng Nhớ Về Hà Tịnh" của Nguyễn Văn Tý, bài "Xây Hồ Kẻ Gỗ", bài dân ca "Giận Thì Giận Thương Thì Thương", bài "Từ Mạc Tư Khoa Nghe Câu Hò Nghệ Tĩnh" v.v... thật tuyệt. Phải nói là không thua gì những giọng hát chuyên nghiệp. Hỏi ra mới biết mấy cô này cùng một tay đờn mandoline (cũng có mặt tại Quảng Ninh) bị bắt vì họp nhau hát nhạc vàng, uống bia hơi và tổ chức những trò vui chơi lãng mạn. Có rất nhiều cô gái trẻ, nhan sắc rất đáng tự hào để đi dự thi hoa hậu do báo Thiếu Niên Tiền Phong tổ chức. Ngày đó tôi thầm nghĩ, nếu các cô này tốt số sinh trưởng ở miền Nam thì chắc có thể là những mệnh phụ phu nhân của các ông quyền quý, biết đâu! Sự tiếp xúc liên hệ giữa tù hình sự và tù chính trị bị hạn chế và kiểm soát rất chặt chẽ. Họ chỉ có thể trao đổi đôi ba câu trong những lần nhận cơm nước như vậy...

Trong hơn hai năm ở Quảng Ninh không có biến cố nào nổi bật trong sinh hoạt của tù miền Nam. Tết Bính Thìn 1976, cái tết đầu tiên ở miền Bắc, chúng tôi nhận được thư và quà của gia đình gửi từ khám Chí Hòa, Sài gòn. Chuẩn Úy công an tên Tốt trước khi phát quà đã tập họp chúng tôi lại thuyết giảng về chính sách "nhân đạo" của đảng. Nhưng trong câu chuyện có nhiều chi tiết tôi muốn nhắc lại đây. Ch/úy Tốt cho biết chính ông là người vào Sài Gòn nhận mấy tấn quà tại Chí Hòa chở về Quảng Ninh. Ông ta nói có vẻ rất thành thật:

- "Điều trước tiên tôi nhận thấy là gia đình các anh dành tất cả lòng thương yêu cho các anh, không chỉ là vợ con, cha mẹ các anh mà còn nhiều lắm những người quan hệ thân thuộc khác. Nếu chúng tôi ở hoàn cảnh các anh hiện nay, chắc chắn chúng tôi không nhận được sự quan tâm của vợ con, gia đình như thế này đâu. Có thể chúng tôi chẳng có gì cả, có chăng vài khúc mía, một gói lạc rang khi đến thăm gặp.

"Thái độ phục vụ của những anh được cử ra nhận số quà này về phân phối cho các anh cũng là điều làm chúng tôi suy nghĩ. Nếu như là tù hình sự thì những bao quà cả tạ, cả mấy chục kí-lô-gam của các anh đã bị xé, bị bóc, bị lấy cắp nhiều lắm. Đằng này tôi thấy các anh ấy giữ gìn, trân trọng từng bao quà, dù không phải là của chính các anh ấy.

"Tôi biết địa vị của các anh trong xã hội cũ. Giờ này các anh có nhận được nhiều quà của gia đình, có được ăn Tết đầy đủ đi nữa thì cũng không thể bằng một ngày bình thường của các anh trước kia. Tôi biết khi ở Sài Gòn, vào nhà hàng ăn các anh chỉ cần bấm nút đặt món ăn, chỉ mấy phút sau máy sẽ tự động đưa thức ăn ra giữa bàn. Ăn xong chỉ cần bấm nút là có máy tính trả tiền tại chỗ...."

Người cán bộ này, một thành phần cốt cán của đảng đã rất thành thật trong nhận xét và đã can đảm phát biểu với "đối phương" những suy nghĩ của mình, nhưng phần phát biểu sau cùng hình như ông ta nghe lỏm được từ dư luận tán tụng mức sống văn minh sung túc của xã hội miền Nam mà đảng của ông rêu rao là "phồn vinh giả tạo". Câu chuyện đã được cường điệu hóa để nói lên cái chóa mắt của anh Mán về thành.

Hẳn mọi người còn nhớ sau ngày 30.4.1975 nhiều danh từ ngớ ngẩn đã được đám cán binh CS dùng phổ biến ở các đô thị miền Nam lan ra đến miền bắc như "đồng hồ ba cửa sổ không người lái", "cái nồi ngồi trên cái cốc"(phin cà phê), thuốc lá Ba-to lu-xe... Nhiều, nhiều lắm.

bà cán bộ nói tiếng... tây với ông thứ trưởng

Nói đến những chữ Pháp, chữ Anh được người "cách mạng" dùng theo cách phiên âm của các nhà văn, nhà báo miền Bắc trước năm 1975, đến lúc này nhắc lại có thể nhiều người cho là bịa đặt, là chuyện tiếu lâm.

Sự phiên dịch để hướng dẫn quần chúng bình dân của các tay "ngôn ngữ học" cộng sản không biết họ dựa theo tiêu chuẩn nào. Trong khi họ vẫn theo phiên âm của Tàu để gọi nước Tàu là Trung Quốc, England là nước Anh, France là Pháp, Rusia là nước Nga, Japan là Nhật, Thailand là Thái Lan... thì lại phiên âm nước Úc thành Ốt-x-tơ-ra-li-a; Lỗ Ma Ni là Rô-ma-ni, Bảo Gia Lợi là Bun-ga-ri-a và Cuba là Cu Ba... còn Tiệp Khắc (Czechoslovakia) lại gọi là Tiệp Khắc. Chẳng thế mà gọi mấy ông già "lính kiểng" là Bạch đầu quân, Còn đám nữ du kích lại kêu là "chiến sĩ gái"; máy bay trực thăng là "máy bay lên thẳng", Thủy quân Lục chiến là "Lính Thủy đánh bộ", thậm chí nhà bảo sanh được dịch ra là "xưởng đẻ".

Trong số "khách" từ trong Nam ra trại Quảng Ninh có ông Thứ Trưởng của chính phủ tám ngày (nói theo Tú Gàn) là kỹ sư Phạm Minh Dưỡng. Tôi quen biết ông từ lúc ở Long Thành. Có lần tôi và một người bạn mời ổng một ly nước Hà Thủ Ô. Uống Hà thủ ô sau một đêm, gặp lại chúng tôi ông tấm tắc khen rất hiệu nghiệm...

Ở Quảng Ninh ông là người suy sụp thể chất sớm nhất. Chỉ hơn sáu tháng sau, người ông sọm lại, nước da xanh bủng, nét mặt khi nào trông cũng mệt mỏi. Một hôm đi lao động về, tập họp giữa sân bãi điểm danh vào trại, vài con nhái nằm im trong túi áo khoác, loại áo Cảnh Sát Dã Chiến cũ phát cho tù, bỗng nhiên kêu ré lên, như là cầu cứu, như là "báo cáo cán bộ". Anh quản giáo nghe tiếng nhái kêu, bước lại lật túi áo lên, buộc "kẻ bắt cóc" phải thả mấy chú nhái ra. Nhái được "giải phóng" và "thủ phạm" tối về phải làm kiểm điểm. Bản kiểm điểm tự khai ghi rõ lý do "bắt cóc" mấy con nhái là vì đói quá.

Vợ của Kỹ sư Dưỡng là một nữ giáo sư Trung học, người Pháp, là một bà đầm, là Madame Hélène, bà đang là Hiệu Phó trường Marie Curie ở Sài Gòn khi "cách mạng" về thành. Ông Phạm Minh Dưỡng từng là tổng Giám Đốc hãng giấy Cogido (Công Ty Giấy Đồng Nai), và Tổng Giám Đốc Sài Gòn Thủy Cục. Madame Hélène không bị bắt nhưng phải nghỉ việc, phải trở về mẫu quốc. Ông Dưỡng kể cho chúng tôi nghe bà bị buộc bỏ lại chiếc xe hơi Peugeot 404, không được đem về Pháp, dù đã năn nỉ xin đóng thuế.

Từ bên Pháp bà Hélène gửi cho chồng một lá thư. Thư đề đúng tên và địa chỉ người nhận, nhưng tên người gửi "lạ hoắc". Một nữ Thượng sĩ, cán bộ Giáo dục kêu ông Dưỡng ra nhận thư. Cán bộ hỏi :

- Đây là lá thư gửi từ bên Pháp. Anh có người nào bên Pháp gửi thư cho anh?

Kỹ sư Dưỡng đáp:

- Ở bên Pháp thì có vợ tôi.

- Vợ anh tên gì?

- Ê len (Hélène)
- Anh nói lại đi
- Vợ tôi tên là Ê Len
- Không có Ê Len nào cả.
- Vậy thì cán bộ có thể cho tôi biết tên người gửi là ai tôi mới biết quan hệ giữa người đó với tôi.

Bà cán bộ giáo dục, nữ Thượng sĩ nói ngay:
- Hé lè ne

Đương sự phải nín cười giải thích cho cán bộ biết hé lè ne chính là Hélène vợ ông. Hélène đọc theo tiếng Pháp, chứ không phiên âm ra tiếng Việt như vậy được!

Đúng vào lúc tình trạng sức khỏe suy sụp thì kỹ sư Dưỡng được thả về. Ông được bà vợ xin Bộ Ngoại Giao Pháp can thiệp cho chồng được thả và đi sang Pháp. Khoảng giữa năm 1978 gia đình một bạn tù gửi thư cho biết ông Phạm Minh Dưỡng đi theo phái đoàn các nhà khoa học Pháp sang thăm Việt Nam, để quan sát và lượng định đập thủy điện Đa Nhim. Nhân dịp này ông có ghé một vài gia đình để gửi lời thăm và chúc sức khỏe những bạn tù đang trong vòng lao lý.

Lê Duẩn bảo lãnh tù
Trường Chinh "xù" người cháu

Những vụ đưa đi và thả về lẻ tẻ ở Quảng Ninh có thể kể thêm trường hợp ông Trần Tiến Tán. Ông này nguyên là cựu Đại Úy Hiến Binh thời Đệ Nhất Cộng Hòa đã giải ngũ. Chủ nhà thuốc tây Vườn Xoài đường Trương Minh Giảng. Ông trình diện học tập với chức vụ Quản Lý Trị Sự Nhật Báo Quật Cường.

Trên chuyến tàu Hồng Hà ra Bắc cũng như thời gian ở Long Thành ông là người "an nhiên tự tại" không chuyện trò, không phát biểu khi "học tập thảo luận". Viết "thu hoạch" cũng chỉ qua loa. Không ai biết ông viết gì trong đó. Chỉ thấy đám cán bộ không hề hạch hỏi gì ông. Mấy ngày trên chuyến tàu biệt xứ ông là người không bị say sóng và cũng không cần biết chuyện gì xẩy ra xung quanh. Anh Lê Thiên Sơn nguyên là phụ tá giám đốc chính trị tờ Quật Cường, làm việc bên nhau gần năm năm, nằm vật vã kêu la trên tàu, ông làm như không hề quen biết.

Ra đến quảng Ninh cũng với thái độ "bất biết" ấy. Cho tới giữa năm 1977, vào một buổi chiều có hai công an một là cán bộ trại, một là cán bộ ở xa đến, tới tận buồng giam gọi ông mang hành trang tù đi theo họ. Hơn một tuần lễ sau, một cán bộ trại vào tổ may ngồi rề rà kể chuyện. Anh CB cho biết vừa đi công tác ở Sài Gòn mới về. Anh em chúng tôi hỏi:

- Cán bộ đi công tác gì?

- Tôi đưa anh Trần Tiển Tán về.

Và điều mọi người không hề nghĩ tới lại được người cán bộ này nói huych toẹt:

- Ông Duẩn bảo lãnh đấy các anh.

Thấy anh cán bộ thích kể chuyện, tính tình dễ dãi, ra điều mật thiết, anh em chúng tôi xúm nhau hỏi thêm. Anh CB cho biết Ông Trần Tiển Tán có người chị hồi xưa nuôi Lê Duẩn khi Lê Duẩn nằm vùng hoạt động trong Nam. Năm 1976 Bà chị ông Tán được Lê Duẩn mời ra Hà Nội tham dự quốc khánh 2 tháng 9. Nhân đó bà ta xin Lê Duẩn cho người em được thả. Trần Tiển Tán được thả do lệnh trực tiếp của Lê Duẩn với chỉ thị dẫn Tr.T. Tán ra Hà Nội thăm lăng "Bác", tham quan thủ đô trước khi đưa về tận nhà ở Sài Gòn.

Năm 1985 sau khi được thả về, tôi cố ý đạp xe ngang qua nhà thuốc tây Vườn Xoài. Bảng hiệu cũ vẫn còn y nguyên. Cánh cửa sắt đóng kín, không thấy có người nào, tôi đạp xe đi thẳng. Một hôm tôi đạp xe ngang qua lúc xế chiều, tình cờ thấy ông Tán đang được bà vợ dìu đi bộ trên vỉa hè trước cửa nhà thuốc tây. Ông ta bước đi chậm chạp, nặng nề, không vững. Một thời gian ngắn sau nghe tin ông đã qua đời.

Khác với trường hợp Trần Tiển Tán, một người làm việc

cùng cơ quan, cùng phòng với tôi, Thiếu úy Đặng Đức Thịnh là cháu gọi Trường Chinh bằng chú hay cậu gì đó (người Bắc, cậu là em mẹ cũng gọi là chú). Mẹ của Đặng Đức Thịnh cũng được mời ra Hà Nội dự lễ quốc khánh năm 76. Bà này xin Trường Chinh cho đứa con được về sớm. Trường Chinh bảo "cứ để nó học cho thấm nhuần chính sách của cách mạng". Thiếu úy Thịnh vì vậy được học tập 9 năm nên biết rất rành mặt trái chế độ của ông chú. Anh ấy cũng đi HO, hiện định cư ở miền Đông Hoa Kỳ.

T C T : Ta Chưa Thua

Nói về sinh hoạt của tù cải tạo tại Quảng Ninh, phải thực tâm nhìn nhận rằng, thời gian ở trại này đám tù chúng tôi được đối xử tương đối "lịch sự" hơn cả. Chúng tôi đến Quảng Ninh ngày 4.11-1976 cho tới ngày 4-8-1978 chuyển về Thanh Hóa, thời gian hai năm đó không có người nào bị kỷ luật phải vào xà lim. Một vài trường hợp bị coi là vi phạm, là biểu hiện chống đối, như trường hợp Nguyễn Nhượng thì chỉ chuyển trại mà thôi. Ngày mới đặt chân đến đó, chúng tôi được "tiếp đón" tương đối tươm tất. Trong buồng giam nơi đầu mỗi chỗ nằm trên bục xi măng đã được trải sẵn một chiếc chiếu rộng 80cm, một cái chăn và một mùng cá nhân còn mới nguyên, xếp gọn ghẽ. Trong tháng đầu, mỗi tuần lễ được phân phối bánh kẹo, thuốc lá, quần áo tù màu xanh nước biển. Áo bốn túi của Cảnh Sát Dã Chiến tồn kho từ trong Nam chuyển ra phát cho tù mặc.

Quần áo tù mới phát bắt buộc phải đóng dấu sau lưng bằng dầu hắc ín ba chữ TCT chiều dài 20cm, chiều cao 10cm. Tại buồng tôi, lúc đầu anh em có vẻ khó chịu, một số không cho đóng dấu, một số lấy áo nhà mang ra mặc. Một hôm anh Lê Quảng Lạc đang ngồi đập đá, chụm đầu vào tôi nói đủ thứ chuyện với nhau, khi đề cập đến mấy chữ đóng sau áo tù, anh ấy đứng dậy bước ra giữa sân nói với mọi người: Anh em ơi, TCT là Tù Cải Tạo, là Tù Chính Trị, nhưng TCT còn có ý nghĩa khác đúng hơn, hay hơn, chắc chắn hơn: TA CHƯA THUA!

Cứ mặc đi các bạn, không mặc cảm gì cả. Từ đó mấy tiếng này được truyền đi khắp cả trại. Mọi người mặc bộ đồ tù một cách tự nhiên.

Một thời gian sau, trại bắt phải đóng dấu TCT trên thân sau áo, trên ống quần thuộc tư trang của tù. Ở buồng tôi một số ngoan ngoãn chấp hành, một số không chịu. Tôi lôi ra một chiếc sơ mi ngắn tay, một quần tây và nói với người cán bộ:

– Đây là bộ quần áo duy nhất tôi có, ngày về tôi cần có một bộ quần áo để mặc, không thể mặc đồ tù về. Nếu sợ tôi dùng bộ quần áo này để trốn trại, tôi xin gửi lưu ký. Viên cán bộ này như chợt hiểu ý và đồng tình liền nói lớn.

– Anh nào không muốn đóng dấu có thể gửi lưu ký, trại giữ.

Mọi người đều nhao lên:

- Tôi gửi lưu ký. Nhưng rồi, có lẽ việc gom quần áo của tù để cất giữ chỉ tạo thêm vất vả, phiền phức nên vụ gửi lưu ký quần áo chìm xuống. Chỉ có tiền bạc, quý kim và đồng hồ đều được trại cất giữ giùm. Nhưng mấy thứ này, phần đông tù đã gửi về trong dịp gặp gia đình.

Còn một việc chìm xuồng khác nữa mà lúc đầu khiến nhiều người suy luận bàn tán khi trại chỉ thị đo chân và lấy số giày của tù nhân. Có một suy luận rất lạc quan tếu, cho rằng sẽ có sự thả tù cải tạo và cho xuất cảnh sang Mỹ. Cũng vậy mỗi lần thấy máy bay xuất hiện, có người cố ý la lớn lên – "Máy bay đến rước rồi anh em ơi"! làm đám công an súng dài gác tù lấy làm khó chịu.

Thời gian ở Quảng Ninh vấn đề ẩm thực của tù tuy vẫn thiếu thốn nhưng tù không có cảm tưởng bị ngược đãi để trả thù. Duy chỉ có một lần nhà bếp gánh cơm đến gọi người ra lãnh và báo "tin vui" – "Hôm nay các anh ăn cơm nếp".

Gánh cơm vừa được đưa vào đặt giữa thềm nhà, nhìn vào

hai thúng cơm, có người ngạc nhiên kêu lên – "Hôm nay trại cho ăn cơm nếp trộn đậu đen". Nhưng khi người chia cơm lại nhìn kỹ vào thúng cơm mới hay là cơm nếp trộn khoảng 30% cứt chuột. Một số người lượm cứt chuột bỏ ra, còn lại cơm ngồi nhắm mắt nuốt. Một số "bỏ của chạy lấy người". Tôi bâng ca cơm lên, bỗng rùng mình, người bên cạnh nói – Anh chê à. Tôi trao cho anh ta rồi lấy mấy mẩu bánh mì khô còn để dành được nhai nuốt, uống chén nước canh, ca nước nguội. Xong một bữa ăn, qua được một buổi và quan trọng nhất an tâm qua được mối lo sợ bệnh tật. Nhiều người vì không thận trọng trong việc ăn uống nên đã mang bệnh, hoặc không có ngày trở về!

Sự hao mòn thể chất đến với tù rất nhanh. Không chỉ có ông Phạm Minh Dưỡng, nhiều người bắt đầu suy kiệt sức lực. Bệnh phổ biến là phù thủng, là mất sức. Người phụ tá cho y tế trại là Bác sĩ Văn Văn Của, nguyên Đại tá Đô Trưởng Sài Gòn, người từng bị mấy tên MP (Military Police - Quân Cảnh) Mỹ làm nhục, còng tay ông, sau đó đại sứ Bunker phải đích thân đến xin lỗi và mở còng.

Kỷ niệm khó phai trong trí nhớ nhiều người tù ở Quảng Ninh là hình ảnh BS Văn Văn Của cõng từng bệnh nhân từ buồng giam lên trạm xá cho thuốc, chữa trị rồi lại cõng trả về buồng giam. BS Của còn đi lượm vỏ ốc, vỏ sò ngoài sân bãi đem về buồng giam rửa sạch phơi khô, tán nhỏ rồi sao lên phát cho những người mà ông thấy đã có triệu chứng mục xương, răng bị gãy, mẻ. Ông đúng là tiêu biểu của mẫu người *lương y như từ mẫu*. Khi ở Long Thành, BS Của là người dạy môn châm cứu cho một số anh em. Có người sau đó biết nghề, kêu gia đình gửi kim châm vào và đã giúp bạn tù trong một số trường hợp, hiệu quả nhất là châm cứu trị nhức răng. Trong số những "thầy lang" tận tụy này phải kể đến anh Lê Văn Trưởng.

Xin thắp nén hương lòng tưởng nhớ cố bác sĩ lương y như từ mẫu Văn Văn Của.

điệp khúc khai báo. tự khai. "làm việc"

Tại bất cứ trại nào, tù cải tạo cũng phải qua một đợt khai báo. Chúng tôi đến QN vào mùa đông, vì vậy trong ba tháng đầu không có lao động, không "học tập". Có lẽ họ để cho những người miền Nam quen dần với khí hậu thời tiết mùa đông vùng núi miền Bắc. Sau Tết, chúng tôi trải qua một đợt khai báo kéo dài trong sáu tháng. Mỗi ngày mọi người phải ngồi viết tám tiếng, bằng thời gian đi lao động. Trong thời gian khai báo, tù được phát thuốc lá, phát kẹo. Cấm ngặt không được quan hệ giữa buồng này với buồng kia; giữa nhà này với nhà nọ, giữa các khu, các dãy. Một cán bộ ngồi thường trực tại mỗi phòng. Ai viết xong tờ nào, viên cán bộ thu ngay tờ đó. Người viết không được đọc dò lại, không có sửa chữa thêm bớt. Họ kỳ vọng khai thác được nhiều nguồn tin tức giá trị. Cho đến nay không ai biết được những chồng hồ sơ khai báo hàng trăm nghìn trang giấy ấy họ thu hoạch được những gì và trong số hàng chục ngàn quân cán chính miền Nam, ai khai những gì, ai giấu những gì?

Tôi không còn nhớ tôi đã viết được bao nhiêu trang, nhưng chắc chắn chỉ đến số chục chứ không thể đến số trăm. Nhưng tôi lại không quên trường gợp một nhân viên làm việc cùng cơ quan với tôi (anh Lê kiêm H.) đã ngồi viết trên ba trăm trang giấy, chưa kể số trang cán bộ đã lấy đi trước, viết xong, anh ta đóng lại và cắt xén rất gọn ghẽ trước khi giao nạp. Thời gian làm chung với tôi, khoảng hơn ba năm, công việc của anh ấy là cắt dán, làm các loại bìa (folder) để cặp hồ sơ và phiếu trình Tổng thống. Dĩ nhiên chàng không bao giờ được đọc những phiếu trình ấy. Có anh hỏi tôi:

- H. viết gì mà quá cỡ vậy? Tôi trả lời vui:

- Chắc anh chàng viết lại gia phả.

**

Thời gian đúng vào ngày đổi tiền đợt hai, tôi được gọi lên cơ quan để "làm việc" với cán bộ. Với tù mỗi lần nghe nói "làm việc" là cảm thấy khốn khổ rồi. Chưa biết sẽ có những chuyện bất trắc nào đây.

Buổi sáng hôm ấy tôi đang ngồi may như thường ngày thì một công an đến gọi tên và dẫn tôi đi. Tôi được đưa tới gặp ba anh cán bộ mặc thường phục, tự giới thiệu là thuộc Ty Công An Nghệ Tĩnh. Người thẩm vấn tôi ngày đầu tiên tỏ ra mềm dẻo. Câu chuyện mở đầu anh ta nói –"Vì lệnh đổi tiền đột ngột khi đang trên đường từ Ty ra Hà Nội nên không mua được trà hay thuốc lá để mời anh. Anh dùng tạm trà của trại".

Rồi anh cán bộ này kể chuyện bom Mỹ và những ngày miền Bắc đã kiệt sức, Trung Ương Đảng đã tiên liệu giải pháp chấp nhận các yêu sách của Mỹ để đổi lấy hòa bình. Anh ta kể khá nhiều chi tiết, trùng hợp với câu chuyện tôi được nghe tận tai, bố của một Đại tá CS nói với bố tôi... tất cả tan hoang hết rồi, không ai còn giữ vững được tinh thần nữa, Mỹ chỉ cần oanh tạc thêm hai ngày nữa là Việt Nam kéo cờ trắng đầu hàng, nhưng tự nhiên "thằng Johnson" ra lệnh ngưng dội bom.

Trong ngày "làm việc" thứ nhất, tôi phải trả lời một một số câu chất vấn về một toán Biệt kích nhảy toán ra Bắc mà họ cho là bố con tôi có can dự, hoặc ít nhất tôi biết rõ. Họ đã tìm đúng đầu mối để khai thác, nhưng sự thật tôi không có can dự nào, dù tôi biết - biết rất rõ về cách tổ chức, huấn luyện, nhân sự và ngày giờ toán Biệt kích này khởi hành từ Tân Sơn Nhất, cho tới lúc toán Biệt kích bị bắt, tôi cũng được thông báo. Tôi còn nhận được cả bản tin kiểm thính từ đài Mặt Trận Giải Phóng Miền Nam loan tin về việc bắt giữ và phá vỡ toán biệt kích ấy tại huyện Hương Khê, Hà Tĩnh. Tôi đã không khai bất cứ một chi tiết nào cả vì thực sự tôi không có can dự vào bất cứ một hoạt động nào liên quan.

Khi Ra tới trại Quảng Ninh tôi gặp anh Hoàng Đình Lưu, người phụ trách, bố trí và điều khiển toán biệt kích ấy. Trước năm 1975 tôi đã có gặp anh đôi ba lần. Lúc ấy HĐL. mặc quân

phục Binh chủng Nhảy Dù, mang cấp bậc Đại úy. Trên túi áo
có bảng tên VINH. Trông thấy tôi, nhận ra nhau, rất bất ngờ,
hình như anh ấy từ trại khác trong Nam cùng đi chuyến tàu
Hồng Hà đến Quảng Ninh, Anh ấy có vẻ lo lắng, sợ tôi sẽ khai
báo tông tích của anh. Biết tâm lý đó, tôi tìm cách đến gần nói
nhỏ với anh: -"Anh yên tâm, tôi sẽ không khai báo bất cứ điều
gì về anh. Chúng ta coi như không quen biết nhau".

Ngày thứ nhất, sáu tiếng đồng hồ qua đi trong nặng nề
với nhiều suy nghĩ, sáng hôm sau tôi lại được gọi đi "làm việc"
tiếp. Lần này cũng người công an hôm qua cùng với một
người khác tôi chưa gặp, từ phòng trong bước ra nói với tôi:

- "Chúng tôi biết anh thông minh và có tình cảm, nên
cho anh biết là người mà anh có quan hệ và chúng tôi yêu cầu
anh cho biết nay không còn nữa. Chúng tôi đã xử lý vì thái độ
ngoan cố, chống đối đến cùng của hắn. Thậm chí, trước lúc
chết còn xúc phạm đến lãnh tụ. Anh đừng sợ anh khai ra, sau
này về gặp lại nhau, anh em khó ăn nói".

Tôi biết Trần Kim Phú, trưởng toán biệt kích nhảy toán ra
Hà Tĩnh tháng 6- 1963, bị bắt đưa ra Tòa án Quân sự quân
Khu IV bị tuyên án tử hình.

Tôi không có hoạt động nào liên quan, mà chỉ được biết
một cách bàng quan nên tôi không "thành thật khai báo".

[(*) Xem thêm trang 440 phụ đính cuối sách]

Lại một ngày nữa đi qua, tôi ngồi từ sáng đến chiều, viết
mấy dòng qua loa. Buổi chiều người công an cầm tờ giấy chỉ
có mấy dòng tôi khai, anh ta tỏ ra rất bất mãn và khó chịu.
Trước khi cho tôi trở về buồng giam, tôi lại được nghe câu
hăm dọa -"Thái độ của anh thiếu thành khẩn. Anh nên nhớ anh
được về sớm hay không là do sự thành thật khai báo của anh".

Tôi vừa bước lui vừa nói -"Tôi biết, thưa cán bộ".

Sáng hôm sau là ngày thứ ba tôi lại được gọi đi làm việc.
Lần này người tiếp xúc với tôi không phải là hai ông hôm qua,
hôm trước. Ông này vừa thấy tôi liền lên giọng dằn mặt, áp

đảo ngay: -"Trong hai ngày qua anh không chịu khai báo đúng theo yêu cầu của chúng tôi. Tôi nói cho anh biết. Mọi việc chúng tôi đã nắm trong tay. Nếu cần chúng tôi sẽ đem anh về địa phương để xác minh".

Nghe đến "đem về địa phương để xác minh" tôi hơi xuống tinh thần. Tôi đã chứng kiến nhiều người bị đem đi là biệt tích luôn. Như trường hợp ông Nguyễn Chí Vy ở Long Thành bị bắt đi, nói là dẫn giải về Quảng Ngãi giao cho địa phương xử lý". Tôi chợt lo, địa phương ấy là nơi nào? Sài Gòn hay Nghệ Tĩnh. Tự nhiên tôi buột miệng mà không hề nghĩ trước:

-"Có gì tôi biết tôi đã nói hết. Việc gì không biết thì tôi không thể nói. Cách mạng đòi hỏi chúng tôi phải thành thật khai báo. Cán bộ đòi hỏi chúng tôi phải tin cán bộ, tin ở cách mạng, mà ngược lại cán bộ không chịu tin chúng tôi. Lòng tôi đâu phải là trang giấy trải ra để cán bộ biết đen hay trắng".

Nghe tôi nói mạnh miệng anh công an liền đấu dịu:

–"Không chúng tôi tin anh. Thôi anh cứ viết thêm cho chúng tôi những điều mà anh biết về toán biệt kích ấy. Chúng tôi tin và tin là anh biết nhiều, nhất là về việc làm của bố anh".

Đến khoảng 11 giờ trưa, viên thiếu úy quản giáo từ phòng may lên, vừa bước vào anh ta hỏi tôi, giọng rề rề, nhừa nhựa kéo dài... – "Thế nào rồi anh? Xong chưa?"

Tôi trả lời – "Chưa biết khi nào xong, cán bộ".

Thật tình, thấy quản Hạnh đến tự nhiên tôi yên lòng hơn. Anh công an thẩm vấn nghe tiếng người, từ phòng trong bước ra chưa kịp lên tiếng thì Quản giáo đã nói, cũng cái giọng nhừa nhựa cuối câu –"Thế nào rồi các anh? (Không xưng hô "đồng chí") Anh ấy phụ trách kỹ thuật tổ may. Hàng dồn dập cần giao đúng hạn. Nhanh đi cho anh ấy về làm việc".

Nghe anh cán bộ Quản giáo nói, tôi như trút được cả khối nặng mấy trăm kí lô chất trong óc, trong lòng suốt mấy ngày qua. Thế là tôi "ung dung tự tại" ngồi chờ đến chiều thì được thả về buồng giam. Từ đó tôi không còn bị quấy rầy gì nữa về vụ này.

Đặng Tiểu Bình hùa theo phản động
Reagan - con ngựa già háu đá.

Ở tù, lại là tù cộng sản, lại là thứ tù biệt xứ, bị nhốt trong những trại giam kiên cố ở nơi rừng sâu nước độc, biệt lập với thế giới bên ngoài, người tù ngoài nhu cầu nuôi sống thể xác, cũng cần có nhu cầu về tinh thần. Chúng tôi thường xuyên chịu đựng hai cái đói như nhau, đói thức ăn và đói sách báo, mù tịt tin tức từ bên ngoài. Dù trong khi bụng cồn cào, mệt lả, nhưng bắt gặp bất cứ một mảnh giấy nào có chữ viết, người tù cũng lượm lên đọc. Ít thì đọc tại chỗ, nhiều thì phủi cho sạch bụi đất, xếp gọn giấu trong người đem về chỗ nằm chuyền tay nhau đọc. Một trong những yêu sách của tù cải tạo là đòi hỏi được nghe đài và đọc báo – dù là báo đài một chiều tuyên truyền phục vụ chế độ đang giam giữ mình.

Thời gian đầu mới tới Quảng Ninh, mỗi phòng được phát một số sách báo. Buồng giam tôi ở có mấy tờ tạp chí. Tờ tạp chí Việt Nam in giấy láng trắng màu offsette có đăng hai tấm ảnh lớn chụp Phạm Văn Đồng ôm hôn Iêng Sary và Pôn Pốt. Thời còn đi làm, tôi đã quen biết nét mặt vua Sihanouk, Lon Nol qua hình ảnh trên báo chí. Lần đầu tiên tôi mới biết mặt và nghe tên hai nhân vật này của xứ chùa Tháp. Hai năm sau chúng tôi được đọc tờ Quân Đội Nhân Dân, rất lấy làm ngạc nhiên khi thấy hai lãnh tụ của chính phủ Khmer Dân Chủ mới ngày nào cùng Thủ tướng Việt Nam Dân Chủ Cộng Hòa ôm hôn thắm thiết, giờ đã phát động cuộc chiến tranh đẫm máu vùng biên giới phía Tây Nam. Dần dần được đọc những bài báo nguyền rủa hai "đồng chí" Khmer Đỏ là tay sai bá quyền Trung quốc gây chiến tranh, xâm phạm chủ quyền lãnh thổ Việt Nam, phá hoại hòa bình và an ninh khu vực.

Trong thời gian đang có cuộc vận động tranh cử tổng thống tại Hoa Kỳ, một hôm Ban Giám thị trại Quảng Ninh cho tù cải tạo được nghỉ lao động, tập họp giữa sân bãi để nghe thời sự. Thời sự là món ăn tinh thần quý giá nhất đối với chúng tôi. Có gì thích thú hơn khi được nghỉ, không phải ra bìa rừng xới đất, đào mương, cuốc cỏ và được ngồi nghe những điều hệ trọng, đang cần tìm hiểu, đang cần biết. Viên trung Úy Công an cỡ tuổi trên dưới năm mươi đứng trước gần cả ngàn người tù trí thức miền Nam mở đầu:

-"Hôm nay Ban Giám thị cho các anh nghỉ "nao động" để chúng tôi trình bày với các anh một số tình hình đang diễn ra bên ngoài. Đảng và "nhà lước" ta trong nhiều lăm qua đang phải đối phó với chính sách bá quyền "lước nớn". Tại Mỹ trong năm nay sẽ có cuộc bầu cử tổng thống. Người ra tranh chức "nần lày" có Ri-gân. Tên "lày" là một con ngựa già háu đá. Lước Mỹ từ sau khi thất bại nhục nhã tại Việt Nam đang cố nấy nại uy tín để tập họp các thế lực phản động nhằm chống lại các lước và các "nực nượng" tiến bộ đã "niên tục" tiến công vào thành trì của chúng. Tình hình Trung Quốc, sau cuộc tranh giành quyền nực, đánh dẹp được bọn "tứ nhân bang", Đặng Tiểu Bình đang hùa theo tư tưởng phản động, gây mất tình đoàn kết giữa các lước anh em. Người xưa đã phân loại bốn hạng người: nhất "né" nhì "nùn" tam hô tứ sún. Đặng Tiểu Bình đã đoạt hai giải, thuộc hạng thứ nhất và thứ hai..."

Người cán bộ giáo dục này khá thuộc bài và nói năng lưu loát bằng thổ âm "nờ, lờ" tréo nhau. Ông ta phun ra những lời "châu ngọc" một hơi ba tiếng đồng hồ, không nghỉ "giải nao". Đám tù chúng tôi rất sảng khoái khi được nghe những tin tức, kèm lời "bình luận" theo quan điểm "cách mạng".

Sau buổi nói chuyện để "trấn an" dư luận ấy, bỗng dưng trong trại tiếng đồn tung ra về sự chuyển tù đi nơi khác, về việc Trung Quốc đánh sang biên giới phía Bắc ngày một xôn xao. Đám cán bộ quản giáo, giáo dục, trực trại tìm mọi cách ngăn chặn những sự liên hệ giữa tù nhân các buồng giam và việc phao truyền tin "thất thiệt". Thấy tình hình trở nên ngày một xôn xao hơn trong hàng ngũ tù cải tạo, Ban Giám thị lại cho tù nghỉ lao động, tập họp tại sân bãi trấn an. Cũng viên

Trung úy cán bộ Giáo dục ấy sau khi nêu ra những hiện tượng "tiêu cực", những tin đồn "không đúng sự thật", ông ta quả quyết "tình hình không có gì xáo trộn như tin đồn xuyên tạc. Không có vấn đề chuyển trại. Không có vấn đề đưa các anh đi đâu. Các bộ phận ở trên cũng như Ban Giám thị chúng tôi đã có sẵn mọi điều kiện thuận lợi cho các anh cải tạo, mau chóng tiến bộ để sớm về với gia đình..."

tình hình vuột khỏi tầm tay cơn ác mộng xa dần

Buồng số 8 (Quảng Ninh) là một xưởng may đồ gia công. Hàng nhận từ xí nghiệp May Mặc ở Hải Phòng chở về. Bác Lê Hoài Nam, người được giới thiệu là thợ từng may âu phục cho vua Bảo Đại phụ trách kỹ thuật, chuyên trách may sơ mi, quần tây và đồ vét cho cán bộ, tôi "phụ tá" bác Nam coi kỹ thuật hàng may nhận về từ xí nghiệp ở Hải Phòng. Đội Trưởng trông coi Buồng số 8 là Phan Tuấn Anh, Th/Tá CSQG. Hàng may nên hư tốt xấu hay dở là do hai người phụ trách kỹ thuật, vì vậy, bác Nam và tôi được viên quản giáo Th/úy Công an tên là Hạnh "nể nang" hơn. Giữa lúc hàng may chở về tới tấp, công việc làm không xuể, thì tiếng đồn chuyển trại cứ rần rần. Một buổi sáng Quản giáo Hạnh gọi tôi và bác Nam ra ngoài cổng, đứng ở góc sân bãi thường ngày tập họp, hỏi chúng tôi:

- Ai nói với các anh là sắp chuyển trại?

Chúng tôi trả lời khá thành thật:

- Không biết ai nói. Không biết từ đâu, nhưng mọi người cứ tin là chúng tôi sẽ không còn ở đây. Có lẽ qua những sự rục rịch của trại anh em họ nhìn thấy. Có thể đoán trúng, có thể đoán sai. Cán bộ tin hay không tùy. Chúng tôi không có gì phải giấu diếm.

Bác Nam còn mạnh miệng nói thẳng với quản Hạnh:

- Có người còn nói là chúng tôi sẽ về trại Lý bá Sơ.

Quản Hạnh không có gì tỏ vẻ ngạc nhiên, anh ta cải chính:

- Lý bá Sơ là tên cũ từ thời Pháp, đã đổi lại tên khác lâu rồi.
- Tên gì cán bộ?
- Trại 5, Thanh Hóa.

Quản giáo Hạnh nói thật cho chúng tôi biết là nội trong tuần lễ sau đó sẽ chuyển trại và yêu cầu chúng tôi hoàn tất mọi thứ còn lại, kịp giao hết số hàng may cho xí nghiệp.

**

10 giờ đêm ngày 4 tháng 8-1978 sau cơn mưa vừa dứt, đèn từ các buồng giam bật sáng, cả trại tù được đánh thức dậy. Quản giáo đến từng buồng ra lệnh thu gọn hành trang để di chuyển. Nhờ biết trước, một số anh em chúng tôi đã khăn gói sẵn sàng. Khung cửa sắt buồng giam lần đầu tiên trong hai năm qua mở rộng, bỏ trống giữa đêm; cánh cửa của lớp tường xây thứ hai cũng mở toang. Hai lớp cửa ấy chỉ rộng chừng vài thước nhưng bỗng nhiên như một khoảng trống thênh thang. Thênh thang như tâm trạng người tù khi biết mình được rời khỏi nơi đây, đang được quay trở ngược về Nam, dù chưa phải là Sài Gòn, chưa phải là giải đất miền Nam thân yêu, ruột thịt. Ít ra, cũng hết rồi cơn ác mộng chờn vờn sẽ còn bị đưa dần lên miệt núi rừng hướng Bắc. Ít ra, cũng đã đến ngày rời khỏi trại tù TD63/QN (Quảng Ninh) nằm sâu hút trong một thung lũng lòng chảo, bốn bề là vách núi dựng, đỉnh núi quanh năm mây phủ dính với trời, chân núi liền với đất qua những lớp mây mù nặng trĩu. Hết rồi tiếng vượn hú, tiếng chim kêu buồn tẻ, lạc lõng đêm đêm.

Tình hình đã vuột khỏi tầm tay của Bắc Bộ Phủ. Những biến chuyển thời cuộc mà đảng Cộng sản VN đã không thể ngờ tới, đã không tiên liệu được khi hất cẳng đàn anh Trung Quốc, ngả theo Liên xô trong mưu đồ thành lập và lãnh đạo liên bang Đông Dương do Liên Xô bật đèn xanh và yểm trợ. Dựa trên đà chiến thắng thôn tính xong miền Nam sau khi xé bỏ hiệp định Paris, Hà Nội toan tính làm ăn lớn. Tình hình Trung Quốc cũng có nhiều biến chuyển khi Chu Ân Lai chết (đầu năm 1976), một tháng sau Mao Trạch Đông. Đặng Tiểu Bình sau khi loại bỏ được Hoa Quốc Phong nắm quyền lãnh đạo đất nước khổng lồ phía Bắc, triệt hạ được nhóm "Tứ Nhân Bang" do Giang Thanh, vợ Mao cầm đầu. Giang Thanh nổi tiếng kể từ khi bà chủ trương và phát động cuộc Cách Mạng Văn Hóa tại Trung Quốc vào năm 1966.

Ở trong nước, người Hoa sau bao đời làm ăn sinh sống an lành bỗng nhiên bị xua đuổi, bị tống xuất, bị tịch thu tài sản, bị đưa đi vùng kinh tế mới.

Ở bên ngoài, ngày **29-6-1978** Trung Quốc cúp toàn bộ viện trợ, hồi hương tất cả nhân viên và đóng cửa sứ quán tại Hà Nội. Tờ Quân Đội Nhân Dân kêu gọi dân chúng sẵn sàng chống lại "chủ nghĩa bành trướng và bá quyền nước lớn". Câu nói của Hồ Chí Minh: "Trung Quốc và Việt Nam như anh em một nhà, núi liền núi sông liền sông, môi hở răng lạnh" đã đảo ngược thành một thực tế phũ phàng chua chát.

Tình hình vuột khỏi tầm tay, đảng Cộng sản bắt buộc phải gấp rút chuyển hết các trại tù cải tạo ở vùng rừng núi Việt Hoa về các tỉnh phía Nam.

Khi quyết định đem hết toàn bộ các viên chức quân cán chính từng là cấp chỉ huy lãnh đạo của chính phủ miền Nam đày lên vùng khỉ ho cò gáy heo hút giáp ranh Trung Quốc, cộng sản Hà Nội rập theo mô thức đã thi hành sau Hiệp định Genève năm 1954, tập trung tất cả những viên chức từng cộng tác với chính phủ Quốc Gia và những thành phần thân Pháp, những thành phần địa chủ, giam giữ đến mười, mươi lăm năm sau, ai còn sống sót được "ân huệ" cho vợ con gia đình lên rừng đoàn tụ, biến toàn bộ các giai cấp đó thành dân rừng rú.

Nếu tình hình không có những biến chuyển từ bên ngoài như vậy thì số phận của cả mấy trăm ngàn tù cải tạo miền Nam và gia đình cũng sẽ tàn tạ nơi rừng thiêng núi thẳm ở vùng biên giới Việt Hoa như lớp tù cải tạo miền Bắc sau năm 1954.

Cái may mắn, cái "trúng số thời cơ" của tù cải tạo là ở chỗ

đó; là ở chính sách đòi hỏi nhân quyền do Tổng Thống Reagan và chính phủ Mỹ áp lực lên nhà cầm quyền Hà Nội.

Một năm trước đó chưa ai có thể nghĩ tới hàng chục ngàn tù cải tạo miền Nam sẽ được rời khỏi những trại tù, cũng là nơi định cư vĩnh viễn của họ mà Hà Nội đã toan tính, đã thực hiện. Chúng tôi phấn khởi trong đau khổ, trong chịu đựng nhục nhằn là ở chỗ đó.

Đêm chuyển trại từ Quảng Ninh, bước qua khỏi lớp cửa là một khoảng trời, là sân bãi rộng. Gió rừng Việt bắc giữa đêm vào tiết trời đầu thu mơn man mát lạnh như chia sẻ với đoàn người bất hạnh một niềm vui và chút ánh sáng lập lòe của tia hy vọng. Đúng như lời của nhạc sĩ Trịnh Công Sơn: *Hy vọng đã vươn lên trong màn đêm trong ưu phiền....* Tưởng như câu hát kia là lời tiên tri hay là tiếng reo lên từ nỗi tuyệt vọng giữa cảnh đời nghiệt ngã.

Vào một đêm mịt mờ tăm tối của mùa đông, người tù đang nằm mòn mỏi, không nhìn thấy lối thoát của cuộc đời, chúng tôi bỗng ngồi bật dậy khi nghe được bài bình luận của Tổng Biên Tập Hoàng Tùng trên đài phát thanh Hà Nội từ một cái loa phát thanh trên cột trụ ngoài hàng rào: *Chính quyền Mỹ và bọn phản động nước ngoài đã bịa đặt vu cáo chúng ta đang giam nhốt hàng trăm nghìn người tù chật ních trong các trại cải tạo...* Nghe xong bản tin, tất cả ngồi bật dậy, người này hỏi người kia thay nhau lặp lại, nhắc lại lời của Hoàng Tùng, trong người mạch máu rân ran vì sung sướng, vì biết rằng số phận mình không bị bỏ quên, người đời đang quan tâm, đang nhắc nhở, đang ra tay cứu độ.

Lúc đó là khi chúng tôi đã chuyển về ở Phân trại B Lam sơn, Thanh Hóa cuối năm 1978. Còn đây là lúc chúng tôi đang sửa soạn từ giã trại tù vùng biên giới giáp ranh Trung quốc.

Từng đoàn xe vận tải đã đậu chờ sẵn, có lẽ từ chập tối, sau khi tù đã vào buồng. Từng người một lần lượt lên xe. Vừa bước lên, chân chúng tôi dẫm phải một thứ nhầy nhụa, ươn ướt. Mùi hôi thối bốc lên mỗi lúc một nồng nặc, đến muốn ói.

Mọi người bịt mũi để mong qua cơn nôn mửa. Tất cả những chiếc xe tải này là xe chở heo. Có lẽ họ vừa đổ heo xuống một nơi nào đó trước khi chạy tới đây để chở tù. Khi tù đã lên đủ số theo danh sách, tấm chắn phía sau xe được kéo lên cài chặt lại, mọi người bị ép dồn vào nhau, đứng xếp sát vai nhau như hộp cá mòi. Không ai có thể ngồi, không ai có thể cúi xuống dù chỉ để gãi chỗ ngứa dưới chân. Tất cả như những khúc cây bị dựng thẳng đứng, ép sát, không thể xoay trở, cử động. Trên xe có một công an đi kèm. Tôi nhớ người công an áp tải xe tôi là một cán bộ, tên Vinh từng vào tổ may nhiều lần. Anh này nói với chúng tôi, giọng thành thật:

- "Vì sự hăm dọa của Trung Quốc. Vì an ninh của các anh, chúng tôi phải chuyển các anh tới nơi an toàn hơn để các anh cải tạo. Chúng tôi phải chuyển các anh đi, phải xa các anh chúng tôi tiếc lắm. Thành thật mà nói chúng tôi học hỏi được ở các anh rất nhiều".

Đoàn xe chạy từ Quảng Ninh lúc nửa đêm mùng 4 tới trại Lam Sơn, Thanh Hóa vào lúc 8 giờ tối ngày 5.8.1978, qua hai lần sang phà ở Vịnh Hạ Long và sông Mã. Suốt quãng đường 24 tiếng đồng hồ ấy xe chạy liên tục, tôi có cảm tưởng như đoàn xe đang bị rượt đuổi. Tù chỉ được đi tiểu bằng một cái xô nhựa, được đưa lên xe, khi có người yêu cầu, nhưng thật là khó khăn vì người đứng nêm chật nghẹt làm sao mà giải quyết được, đành nín đến bế tắc luôn. Suốt gần 24 tiếng đồng hồ ấy cũng không phát thức ăn nước uống. Không ai muốn ăn uống trong hoàn cảnh như vậy, nhưng cơn khát đã khiến nhiều người mệt lả.

Khi đoàn xe tới nơi, vừa ngừng lại, tôi thấy một số anh từ trên xe nhảy xuống, chạy ào xuống một cái ao, cúi gập người xuống, uống một hơi cho đã khát. Mấy ngày sau nhìn thấy cái ao, tôi rùng mình, lo lắng thay cho những người đêm hôm trước đã giải quyết cơn khát bằng nước của cái ao trâu tắm đen ngòm kia. Chỉ nhìn thấy cũng đủ lợm giọng, buồn nôn.

Lý Bá Sơ danh bất hư truyền

Trại Lam Sơn, tỉnh Thanh Hóa, thuộc huyện Thiệu Hóa. Thiệu Hóa là tên mới đặt sau khi sát nhập hai huyện Hoàng Hóa và Thiệu Yên làm một. Trại Lam Sơn theo lời kể của những người lớn tuổi, có từ thời Pháp thuộc, do một người tên là **Lý Bá Sơ** thành lập. Trại này nổi tiếng những ai bị đưa tới đó, có ngày đi mà không có ngày về. Hồi còn nhỏ, tôi thường nghe bố tôi với những người cùng thời nhắc đến tên mấy nhà tù khét tiếng như Lý Bá Sơ, Đầm Đùn, Ban Mê Thuột, và trại Đưng ở Hà Tĩnh. Trại Đưng những người lớn tuổi thời Việt Minh cho biết nơi đó rừng thiêng nước độc. Nước khe suối độc đến nỗi chỉ lội qua là lông chân rụng hết. Ai tới đó cũng chỉ vài tuần lễ sau là bị sốt rét, da vàng như nghệ và chỉ trong ít lâu là chết.

Lam Sơn có ba phân trại. Trại chính là trại A. Trại A cùng với phân trại B được xây dựng từ lâu, trại C mới xây sau. Trại B gồm những dãy nhà giam lợp lá, vách che bằng đất nhồi rơm. Quanh trại có hai vòng rào, vòng trong bằng giây kẽm gai, vòng ngoài là những bụi tre trồng sát khít nhau, nhánh, gai chằng chịt. Trại C, có các dãy nhà giam xây bằng xi măng, lợp ngói, cửa sắt kiên cố. Bí danh của trại Lam Sơn là 50A TD63/05.

Đoàn xe từ Quảng Ninh về tới Lam Sơn, trên 100 người tù cao tuổi được chở tới phân trại A, số còn lại "đóng quân" tại Phân trại B. Tâm trạng phơi phới về cuộc "đổi dời", hy vọng đời tù sẽ khấm khá hơn ở một địa điểm mới, đến đây như chút hơi khói mong manh vừa chợt tắt. Mỗi toán tù được dẫn về các dãy nhà giam với tiếng la lối, nạt nộ, hằn học của đám công an. Buồng giam là những dãy nhà chiều dài trên vài chục thước, thông suốt từ đầu tới cuối, sâu hút, không có cửa hậu, chỉ có cửa vào như một địa đạo. Mái lợp tranh, vách đất, nền đất đắp cao khoảng chừng nửa thước thành hai dãy sát hai bên vách, chừa lại một lối đi ở giữa.

Trời tháng Tám, sau vài cơn mưa nhỏ, cái nắng nhiệt đới oi nồng làm bốc lên mùi ẩm mốc, hôi hám, ngột ngạt. Qua cung cách "tiếp đón" buổi đầu và nhìn thấy cơ ngơi nơi ăn chốn ở như thế, mọi người cảm thấy đời tù bắt đầu khốn nạn.

Phân trại này không có phòng ăn, chỉ có một hội trường chứa được khoảng ba, bốn trăm người. Cái nhà này cũng lợp lá, nền đá ong, lát đất sét. Vách bằng đất phết nhồi rơm, thưng đến ngang lưng quần. Phía trên là một lớp chấn song bằng gỗ thanh. Khu nhà tù này, ngoài cái chắc chắn, kiên cố của hai lớp hàng rào, còn lại tất cả trông bệ rạc, tàn tệ hơn bất cứ sự tàn tệ, nhớp nhúa nào khác. Thời gian đầu, cơm do tù hình sự nấu gánh từ nhà bếp vào trại cho mỗi buồng. Mỗi buồng, mỗi dãy tìm lấy một chỗ nào khô ráo, tương đối sạch sẽ hơn để mọi người bày chén bát ra chỗ đó. Người chia phần cơm luân phiên phụ trách mỗi ngày. Gặp ngày vừa mới mưa xong, chén bát bày ra giữa bãi đất, khi nhận phần ăn, mọi người không ai bảo ai đều chùi đít chén vào quần áo trước khi bâng lên múc ăn. Có thời gian được Ban Giám thị cho chia cơm và ngồi ăn trong nền đất của hội trường. Hội trường có mái lợp nhưng mùa mưa vẫn bị ẩm ướt, đất đỏ do giày dép mang vào trông không khác lối trâu đi. Mùa nắng bụi mù trời. Khi gặp cơn gió, bụi phủ đầy thức ăn. Thức ăn là bo bo, là khoai mì củ, là sắn khô nấu lên, là cơm, với mỗi bữa có khi mỗi người được chia hai thìa cà phê nước mắm sống, có khi là loại nước-mắm-nêm đen như cà phê đậm, có khi vài gắp rau hòa trong nửa ca nước muối.

Bữa ăn của tù "thanh đạm" lắm nhưng vẫn có những người không bỏ được cái thói "phong lưu". Vẫn có cái bàn ăn bằng mấy miếng ván mục lượm được đâu đó đem về đóng lại, vuông vức năm, sáu mươi phân, chiều cao cỡ bàn sa-lông, ba bốn người chụm vào nhau, ăn thì ít nhưng nói chuyện thì nhiều.

Tôi không bao giờ quên được và tôi tin rằng những người có mặt tại hội trường phân trại B buổi trưa hôm đó hãy còn nhớ: Trật Tự trại, là một tù cải tạo, Nguyễn Văn M. nguyên Thiếu Tá, Trưởng Phòng Ngoại Kiều Bộ TL/CSQG đã đá văng cả chén cơm canh của một người tù, chỉ vì anh này lấy cái rổ thưa, được đan sơ sài bằng tre để đựng loại đá xanh do tù sản xuất, đặt úp xuống làm thành cái mâm để chén cơm canh vì nền nhà lấm bùn đất, ướt át. N.V. M. đã nổi nóng, hoặc vì tự ái trước thái độ bất tuân, thách thức, hoặc để tỏ quyền uy nên đã hành động mất nhân tính trước mặt nhiều người, sau hai lần anh lên tiếng cảnh cáo không được sử dụng đồ của trại. Tôi ngồi gần, chứng kiến tận mắt và hằn sâu vào ký ức khó nguôi quên. Rất tiếc tôi không nhớ tên nhưng tôi còn hình dung được dáng dấp, diện mạo của người tù bị đá văng chén cơm hôm ấy. Ông này dân Hố Nai, làm việc tại PĐU/TƯTB.

Chúng tôi ở Phân trại B chỉ trong thời gian hơn năm tháng, từ ngày 5-8 đến cuối tháng 12-1978 nhưng đây là thời gian xẩy ra nhiều sự kiện rất bất thường khiến đưa đến việc phân tán tù và chuyển trại. Như nhiều trại tù khác, Phân trại B cũng chia làm hai khu. Khu A giam tù Chính trị từ Cẩm Phả chuyển về và khu B nhốt tù hình sự. Các dãy nhà giam xây cùng một kiểu, mái lá vách đất, nền đất, chỗ nằm là bục cao có tráng xi măng. Hai khu A và B cách ngăn bằng một hội trường và một khu sân bãi để mỗi ngày sắp hàng điểm danh khi lao động đi, về. Nhà bếp nằm ngoài vòng rào nhà tù. Cả trại có hai cái giếng, sau khi tù cải tạo chuyển về đào thêm một giếng thứ ba. Khí hậu vùng này khắc nghiệt, mùa Hè nóng như lửa, lại chịu thêm ngọn gió Lào khiến toàn thân như đang bị một đàn kiến bu đầy cắn xé. Mùa Đông gió rừng khô hanh, lạnh như cắt.

Chúng tôi đến đó vào mùa Thu, tiết trời tháng Tám dễ chịu, lại có những trận bão liên tiếp nên được nghỉ lao động. Thời tiết chuyển dần vào đông, bầu trời ảm đạm, cây lá úa vàng, trơ trụi, ngõ lối bùn lầy, những mái nhà tranh như sụp xuống, tối tăm, ẩm thấp trông càng thê lương hơn. Bên khu hình sự cứ mấy ngày lại thấy khiêng một cái hòm ra khỏi cổng. Đi chôn tù chỉ có ba, bốn người là đủ. Hai người khiêng hòm, một người vác cuốc xẻng và một công an đi theo. Người tù nào được chỉ định khiêng hòm đi chôn bạn tù rất lấy làm phấn khởi. Phấn khởi không vì tình cảm dành cho người bạn tù xấu số, cũng không vì muốn được ra ngoài hưởng giây phút tự do; hoặc để thở hớp khí trời tươi mát, mà chỉ vì cái trứng gà luộc và chén cơm "cúng linh" đặt trên nắp hòm. Khi hòm vừa khiêng ra đặt lên miệng huyệt, hai người tù vừa buông tay là vội chụp lấy chén cơm và cái trứng, người nào nhanh tay chụp được trước thì được dành phần hơn khi chia cho hai người kia.

Hòm không phải là cái áo quan dành cho người quá cố, mà là một dụng cụ như tất cả những dụng cụ khác; như cái xẻng, cái cuốc dùng cho việc mai táng. Cái xẻng, cái cuốc đào xong huyệt không phải là vứt đi. Cái hòm cũng không phải chôn theo người chết. Đáy hòm là một miếng ván rời có thể kéo ra đẩy vào như cái nắp hộp. Khi hòm đã đặt lên miệng huyệt, chỉ cần cầm miếng ván kéo bung ra là xác rơi xuống. Lấp đất xong, lại khiêng hòm về để dùng cho người kế tiếp. Tôi không được chứng kiến, những tù hình sự sau khi đi chôn bạn tù về kể cho chúng tôi nghe như vậy.

Với xã hội văn minh, khi nhìn vào hiện tượng đó, người ta cảm thấy kinh khiếp lắm, nhưng nhân loại đã từng chứng kiến hàng trăm, thậm chí hàng ngàn mồ chôn tập thể từ thời Đức Quốc Xã, đến dưới các chế độ độc tài, cộng sản như mồ chôn tập thể tại Huế hồi Tết năm Mậu Thân, hoặc tại Bosnia cuối thập niên 90 và mới đây tại Iraq, dưới thời Sadam Houssein.

Người tù cải tạo bắt đầu cảm thấy bất an. Nơi ăn ở lụp xụp dơ bẩn, lao động nặng nhọc trong điều kiện thời tiết khắc nghiệt. Khẩu phần ăn so với trại Quảng Ninh bị cắt giảm đến gần phân nửa. Hàng ngày ít khi được ăn cơm, thường là khoai mì, được quy định "bốn sắn một gạo" nghĩa là nếu ăn khoai mì thì nhiều gấp bốn lần ăn cơm. Tuy nhiên, trên thực tế mỗi người chỉ được chia bốn năm mẩu sắn, lớn cỡ ngón chân cái. Món ăn mặn là nước muối, nước-mắm-nêm đen đục, lỏng bỏng, sặc mùi tanh. Một thời gian dài ăn bo bo, nhưng cũng chỉ mỗi người được chia lưng chén. Nhiều lần bo bo chưa chín nhai cả một hai tiếng đồng hồ mỏi cả hàm, nhưng cái dạ dày vẫn từ chối hấp thụ cho cơ thể, tiêu hóa toàn bộ ra ngoài. Thêm vào đó là thái độ hằn học, phách lối của đám công an gác tù tạo nên một tình hình căng thẳng giữa hai phía: tù và công an.

tôi đi giữa đoàn tù vác đá

Công việc lao động đầu tiên của chúng tôi khi về tới Thanh Hóa là vác đá. Ở Quảng Ninh chúng tôi đã từng được ngồi đập đá trong phạm vi sân nhà giam. Đó là cơ hội để chúng tôi chụm đầu vào nhau tâm sự nhỏ to.

Tôi nhớ thời xưa khi hăm dọa bỏ tù ai, thay vì nói *tao bỏ tù mày* thì nói *"tao sẽ cho mày đi đập đá"*. Câu thành ngữ ấy tôi được nghe từ hồi còn nhỏ, không ngờ rồi chính mình, mới ngoài 30, chưa tới tuổi "bất nhi hoặc", còn ở thời phơi phới ăn nên làm ra ấy, đã phải nếm mùi đập đá, vác đá. Bài thơ Tôi Đi Giữa Đoàn Tù Vác Đá đã được nữ nghệ sĩ Bích Ty lấy đâu đó trên báo đem vào CD thơ Người Mẹ Da Vàng, là khúc tâm sự mô tả cảnh thực sống động của đoàn tù vác đá tại Phân trại B Lam Sơn, Thanh Hóa, trong đoàn người ấy có tôi, tác giả bài thơ.

Vào những ngày đáng nhớ ấy, bầu trời xám xịt, sương mù lãng đãng xuống thấp, đoàn người nối đuôi nhau đi trong hơi lạnh, mỗi người một khối đá nặng trên vai. Đá được lấy ở một chỗ từ bên kia chân núi, đoàn tù vác đá, đi gần giáp vòng quanh ngọn núi tới phía bên này, gom đá về một chỗ. Sau vài vòng đi tới trở lui, mồ hôi ran rỉ, mặc dù trời đã vào đông. Có người cởi lớp áo ngoài, có người lấy chiếc khăn rằn, biểu tượng của miền Nam xếp lại lót lên vai kê tảng đá để khỏi đau, khỏi bị trầy da. Sau hai ba vòng đi tới, đi lui vai tôi rướm máu. Tôi cảm thấy đau vai thì ít mà đau xót tự cõi lòng thì nhiều.

Tôi nhìn đoàn người lờ mờ trong sương mù buổi sáng từ đầu tới cuối, rồi chợt liên tưởng đến những đoạn phim đoàn nô lệ thời Trung cổ mà tôi đã được xem ngày nào thời còn đi học. Công việc lao động như thế, ngoại cảnh như thế, nội tâm người tù như thế đã đưa tới một tình trạng đầy bất an và bất trắc.

Từ các dãy nhà giam bắt đầu có những "hoạt động" chống đối ngấm ngầm, thể hiện dưới nhiều hình thức. Việc trước tiên là thái độ tiêu cực, bất hợp tác, lãng công bằng cách khai bệnh tập thể. Lúc đầu mỗi đội 70 người có khoảng vài chục người ra sân sắp hàng xuất trại đi làm. Những người đi làm, thấy những người ở nhà vẫn phây phây, lại bị anh em nhìn bằng con mắt không thiện cảm nên càng về sau, mỗi đội chỉ còn năm bảy người hay nhiều lắm hơn chục người ra sân, còn nữa nằm trùm chăn bất động.

Đến thời hạn tam cá nguyệt, các tổ đội được chỉ thị họp kiểm điểm về các mặt tư tưởng, lao động, học tập. Sau "khóa họp" đó tù phải ngồi viết bản "thu hoạch". Theo quy định thông lệ tù tự nêu lên những ưu khuyết điểm, những vi phạm, những thành tích. Rồi sau hết là viết lời cam kết phát huy ưu điểm, khắc phục nhược điểm, bày tỏ "tin tưởng vào chính sách của đảng và nhà nước, an tâm cải tạo, lao động sản xuất vượt chỉ tiêu..."

Nhưng lần đầu tiên toàn bộ tù cải tạo phân trại B thay vì viết kiểm điểm, thu hoạch, lại đồng loạt viết kiến nghị lên án chế độ lao tù và đòi hỏi cải thiện đời sống tù nhân. Dĩ nhiên là mỗi dãy nhà, mỗi tổ, đội vẫn có những người "ngoan ngoãn" vâng lời Ban Giám thị, viết tờ thu hoạch rất ăn ý với chính sách của "đảng và nhà nước". Nội dung kiến nghị, chúng tôi rỉ tai và đồng ý trước với nhau cùng nêu lên những điểm như sau:

- Thứ nhất: Chúng tôi được tuyên án tập trung cải tạo ba năm, mà nay đã hơn ba năm rồi vẫn chưa được thả và chưa biết lúc nào thì được về với gia đình. Sức khỏe ngày càng suy yếu, làm cho chúng tôi lo lắng.

- Thứ hai: Điều kiện ăn ở quá tồi tệ. Chỗ nằm ẩm thấp, hằng đêm rệp kéo lên từng đàn, đầy trong chăn chiếu và quần áo. Yêu cầu trại cho xịt rệp tất cả các dãy nhà.

- Thứ ba: Mức ăn ngày càng bị giảm thiểu, không còn đủ tiêu chuẩn cho một người bình thường không phải làm việc, có thể sống được, nhưng đây lại cho những người ốm đau, mất sức hưởng mức ăn đó mà phải lao động nặng nhọc.

- Thứ tư: Yêu cầu công khai hóa tài chánh theo tiêu chuẩn Bộ Nội Vụ cấp cho mỗi đầu người và mỗi tuần lễ phải công bố một lần.

- Thứ năm: Yêu cầu cho được nghe đài, được đọc báo Nhân Dân và Quân Đội nhân Dân.

- Thứ sáu: Yêu cầu được gửi và nhận thư gia đình mỗi tháng một lần như nội quy đã phổ biến.

- Thứ bảy: Mỗi người nêu thêm ý kiến, nguyện vọng riêng.

Mỗi người viết theo cách riêng của mình nhưng yêu cầu làm thế nào để thể hiện được nhận định chung của tập thể.

Khi những tờ "thu hoạch" ấy được tổ trưởng, đội trưởng gom lại nộp cho cán bộ quản giáo, thật là một cú bất ngờ, trước hết làm cho đám quản giáo rồi đến ban giám thị choáng váng. Buổi chiều hôm ấy thay vì đi lao động, quản giáo vào họp từng đội giải thích đường lối chính sách, cho mọi người được phát biểu (để nắm tình hình và tìm đối tượng). Trong buổi họp kiểm điểm ấy, riêng ở đội tôi sau khi quản giáo dài dòng về những giải thích, phân bua, vuốt ve và hăm dọa, có vài người lên tiếng, trong số đó có anh Phan Thanh Việt, Nghị Viên tỉnh Quảng Nam. Phát biểu của anh Việt gần như là đúc kết những nhận định và đòi hỏi của tù mà anh em chúng tôi đã trao đổi với nhau từ trước. Tiếp sau anh Việt, tôi giơ tay xin nói, nêu lên những nội dung tương tự trong bản thu hoạch mà tôi đã viết. Tôi cố ý tránh đả kích chế độ. Kinh nghiệm từ hồi còn ở khu Tư trước năm 1955, người nào đụng đến chế độ và lãnh tụ là có thể mất mạng, làm tôi e dè.

Tôi phát biểu:

"Chúng tôi không chống đảng và nhà nước, nhưng chính sách đảng và nhà nước đưa ra không được thi hành đúng. Chúng tôi được kêu án ba năm, nhưng thực sự không biết ngày về. Chỗ ở dành cho chúng tôi quá tồi tệ. Khẩu phần ăn bị cắt xén, chúng tôi không tin cán bộ cách mạng ăn cắp cơm tù. Chúng tôi mất liên lạc với gia đình, không có thư từ như nội quy ấn định mỗi tháng một lần nên thực sự khó mà an tâm cải tạo. Chúng tôi mong Ban giám thị xem xét nguyện vọng của chúng tôi".

Buổi học tập kiểm điểm kết thúc sau ba tiếng đồng hồ. Anh em tù hả hê, đã được xì bớt những ấm ức chất chứa từ bao lâu nay. Một người bạn tù, anh Lê Văn Tr. hiện ở Houston vừa ra khỏi buồng họp, lại gần tôi nói nhỏ: -"Ta không nói được, ta cảm ơn mi đã nói thay ta và các anh em khác". Từ Long Thành chúng tôi đã gần gũi hiểu nhau và thân tình, tri kỷ cho đến nay.

Chúng tôi coi đây là một biến cố trong một loạt biến cố khác diễn ra sau đó. Tình hình đã âm ỉ ngay từ sau khi bước xuống xe đến trại này. Nhiều hiện tượng tiêu cực mà tù từng chứng tỏ bằng lời nói và hành động. Khoảng hai tháng sau, một buổi sáng thức dậy trên một số cửa buồng giam đã dán một tờ giấy học trò, ghi bằng chữ in: CHÚNG TÔI ĐÒI HỎI ĐƯỢC ĐỐI XỬ THEO QUY CHẾ TÙ CHÍNH TRỊ VÀ ĐƯỢC TÔN TRỌNG NHÂN QUYỀN. Dưới tiêu đề ấy là một số điều được liệt kê ra. Đây là một loại truyền đơn viết tay. Người viết đã nhại một nét chữ khác hẳn với nét chữ của mình nên công an đã không tìm được thủ phạm. Mấy tuần lễ sau tôi được biết người viết những tờ "truyền đơn" ấy là Lê Thiên Sơn. Anh đã qua đời tại Sài Gòn năm 1989.

vong thân và phản bội

Khi hoàn cảnh ngày càng khó khăn, ví như bóng tối đồng lõa với tội ác, một số trong đoàn tù bắt đầu ló mặt phản bội tập thể. Nguyên nhân của hành động bán rẻ lương tri và nhân phẩm của những người tù ấy là do bản chất ích kỷ và hèn nhát. Động lực thúc đẩy họ làm ăng-ten, công khai hợp tác đắc lực với cai tù, với Ban Giám thị, nhận làm Ban Thi Đua, Trật Tự, Đội Trưởng là vì nông nổi tin tưởng được cộng sản trả công, cho về sớm, được hưởng một số ưu đãi khẩu phần ăn và để tránh lao động nặng nhọc như mọi người. Con số những kẻ vong thân này không nhiều nhưng đối với tập thể tù cải tạo thì đây là một nỗi đau tinh thần, một nỗi ô nhục, làm tổn thương niềm tự hào và danh dự của người chiến sĩ Quốc gia. Nhiều người từng khốn đốn vì đám này.

Nạn nhân của đám ăng-ten ấy cũng không phải là ít. Sự tổn hại mà nhiều gia đình nạn nhân phải hứng chịu không phải là nhỏ. Nhiều người chết trong tù vì bị chính đám trật tự tay sai đánh đập hành hạ như trường hợp Dân Biểu Đặng Văn Tiếp ở trại Thanh Cẩm; hoặc như cái chết của Lê Quảng Lạc ở trại Lam Sơn mà tôi là người đã được nạn nhân nói lại lời trăn trối. Lê Quảng Lạc chết vì chính sự tiếp tay của những kẻ tay sai, của những người phản bội cùng hàng ngũ với anh. Tôi tin rằng còn nhiều lắm những nạn nhân ở nhiều trại khác không được nói ra, điển hình như vụ Bùi Đình Thi để được dư luận biết tới.

Trở lại tình hình ở phân trại B, trước sự thật đám ăng-ten, tay sai cai tù ló mặt, một nhóm hành động kín gồm mấy anh em tâm huyết (Lê Thiên Sơn, Nguyễn Thành Tr., Lê Văn Tr., Ngô Văn Th.) họp bàn với nhau phải có biện pháp với bọn họ. Lúc đầu nhóm bàn nhau giao cho một vài anh ra giếng lấy cớ hất nước vào "ăng ten", tự làm ướt bản thân rồi xông vào vừa đánh vừa nói lời cảnh cáo. Một anh đứng bên cạnh hỗ trợ khi cần sẽ tiếp tay. Nếu nội vụ được đưa lên Ban Giám thị thì khai là hai bên gây gổ vì làm ướt nhau. Biện pháp này chỉ xảy ra một lần. Tay ăng-ten nín thinh không dám báo cáo, nhưng nhóm nhận thấy không ổn vì có thể cả hai đều bị cùm và cuối cùng thì ăng-ten thế nào cũng khai báo và được cho ra khỏi xà lim trước. Do đó nhóm bàn lại cách khác.

Trong nhóm, có người sẵn sàng ra tay hành động; có người lại chỉ có khả năng vạch kế hoạch, chứ không dám làm. Khi họp nhau chúng tôi giao cho ba người cùng làm một việc. Nếu một người khi thấy công việc được giao đã xong rồi thì rút lui và không cần biết ai đã ra tay. Nhờ đó trong ba người không ai biết ai đã ra tay trước.

Đối tượng thứ hai là Th/tá CSQG Phan Tuấn A. sau một đêm thức dậy thấy cái túi xách "marin" đựng đầy quần áo tốt mang theo đã bị một lưỡi dao cạo râu nào đó rạch dọc, rạch ngang mấy đường, cắt đứt cả quần áo bên trong. Một người khác là "Đạt Râu" ngủ dậy thấy một con nhái chết nằm trong cái loong Guizgot đựng nước uống. Về nhân vật này có đặc điểm là khuôn mặt hao hao giống "bác", nên "lão" để bộ râu dài cho thêm giống. Lão lúc ấy cỡ tuổi trên năm mươi nhưng làm ra bộ đạo mạo và là một tay đội trưởng đắc lực trong vai trò phụ tá quản giáo. Mặc dù có những phản ứng quyết liệt như vậy của anh em, nhưng đám ăng ten, đội trưởng cai tù này hình như đã chấp nhận thái độ "dấn thân khuyển mã" nên tỏ ra bất chấp, ngày một lún sâu vào tội lỗi.

Ở mỗi giai đoạn khó khăn lại có một hai kẻ xuất đầu lộ diện công khai tách khỏi tập thể, đứng về phía cai tù. Tình trạng sinh hoạt ngày càng căng thẳng, nguyên nhân theo tôi một phần do nơi giam giữ, chỗ ăn nằm quá xập xệ dơ bẩn; phần khác, tác động mạnh nhất là do thái độ của đám công an. Họ đã quen thói hống hách, coi thường, hành hạ đánh đập, làm nhục đám tù hình sự. Họ không được học tập trước về cung cách, thái độ cư xử với tù chính trị, với tù cải tạo miền Nam. Họ không nhận thức được hai loại "tội phạm" này hoàn toàn khác biệt. Người gác tù không thể chỉ dùng mệnh lệnh, và roi đòn để cảm hóa con người. Làm sao để chúng tôi không phản ứng trước hành động rất vô kỷ luật của chính người gác tù như trường hợp sau đây.

Một buổi chiều chủ nhật, tại một dãy nhà giam, một bạn tù, anh Ng. Ngọc Nghĩa kê ba cục đá, chụm mấy que củi nấu một lon nước sôi. Người công an ngồi trên vọng gác thay vì bảo tắt bếp không cho đun nấu thì lại nói vọng xuống những lời la lối hạ cấp, anh Nghĩa không trả lời. Người gác tù liền bắn một phát súng thị uy viên đạn cắm cách chỗ anh Nghĩa ngồi không đầy nửa thước.

Biến cố đó mở đầu cho giai đoạn đấu tranh công khai bùng nổ khi cả Phân trại B được cấp một bữa ăn trưa bằng củ khoai mì luộc không lột vỏ. Hôm đó, ngay sau khi nhà bếp gánh khoai mì tới, nhóm anh em từng gặp nhau, họp chớp nhoáng đồng ý với nhau cần có phản ứng và quyết định ngưng chia phần ăn. Mỗi người đi tới mỗi buồng, mỗi dãy thông báo cho anh em "nồng cốt" báo cho tất cả không ăn trưa và yêu cầu Ban Giám thị giải quyết. Tất cả mọi người đều đồng lòng nhịn ăn để yêu sách. Ăng-ten, đội trưởng cai tù đành im lặng vì tất cả mọi người đã một lòng. Có một chi tiết tôi không quên và tôi muốn nhắc lại. Trong khi gặp vài ba anh em thông báo nhịn ăn trưa, tôi vào trong nhà chạy từ đầu dãy tới cuối dãy yêu cầu ngưng việc chia sắn. Tôi dừng lại chỗ nằm của một ông Đ/ tá nói với ông:

- Nhờ anh nói chuyền với anh em trong kia là không chia phần ăn trưa nay.

Ông Đ/tá hươ tay – Không, không, anh nói với người khác. Tôi không biết. Rồi ông kéo chiếc chiếu quấn tròn nằm im như con sâu trong tổ. Nhiều anh em chúng tôi không ngờ, trừ một số rất ít, mọi người còn lại một lòng một dạ đưa đến kết quả toàn diện như vậy.

Cũng như ngoài xã hội, trong tù có ba thành phần rõ rệt: Thành phần tích cực, dấn thân, chấp nhận hậu quả để công khai bày tỏ thái độ qua các hình thức đòi hỏi, đấu tranh. Thành phần tiêu cực là những người tách rời khỏi tập thể, khỏi cộng đồng tù chính trị, đứng về phía quyền lực và bạo lực để khống chế, hãm hại anh em đồng đội. Thành phần đông đảo là khối đa số thầm lặng. Tuy thầm lặng, không trực tiếp tham gia các hành động bày tỏ công khai, không lên tiếng đối kháng, nhưng không bao giờ họ hùa theo hay cảm tình với đám ăng ten, thi đua, trật tự... Họ lại là thành phần ngấm ngầm tán dương, yểm trợ và nể trọng những người dám đứng mũi chịu sào trước những bất công áp bức của bọn cai tù.

Sau một giờ chiều hôm ấy, anh em yêu cầu các đội trưởng thông báo cho cán bộ quản giáo và Ban Giám thị giải quyết. Sắn vẫn để nguyên ở đó và mọi người vẫn nằm chờ đợi. Tất nhiên là ai cũng đói, cái đói kinh niên, cái đói tàn hại đến cả thể chất lẫn tinh thần, nhưng không một người nào tỏ ra nao núng. Đến 7 giờ tối ban Giám thị vào từng dãy nhà, tập họp tù lại để giải thích. Ông trại trưởng tên là Quế. Thường tù phải gọi là Ban Quế. Trước hết ban Quế đổ tội cho đám nhà bếp hình sự làm việc tắc trách chứ không phải do chủ trương của Ban Giám thị và hứa sẽ chấm dứt việc cho ăn khoai mì không bóc vỏ. Trên thực tế, đội nhà bếp cũng có một công an quản giáo, và không một người đội trưởng nào được làm khác lệnh của quản giáo. Quản giáo đội nhà bếp có nhiệm vụ kiểm tra thức ăn trước khi cho gánh xuống các buồng giam.

Điều thứ hai Ban Quế khiển trách tù đã hành động vô tổ chức, như là thứ "không có học thức".

Điều thứ ba ông "yêu cầu ai có ý kiến gì nêu lên để Ban Giám thị giải quyết chứ không được hành động như vừa rồi".

Có người đặt vấn đề về nơi ở, về lao động. Về mức ăn đã được thông báo là bốn sắn một gạo, trong khi sắn hay gạo cũng chừng ấy. Câu trả lời của Ban Quế khiến mọi người phải nhắc lại câu nói của Tổng thống Thiệu. "Đừng nghe những gì CS nói..."

Ông Quế nói như đinh đóng cột, không một chút lật lọng

nào: *Nói bốn sắn một gạo là đúng rồi. Nhưng bốn sắn là sắn khi vừa nhổ lên gồm cả vỏ, cuống, rễ và đất còn bám theo!*

Lần tuyệt thực nhịn ăn này đã làm cho số đông anh em tù lên tinh thần để tiếp tục có những đòi hỏi khác hợp tình hợp lý, không nhằm sách động hoặc cố ý chống đối vô cớ.

Đòi hỏi tiếp theo là xin Ban Giám thị phải công khai hóa tài chánh chi thu theo ấn định cấp phát mà mỗi người tù được hưởng. Kèm theo biện pháp cho đại diện khối tù đến kiểm tra nhà bếp mỗi ngày – kiểm tra thức ăn có bị lấy cắp bớt không? Nước uống có được đun sôi không? Cả hai đòi hỏi này đều được đáp ứng. Mỗi ngày có hai người được các dãy nhà luân phiên đề cử, được nghỉ lao động, ra nhà bếp làm công việc kiểm tra tại chỗ. Tình trạng có chút khả quan, nhưng không có gì khá hơn. Đói vẫn đói, thiếu vẫn thiếu, bệnh tật vẫn bệnh tật. Cái chết vẫn lấp lửng đâu đó phía trước. Biết đâu, về lâu về dài, sau tù hình sự sẽ đến tù chính trị, lần lượt thay nhau chung cái hòm không đáy kia. Cuộc đấu tranh giành sự sống do đó vẫn tiếp tục bằng hình thức này hay hình thức khác.

Về phía Ban Giám thị, họ ra sức tìm cho ra bằng được những "phần tử" mà họ cho là cầm đầu chống đối, sách động. Những người được nhắm tới là những ai thường có biểu hiện tiêu cực "chây lười lao động", hoặc những người do ăng-ten báo cáo có tư tưởng chống đối.

Tình trạng gay cấn giữa đôi bên không những không nhẹ bớt mà ngày càng trầm trọng thêm. Việc chống đối lao động trở thành mục tiêu công khai khi tình trạng sức khỏe ngày một sa sút. Trước tình hình đó ban Giám thị tập họp toàn thể tù cải tạo tại hội trường để lại giải thích, lại vuốt ve, lại hăm dọa. Trước đó Ban Giám Thị đưa ra biện pháp cấp phiếu quà. Mỗi phiếu nhận quà không được quá 5kg. Nguyên tắc người nào không vi phạm và đi lao động đều được phát mỗi tháng một phiếu để gửi về cho gia đình. Trên thực tế đã hơn ba tháng không ai được phát một phiếu nào.

Trước khi tập họp tại hội trường mọi người đồng ý với

nhau là tẩy chay vụ phiếu quà để không bị Ban Giám thị dùng phiếu quà làm mồi nhử, làm áp lực. Nhưng rồi tại hội trường có hai người xé rào: Ông B.Ng. Giám đốc Nha Nghi Lễ Phủ Thủ Tướng đứng lên bày tỏ lòng cảm ơn đến ban Giám thị, nguyện tin tưởng và an tâm cải tạo. Xin Ban Giám thị cho được nhận thư và quà gia đình mỗi tháng. Có tiếng từ trong đám tù ngồi dưới la lớn: Quỳ xuống! Quỳ xuống! từ đó ông này có hỗn danh Bửu Quỳ. Người thứ hai là Đ/tá cựu tỉnh trưởng Vĩnh Bình, đứng dậy trong tư thế nặng nề mệt nhọc xin Ban giám thị cho được nhận phiếu quà mỗi tháng và thay vì phiếu quà quy định 5kg xin tăng lên 10 hay15 kg để trại viên bồi dưỡng đủ sức lao động. Ông Đ/tá này đang trong tình trạng bị phù thủng nặng, nhiều người tỏ ra ái ngại và lo lắng cho ông, nên dù rất khó chịu, cũng thông cảm trường hợp xé rào đó.

Tiến vào Kamphuchea
Chuyển trại, phân tán tù

Để phá vỡ tình trạng cù cưa căng thẳng ấy, sáng sớm ngày 7.1.1979 toàn thể tù được phân tán đi các trại khác. Khoảng 100 người cao tuổi hơn được chuyển sang Phân trại A, số còn lại sang trại C. Ba trại A, B, C nằm ở vị trí đỉnh của một tam giác, cách nhau không xa lắm, có thể đi bộ được. Vì thiếu phương tiện nên số tù chuyển đi C phải tự khuân vác đồ đạc và đi bộ hết cả quãng đường. Đây là một trường hợp trái với nguyên tắc an ninh khi di chuyển tù nhân. Nhưng vì không có phương tiện, bất khả kháng, đành chịu!

Phải chăng do một sự tình cờ của định mệnh lịch sử để có một ngày trong đời không ai có thể quên. Ngày 7 tháng 1-1979 vào lúc 5 giờ sáng Hà Nội cho lệnh động binh với 100 ngàn quân ồ ạt vượt biên giới Tây Nam, tiến vào Kampuchea lật đổ chế độ Khmer Đỏ của Pol Pôt.

Hơn hai tiếng đồng hồ sau đó, vào lúc 8 giờ sáng, trên

700 tù cải tạo tại Phân trại B, Lam Sơn, Thanh Hóa được lệnh chuyển trại, phân tán bằng đường bộ, lội qua đường mòn và các thửa ruộng. Một số ít đi về hướng phân trại A, số đông còn lại đến phân trại C. Đoàn tù kẻ mang, người vác, áo lạnh, mũ trùm đầu bước đi rời rạc, nặng nề kéo dài đến hơn cây số. Đi cuối đoàn nhìn ra phía trước, tôi có cảm tưởng như đám bộ lạc Eskimo đang di chuyển trên cánh đồng tuyết. Mỗi đoàn đi cách nhau một khoảng chừng năm trăm thước, có công an súng dài, súng ngắn đi kèm hộ tống. Súng dài là loại công an gác tù, súng ngắn K54 là quản giáo. Đến gần trưa cuộc "chuyển quân" hoàn tất. Bảy trăm tù được biên chế theo tổ đội mới, được chỉ định phòng ốc, chỗ nằm.

Các dãy buồng giam ở phân trại C khang trang hơn gấp nhiều lần so với bên phân trại B. Buồng giam xây bằng gạch, mái lợp ngói, sân trước tráng xi măng, chỗ nằm có hai tầng. Tầng trên sàn gỗ, tầng dưới là bục xi măng. Mỗi người một chỗ nằm rộng đúng 80 cm. Trại này được xây dựng trên góc một gò đất cao. Phía trước cổng trại là một đầm nước trồng cây sen và cây súng, chạy dài như một dòng suối cạn, bờ cao ngang bề mặt sân trại khoảng hơn năm sáu mét.

Khu đất trước cổng ngoài vòng rào nhà tù mới được xây một dãy xà lim nhiều phòng bằng đá lấy từ ngọn núi Mành cách đó khoảng non một ngàn thước. Xà lim được xây bằng mồ hôi nước mắt của hàng trăm tù cải tạo đẩy xe cút kít chở đá về trong suốt mấy tháng. Họ xây xà lim để giam nhốt chính họ, giam nhốt chính những đồng đội, chiến hữu của mình. Người "khánh thành" dãy xà lim này là Ông Nguyễn Mậu. Dãy xà lim là một công trình mới trong một số công trình khác như "ao cá bác Hồ" dưới chân núi Mành, sân cây cảnh trước cơ quan v.v...

Chương X

Biểu Tình Tuyệt Thực
Rừng Vang Tiếng Hát

(G)ần như là một thông lệ, mỗi lần tù được chuyển đến trại mới đều phải học tập và thảo luận nội quy. Sáng sớm ngày 7-1.1979 chúng tôi được thông báo các đội các buồng chuẩn bị học tập nội quy. Sáng ngủ dậy, nhiều người ra lấy nước đánh răng rửa mặt từ một cái giếng nằm phía ngoài phạm vi buồng giam, sâu chừng hai mươi thước. Nhân cơ hội đó nhóm "anh em" lại gặp nhau chớp nhoáng thông báo các đội, các buồng tẩy chay nội quy và từ chối học tập thảo luận. Lý do nêu chung là chưa bao giờ thấy nội quy được thi hành một cách ngay thẳng.

Mỗi dãy nhà đều có một hai "hạt nhân" nhờ đó mà gần như đồng loạt tất cả các buồng đều phát biểu như nhau. Đến buổi trưa khi ra lãnh cơm nước, "anh em" lại có dịp phối kiểm tình hình. Diễn tiến có vẻ nhịp nhàng. Đến chiều lại tiếp tục thảo luận như buổi sáng.

Ngày hôm sau, cán bộ tăng cường thêm người vào mỗi buồng tham dự buổi học tập, cuộc thảo luận vẫn không đi vào nội dung các điều của bản nội quy mà chỉ xoay quanh lập luận là nội quy chỉ gồm những điều không có giá trị. Tôi không nhớ trong phòng tôi có những ai phát biểu, nhưng tôi không quên những điều tôi đã trình bày hôm đó, vẫn với những điều tôi đã từng phát biểu trong bản kiến nghị và trong buổi kiểm điểm ở phân trại B. Tôi nói thêm một điều là nội quy ghi lao động tự giác, nhưng trên thực tế là lao động khổ sai. Súng kèm cặp, dí sau lưng trong khi chúng tôi lao động. Chúng tôi ăn uống thiếu thốn, sức khỏe ngày càng suy yếu không còn đủ sức để lao động nặng nhọc. Nói là lao động tự giác mà chúng tôi thấy tù hình sự còn bị đánh đập, trói treo lên nhánh cây ngay tại hiện trường lao động, hoặc, sau khi về trại bị trói treo lên bờ vách hội trường vì cho là chây lười lao động.

Nội quy khuyến khích chúng tôi học tập lao động tiến bộ để được sớm trở về. Thử hỏi hơn ba năm qua không có một người nào tiến bộ hay sao? Chúng tôi tin tưởng vào án tập trung cải tạo ba năm và đinh ninh ngày mãn hạn là được thả, nhưng rồi bước sang năm thứ tư vẫn tiếp tục học nội quy, chấp hành kỷ luật, lao động tốt... Luật lệ như vậy, nội quy như vậy, nói và làm như vậy, nếu bắt chúng tôi học tập thảo luận thì cũng phí thì giờ mà thôi....

Số đông tù trong đội không phát biểu nhưng họ rất tán thành với lập luận của những người dám mạnh dạn nói ra. Điều tuyệt đối là không có bất cứ một ý kiến nào phản bác lại ý chung của tập thể trong các buổi thảo luận đó, cho tới sau khi một số người bị bắt đem đi trại khác kiên giam thì mới có hiện tượng những "ăng-ten" ra mặt đứng về phía cai tù và quản giáo hống hách với những người tù chân chính.

Một số người đôi khi dám "chửi bới" thắng thừng: Chủ nghĩa cộng sản là một chủ nghĩa phi nhân dối gạt và tàn ác. Điều tôi lấy làm lạ là nhưng người mạnh miệng như thế, lại không bị kỷ luật hay khó dễ gì; ngược lại có những người khác họ lại bị dựng lên bản án để áp dụng kỷ luật, cùm vào xà lim.

Đợt học tập thảo luận nội quy lần này coi như một thách

thức với ban giám thị.

Buổi chiều ngày hôm sau, như thường lệ, cơm nước xong, sau 6 giờ cán bộ trực trại tới, tù sắp hàng điểm danh vào buồng. Phía ngoài cổng hàng rào buồng giam đã có một số công an đứng chờ sẵn. Tù không ai để ý vì những công an kia không vào sân. Trong khi đoàn tù lần lượt bước vào buồng, người công an trực trại nắm lưng áo "đối tượng" kéo nhẹ và nói nhỏ "anh đứng lại chờ". Mọi người vào buồng hết. Hai cánh cửa sắt khép kín, ống khóa được móc vào, bóp lại, trực trại dẫn đối tượng ra giao cho đám công an phía ngoài. Chỉ một hai bạn tù đứng cuối hàng mới phát hiện được có người bị bắt, những người đứng phía trước không hề hay biết. Khi một buồng phát hiện và kiểm điểm lại số người bị bắt, liền làm loa thông báo cho buồng khác. Tiếng loa vang lên trong đêm. Buồng nọ báo buồng kia. Tổng kết có ba người ở ba đội khác nhau đã bị bắt đem đi lúc chiều. Ba người đó là Trần Văn Chí, Lê Quảng Lạc và Ngô Văn Tiệp. Thế là các buồng tự chế những cái loa bằng giấy, bằng bìa tập vở bắt đầu kêu gọi: *Yêu cầu ban giám thị trả Chí Lạc Tiệp về buồng. Yêu cầu ban giám thị trả Chí Lạc Tiệp.* Người này thay người kia nhập cuộc, bắc loa kêu gọi – Yêu cầu ban giám thị trả Chí Lạc Tiệp.

Một số anh em tụ nhau chép ra những bài ca tranh đấu và tập đồng ca. Lúc đầu chỉ một "tốp hợp ca" về sau cả buồng là một ban "đại hợp xướng".

Từng buồng, từng dãy dấy lên khí thế đấu tranh trực diện, khác hẳn với cách thưa dạ, an tâm tin tưởng... như những năm trước đó. Niềm uất hận và tủi nhục chất chứa bao nhiêu năm đã được dịp òa vỡ trào dâng. Tôi biết rất ít người tỏ ra lo lắng sợ hãi. Rất ít người nghĩ đến một hậu quả nào đó mà mình sẽ phải hứng chịu. Hình như họ bất chấp, họ quên bặt, họ hả hê, phấn chấn.

Trong khi công an tăng cường kéo đến, đi tới đi lui ngoài buồng giam để thị uy, những tấm phên che lạnh mùa đông bắt đầu được tù kéo lên che kín các cửa sổ. Ở phòng 7, có một công an giựt tấm che xuống, cốt ý để nhận diện từng người. Tù giựt ngược trở lại trong thế giằng co. Một anh nhanh trí cầm loa gọi đi các buồng khác: Buồng 7 thông báo, cán bộ đang phá cửa buồng giam và hành hung tù. Đám công an liền thả tấm che và tránh xa cửa sổ. Quản giáo mỗi đội đứng ngoài song sắt ghi chép tên những người đóng góp tham gia vào cuộc tranh đấu. Những người được chấm trước hết là người phát ngôn và liên lạc, dùng loa thông báo tin tức đi các buồng khác. Kế đó là những người có đứng lên phát biểu, bình luận, cổ vũ tinh thần tập thể. Rồi đến những người ca hát và hô khẩu hiệu. Từ 7 giờ tối đến hơn ba giờ sáng mọi người vẫn canh thức hát vang dội cả một góc trời. Tôi có thể quyết đoán là núi rừng Lam Sơn rung chuyển. Những bài hát, những lời ca hùng tráng vang dội trong màn đêm tĩnh mịch:

- *Ta như nước dâng, dâng tràn có bao giờ tàn. Đường dài ngút ngàn chỉ một trận cười vang vang, lê đôi bàn chân gông xiềng của thời xa xăm, đôi mắt ta rực sáng theo nhịp xích khua loàng xoàng...* (nhạc Nguyễn Đức Quang)

- *Việt Nam Việt nam tên gọi là người Việt nam hai câu nói trên vành nôi... Việt Nam nước tôi...* (Việt Nam của Phạm Duy)

- *Một ngàn năm đô hộ giặc Tàu, một trăm năm nô lệ giặc Tây, hai mươi năm nội chiến từng ngày, gia tài của Mẹ ... một lũ vong nô, gia tài của Mẹ, một lũ giày mồ...*

- *Hãy nói giùm tôi hãy thở giùm tôi, thịt da này dành cho thù hận, cho bạo quyền, cho một lũ điên...* (Trịnh Công Sơn).

Từng bài ca, từng buồng từng dãy nhà giam, khi thì xen kẽ, có khi đồng loạt vang lên phá tan không khí tĩnh lặng của núi rừng. Xen kẽ giữa âm thanh vang dội ấy là những thông báo, những quyết nghị từ buồng này thông báo buồng khác. Đòi hỏi: -"Yêu cầu ban giám thị trả Chí Lạc Tiệp về cho tập thể" vẫn được luân phiên các buồng bắc loa kêu gọi.

Thông báo thứ nhất xuất phát từ buồng số 7 do bốn "anh em" gồm Lê Trọng M, Phạm Hữu Đ. Ngô Văn Th và người viết.

Nghị quyết đưa ra sau khi hỏi ý kiến số đông:

Buồng số 7 quyết định ngưng lao động và tuyệt thực vô thời hạn cho tới khi các anh Chí Lạc Tiệp được trả về. Nghị quyết chỉ có một dòng ngắn gọn ấy được "phát ngôn viên" cầm loa thông báo đi các buồng. Buồng số 8 kế cận rồi các dãy nhà số 9, số 10, số 11 và các buồng khác lần lượt bắc loa thông báo hưởng ứng, coi như đây là một quyết định chung của toàn trại.

Tại buồng số 7, tôi và mấy "anh em" đi tới chỗ nằm của từng người tìm sự đồng tâm nhất trí và đả thông những ý tưởng lừng khừng, lo lắng sợ hãi của một số người. Chúng tôi kêu gọi những anh em nào đồng ý bày tỏ thái độ với ban giám thị, yêu cầu trả ba anh bạn tù về thì mở mùng ra, ngồi dậy hưởng ứng một đêm không ngủ. Hầu hết mọi người đồng loạt ngồi bật dậy mở mùng xếp gọn lại, nhưng một lúc sau tôi thấy có hai người là Huỳnh Ngọc Đ. và Nguyễn Văn Th. trùm mền quấn mình trong chiếu, tránh sinh hoạt chung. Anh Nguyễn Văn Xứng lấy một sợi giây thắt thành cái thòng lọng treo lên trên thành cửa ra vào. Buồng giam chỉ có một cửa duy nhất.

Anh Xứng tuyên bố: *ngày mai người nào bước ra đây lãnh phần cơm thì sẽ bỏ mạng tại đây. Sau đó cái thòng lọng này dành cho tôi.* Hành động đột ngột, bất ngờ đó của anh X. làm cho "anh em" chúng tôi vô cùng cảm phục và làm cho mọi người nể sợ. Chúng tôi thực hiện trọn vẹn một đêm không ngủ. Ba anh em chúng tôi Lê T. M. Phạm H.Đ. và tôi luân phiên thay nhau trình bày nguyên nhân, sự việc và mục đích của cuộc biểu dương để bày tỏ nguyện vọng chính đáng.

Cả ba chúng tôi đồng ý với nhau tránh không để mọi người cho đó là một sự sách động có thể dẫn tới những hậu quả nguy hiểm. Cả ba "thuyết trình viên" đều nói rằng – "Chúng ta không chống lại đảng và nhà nước, chúng ta đòi hỏi chính sách của đảng và nhà nước đưa ra phải được thi hành đúng đắn. Chúng ta đòi hỏi trả những người bạn của chúng ta về để chúng ta được an tâm cải tạo. Chúng ta không biết số phận của ba anh ấy thế nào và bao giờ thì đến lượt chúng ta? Chúng ta đòi hỏi chúng ta phải được đối xử đúng với tư cách con người, khác với thú vật..."

Sự thật, cuộc biểu dương này không hề có dự tính nào trước. Không có ai là người chủ xướng. Sự bộc phát gần như là ngẫu nhiên khi "một giọt nước tràn ly" nhân sự việc các dãy nhà báo cho nhau biết ba anh Chí Lạc Tiệp bị bắt đem đi trong khi điểm danh vào buồng. Nhưng trước tình hình đột biến đó, chúng tôi bỗng dưng đứng ra nhận vai trò điều hành mà không có một sự cắt cử nào cả. Các anh Lê T. M., Phạm Hữu Đ. xứng đáng là những người "nhạc trưởng" rất có "năng khiếu". Bên cạnh chúng tôi còn một số anh em khác khi nào cũng sát cánh, sẵn sàng chia sẻ mọi suy nghĩ và ý hướng chung. Các anh ấy, như Ngô Văn Th., Lê Văn Tr., Tô Hòa D., Nguyễn Thành Tr., Lê Đình Kh., đến hôm nay vẫn là những người bạn tốt, vẫn là những người cùng suy nghĩ và ý hướng chia sẻ về đất nước quê hương.

Đêm biểu tình bằng kiến nghị, bằng khẩu hiệu, bằng lời ca ấy không những vang dội núi rừng Thanh Hóa mà chắc chắn đã đã có âm vang tới ngoài xã hội qua sự loan truyền của tù hình sự. Mặc dù ngay trong đêm đầu tiên trên 500 tù hình sự đã được vội vã chuyển đi, đưa vào tạm trú trong các hang núi. Họ sợ đám hình sự này nhân đó nổi loạn, mà tù hình sự là loại luôn luôn sẵn sàng liều mạng. Nếu có cơ hội, nếu được hướng dẫn và sách động thì sẽ như nước vỡ bờ. Về sau, qua thăm nuôi, có người từ trong Nam ra cho hay đài BBC đã có bài tường thuật về biến cố ấy. Tôi chỉ được nghe nhiều anh em nói lại tin này lúc còn ở Thanh Hóa.

Sau một đêm không ngủ, sáng ngày hôm sau cả buồng nghỉ ngơi yên lặng, chờ đợi kết quả. Khoảng 11 giờ rưỡi, nhà bếp gánh cơm vào đặt trước cửa buồng, một công an cán bộ đi theo kêu người ra nhận. Có tiếng trả lời – "chúng tôi không nhận phần ăn, nhà bếp gánh về đi". Gánh cơm vẫn được để lại trước thềm, sát khung cửa. Khác với những ngày tháng trước, lần đầu tiên chúng tôi nhìn thấy một thúng cơm đầy, không độn ngô, khoai, sắn. Cơm trắng còn bốc hơi. Mỗi người tù chỉ liếc mắt nhìn qua rồi tiếp tục chụm nhau luận bàn, trò chuyện. Ban ngày các dãy nhà yên tĩnh. Ít thấy đám công an, cán bộ lai vãng bên ngoài sân, ngoài buồng giam. Chiều tối ngày 10.1.79 nhà bếp lại gánh cơm đặt trước cửa buồng và kêu người người ra nhận, nhưng các buồng đều từ chối. Có thể đó là cơm từ hồi trưa được gánh phân phối trở lại. Đến đêm các buồng lại tiếp tục ca hát sinh hoạt mặc dù đã nhịn đói hơn 24 giờ rồi. Sau nửa khuya một buồng rồi hai buồng có người ngất xỉu vì đói vì mệt, vì bệnh, Có tiếng loa gọi khẩn cấp: - "Báo cáo cán bộ, buồng 5 có người ngất xỉu, yêu cầu ban giám thị cấp cứu".

Tiếng kêu liên tục réo gọi mãi vang lên trong màn đêm u tịch rồi tan loãng vào hư vô, không có một đáp ứng nào. Tại buồng số 7 cũng có một người – anh Trần Quang Diệu (thường gọi Diệu trắng để phân biệt với Diệu đen/Nguyễn Ngọc Diệu) vừa ngồi dậy bị té nhào xuống. Lúc đầu chúng tôi tưởng anh này giả vờ, nhưng khi lại đỡ lên thì thấy chân tay anh lạnh toát buông thõng, nét mặt biến sắc, xanh mét, nhợt nhạt, thân mình mềm nhũn. Trong khi mấy người thay phiên nhau gọi: –"Báo cáo cán bộ, buồng 7 có người ngất xỉu, xin cấp cứu". Những người khác đi lục lọi đầu chỗ nằm tìm thuốc, tìm "lương thực dự trữ". Có anh móc ra được một túi đường cát khoảng hơn 100 gram, múc mấy thìa, mỗi người bớt một chút nước uống cho vào hòa tan rồi đổ vào miệng, Tôi còn ba viên vitamin C, lấy ra đưa cho mấy anh đang phụ giúp hòa vào nước đường cứu người bạn. Tiếp đến buồng 11 lại kêu có hai người bệnh nặng xin được đưa đi trạm xá. Tình hình biến chuyển, tạo thuận lợi làm áp lực ban giám thị phải giải quyết, nếu không muốn để có người chết dễ trở thành bạo động, nhưng nó gây hoang mang làm nhiều người xuống tinh thần. Đến gần sáng buồng số 11 bắc loa gọi sang buồng số 7 đồng thời thông báo các buồng khác: -*"Buồng số 11 thông báo và xin ý kiến, vì buồng này gồm những người lớn tuổi, đã kiệt sức, chúng tôi đề nghị trở lại sinh hoạt bình thường".* Như vậy, có nghĩa là buồng 11 sẽ chấm dứt tuyệt thực và bỏ yêu sách đòi trả về ba người bạn bị bắt. Chúng tôi bàn nhau cứ để buồng 11 tự quyết định riêng theo họ. Các buồng khác nên tiếp tục, nếu bỏ cuộc nửa chừng sẽ nguy hiểm hơn là khi được BGT thương lượng. Buồng số 7 trả lời trước nhất. Tiếng loa lại vang lên giữa canh khuya. Mọi người đều ngồi dậy, mở mùng màn xếp gọn lại, xúm nhau từng nhóm bàn bạc, chuyện trò xoay quanh đề tài ngưng hay tiếp tục cuộc tuyệt thực.

cuộc hành quân giải tỏa

7 giờ 30 sáng ngày 11, lực lượng vũ trang và công an tiến vào trại, một số đóng chốt ở các góc quanh hàng rào, nhiều tốp khác canh gác phía cổng chính và trên các tháp canh. Từng tốp vũ trang tiến đến trước mỗi buồng, dẫn đầu là mấy người công an áo vàng theo sau là những người lính mặc quân phục bộ đội. Toán vũ trang dừng lại trước buồng số 7. Một giọng nói vọng vào buồng từ khung cửa sắt:

- "Anh nào muốn trở lại sinh hoạt bình thường thì đi ra khỏi buồng tập họp, không ai được mang theo bất cứ một thứ gì trên tay. Người nào không tuân theo lệnh này thì nằm yên tại chỗ, không được cản trở người khác. Mọi hành động chống đối lúc này sẽ phải chịu mọi hậu quả".

Nói xong, có lẽ họ chờ phản ứng từ bên trong nên một lúc sau cửa buồng mới được mở khóa. Hai cánh cửa mở hẳn sang hai bên. Người công an lặp lại một lần nữa mệnh lệnh đã tuyên bố trước đó. Trong khi chờ đợi mở cửa buồng, một số anh lại hỏi ba anh em chúng tôi:

- Bây giờ các anh tính sao?

Tôi và anh P.H.Đ. trả lời:

- Tất cả ra sân thôi. Chúng ta không thể chống lại súng đạn và chúng ta cũng không chủ trương bạo động.

Mọi người lần lượt ra sân đi theo hai hàng dọc. Đội trưởng được lệnh cho sắp lại thành bốn hàng. Tất cả được lệnh ngồi xuống. Một công an mang cấp bậc Đại úy tiến lại mở xấp giấy trên tay, đưa lên đọc:

Chiếu Hiến Pháp ... thành lập nhà nước CHXHCNVN;
Chiếu nghị định thành Lập Bộ Nội Vụ;
Chiếu nghị định thành lập Cục Quản Lý Trại Giam;
Chiếu vân vân...
Nay ra lệnh bắt giam những tên sau đây....
Người nào có tên đứng lên ngay. Các đồng chí sẵn sàng thi hành nhiệm vụ...”

Nhiều cây súng được lên đạn tạo tiếng kêu để thị uy. Viên Đại úy công an đọc tiếp: Một Lê Trọng M. Nghe tên mình, anh M. vừa đứng dậy thì hai công an tiến nhanh lại còng tay dẫn ra khỏi hàng. Người có tên số hai là tôi. Khi nghe tên, tôi vừa đứng lên, hai công an khác cũng tiến nhanh lại còng tay tôi. Trong khi bị dẫn ra khỏi hàng, tôi quay lại nhìn anh em, những người bạn trong mấy ngày đêm cùng chia sẻ với nhau, tôi thấy nét mặt nhiều người tỏ ra lo sợ. Tôi nhìn anh em với vẻ mặt rất thản nhiên như từ thâm tâm nói với họ, tôi không sợ và nhắn mọi người cũng đừng sợ hãi. Tôi bị dẫn đi nên không biết người bị bắt kế tôi là ai. Ngay khi vừa nghe “Nay ra lệnh bắt giam những tên sau đây”, tôi thầm nghĩ: đang ở tù lại bị bắt giam nữa là sao? Đó là loại tù cấp hai.

Không phải chỉ có ở buồng số 7, mà tất cả các buồng khác đều diễn ra cùng lúc với màn “bắt giam” tương tự.

Khi được dẫn ra khỏi cổng sân buồng giam tôi đinh ninh là sẽ bị giam ở một buồng trống nào đó trong trại, nhưng tôi lại được dẫn thẳng ra cổng lớn. Vừa ra khỏi cổng tôi thấy nhiều người khác đã được dẫn ra đứng đó từ trước. Một công an lại mở còng trên tay tôi, tôi đang ngạc nhiên, thắc mắc sao lại được mở còng thì một công an khác tiến lại với một bó lạt tre trên tay. Tôi bị bẻ quặt hai tay ra sau, hai sợi lạt tre trói hai cánh tay, người lính lấy hết sức lực kéo hai cánh tay tôi sát vào sau, vào giữa đường xương sống rồi buộc chặt lại. Vòm ngực tôi căng ra, tôi không thể đứng với hai bàn chân bằng phẳng nữa mà phải nhón gót lên để khỏi bị tức ngực.

Ngay sau đó, người lính nắm giựt mạnh người tôi kéo đầu lưng vào một người khác trói hai người dính chặt vào nhau, làm tôi không kịp nhận ra tôi bị trói cặp với người nào. Xong một đoàn năm cặp, chúng tôi được dẫn đi về hướng ngọn núi Mành. Vì bị trói cặp, chúng tôi bước ngang như cua. Tôi nhìn ra phía trước thấy anh Lê Thiên Sơn, dáng người nhỏ thó bị trói gắt quá, nhón hai gót bước đi như người địa chủ tử tội ngày nào tôi từng chứng kiến. Bỗng nhiên tôi hình dung ra một hàng cọc tre đã cắm sẵn phía chân ngọn núi Mành trước mặt.

Hình ảnh cha mẹ, và những người thân yêu trong gia đình hiện ra trong khoảng không trước mặt. Bỗng tôi như chìm đi trong vài ba giây khi một đám mây đen từ ngọn núi ập qua người tôi rồi tan biến. Tôi như vừa tỉnh lại, không cảm thấy sợ hãi tí nào. Tôi nghĩ thầm – Tiếc quá, nếu biết thế này thì phải có đổi mạng mới xứng đáng. Năm cặp anh em chúng tôi được dẫn đi với khoảng cách xa nhau không quá một thước. Tới chân ngọn núi, nhóm tù chúng tôi được rẽ phải theo con đường mòn đi tiếp. Tôi ngạc nhiên - như vậy là không phải đem đi bắn. Đi được một khoảng đường, anh Dương Xuân Tứ làm rơi cái khăn quàng cổ xuống. Cả đoàn dừng lại chờ anh bạn lấy cái khăn. Vì bị trói cặp nên một người cúi xuống, người kia cũng nghiêng theo. Người công an bảo anh Tứ cúi xuống dùng răng cắn lấy cái khăn mà đưa lên. Hai công an súng dài đi theo đứng nhìn. Tứ cúi xuống thật sát mặt đất thì cặp kính cận rơi theo, anh nhào người xuống, lồm cồm gượng dậy mà không thể được vì bị người kia đè lên, trông ngộ nghĩnh buồn cười. Mấy anh em chúng tôi cười và anh Tứ cũng cười. Một công an nhảy lại đưa báng súng động mạnh vào ngực anh Tứ. Chúng tôi la lên: Cán bộ không được đánh tù. Cán bộ cứ bắn chúng tôi đi. Chúng tôi cần viên đạn hơn là bị đánh, bị làm nhục.

Nghe chúng tôi phản ứng mạnh, người công an súng ngắn lại lượm cái kính và cái khăn lên, rồi nói nhỏ nhẹ: Thôi các anh đi tiếp đi.

Đi qua những thửa ruộng hoang và con đường mòn về hướng phân trại B, tôi vẫn không nghĩ là chúng tôi được đưa trở về trại cũ. Nhưng đi càng lúc càng đến gần cổng trại và chúng tôi được đưa thẳng vào trong. Buồng số 1 và buồng số 2 là hai buồng giam được xây bằng xi măng, lợp ngói, còn nữa lợp tranh, vách đất. Buồng số 1 vừa được rào thêm hai lớp hàng rào, một bằng tấm phên đan và một bằng cây nứa vót nhọn để đón chúng tôi. Phòng giam bít bùng kiên cố hơn lúc trước.

Từng đợt, từng đợt tù bị bắt được lần lượt dẫn tới. Từng cặp một bước vào trong, được mở trói rồi khóa cửa lại. Sau khi mở trói, có người té ập xuống, có người ngất đi trong mấy giây. Tôi lảo đảo ngồi xuống kịp nên không bị té ngã. Đến gần trưa buồng giam đã chật. Kiểm điểm con số gồm có 57 người. Một lúc sau có hai người được dẫn tới là anh Phạm Hữu Đ. và anh Tô Hòa D. (thứ nam của nhà văn Bình Nguyên Lộc). Kinh nghiệm khi mở trói phải có người dìu đỡ lại, tránh trường hợp bị té nhào xuống, nên khi hai người bạn đến sau được hai ba người khác xúm lại dìu đỡ trong khi mở trói. Nhưng không biết có phải do quá gầy ốm hay do người phụ giúp sơ ý, khi mở dây xong, anh Tô rớt tỏm xuống giữa sàn đất. Anh em đỡ dậy và may mắn, bình an.

Con số người bị bắt, tất cả 60 người, nhưng anh Trương Văn Hòa bị đưa thẳng vào xà lim cùm mà không qua phòng kiên giam. Anh Trương là "phát ngôn viên" của cuộc biểu dương tuyệt thực. Suốt hai đêm ngày anh là người cầm loa thông báo mọi tin tức, và các quyết định của phòng này báo đến phòng khác trong toàn trại.

Bị bắt trói dẫn đi, mỗi người chỉ có một bộ đồ trên mình, không chăn chiếu, không mùng mền hay bất cứ một vật dụng nào khác. Mọi người yên tâm. Biết đến đó là đã qua một chặng đường, qua một chặng đời, mà những con người này có thể không thẹn với mình, rửa được phần nào bụi bặm, ô uế đã bám lên danh dự và nhân cách làm người của hàng ngũ người quốc gia trong hơn bốn năm bị đày đọa:

Hơn bốn năm qua hờn căm tủi nhục
Người đã đứng lên ngẩng mặt làm người
Trước họng súng, trước lưỡi lê cùm kẹp
Từng nụ cười vẫn nở rất tươi...

(Một Tù Khúc Cho Em. Tiếng Hờn Chiến Mã. Song Nhị - Cội Nguồn 2002)

Sau ba ngày nhịn ăn, nhưng hầu như không ai cảm thấy đói và cũng quên luôn cả mệt nhọc, quên buồn ngủ. Lại xúm nhau luận bàn "thời sự", tính chuyện mai mốt. Sẽ bị đối xử ra sao đây? Biện pháp kỷ luật nào khác nữa? Thái độ của anh em trước giai đoạn mới vân vân... Thật sự anh em chúng tôi hả hê hơn là lo lắng. Năm ba người nằm ngủ một giấc lấy lại sức, một số nằm nghỉ ngơi trò chuyện. Nền bục xi măng cũng là cái giường ngủ, là "giang sơn một cõi" của mỗi người tù, bỗng nhiên như êm ái, như mát lạnh sau mấy ngày đêm thức trắng. Tôi nằm thiếp đi đến xế chiều, khoảng bốn năm giờ thì giật mình dậy. Anh Phan Thanh Việt lại vịn vào vai tôi nói lời thân mật. –"Anh khỏe chưa? Đói bụng không? Có sợ vì vụ này mà bị cộng thêm nhiều năm không được về sớm với bà nhỏ không?". Từ lúc ở trại Quảng Ninh, anh Việt thường chọc tôi, thay vì nói vợ trẻ thì nói "bà nhỏ". Tôi trả lời anh – "Tôi hẹn ông ở Sài Gòn và tôi hứa sẽ cõng ông đi một vòng để làm chứng cho lời tôi nói hôm nay - Ta sẽ về".

Rất tiếc ngày anh Việt trên đường đi gặp bà Nguyễn Thị Bình (Ngoại trưởng MTGPMN), vận động dòng họ xây mộ và nhà thờ cho nhà ái quốc Phan Chu Trinh có ghé nhà tôi ở Sài Gòn mà tôi không cõng ông ấy được như đã hứa. Nay thì anh đã ra người thiên cổ.

Hơn 5 giờ chiều, một anh tù hình sự thuộc đội nhà bếp vào nói với chúng tôi: Ban giám thị bảo các anh làm đơn xin ăn để nhà bếp nấu. Hầu như không ai bảo ai, có nhiều tiếng nhao lên: Không bao giờ xin ăn. Một đại diện của buồng nói với người nhà bếp:

– Anh báo cáo với Ban Giám thị là chúng tôi có tiêu chuẩn cấp dưỡng của nhà nước khi bắt chúng tôi vào đây. Ban Giám thị có nhiệm vụ cung cấp bữa ăn hoặc bỏ đói chúng tôi. Anh nhà bếp rút lui. Khoảng một tiếng đồng hồ sau, trở vào nói lại với chúng tôi:

- Ban Giám thị hỏi lại các anh có làm đơn xin ăn không để chúng tôi cấp thức ăn. Câu trả lời vẫn như lần trước nhưng nhiều anh em chúng tôi tỏ ra khó chịu hơn, nói với anh tù hình sự bằng thái độ bực tức hơn. Anh nhà bếp lại rút lui. Lần thứ ba, cách khoảng hơn nửa giờ sau, anh nhà bếp lại trở vào và nói:

- Các anh không làm đơn thì làm danh sách cho nhà bếp biết có bao nhiêu người để cấp bữa ăn chứ. Đại diện buồng và vài ba người lên tiếng:

- Ừ làm danh sách thì được, nhưng về lấy cho chúng tôi giấy bút chứ anh em chúng tôi không có gì trong tay cả. Anh nhà bếp trở ra lấy giấy bút đem vào rồi đứng chờ lấy danh sách luôn.

Hai tiếng đồng hồ sau, lúc đó đã gần mười giờ đêm rồi, nhà bếp gánh bo bo với nước muối vào. Tay cầm chiếc đèn bão lù mù. Trong phòng giam bóng đêm đã phủ trùm, đen kịt. Không ai có hộp quẹt, không có đèn dầu, qua ánh sáng lờ mờ của chiếc đèn bão, người thì bắt hai thân áo lên níu chặt để cho anh nhà bếp đổ bo bo vào, người thì moi trong túi áo có cái khăn trải ra trên bục xi măng để đựng bo bo. Một anh buổi sáng khi bị bắt đi còn đội cái mũ lưỡi trai, nên lúc này làm cái "rổ" đựng thức ăn đắc dụng nhất.

Trong bóng đêm mờ mịt ấy 59 người ngồi chụm vào nhau dùng tay bốc bo bo vừa ăn vừa nói chuyện, vừa mạn đàm về lòng dạ, cung cách nhỏ nhen, mà cả một chế độ áp dụng để trả thù đối với những con người vừa chứng tỏ cho họ thấy cái nhân cách của con người đáng sống.

Sáng sớm ngày 12 (tháng 1-1979) tư trang của những người bị bắt được chở sang từ phân trại C. Nhận xong tư trang, đến hơn 10 giờ, một phái đoàn từ Bộ Nội Vụ có Đại Tá Hoàng Thanh đi theo, vào đứng nơi sân buồng giam. Chúng tôi đứng sắp hàng đối diện với phái đoàn. Một người mặc thường phục trong phái đoàn nói với đám tù nổi loạn:

- "Chúng tôi từ Bộ (Nội vụ) về. Chúng tôi đến đây để tìm hiểu xem các anh làm gì? Các anh muốn gì? Ở ngoài đời các anh từng là cấp chỉ huy, từng làm thầy, làm chồng, làm cha mà vừa qua các anh hành động như một thứ côn đồ. Các anh đòi giết người này, hăm dọa người kia, ngăn cản người khác muốn cải tạo tốt..."

Người cán bộ này nói hơn 15 phút, đám tù nổi loạn chúng tôi đứng nghe, không ai giơ tay hỏi hay trả lời một câu nào. Phái đoàn ra về. Một lát sau chúng tôi được gọi lên hội trường. Ở đó đã có đặt sẵn giấy bút trên các dãy bàn. Người lúc nãy trong phái đoàn lại thuyết trình về "tội lỗi" của những người "cầm đầu nổi loạn". Vẫn một cách như xưa nay, vừa vuốt vừa hăm dọa. Sau đó mỗi người ngồi viết bản kiểm điểm và tự đặt ra "phương hướng cải tạo" trong tương lai. Mục đích của những bản kiểm điểm này là để phái đoàn biết được thái độ của chúng tôi, mức độ "ăn năn hối cải" và tư tưởng của mỗi người.

Ngày hôm trước, nhiều anh em chúng tôi đã bàn với nhau nên có một thái độ chừng mực hơn, tránh để họ có cớ đàn áp, gây tổn hại không ích lợi gì. Nhưng vẫn phải giữ lập trường như trước đó, không có thỏa hiệp, không ăn năn chuộc tội.

Phần đông viết bản kiểm điểm theo tinh thần đã bàn bạc với nhau hôm trước. Tôi liệt kê ra bảy điều là nguyên nhân khiến tôi tham gia bày tỏ nguyện vọng trong hai đêm ngày biểu tình tuyệt thực. Tôi còn nhớ đại khái:

1- Tôi tin tưởng vào chính sách của nhà nước nên đã tự nguyện trình diện học tập cải tạo theo thông cáo của cách mạng.

2. Tôi đã khai báo hết quá trình hoạt động của tôi và thành tâm muốn được sống yên ổn trong một xã hội mới.

3- Tôi không an tâm cải tạo vì thiếu thốn tình cảm và sự an ủi, động viên của gia đình sau bốn năm không được thăm nuôi, gặp gỡ người thân.

4- Tôi hoang mang vì sức khỏe ngày càng sa sút. Tình trạng ăn ở ngày càng tồi tệ và thái độ của các cán bộ đối với chúng tôi sau khi chuyển về trại này, coi chúng tôi như kẻ thù, khi nào cũng tìm cớ bắt bẻ, nạt nộ, hằn học.

5- Tôi không tin là nhà nước chủ trương bỏ đói chúng tôi để cho chết dần chết mòn. Tôi cũng không tin là cán bộ cách mạng lại đi ăn cắp cơm của tù. Nhưng khẩu phần ăn của chúng tôi mỗi bữa chỉ được lưng chén cơm với nước muối; và ăn độn khoai sắn thường xuyên hơn, mà không bao giờ đủ no để có sức lao động.

6- Tôi không tin cách mạng lại dối gạt, phỉnh lừa khi kêu gọi chúng tôi đi học tập một tháng, rồi tuyên án ba năm tập trung cải tạo, nay bốn năm rồi vẫn chưa biết ngày về.

7- Tôi không tin việc bắt bớ các anh Chí, Lạc, Tiệp là đúng với chính sách của đảng và nhà nước....

Tôi hứa soi rọi lại bản thân, khắc phục những sai sót, cố gắng học tập, lao động, cải tạo tốt.

Bản tự kiểm người nào viết xong nạp trước, ai viết xong sau nạp sau. Đến 12 giờ trưa xong tất cả. Chúng tôi được cho trở về buồng nhận thức ăn tù. Trong suốt hai tháng tiếp sau đó chúng tôi bị khóa lại trong buồng giam. Mỗi ngày chỉ có hai người được ra ngoài nhận cơm nước đem vào buồng phân chia thôi. Một tuần lễ cho ra sân một lần trong một tiếng đồng hồ để tắm giặt tại giếng.

Một quản giáo được cán bộ trực trại dẫn tới giới thiệu với chúng tôi là cán bộ giáo dục phụ trách đội kiên giam này.

Người này là một Thiếu úy, tên Lê Minh Khoa. Để tỏ thiện chí Th/úy Khoa đề nghị người nào còn tiền gửi lưu ký làm danh sách trại sẽ bán cho một bao sữa bột. Đang khi cần thêm chút dinh dưỡng cho sức lực cạn kiệt, tất cả tán thành mua sữa và cho rằng chắc Ban Giám thị muốn lấy lòng đám tù cứng cổ.

Những người không có tiền lưu ký không ai có ý kiến. Tôi là một trong những người "vô sản" ấy. Mấy ngày sau quản giáo kêu người ra ngoài nhận sữa. Tôi và anh Võ Thanh Tuấn được chỉ định đi theo Th/úy Khoa. Tới nơi nhà bếp, nằm ngoài cổng trại, cán bộ Khoa dẫn chúng tôi vào một phòng trống có cái bàn, với một bao sữa bột 20 kg đã để sẵn ở đó. Chỉ thị đầu tiên của Th/úy Khoa là các anh chia đều cho mọi người trừ những anh này: Phan Văn Lời, Trần Hùng Việt, Võ Văn Phước cùng vài người nữa tôi quên tên. Tôi nói, nếu vậy thì tôi không có tiền nên tôi cũng không nhận sữa. Th/úy Khoa nói "những anh ấy khác, các anh không có tiền diện khác".

Đem sữa về buồng tôi và Tuấn thông báo lệnh của quản giáo. Anh Phạm Hữu Đ. lên tiếng liền sau đó: - "Tôi đề nghị chia đều sữa cho tất cả mọi người, bất kể có tiền hay không và không trừ một người nào". Ám chỉ những người bị cán bộ quản giáo trù ếm. Mọi người ào lên "Đồng ý". Một cử chỉ rất tình người, tình chiến hữu đó làm tôi và một số anh em khác cảm động nhìn nhau.

Bao sữa bột ấy có ghi rõ là thực phẩm viện trợ của Cộng Đồng Châu Âu. Sữa sản xuất tại Hòa Lan, loại sữa skimmed (sữa đã gạn hết chất béo).

sáu tháng kiên giam

Ba tháng kiên giam để thử sức nhau. Phía cai tù nhận thấy biện pháp kiên giam tập thể không có tác dụng bao nhiêu trong việc răn đe, trừng trị. Nắm bắt được tình hình đám tù không có tư tưởng cực đoan, không có chủ trương chống đối lao động, hơn nữa đã nắm được một vài nhân sự trong đám này chịu hợp tác với Ban Giám thị, làm ăng ten, làm đội trưởng, nên phải cho "chúng" ra ngoài để cuốc đất để làm cỏ, đào mương, đắp đường... để cho ăn không ngồi rồi, nằm chơi chỉ hao tốn mà biết đâu lại "nhất dạ sinh bá kế". Phía tù kiên giam mặc dầu coi lao động là một thứ khổ sai, nhưng cũng muốn được ra ngoài hưởng khí trời trong lành và vận động cơ thể, hầu tránh bớt bệnh tật.

Biết được "ý" của nhau, hai tù kiên giam được chỉ định làm Tổ trưởng tổ 1 và tổ 2 là Phan Thế Đằng và Huỳnh Trung Trực. Anh Nguyễn Văn Hội (Th/ tá CSQG) vẫn là đội trưởng (do anh em quý mến đề cử làm đại diện từ ngày đầu bị "xộ khám" kiên giam). Hai tổ trưởng mới Đằng và Trực đi nhận chỉ thị về họp cả buồng, phổ biến yêu cầu của Ban Giám thị từ ngày mai (hôm sau đó) đội bắt đầu được ra ngoài lao động. Chỉ tiêu cho mỗi người là ba mét khối đất phải đào được mỗi ngày. Người nào đạt được đến năm mét khối sẽ được Ban GT tuyên dương.

Buổi thảo luận thật sôi nổi, hào hứng. Có ý kiến cho rằng chỉ tiêu ấy quá cao và đề nghị mỗi người hai mét khối mỗi ngày. Nhiều người phản đối. Một ý kiến khác đề nghị một mét khối mỗi ngày. Lại có ý kiến không có mét khối nào cả, làm được bao nhiêu thì làm. Bấy giờ hình thành hai phía rõ rệt. Phía hai Tổ trưởng vừa được cắt cử, thêm vài ba người a dua bảo vệ chỉ tiêu do Ban Giám thị đề ra; phía chống đối chỉ tiêu gồm số đông còn lại. Cứ bàn đi tính tới, đến 12 giờ trưa vẫn chưa ngã ngũ; chưa quyết định được dứt khoát cả đội đồng ý nhận chỉ tiêu mấy thước khối.

Tôi giơ tay xin phát biểu:

-"Các anh còn nhớ trước đây mấy tuần lễ Ban Giám thị có kêu tôi lên làm việc. Tôi có trình bày với Ban Giám thị là chúng ta muốn đi lao động, nhưng xin được làm theo sức của mình. Chính Ban Thực (Đại úy) đã nói với tôi Ban Giám thị không bắt buộc chúng ta làm quá sức mà chỉ cần chúng ta chịu đi lao động. Vậy ở đây chúng ta chỉ đồng ý với nhau là chúng ta sẽ đi lao động, chứ không nên bàn đến vấn đề chỉ tiêu hay không chỉ tiêu..".

Tất cả mọi người đồng thanh: "Đúng, đúng. Đồng ý, đồng ý!" Và đứng dậy ra sân lãnh cơm... tù!

Những buổi lao động ngoài trời quả là làm cho tâm hồn chúng tôi thanh thản hơn, đi đứng có vẻ nhanh nhẹn hơn. Không ai phàn nàn là phải đi làm, nhưng nhất định không làm theo sức ép để xả hết sức hơi cho tới một lúc chở đi trạm xá rồi đi luôn.

Ở tù cộng sản, nơi ăn ở tồi tệ, quanh năm đói đến hoa mắt ù tai. Muốn tồn tại, muốn sống sót bắt buộc phải tự chế bản thân, phải tuân thủ một số nguyên tắc tối thiểu: Không ăn uống sống sít, bừa bãi. Nước uống phải được đun sôi. Không làm việc quá sức, cốt vượt chỉ tiêu để được tuyên dương, để làm "anh hùng lao động". Không lo lắng, suy nghĩ, ưu tư. Thanh thản, hồn nhiên được càng tốt.

Kinh nghiệm những ai bắt được bất cứ con gì nhúc nhích là ăn con đó, từ chuột, đến cóc nhái, rắn, ếch, cào cào... đều sớm muộn chuốc lấy hậu quả bệnh tật nan y. Nội quy các trại tù thường cấm đun nấu. Tù chỉ nấu lén lút, vội vã, không khi nào được đun sôi, nấu chín kỹ càng. Tôi thấy có một anh bắt được con nhái, rút tờ giấy trong túi quần ra bật hộp quẹt cầm con nhái lên hơ vừa héo da là bỏ vào miệng nhai nuốt. Có anh bẩy được con chuột cống bị ghẻ, da lở lông rụng mà cũng bắt làm thịt, đun nấu sơ sài rồi ăn; có anh bắt được con cua đồng bên đường mương, xổ nước loa qua rồi bỏ vào miệng nhai ngấu nghiến. Những người đó phần đông không ai thoát khỏi bệnh ngặt nghèo. Tôi còn nhớ tên mấy người nhưng không muốn viết ra đây, chỉ thêm tội nghiệp.

Xin đơn cử vài trường hợp được nhìn tận mắt, nghe tận tai. Từ buồng kiên giam chúng tôi ra bãi lao động mấy ngày đầu, có lần gặp một chiếc xe molotova chở cát từ phân trại C đi qua, trên xe có ba người ngồi ủ rũ. Xe dừng lại khi tài xế biết những người ngồi trên xe và đám chúng tôi quen biết muốn hỏi thăm nhau. Tôi quên tên một người trên xe, còn hai người kia, một là anh Lưu Trường Kh. nguyên Phó Tỉnh trưởng, nhiệm sở sau cùng là PĐU/TƯTB. Khi ở Long Thành, anh Lưu có một bài thơ, Vũ Thành An phổ nhạc mà nhiều người thuộc lòng. Bài thơ phổ nhạc ấy có câu mở đầu "Đốt nến hồng lên em, đêm Giao thừa rồi đó..."

Anh bị bệnh không nặng nhưng vì thiếu thuốc, thiếu ăn, sức khỏe cạn kiệt, mất sức đề kháng. Người thứ hai là anh Trần Ngọc D., anh này bị "surmenage". Từ ngữ tiếng Pháp này có nghĩa là bị "sụm" (làm việc quá sức), rất phổ biến trong tù cải tạo. Trần là một trong những người thuộc thành phần "tiến bộ". Là một đội trưởng đắc lực. Nhiều người trong đội từng điêu đứng dưới tay này. Sau cuộc biểu dương tuyệt thực, anh ta nổi cộm trong hàng đội trưởng. Trong đợt đào hầm hố, hào lũy "đề phòng quân Trung cộng tới", anh ta năng nổ lãnh riêng một cái cuốc chim đem hết sức lực đào đá ong tạo thành tích. Chưa đầy hai tháng sau anh bị "sụm", xuống cân còn trên 40 kg.

Trong đội tù kiên giam lao động hôm đó có người cháu tên là Nguyễn Công L. gọi anh Trần bằng cậu ruột lại gần hỏi han để nhắn về gia đình, nhưng cả ba người này được chở ra bệnh xá thị xã Thanh Hóa và không bao giờ trở lại trại giam, không bao giờ trở về với gia đình nữa.

đoàn ma đói
chờ điểm số lên đồi

Tiết trời tháng ba vùng núi non Thanh Hóa nhiều ngày ảm đạm. Có những buổi sáng, người công an quản giáo dẫn một đội tù hình sự khoảng 30 người ra bãi đất trống ngoài vòng rào, cạnh nhà bếp cho họ sưởi chút nắng sớm hiếm hoi. Nhìn vào đoàn tù ấy, tôi hình dung đến cảnh tượng đám người được sách vở mô tả nơi chín tầng địa ngục. Tôi nhớ lại rành rọt những đoàn người trong các rại tập trung của Đức Quốc Xã qua phim ảnh mà tôi từng được xem, chỉ khác nhau đám tù này còn có quần áo lành lặn và không đến nỗi dơ dáy lắm. Phần đông trong đám họ, người nào đầu cũng lớn hơn thân mình. Hai hàm răng nhô ra, cặp mắt lõm vào, sâu hoắm. Tay chân khẳng khiu như que củi. Họ bước đi chậm chạp nặng nề. Có người trong đoàn chúng tôi hỏi người công an gác tù:

– "Các anh ấy có được hưởng tiêu chuẩn bồi dưỡng không, cán bộ?"

Câu trả lời là: –"Cũng như mọi người thôi, nhưng được bồi dưỡng bằng cách cho ăn nóng".

Cho tới ngày chúng tôi rời trại này chuyển trở về phân trại C, đám "xác ma" biết di động ấy chỉ còn lại bảy người. Một buổi sáng khác, chúng tôi đi ngang qua một đội tù hình sự, khi hai Quản giáo gặp nhau dừng lại bên lề đường, một người công an hất hàm bảo một tù hình sự:

- Nghe nói mày biết múa quyền, biểu diễn vài đường múa xem. Người tù trạc tuổi trên dưới hai mươi nói:

– Ông thưởng con cái gì?

Anh công an trả lời - "Tao cho mày được hái rau".

Vừa nói anh ta vừa chỉ tay tay xuống luống rau muống bên lề đường. Người tù hình sự bước ra giữa con đường đất, uốn éo thân mình đi mấy đường quyền trông khá điêu luyện. Biểu diễn xong, đang thở hổn hển thì người công an bảo:

- "Cho mày hái rau đấy". Luống rau vừa được một người tù gánh phân tươi hòa loãng tưới xong. Người tù hình sự từ lề đường nhảy xuống ngắt từng nắm rau muống còn dính ướt nước tưới, giũ qua loa ở mương nước bên cạnh rồi bỏ vào miệng nhai nuốt hết mấy nắm. Sau cùng hái thêm một nắm bỏ vào túi áo bước lên nhập vào đoàn bước đi.

Tôi cảm thấy rợn người, như điếng đi trước điều trông thấy. Không ai biết cảnh địa ngục ở âm phủ ra sao, nhưng như điều sách vở ghi chép lại thì quả đó là cảnh tượng của địa ngục trần gian có thật.

xà lim
biện pháp kỷ luật "giết người"

Ba tháng kiên giam cộng thêm ba tháng vừa kiên giam vừa lao động, chúng tôi tìm hiểu, học hỏi được nhiều điều của chính sách tập trung cải tạo. Bất cứ những ai bị cách ly khỏi xã hội bên ngoài, vào trong bốn bức tường của trại tập trung phải tỏ ra ngoan ngoãn chấp nhận, làm việc hết sức mình, sống thì về, chết bỏ. Đừng bao giờ nghĩ đến nhân phẩm, nhân cách, nhân quyền.

Tù cải tạo miền Nam nhờ số đông lại gặp được "thiên thời". Chế độ CS lúc ấy không còn cái thuở sau bức màn sắt, múa gậy vườn hoang, tự tung tự tác. Lúc này thế giới nhìn vào, lương tri loài người soi rọi. Nhiều tổ chức, nhiều quốc gia lên tiếng... nên các cuộc phản kháng không bị đàn áp thẳng tay, thô bạo. Thay vào đó là chính sách "bẻ măng", sẵn sàng trừng trị, dập tắt mọi mầm mống chống đối. Một số người trong đội kiên giam đã lần lượt vào xà lim vì thể hiện tư tưởng đối mặt. Người thứ nhất là anh Lê Đình Kh. bị cùm 4 tháng vì "dám trả lời xách mé" cán bộ. Đó lại là cán bộ trung ương khi đến buồng kiên giam quan sát "cho biết sự tình". Phái đoàn gặp một số người tù hỏi chuyện. Viên Giám thị trưởng đứng nép một bên. Người hỏi chuyện ngược lại không phải là cán bộ mà là tù nêu lên thắc mắc:

- Thưa cán bộ, án tập trung cải tạo ba năm đã qua lâu rồi, bao giờ thì chúng tôi được thả?

- Đáng ra các anh được về lâu rồi nhưng vì tình hình an ninh bên ngoài còn nhiều diễn tiến phức tạp. chúng tôi đang phải đương đầu với Trung quốc và trong Nam còn nhiều nhóm phản động tập họp lại chống phá các mạng nên chưa thể cho các anh về được.

Nghe lập luận ngược ngạo ấy, anh Kh. hỏi lại:

– "Nói là chúng tôi có tội thì khi chúng tôi đã đền xong tội phải thả chúng tôi. Còn vấn đề an ninh ngoài xã hội là trách nhiệm của nhà nước. Trong trường hợp xã hội chính trị mất an ninh năm năm, mười năm, hai mươi năm hay cả mấy chục năm rồi giam chúng tôi vĩnh viễn hay sao".

Người cán bộ trả lời ỡm ờ. Riêng ông Giám thị trưởng bị bẽ mặt với cấp trên nên hai ngày sau, tập họp tù đọc lệnh thi hành kỷ luật cùm vào xà lim bốn tháng người tù "trả lời xách mé" ấy với "tội danh chống đối và nói xấu chế độ".

Người thứ hai là anh Trần Hùng V. khi cán bộ quản giáo, Th/ úy Khoa vào bảo từng người sắp xếp lại chỗ nằm cho gọn ghẽ. Đến chỗ nằm của Việt người quản giáo tỏ ra "quan tâm" bảo phải thế này, phải thế nọ. Bực mình quá, người tù Trần Hùng V. gắt lên:

– Chỗ nằm như ổ trâu, cán bộ cứ đòi hỏi chúng tôi xếp cho gọn. Gọn vào chỗ nào, gọn cách nào nữa.

Cũng chỉ với câu "cự nự" ấy thôi, ngày hôm sau, Trần Hùng V. nhận bản án bốn tháng kỷ luật, cùm một chân và giảm xuống mức ăn D. Người thứ ba là anh Nguyễn Văn S. cũng vì cái giọng nói "khó ưa" nên lãnh bốn tháng cùm vào phòng tối.

Thật ra, những người bị thi hành kỷ luật không chỉ với một câu nói ấy mà "thành tích" đã được báo cáo đầy đủ trước rồi. Luồng tin tức phát đi từ "cụm ăng-ten" anh em tù biết cả. Chỉ có 57 người trong một cái buồng hơn hai chục thước vuông có ai qua nổi mắt ai.

Vài ba anh em xúm nhau to nhỏ. Phải có biện pháp cảnh cáo, chận đứng kịp thời. Sự trở mặt để hãm hại anh em là hành vi vô luân nhất trong cảnh tù đày, lại là đang trong tình cảnh bị kiên giam. Một sáng sớm thức dậy bốn chiếc dép Bình trị Thiên của Huỳnh Trung Trực và Phan Thế Đẳng đã bị cắt trụi hết quai từ trong đêm.

Ngủ từ sàn trên, vừa leo xuống, nhìn thấy đôi dép không còn quai, Trực cầm chiếc dép giơ lên cao nói với chủ nhân đôi dép kia: - Đẳng, mày coi đây, bây giờ chỉ có mày với tao đứng về một phía, phải dựa lấy nhau mà sống.

Trực và Đẳng đều là "bạn" tôi. Đẳng là Kiến trúc sư, tôi quen biết trước 75, qua một người bạn thân cùng ngành với Đẳng. Trực làm việc cùng cơ quan với tôi.

**

Nhìn lại lịch sử dân tộc, ở nhiều giai đoạn biến động thời cuộc thường xuất hiện một hai kẻ phản bội Tổ quốc, phản bội sự nghiệp tiền nhân. Từ một Lê ích Tắc, đến Trương Quang Ngọc bán đứng vua Hàm Nghi, huống chi trong cảnh tù đày, cái chết luôn cặp kề bên sự sống. Vài kẻ trong 59 người thuộc đội kiên giam có bán linh hồn cũng là điều dễ hiểu. Cuộc hành trình biệt xứ của người tù chúng tôi vẫn một hướng đi. Trong phòng kiên giam, chúng tôi vẫn đòi hỏi Ban Giám thị phải công khai tài chánh tiêu chuẩn ẩm thực do Cục quản lý trại giam cung cấp và số lượng nhà bếp chi tiêu cho 59 người tù kiên giam trong mỗi ngày. Yêu cầu chính đáng này được thỏa mãn. Theo bản công khai tài chánh trong 5 tháng số tiền thặng dư của đội kiên giam là một con số khá lớn. Số tiền thặng dư này tính ra đội kiên giam có thể mua cả một con heo 60 kg theo thời giá lúc ấy. Chúng tôi đang suy nghĩ xem Ban Giám thị sẽ giải quyết thế nào cho hợp tình hợp lý, vừa thỏa mãn phần nào 59 người tù vừa không mất thể diện các chức sắc của trại.

Tết Quý Mùi 1979, chúng tôi được phát mỗi người một cái bánh bột khoai mì, 100 gr đường cát, một bao thuốc lá, một chén rau xào, mấy miếng thịt heo, nửa chén thịt trâu và ba lưng chén cơm vào bữa ăn chiều ba mươi. Những ngày khác vẫn sắn khoai nước muối như thường lệ. Sau Tết, nhà bếp đem tấm bảng công khai tài chánh vào dựng trước cửa buồng giam. Bảng chiết tính ghi các món đã phân phát trong bữa cơm chiều Ban mươi Tết. Để tính cho chẵn số tiền chi tiêu và số tiền thặng dư bình quân là số không, nhà bếp ghi thêm tiền củi để nấu bếp và tiền muối. Tính theo thời giá bấy giờ, mỗi người tù trong đội kiên giam, ba ngày tết đã ăn hết 5 kg muối! Đọc bản chiết tính chúng tôi mỉm cười, lắc đầu khen người kế toán nào đó thật xuất sắc. Chẳng ai thèm thắc mắc làm gì. Tù đói, tù khổ, nhưng tù có nhân cách, chẳng lẽ lại đôi co cái trò con nít ấy.

Một lần anh Trần Mãn (đã qua đời tại miền Nam California sau khi sang Mỹ được một năm) bị sốt nặng, người bạn nằm bên cạnh là anh Huỳnh Thanh Nh. (Th/tá CSQG) dùng cái lon Guizgot đun một chén nước sôi cho người bệnh, Công an tuần tra và trực trại bắt gặp, gọi anh Nhơn lại. Anh Nhơn vừa bước tới gần, người công an trực trại kéo tay anh còng vào song sắt. Lúc đó đã 10 giờ đêm. Cả buồng ngồi dậy, mở hết mùng xuống. Tất cả đồng thanh phản đối hành động của công an tuần tra, yêu cầu Ban Giám thị vào giải quyết. Sau nhiều lần kêu gọi không được đáp ứng, Tất cả đồng thanh hát bài "Việt nam Việt Nam", xen lẫn với tiếng hô phản đối. Chừng một giờ sau, xuất hiện cán bộ giáo dục, Th/úy Phú, mà nhiều lần người tù hình sự tên là Hòa đã ghép với tên trưởng trại để hô "Đả đảo Phú -Thực ăn cướp cơm tù". Th/úy Phú vào, đại diện buồng trình bày sự việc, Cán bộ Phú bảo một người tù hình sự đi theo mở còng cho anh Nhơn. Tất cả anh em chúng tôi không cho người tù hình sự mở mà đòi hỏi chính người cán bộ trực trại phải đích thân mở còng. Yêu sách đó được đáp ứng. Một đêm trở lại yên ổn, ngủ ngon giấc.

từ kiên giam
đến lao động trừng giới

Rời phân trại B, chấm dứt sáu tháng kiên giam, đúng 6 tháng chúng tôi sống mơ hồ giữa trần gian và địa ngục. Giữa cái chết và sự sống, giữa cái thiện và cái ác. Phần đông sức khỏe đã xuống tới mức tồi tệ nhất. Bệnh tật bắt đầu xuất hiện trong cơ thể gầy guộc, ốm yếu của mỗi người, nhất là những người được xả cùm từ xà lim ra. Chúng tôi trở về phân trại C dưới con mắt thiện cảm của phần đông anh em, nhưng số người đang là chức sắc trong hàng đội trưởng, thi đua, trật tự tỏ ra dè dặt, có người còn ác cảm nữa.

Nhiều người cũng không muốn hỏi han gần gũi vì sợ bị quy vào tội liên hệ với các "phần tử xấu". Những người bị kỷ luật cũng lần lượt được ra khỏi xà lim và cho về nhập chung vào đội kiên giam. Đội kiên giam trở về phân trại C được đặt tên là Đội số 9. Người quản giáo mới nhận việc có lẽ chưa nắm vững tình hình nhân sự, chưa được "báo cáo" nên cử tôi làm một trong hai tổ trưởng. Ngày "ra quân" đầu tiên tôi có nhiệm vụ đi lấy dụng cụ cuốc cào phát cho từng người. Tôi đòi phải có thêm hai người đi khuân vác, một mình tôi không vác hết nổi. Đội trưởng cử thêm một người, Hồ Đắc D. Anh này tỏ ra khó chịu, miệng cầu nhàu "Chỉ có sáu bảy cái cuốc mà cũng hai người". Tôi cứ tưởng vẫn như anh em lúc trong phòng kiên giam, nên tỏ ra thân mật:

– "Thì tội gì mà è cổ ra một mình vác bảy cái cuốc một lúc".

Hiện trường lao động hôm đó là một khu đất hoang, cỏ mọc cao tới gần đầu gối. Loại cỏ ngủ chằng chịt những gai, cũng còn gọi là cỏ hoa mười giờ, hoa mắc cỡ. Tôi bảo anh em giàn hàng ngang "tiến quân". Tôi nói nhỏ với mấy người "cứ nhởn nha thong thả, còn năm dài tháng rộng". Sau hai tiếng đồng hồ, có người đã cuốc được một khoảng khá xa, tiến trồi lên trước, có người còn thụt lại sau. Hồ Đắc D. đã cuốc xong một vạt tiến thẳng đến cuối bờ đối diện. Anh bỏ cuốc xuống quay lại sừng sộ với tôi :

–"Tại sao anh không chia chỉ tiêu ra cho từng người. Anh có thấy có người lười biếng không chịu làm, chừa lại cho người khác không".

Tôi trả lời –"Anh có sức bao nhiêu làm bấy nhiêu. Đa số anh em sức khỏe yếu, cứ để họ làm theo sức. Còn dài dài mà Dũng".

Công việc thay đổi từng ngày. Hôm đi phát hoang, hôm đi đào mương, hôm đi hốt bùn ao thả sen. Hai tuần lễ sau, một buổi tối sau khi vào buồng, đội trưởng tuyên bố "hôm nay cán bộ quản giáo ra lệnh họp kiểm điểm". Thực chất của buổi họp là do đội trưởng Phan thế Đẳng với ba người "đệ tử" trong một nhóm ăn chung báo cáo và đề nghị quản giáo. Ngoài đội trưởng, thư ký, có bốn người thay phiên nhau nhắm vào hai đối tượng là anh Phan Văn Lân (Th/ Tá Bộ TL/CSQG) và tôi. Đây là một cuộc đấu tố mà đối tượng và người đứng ra "thẳng tay vạch mặt tố cáo" đều là tù. Người cộng sản đã dùng miếng ăn để mượn tay người tù khống chế người tù. Đó là một chủ trương đúng theo chính sách "lấy tù trị tù". Cả hai "bị cáo", anh Phan Văn Lân và tôi bị tố là có tư tưởng chống đối, cố tình chây lười lao động, có lời nói và việc làm tác động xấu lên người khác.

Riêng tôi còn bị tố cản trở những người khác muốn lao động và cải tạo tiến bộ trong vai trò tổ trưởng. Bốn người thay phiên nhau quần thảo chúng tôi là Nguyễn Công L., Hồ Đắc D., Nguyễn Duy Q., và Nguyễn Tường Q.

Anh bạn Nguyễn Tường Q. là SV ban Toán Lý Hóa, đại học Khoa Học, trước 1975 dạy môn Lý Hóa lớp 11 tại TT/GDTN/TMG mà tôi là Giám đốc Học Vụ, từng phát lương cho anh. Ngày tôi biệt phái về dân chính gặp lại Q. cùng cơ quan. Cùng vào tù với nhau, lại "có duyên" ở chung một phòng giam. Do đề nghị của bốn người này chủ tọa lấy biểu quyết cách chức tổ trưởng, hạ phần ăn của tôi và anh Phan Văn Lân xuống mức C.

Đội trưởng Phan Thế Đẳng hỏi "ai đồng ý giơ tay lên", rồi đi nhìn mặt từng người để đếm nên đa số "nể mặt đội trưởng", giơ tay tán thành, trừ mười một (11) người. Buổi kiểm điểm chấm dứt sau 11 gờ đêm. Hôm sau Nguyễn Tường Q. và Hồ Đắc D. được cử làm tổ trưởng. Tôi được đặt dưới sự "săn sóc" của Tường Q.

Tình trạng sức khỏe của tôi trở nên tệ hơn. Tôi bị đau thần kinh tọa, mỗi khi cử động mạnh hay bước nhanh là bị nhức nơi khớp xương bàn tọa và khớp xương đầu gối. Tôi vẫn phải đi lao động hàng ngày. Tôi bước đi cà thọt như người bị tật. Nhiều anh em gọi tôi là "con vịt què". Một sáng chủ nhật lao động XHCN, "trò chơi" này do Ban Thi Đua bày ra, cả trại kéo ra đồng. Đội 9 đi đào đất đắp bờ ruộng. Người quản giáo thấy tôi đau chân lại gần bảo tôi:

- Anh đau chân thì đứng trên bờ.

Đứng trên bờ nhưng vẫn phải bâng những khối đất chuyền tay nhau từ đầu hàng đến cuối. Q. Tổ trưởng lại nhìn tôi ra chiều "thân ái", gằn giọng:

– Anh bước xuống ruộng.

Tôi nói "cán bộ quản giáo cho tôi đứng trên bờ vì chân tôi đau".

Q. nhìn vào tôi "thân mật" hơn:

- Người nào cũng đau như anh thì lấy ai làm việc.

Rồi nhắc lại lần thứ hai, giọng "nhẹ nhàng" hơn:

– "Anh bước xuống ruộng, xuống đứng chỗ này".

Tôi có thể đứng trên bờ vì đã được quản giáo cho phép, mặc dù là tôi không hề xin, nhưng tôi bước xuống ruộng với ý nghĩ để những người khác trong đội nhìn thấy cách "đối xử tốt" của Q. với bạn... tù.

Khi bị hạ khẩu phần xuống mức ăn C, tôi vui hơn là buồn, vì điều đó làm cho tôi an tâm về thái độ chọn lựa khó khăn mà tôi đã làm, được "kết quả mức ăn C". Tôi và anh Phan V. Lân cứ tỉnh như không có chuyện gì, vẫn như bình thường từ trước đó. Nhưng về lâu về dài biện pháp hạ mức ăn rất có tác dụng làm chết người.

Có ba mức ăn được áp dụng: Mức A ba chén cơm gạt ngang miệng chén, dành cho người có thành tích. Mức B hai chén cho những người vô thưởng vô phạt, mức C một chén. So với mức B, người ăn mức C bị bớt đi mỗi bữa ăn một chén cơm. Nếu hưởng mức C chỉ trong một hai tuần, hay cùng lắm trong một tháng, tác dụng trừng phạt ấy không đến nỗi gì, nhưng kéo dài trên ba, bốn tháng, mỗi ngày bị bớt đi hai chén, mỗi tháng cơ thể mất đi 60 chén cơm, sức khỏe suy sụp trông thấy. Việc thăm nuôi tiếp tế của gia đình trong trường hợp này là vô cùng cần thiết. Tuy nhiên, không phải có gia đình đến thăm là được gặp, được nhận quà. Nếu đang bị kỷ luật cùm trong xà lim, người nhà sẽ bị dứt khoát từ chối cho gặp và không cho gửi quà lại. Nếu bị kỷ luật mức độ thấp như trường hợp của tôi, tùy theo quản giáo đề nghị cho gặp hay không.

Từ ngày ra khỏi phòng kiên giam, chuyển về trại C, chúng tôi bị quần thảo bằng hình thức lao động trừng giới. Tất cả mọi công việc nặng nhọc khó khăn đều giao cho đội chúng tôi. Người ta còn bày ra những công việc để hành hạ hơn là lao động có lợi ích. Vào mùa đông, mỗi buổi sáng chúng tôi được giao công việc lội xuống một cái đầm, nước đến ngang bụng, chỉ có vài cụm sen loe ngoe, phân heo nổi lềnh bềnh, cả đám lội xuống hốt bùn ném lên bờ, bùn được ném lên lại trôi xuống và cứ tiếp tục như vậy hết ngày này sang ngày khác. Đến một hôm một anh trong đội – anh Nguyễn Phan Phát nói với quản giáo:

– "Cán bộ ạ, kiếm công việc gì khác cho chúng tôi làm, còn lao động kiểu để trả thù này trẻ con quá".

Không ngờ lời đề nghị cũng là cách lên án đó lại được lắng nghe. Chúng tôi không còn phải ngụp lặn dưới cái đầm nước đầy phân heo ấy nữa. Thời gian sau đó chúng tôi được phân chia khiêng đất đắp bờ, thay trâu cày xới ruộng nước.

Chương XI

Những Cảnh Huống Trong Tù

Cuộc Chiến Biên giới Việt Hoa 1979
huyệt đã sẵn sàng cho mồ chôn tập thể

Ngày 17 tháng 2-1979, đạo quân đầu tiên của Trung cộng tiến vào Lạng Sơn, mở chiến dịch đợt đầu "dạy cho đàn em một bài học". Chiến dịch này kéo dài đến ngày 26 tháng 2 thì lính Trung cộng rút quân. Thời gian này chúng tôi vẫn bị khóa kỹ trong buồng. Gần hàng rào kẽm gai cạnh sân buồng giam trại đã cho tù hình sự đào một đường hào chiều sâu đứng đến ngang ngực, dài khoảng mười thước, nói là để khi nào Trung quốc đánh tới thì làm hầm trú ẩn. Phía bên phân trại C cũng đào nhiều dãy hào tương tự. Nhưng khu tù hình sự thì không có những hầm hố này.

Buổi chiều ngày 17, tù hình sự đi lao động về khi tập họp trước sân, có một anh tên là Hòa chụm hai bàn tay vào làm thành cái loa loan tin:

- Xin báo tin các anh, Trung quốc đã tiến công qua biên giới, xe tăng thiết giáp đang tiến vào Hà Nội, Hải Phòng.

Tiếng loa loan tin lập lại lần thứ hai. Cả buồng chúng tôi ngồi dậy bàn tán, vừa mừng vừa lo. Mừng vì biết đâu vận hội có cơ đổi mới, lo vì tính mạng khó an toàn, nếu lính Trung cộng đến gần.

Trong hai tuần lễ kế tiếp mỗi chiều, người tù hình sự ấy tiếp tục thông tin cho chúng tôi, nhưng kín đáo hơn. Trước "khí thế" phấn khởi chờ đợi một sự đổi thay nào đó, mặc dù những người như chúng ta ai cũng hiểu thấu nỗi nhục "một ngàn năm đô hộ giặc Tàu", Th/úy Khoa lại kêu tôi và anh Tuấn ra cái phòng ngoài nhà bếp, khiển trách nặng nề việc chúng tôi chia đồng đều sữa cho mọi người, không làm theo lệnh của quản giáo. Chúng tôi nói cả buồng quyết định như vậy, mặc dù chúng tôi đã nói đó là lệnh của cán bộ. Rồi người Th/úy này tỏ ra nghiêm khắc hơn, nói với chúng tôi:

- Tình hình đang có những khó khăn. Chúng tôi đang phải đối phó với nhiều mặt. Các anh về bảo các anh ấy đừng hí hửng. Khi quân Trung Quốc vào đến đây thì các anh không còn nữa để mà hòng được cứu thoát.

Tôi rất lấy làm ngạc nhiên trước lời hăm dọa mà người đại diện cho chế độ đã vì bực tức, vì thiếu cảnh giác, hay để khủng bố tinh thần đã nói thẳng với chúng tôi biện pháp thủ tiêu tập thể ấy. Trở về buồng hai anh em chúng tôi thông báo rõ ràng lời hăm dọa chắc nịch ấy của quản giáo Khoa. Tất cả mọi người không ai tỏ ra giao động, vì đang nằm trong song sắt, bốn bức tường với hai hàng rào vây quanh kiên cố. Chuyện gì sẽ đến phải đành chấp nhận, mặc cho định mệnh an bài. Tôi liền nghĩ ra ý đồ và công dụng của cái "đường hầm trú ẩn" ngoài bìa sân. Đó sẽ là cái huyệt, cái mồ chôn tập thể. "Chế độ ta" luôn luôn có những tính toán chu đáo. Tôi nằm tưởng tượng ra một lúc nào đó sẽ có mấy khẩu tiểu liên chĩa vào buồng giam qua những hàng song sắt hoặc mấy trái lựu đạn được thẩy nhẹ vào trong phòng. Rồi sau những tràng đạn, những tiếng nổ vang rền là từng vũng máu chảy tràn lan, là từng đống xác người bất động. Dù tưởng tượng đến cảnh tượng ghê rợn đó, thật lòng, lúc bấy giờ tôi không hề tỏ ra lo sợ hay ân hận gì cả. Tôi thấy mọi người hình như đều có cùng suy nghĩ như tôi.

Đợt tiến quân lần thứ hai của lính Trung cộng vào Lao Cai, Cao Bằng khởi sự vào sáng sớm ngày 27 tháng 2 kéo dài đến ngày 5 tháng 3-79 thì kết thúc 17 ngày đẫm máu giữa hai nước cộng sản anh em "môi hở răng lạnh". Theo số liệu từ quyển "China's War With Viet Nam" thì Trung cộng có 26 ngàn lính bị tử vong, phía Việt nam là 30 ngàn. Với 30 ngàn người lính bỏ mạng sa trường thì nếu có mấy trăm hay mấy chục người tù bị thủ tiêu đâu có đáng gì, chỉ có khác nhau ở tính cách man rợ của việc làm mà thôi. Tạ ơn Trời tình huống đó đã không xẩy ra với đám tù biệt giam chúng tôi.

Cuộc chiến tranh biên giới Việt Hoa chấm dứt, chúng tôi sống sót sau lời cảnh cáo của viên Thiếu úy công an.

Sau ba tháng kiên giam, Ban Giám thị muốn chúng tôi đi lao động, thay vì nằm ỳ một chỗ "cơm dâng nước tiễn". Có mấy người được gọi lên "làm việc" với Ban Giám thị. Có anh khi trở về buồng là chúng tôi biết đã có nhiệm vụ được giao rồi. Trong số đó có hai anh Trực và Đẳng. Bản thân tôi cũng được Thiếu úy Khoa vào tận buồng gọi ra, dẫn lên văn phòng gặp Giám thị trưởng, Đại úy Lê Xuân Thực. Ông Thực sau đó sang làm Giám thị trưởng Phân trại C. Khi trại C phân tán tù cải tạo, số đông chuyển về Nam, số còn lại chuyển ra Thanh Cẩm, Đại úy Thực được cử tới Thanh Cẩm tiếp tục làm Giám thị trưởng ở đó.

Đại úy Thực và Th/ úy Khoa gặp tôi cùng lúc tại một phòng tiếp khách nhỏ, có hai cái bàn. Họ rót trà mời tôi với lời hỏi thăm như gần gũi lắm. Kế đến Ông Thực hỏi tôi về sinh hoạt của anh em trong đội "có gì lạ" không? Tôi trả lời:

- "Chúng tôi nằm trong buồng khóa lại suốt mất tháng nên chỉ thèm không khí bên ngoài. Chẳng ai làm gì khác hơn là nằm chán lại ngồi dậy.

Ông Thực nói: "Ban Giám thị muốn cho các anh ra ngoài, đi lao động, sinh hoạt trở lại bình thường, anh thấy dưới buồng các anh ấy có chịu lao động không?"

Tôi trả lời: -"Theo tôi biết thì anh em chúng tôi ai cũng muốn ra ngoài, sinh hoạt và lao động. Nhưng hiện nay số đông chúng tôi sức khỏe yếu. Chúng tôi sẵn sàng đi lao động nhưng chỉ làm theo sức thôi. Dĩ nhiên chúng tôi không tránh né lao động".

Đ/ úy Thực nói -"Ban Giám thị chỉ muốn các anh chịu lao động. Không ai ép các anh làm quá sức của mình. Anh về nói với các anh dưới buồng như vậy".

Th/ úy Khoa cho biết tôi có hai gói quà gia đình từ trong Nam gửi ra, nhưng vì vụ lộn xộn vừa qua không được phát. Rồi người cán bộ này mở ra cho tôi một chân trời rực rỡ:

-"Chúng tôi sẽ đề nghị cho anh được về sớm. Ngày ra trại chúng tôi sẽ đưa anh đi thăm thủ đô Hà Nội, ghé về thăm quê trước khi về nhà. Chắc bố mẹ anh mong anh lắm, nhất là vợ anh. Anh chưa có con phải không?"

Tôi quá rành với cái chiêu dụ dỗ, gạ gẫm này từ lâu, và biết chắc là trước khi móc nối, họ đã đọc kỹ lý lịch, hoàn cảnh của đối tượng rồi, nên tôi không ngạc nhiên và nhất định là không mắc lừa. Loanh quanh một lúc, Cán bộ Khoa đề nghị thẳng thắn với tôi:

-"Ban giám thị cần anh hợp tác, công việc không có gì khó khăn, anh ghi nhận và báo cáo cho chúng tôi biết những hiện tượng tiêu cực về lời nói và việc làm của các anh khác trong buồng. Chúng tôi cần biết trước để ngăn ngừa những điều không hay xẩy ra cho người khác trong đó có anh, như lần vừa qua".

Tôi trả lời:

-"Thưa cán bộ, trong trường hợp có những việc nghiêm trọng như có người tổ chức trốn trại, hay âm mưu ám hại cán bộ thì tôi sẽ báo cáo, chứ những chuyện lặt vặt nhỏ mọn hàng ngày thì tôi không thể ghi ra để báo cáo được".

Th. úy Khoa hỏi tôi: -Tại sao?

Tôi đáp: -"Cán bộ thông cảm cho tôi. Con người tôi không thể làm được những việc như vậy. Hơn nữa, sống trong tập thể, tôi cần sự giúp đỡ thương mến của anh em. Khi ốm đau tôi cần sự giúp đỡ, cần viên thuốc, miếng nước nóng của anh em trong buồng. Ngoài ra nếu tôi làm việc cán bộ giao, anh em sẽ biết, họ có thể giết tôi".

Khi nghe tôi nói điều nghiêm trọng đó, Đ/ úy Thực ngồi bàn giấy phía cửa, liền đứng dậy đi lại gần tôi và lên tiếng:

- Anh phải dũng cảm lên chứ.

Tôi đáp lại: -"Thưa Ban, tôi không thể dũng cảm trong trường hợp này".

Cả Ban Thực và Th. úy Khoa cùng đứng dậy với nét mặt tỏ lộ sự bực tức, hất hàm bảo tôi:

–"Thôi anh về buồng. Rồi đích thân quản giáo Khoa dẫn tôi vào đến cổng trại giao cho người gác cổng đem vào buồng giam.

Khoảng một tuần lễ sau, cán bộ trực trại vào bảo tất cả mọi người mang hết đồ đạc ra sân. Chúng tôi làm theo lệnh mà không biết là khám xét tư trang hay chuyển trại. Tất cả sắp hàng đứng chờ. Chừng ba mươi phút sau Th/ úy Khoa vào. Vừa nhìn thấy tôi ông cán bộ này chỉ tay vào mặt tôi nói lời hăm dọa: -"Anh sẽ biết tay chúng tôi.

Tôi trả lời – "Vâng, cán bộ".

Tôi vừa có chút nghĩ ngợi, vừa yên tâm khi nhiều anh em nghe câu nói đó phát ra từ miệng quản giáo Khoa có thể đánh tan đi mối nghi ngờ nếu có, sau những lần tôi được gọi đi "làm việc". Buổi khám xét tư trang hôm đó, Th/ úy Khoa lục lọi từng túi áo, nẹp quần, từ cái hộp đựng kem đánh răng đến cái hũ đựng cái kim, ống chỉ và mấy miếng vải vụn để khâu vá quần áo rách của tôi.

Mọi thứ sách vở giấy tờ của tôi mang theo từ hồi ở Long Thành đều bị bỏ sang một bên. Ba quyển vở học trò, một chép châm cứu tôi học với Bác sĩ Văn Văn Của lúc còn ở trong

Nam; một quyển chép các kiến thức phổ thông trên báo Nhân Dân và quân Đội Nhân Dân, để giết thì giờ; một quyển chép các loại thuốc Nam và cây thuốc Nam cũng từ những sách báo do các trại cho đọc, phần lớn hồi ở trại Quảng Ninh; Một quyển tự điển Hán Việt cùng với một quyển tập giấy học trò học chữ Hán và chép những bài thơ Đường kèm bài dịch do hai anh bạn Hà Ngọc Hoa và Hồ Văn Nam (người gốc Hoa) hướng dẫn. Một quyển tập chép các bài thơ trên báo, và các bài viết bằng tiếng Anh đều bị tịch thu. Người Th/ úy quản giáo còn định mang đi luôn cả một chồng thư của gia đình mà tôi gom giữ trong bốn năm qua. Đó là "tài sản" tôi quý nhất lúc bấy giờ (và đến nay tôi còn giữ được tất cả những lá thư thời cải tạo ấy), tôi phản ứng bằng cách gằn giọng: -"Số thư từ này gia đình tôi gửi tới đã qua kiểm duyệt của các cán bộ quản giáo, cán bộ phải cho tôi giữ lại". Vừa nói tôi vừa đưa tay lấy lại được.

Ngày được gặp gia đình thăm nuôi tại Z30A/ Xuân Lộc sau khi chuyển về Nam, Mẹ tôi và vợ tôi cho hay, một hai năm trước có hai gói quà bị gửi trả về, gói quà đã bị mở ra, gói lại, bị rách bao bì, món này trộn lẫn món kia. Cả nhà nghĩ là tôi đã chết. Mẹ tôi và vợ tôi đã òa lên khóc.

Đói - những điển hình của tuyệt vọng

Hình ảnh những nạn nhân trong nạn đói năm 1945 tại miền Bắc tái hiện trong trí nhớ của tôi qua đội tù hình sự ở phân trại B, Thanh Hóa. Đội tù này có khoảng trên 30 người. Họ là những kẻ đã hoàn toàn tuyệt vọng, người này nhìn người khác chỉ còn biết lần lượt đợi đến "phiên"mình nhắm mắt xuôi tay.

Với tù chính trị không có kiểu tập trung những người chờ chết vào một đội (để tiện việc sổ sách) như đám tù hình sự kia. Do đó mỗi đội tù cải tạo cũng có một số người sức khỏe và thân xác họ không khác gì những người tù hình sự vừa kể. Họ là những người không bao giờ được gia đình gửi quà tiếp tế hay thăm nuôi. Có người trong hơn 5 năm chỉ nhận được một hai lần quà chưa tới 5 kg, gồm mấy bao mì vụn, bịch muối mè, muối rang, nửa kg đường thẻ, thêm vài ba món linh tinh khác. Nhưng muối thì cấm đem vào trại. Sức khỏe của họ cứ hao hớt dần cho tới khi cạn kiệt.

Có người mang trong mình bệnh tật nan y. Họ biết là sẽ chết. Họ quơ quào hy vọng giữa hư vô. Nhìn về gia đình, người thân biệt vô âm tín. Nhìn bạn tù xung quanh, nhiều người có thăm nuôi tiếp tế, nhưng trong cảnh ngộ đói rách, thiếu thốn triền miên ấy, bản năng tự vệ và sinh tồn khiến ai cũng lo thủ, cũng lo giữ gìn cho mình. Cũng có người động lòng trắc ẩn, cũng xốn xang lòng dạ khi nhìn thấy những thân hình tiều tụy kia, cũng san sẻ chén cơm, tô mì gói nhưng chừng đó thôi, bấy nhiêu thôi. Không ai có thể "ra tay tế độ" trong khi chính mình cũng chưa biết những ngày tháng trước mặt sẽ ra sao.

Đội 9 trừng giới sau khi biên chế thành hai đội, cắt cử tổ trưởng, đội trưởng mới, có mấy người không ở trong đội kiên giam từ phân trại B được đưa tới nhập chung vào. Những người này từ các đội khác bị liệt kê vào thành phần tiêu cực, chây lười lao động. Tuổi tác họ đã trên năm mươi, sáu mươi như các ông Phan Thanh Cầm, Tr/ Tá Phủ Tổng Thống, Trần Hoài Tr/ tá, Tòa án Quân sự vùng Bốn, Bùi Vĩnh Phúc Th/ tá (phu quân nữ nghệ sĩ Bích Sơn), Th/ tá CSQG Lâm Ngọc Thu. Một người trên bảy mươi là Tr/ úy CSQG Nguyễn Tấn Khải và Uông Kim Cho, một Tr/ Tá Hải Quân Kampuchea (chế độ Lon Nol) có vợ là người Hoa, khi mất Nam Vang chạy sang Chợ Lớn và đi trình diện "học tập" với cộng sản Việt Nam. Trong số này, ba người nằm trong danh sách được chuyển trại về Nam là Ng. T. Khải, Lâm Ng. Thu, và Uông Kim Cho, nhưng cả ba đã không bao giờ được bước lên chuyến tàu "thống nhất" trở về nhìn lại quê hương cố xứ. Họ đã vĩnh viễn nằm lại nơi bụi bờ núi rừng Thanh Hóa.

Trong thời gian từ đầu đến cuối năm 1980 số lượt người từ trong Nam ra thăm nuôi tiếp tế ngày càng nhiều thêm. Có gia đình cứ năm, ba tháng ra thăm một lần. Đó là những nhà còn khá giả. Có những gia đình thăm gặp một hai lần, chủ yếu là tiếp tế thực phẩm, muối mè, gạo, thức ăn khô và đường sữa... sau khi nhìn thấy tận mắt người chồng, người con chỉ còn da bọc xương, bệnh tật, ốm yếu, có thể không có ngày về nếu không được tiếp tế kịp thời. Bên cạnh đó có những người không có được một lần quà, không có một lần thăm. Họ thiếu thốn vật chất, suy sụp tinh thần. Trong số có Tr/tá Uông Kim Cho là người Cam Bốt. Lúc mới vào trại không hề biết một tiếng Việt, nhưng sau năm năm chung đụng với tù Việt Nam, anh nói tiếng Việt rất rành. Con người có vóc dáng cao gần 1m70 này bấy giờ chỉ còn là một bộ xương biết di động. Tính tình hòa nhã, tư cách đứng đắn, thường cũng hay rề rà nói chuyện với tôi. Khi tôi xếp đồ đạc để chuyển về Nam, anh lại xin tôi cái thùng để đựng đồ. Tôi cho thêm một cái chén ăn cơm, nhưng thức ăn thì không có gì để cho. Anh có tên trong danh sách lên tàu, nhưng cán bộ bắt ở lại vì sức yếu. Anh đã không còn có dịp lên tàu lần sau như cán bộ đã hứa.

Người thứ hai là Nguyễn Tấn Khải. Ông này trên 60. Có một lần duy nhất nhận được một gói quà nhỏ chừng một kg, trong đó có một hộp đường hóa học, loại đóng trong những tép giấy mà ở các quán cà phê hay Mc Donald để cả hộp cho khách lấy dùng. Loại đường này chỉ để đánh lừa cảm giác thèm ngọt, chứ chẳng có tác dụng gì. Thấy ông được gọi đi nhận quà, anh em rất vui mừng cho ông. Đó là an ủi và có tác dụng động viên tinh thần rất lớn. Nhưng rồi sức khỏe ông ngày càng suy yếu thêm. Tết Canh Thân 1980, quản giáo nói cho với ông: "Anh Khải, Sau Tết anh sẽ được về".

Chỉ một câu nói buột miệng, nói cho vui. Thế thôi! Nhưng với kẻ đang thoi thóp, chơi vơi giữa sự sống và cái chết thì đó là một lời phán truyền cứu rỗi, là một cái phao cho kẻ sắp chết chìm giữa bể trầm luân níu vói, hy vọng. Trong ba ngày Tết, đêm đêm ông hát hò, ca múa tíu ít như đứa trẻ được quà. Sau Tết một tháng, rồi hai tháng, thời gian vẫn mịt mù, từ hy vọng trở thành thất vọng rồi tuyệt vọng, ông suy sụp từ thể chất đến tinh thần. Được cho lên trạm xá nằm, khỏi đi lao động. Ăn uống vẫn tiêu chuẩn như mọi người. Thuốc men chỉ có mấy viên APC trị bá bệnh. Từ nhức răng, sốt rét đến kiết ly đều được cấp APC.

Nằm trạm xá được một tuần ông bắt đầu trở chứng, dở điên dở tỉnh. Ông vác gậy rượt đuổi mấy anh tù y tá. Ông bị trói lại cảnh cáo, mấy lần như vậy là hết điên. Trạm xá trả về buồng, ngày ngày lại theo đội đi lao động. Ngày đọc tên ông trong danh sách về Nam thấy ông có vẻ lanh lợi hơn, nhưng khi cán bộ bảo ông ở lại đi chuyến sau vì không đủ sức đi tàu, ông im lặng nghe theo. Trong khi ông Nguyễn Văn Xem (Quản đốc trung tâm cải huấn) khi nghe cán bộ bảo "ở lại đi chuyến sau", ông quăng cái gậy khỏi tay và lên tiếng: -"Thưa cán bộ tôi đủ sức đi tàu mà". Viên cán bộ im lặng, ông được lên tàu và ông được về Nam, thoát chết.

Khi chúng tôi về Xuân Lộc thì ông Nguyễn Tấn Khải qua đời. Ông nằm chết co quắp trên bục xi măng. Buổi trưa đội đi lao động về lại lay gọi thì phát hiện ông tắt thở trước đó.

Người thứ ba là anh Lâm Ng. Thu, nguyên Th/ tá Trưởng ty CSQG Vũng Tàu. Anh Thu là một người ít nói, lầm lì, khép kín. Không bao giờ phát biểu trong các buổi học tập thảo luận, không "khen, chê" cũng không bình luận về một điều gì. Anh không bao giờ nhờ cậy, vay mượn hay vặt vãnh một món đồ nào của người khác. Đó là một con người an phận và chịu đựng trước mọi thử thách cùng cực. Sức khỏe của anh ngày càng kiệt quệ, đến một lúc hết chịu đựng nổi trước cơn đói hành hạ, anh bắt đầu đi lượm bất cứ thứ gì rơi vãi để ăn. Lúc đầu là những thứ người khác bỏ ra, từ những hạt cơm còn dính, sót lại trong cái rổ đến chút nước canh cặn dưới đáy thùng của nhà bếp. Về sau anh lượm từng hạt rơi giữa thềm, giữa sân. Có nhiều lần anh em thấy anh lượm cả những thứ vứt nơi hố rác lấy bỏ vào miệng. Nhiều người dùng tình cảm khuyên lớn anh. Một lần tôi đưa cho anh một chén thức ăn, gọi anh ra góc sân nhỏ nhẹ với anh. Tôi nói với anh rằng, anh chỉ có thể có ngày về nếu anh giữ vệ sinh trong ăn uống. Hãy chịu đựng như những người khác, như anh đã từng chịu đựng. Nhưng nói thì dễ, trong cảnh ngộ cơn đói hành hạ đến hoa mắt, đến bủn rủn tay chân, lý trí phải mềm nhũn trước bản năng.

Sau mỗi buổi trưa, cơm nước xong, mọi người vào buồng nghỉ, anh ra phía sau lượm thức ăn rơi vãi hoặc những gì bỏ nơi hố rác. Có lần một số anh em cử một người đứng tiểu xuống hố rác, cốt ý cho anh thấy, rồi lánh xa, vừa quay lại đã thấy anh cúi xuống hố rác rác lượm mấy cái xương xấu lên nhai. Khuyên bảo không còn hiệu quả, cứ sau mỗi buổi cơm trưa, anh bị bắt buộc vào chỗ nằm, không được ra ngoài, nhưng khi mọi người đã ngủ giấc ngắn, hoặc lờ đi thì anh lại dậy ra ngoài. Tình trạng của anh được báo cáo cán bộ để mong có biện pháp nâng đỡ, cứu giúp. Nhưng quản giáo lại nói với đội trưởng Vũ Long Mão:

—"Nếu anh ấy không nghe, buổi trưa đi lao động về bắt trói lại".

Người khác nghe cứ nghĩ rằng đó là lời nói để hù dọa nạn nhân, hoặc có thể anh quản giáo bực tức mà buột miệng, hoặc xuất phát từ tâm địa bất nhẫn của một con người cộng sản. Nhưng không ai nghĩ là anh đội trưởng lại làm cái việc bắt trói một người bạn tù mà cả thể xác lẫn tinh thần đã rời rã.

Thế nhưng ở đời đâu có phải chuyện gì cũng xẩy ra theo "logic" suy nghĩ của con tim. Có những con người trong suốt thời gian qua các trại tù, tôi thấy họ không còn một một chút cảm ứng nào từ nhịp đập của trái tim. Họ sống bằng lý trí, bằng suy tính thiệt hơn. Đáp số của bài tính là phần được, phần hơn phải thuộc về họ. Ai chết ai sống, đó là việc của người khác. Chính vì lẽ đó mà có những người công an dùng hết cả sức lực trong cơn cuồng nộ đánh một người tù hình sự đến ngất xỉu, chỉ vì người tù này lật gốc bụi khoai mì, bẻ một củ bóc ra nhai ngấu nghiến để xoa dịu cơn đói.

Một lần tôi chứng kiến người công an mở cửa một cái hầm cầu tiêu, dắt một người tù hình sự lại trước cửa hầm, bảo đứng quay mặt vào trong rồi đưa chân lên cao tống một đạp vào lưng, người tù bổ sấp xuống úp mặt vào trong hầm tiêu. Người công an đóng cửa hầm cầu, thản nhiên quay lưng đi. Không biết đến bao lâu sau thì người tù được mở cửa cho ra? Chết hay sống?

Người đội trưởng đội trừng giới Vũ Long Mão cũng thuộc hạng duy lý ấy. Chỉ vì muốn giành phần được, phần hơn, anh ta không có trái tim của một con người. Buổi trưa hôm "báo cáo cán bộ" ở bãi lao động, vừa về đến buồng giam anh ta liền bắt anh Lâm Ng. Thu vào trong phòng trói lại, buộc vào một cây cột sắt nơi bục xi măng chỗ nằm của nạn nhân. Có mấy anh từ trong buồng ra sân thông báo, mấy anh em chúng tôi chạy vào tỏ thái độ phản đối với đội trưởng và yêu cầu anh Mão phải mở trói cho anh Thu.

Với tình trạng sức khỏe suy yếu ấy, có danh sách lên tàu về Nam, nhưng anh Thu cũng như hai anh Phan T. Khải và Uông Kim Cho đều bị để lại và họ đã gởi lại nắm xương tàn bên góc núi Thanh Hóa.

Hơn một năm dưới quyền "cai quản" của ba chức sắc đội trừng giới là Vũ Long M. đội trưởng, Lê Chí H. nổi tiếng với hỗn danh H. Lé, đội phó và Lê Thượng G., thư ký, là thời gian mà đám tù kiên giam chúng tôi khốn đốn, cam go nhất. Ba chức sắc này thẳng tay áp chế mọi người, không chút e dè, kiêng nể. Cái thâm hiểm của người cộng sản là dùng miếng ăn như một phương tiện quản lý tù bằng biện pháp tăng mức ăn cho những ai có công hãn mã và bớt phần những ai không chấp hành, tuân phục. Muốn biện pháp này hữu hiệu, họ bỏ đói, cho tù ăn dưới mức trung bình.

Cả ba chức sắc nói trên đều hưởng tiêu chuẩn ăn mức A,

trong khi những người ốm yếu, thân tàn ma dại lại phải ăn mức B, mức C. Để được hưởng những "đặc lợi" đó, các chức sắc này thẳng tay với mọi người. Không những họ làm theo lệnh của Ban Giám thị, thông qua quản giáo, thông qua ban Thi đua mà họ còn bày đặt, còn "bảo hoàng hơn vua", tự vẽ ra những thứ khác để lấy điểm "cấp trên": Kiểm soát theo dõi tư tưởng, Lao động XHCN, tổng vệ sinh trong những ngày cuối tuần v.v..

Một trong những cách nhằm kiểm soát những người bị coi là có biểu hiện tư tưởng tiêu cực, người thư ký của đội có sáng kiến sắp xếp chỗ nằm của những người này cạnh những người có tư tưởng tích cực, "tiến bộ" để kiềm chế, theo dõi, báo cáo. Tôi được ấn định nằm cạnh H. Lé. H. Lé có thăm nuôi đều, lại hưởng ưu đãi mức ăn A, không phải lao động, nên béo mập, khỏe mạnh. Đêm ngủ anh ta ngáy như xe lửa gầm. Mùa đông chui vào trong tấm poncho cũ, suốt đêm lật đi, trở lại kêu sột soạt. Chỗ nằm mỗi người rộng 80 phân, mỗi lần anh trở mình là gần như đè lên người tôi. Nhiều lần trong mỗi đêm tôi phải đạp mạnh vào chân, dùng cùi chỏ húc vào người anh ta, nhưng con người sung sức ấy vẫn ngủ ngon lành. Sau hơn một tuần lễ, hết sức chịu đựng, tôi lại nói với anh thư ký Lê Thượng G.:

– "Từ hơn một tuần nay, không đêm nào tôi ngủ được. Kể từ tối nay yêu cầu anh sắp cho tôi chỗ ngủ ở một nơi khác. Nếu không tôi sẽ vào ngủ trong cầu tiêu và tôi sẽ báo cáo quản giáo giải quyết".

G. xuống giọng –"Anh để tới thứ Bảy tôi sẽ sắp lại". Tôi vừa nói với G. sáng hôm trước thì sáng hôm sau cái "hệ thống tự quản quyền lực" ấy tan rã, khi tất cả tù được phân tán, biên chế vào các tổ đội chuẩn bị chuyển về Nam. Lê Thượng G., nhóm "tự quản" và "Ban thi đua" đều "ở lại đi chuyến sau".

**

Gia đình thăm nuôi
năm năm một lần hội ngộ

Trong những năm đầu ở Quảng Ninh, không có gợi ý nào từ phía Ban Giám thị cũng như phía tù đặt vấn đề thăm nuôi. Đối với tù cải tạo, có hai lý do về sự im lặng này. Thứ nhất cách thế đối xử có chừng mực của ban giám thị và công an ở trại này. Về chế độ ăn uống tuy có thiếu thốn nhưng không đến nỗi đe dọa đến tính mạng. Lý do thứ hai, trại Quảng Ninh nằm trong khu vực vùng mỏ than Mong Cáy, sát biên giới Trung quốc, rất xa và cũng rất trở ngại đường sá đi lại, nhất là đối với người từ trong miền Nam ra, hoàn toàn xa lạ. Không ai muốn gia đình phải khổ sở, lặn lội vượt cả ngàn cây số đường đầy gian lao ấy. Cũng với tâm trạng đó, chưa bao giờ tôi nghĩ đến việc nhắn người nhà ra thăm.

Cho tới sau 6 tháng kiên giam tại trại tù Lam Sơn, Thanh Hóa, sau khi hết kiên giam, biên chế vào đội trừng giới, sức khỏe đến hồi suy yếu, sức nặng chỉ còn 39 kg (bình thường 58-62 kí). Tôi viết thư nhờ người bạn có người nhà thăm nuôi, tiếp tế mang về Sài Gòn gửi bưu điện giùm. Tôi mong được gặp người thân, xin một số thuốc bổ như vitamin B1 và một số thuốc bệnh cùng một vài món thực phẩm. Còn nữa tùy hoàn cảnh ở nhà, có chi cho nấy. Biết tình trạng gia đình ra sao mà liệt kê "đơn đặt hàng". Ngày xách gói ra đi chỉ còn tiền một vài tháng lương cuối cùng, sau hai lần đổi tiền chắc chắn là còn lại con số không. Chiếc xe hơi cũ phải nhờ người tháo gỡ vỏ lốp, và các bộ phận "thủ tiêu" để giấu thành phần "tư sản".

Bà xã tôi được người hàng xóm có thân nhân "cách mạng" giới thiệu đi làm thủy lợi. Nhờ khả năng hay quan hệ cách nào đó được đem về văn phòng làm họa viên thiết kế. Làm được hơn năm năm thì phải nghỉ việc vì chồng "có nợ máu với nhân dân". Ngày tôi ra đi, nhà tôi mới 22 tuổi. Làm vợ gần hai năm, chưa làm mẹ thì xa nhau, tiếp tục làm dâu và chờ đợi cho tới mười ba năm, kể từ ngày lập gia đình mới sinh đứa con trai đầu lòng.

Từ Sài Gòn ra thăm tôi có nhà tôi, bố tôi, người anh cả kẹt lại bên kia vĩ tuyến 17, đã 25 năm không gặp nhau và cậu em rể chưa biết mặt, đó là lúc gặp nhau lần đầu tiên.. Sự có mặt của người thân từ trong Nam ra thăm đột ngột, tôi lấy làm bỡ ngỡ. Tôi không hề biết trước, vì gia đình không cho hay.

Buổi chiều hôm ấy, bầu trời đậm đặc mây xám, mưa lác đác từng đợt. Đội chúng tôi đang khuân vác gạch mộc (gạch chưa nung) phơi ngoài sân vào chất thành từng đống trong "nhà mát", nơi khu lao động, cạnh con đường dẫn vào khu cơ quan. Cả đội đang trong cơn bàng hoàng sau khi Ông Nguyễn Tấn Khải bị đống gạch mộc đổ xuống đè lên người làm ông ngất xỉu. Vừa thương vừa tội nghiệp thân xác già nua kia, vừa mênh mang buồn trước cảnh trời âm u hiu quạnh, vừa bi phẫn trước trước cảnh ngộ đọa đày của kiếp người, số đông anh em đứng ngóng về phía chân núi, về phía một góc trời. Bỗng anh Nguyễn Phúc Vĩnh kêu lên với tôi:

– "Ai như ông cụ ông, đến từ đằng kia kìa". Về tuổi tác, tôi coi Vĩnh như bạn vong niên, kém tôi nhiều tuổi. Anh làm cùng cơ quan với tôi nhưng khi vào trại ở chung mới quen biết nhau. Một vài lần Vĩnh xem ảnh gia đình tôi, thế mà anh ấy nhận ra ông cụ tôi từ đằng xa, dù chưa một lần gặp mặt. Hôm ấy tôi mặc quần đùi, áo tù và đội chiếc nón lá đã ngả màu thâm xám. Quần áo, tay chân dính đầy bụi đất.

Dù không tin, nhưng tôi cũng quay ra nhìn về phía đường cái. Đợi ông cụ tôi bước gần thêm một khoảng nữa tôi mới tin là sự thật. Tôi vẫn đứng bất động phía trong sân bãi, cách lề đường chừng hai mét. Nội quy cấm ngặt gặp và nói chuyện với gia đình khi chưa có phép của cán bộ. Khi bố tôi đến gần, tôi kêu lên – "Thầy! Con đây này". Bố tôi, ông lão tuổi bảy mươi, hình như không nhận ra tôi, Ông đứng sững, tay cầm hai nải chuối, ông thốt lên:

- Anh đấy à?

- Dạ, con đây. Nhà con đâu? Thầy đi một mình à?

- Vợ anh đang đi sau kìa. Có anh hai và chồng cô Th.

Ông cụ đưa cao nải chuối, kêu tôi bước lại lấy và nói:

- Này, anh đưa mời các anh người một trái.

Người cảnh vệ tiến lại nói với bố tôi:

- Không được, bác. Bác cầm lấy đi. Ngày mai ra nhà thăm nuôi anh ấy nhận luôn.

Cùng lúc đó, nhà tôi vừa bước đến. Nhìn thấy tôi, cái xách trên tay nhà tôi đang cầm rơi tuột xuống mặt đường. Tôi xúc động, sung sướng lẫn khổ đau như tê điếng. Đứng cách xa trên năm thước, tôi chỉ kêu lên một tiếng: – Em! Rồi đứng trân người như đang thủ diễn một vai trong một cuốn phim theo sự hướng dẫn của đạo diễn. Người đạo diễn ở đây là anh công an gác tù, từ nãy vẫn mang súng đứng gầm gầm dõi theo từng lời nói và động tác của tôi. Tôi thấy nhà tôi cắn lên làn môi dưới, nước mắt đoanh tròng.

Lòng ai không sắt se lại trước những phút giây xúc động ấy. Bỗng tôi nhìn xuống hai ống chân khẳng khiu trong chiếc quần đùi, áo quần lấm lem dơ bẩn. Tự nhiên tôi cảm thấy mắc cỡ, dù người đối diện là vợ mình. Tôi biết rất rõ tình yêu của nhà tôi dành cho tôi. Là một cô gái miền Nam, sinh ra và lớn lên giữa ở Sài Gòn trong một gia đình trung lưu, lễ giáo, chưa có va chạm nào với cuộc sống, vừa buông sách vở nhà trường là đi về nhà chồng làm vợ, làm dâu.

Cuộc sống lứa đôi của chúng tôi chỉ mới hai năm, đang hạnh phúc ấm êm giữa mùa hương lửa thì phải xa nhau. Nhà tôi không biết một tí ti gì về chính trị, về cộng sản, nên tôi băn khoăn không hiểu cô ấy nghĩ thế nào khi thấy cảnh sa cơ thất thế, với thân hình tiều tụy bệ rạc đến dường ấy của chồng mình, khác hẳn với cái thời xôn xao thơ mộng chỉ cách đó bốn năm năm.

Suốt gần chín năm trong lao tù, không bao giờ tôi có chút lo nghĩ, người vợ, người yêu của mình sẽ nản chí, yếu lòng mà quay lưng giã từ, đoạn tuyệt. Tôi biết rất rõ tình yêu của chúng tôi. Tôi biết nết na công dung ngôn hạnh của nhà tôi và tôi tin tưởng tuyệt đối vào mẫu mực gia phong mà nhà tôi đã được truyền thụ trước khi rời vòng tay bao bọc, che chở, yêu thương của ba má và các anh chị em trong gia đình ba mẹ vợ tôi.

**

Gia đình tôi tới nơi vào chiều thứ sáu nên phải đợi đến sáng thứ Hai mới được thăm. Suốt hai ngày cuối tuần đó tôi trông ngóng, hồi hộp. Trông ngóng, hồi hộp vì không biết tôi có được cho gặp gia đình không, bởi vì tôi đang trong thời gian kỷ luật, đang "hưởng" mức ăn C.

Đang bị giảm mức ăn mà cho thăm nuôi thì vô hình chung tự vô hiệu hóa biện pháp trừng phạt đã đề ra và đang áp dụng. Tuy chưa biết trước thế nào, nhưng tôi đã sửa soạn rất kỹ cho cuộc "hẹn hò" gặp gỡ ấy. Tôi lấy ra bộ quần áo duy nhất, mà cũng "bảnh nhất" để sẵn đó. Tôi kỳ cọ chân tay, cố tẩy sạch hết những cáu cặn, bùn đất còn bám trên các kẽ tay kẽ chân. Buổi sáng thức dậy tôi súc miệng đánh răng kỹ càng, ngồi chờ giờ lao động xuất trại sao mà lâu quá. Thường ngày sáng thức dậy, chưa kịp sửa soạn xong đã đến giờ ra sân tập họp để ra đồng lao động khổ sai.

Mười lăm phút trước giờ tù ra sân tập họp xuất trại, cán bộ quản giáo vào buồng bước lại gần tôi:

- Anh ở nhà, 9 giờ thăm gặp gia đình. Tôi "cảm ơn cán bộ". Thật lòng tôi cảm ơn người quản giáo này vì nếu không có sự đề nghị của quản giáo thì nhất định gia đình tôi phải quay về, có thể chỉ được gửi lại một số quà tiếp tế. Mẹ và vợ anh bạn tôi – Anh Lê Đình Kh. đã từng bị từ chối không cho gặp, chỉ vì anh Kh. đang "thụ án kỷ luật".

Trước 9 giờ sáng cán bộ trực trại vào buồng kêu tôi ra giao cho cán bộ thăm nuôi. Trước khi dẫn đi, người công an này khám xét kỹ túi quần, túi áo và giày vớ của tôi.

Đến nhà thăm nuôi, tôi được dẫn vào một căn phòng, ở giữa kê một cái bàn dài ba mét, hàng ghế băng (bench) hai bên. Đầu bàn là một cái ghế tựa. Người đang ngồi trên chiếc ghế này là nữ Trung úy công an, vợ của Giám thị trưởng Lê Xuân Thực. Gia đình tôi ngồi một bên; một mình tôi ngồi một bên. Tôi bước vào, lên tiếng "Chào cán bộ". Bà Trung úy công an bảo:

—"Anh ngồi xuống đó. Anh có 15 phút để thăm gặp gia đình", rồi bà ta quay sang hàng ghế bên kia bàn nói với gia đình tôi: -"Chị và bác tự nhiên". Nói là "tự nhiên" nhưng tai mắt nhà nghề của bà ấy bám sát từng câu thăm hỏi, gởi trao giữa cha con, chồng vợ, và anh em chúng tôi.

Năm năm, một khoảng thời gian đằng đẵng của tình cha con, của nghĩa vợ chồng, hai mươi lăm năm anh em ly biệt, và lần đầu tiên trong đời gặp mặt người em rể, biết bao nhiêu khắc khoải đợi chờ, bao nhiêu nỗi nhớ niềm thương, bao nhiêu tình cảm dồn nén, u-uất làm sao để có thể trao gởi, thông đạt đến nhau trong mười lăm phút phù du ấy. Hình như không ai nói được với ai một lời nào cho đủ nghĩa của cuộc gặp gỡ thâm tình hôm đó. Trước khi hết mười lăm phút, bà vợ ông Giám thị trưởng bảo tôi:

- Hết giờ rồi anh từ giã gia đình, nhận quà về trại.

Gia đình tôi đứng lên. Tôi cũng bước ra khỏi ghế ngồi đi theo Bố tôi và nhà tôi đến chỗ để quà, sắp từng gói hàng lên chiếc xe cút kít. Người cảnh vệ đi theo hối tôi "nhanh lên". Tôi nói lời từ giã rồi đẩy xe quà lùi xa. Tôi quay lại thấy cả bốn người đang đứng nhìn theo tôi. Chắc hẳn lòng đầy cảm thương đau xót. Năm năm ly biệt, chồng vợ gặp nhau, không có một lần nắm tay, không có một cái chạm khẽ... phải dửng dưng ngoài mặt, nhìn nhau nước mắt lưng tròng.

Tôi đẩy xe về đến cổng trại, người cảnh vệ bàn giao tôi cho phòng trực. Tất cả quà cáp của tôi được mở ra từng gói, khám xét từng món. Có một chai rượu xoa bóp (tôi đau khớp xương bàn tọa) bị giữ lại. Tôi làm đơn gửi ban Giám thị thông qua quản giáo. Mấy ngày sau tôi được quản giáo trao lại tờ đơn có bút phê của Giám thị trưởng Lê Xuân Thực: "Cho nhận lại". Tôi đưa tờ đơn cho cán bộ trực trại, và nhận lại được chai thuốc rượu.

Tôi ghi lại điều trên đây để nói thêm những gì tôi đã viết về ông giám thị này trong những bài trước. Tôi tâm niệm khi viết phải lắng lòng, không vì thiên kiến, không vì tình cảm ghét ưa để làm mất tính trung thực. Viết ra một điều gì, về một người nào không nhằm để hằn học, hận thù, để tố cáo; không nhằm để bêu riếu điều mình không ưa; không nhằm thóa mạ cá nhân người này người nọ... Tôi viết cho người khác đọc, trong đó có thân nhân của tôi, có bạn bè, có những người đã từng sống bên nhau nhiều năm, đã từng chia sẻ, chung đụng, đã từng là nạn nhân và là nhân chứng như tôi. Nếu mai sau có ai muốn tìm hiểu thời đoạn lịch sử đó, bài viết không thể dẫn dắt sai lạc sự thật mắt thấy tai nghe.

Được gặp người thân, có quà tiếp tế của gia đình, tôi lên tinh thần, căn bệnh đau khớp xương bàn tọa thuyên giảm dần dần rồi khỏi hẳn. Trọng lượng cơ thể có nhích thêm. Tôi không có dịp được xuống nhà bếp nên không được cân để biết chính xác. Điều quan trọng là tôi phớt lờ cái mức ăn hạng C. Và điều tôi tin tưởng tuyệt đối là tôi sẽ về. Tôi từng quả quyết với nhiều anh em điều đó. Không bao lâu sau khi thăm nuôi thì quản giáo cũng nâng tiêu chuẩn phần ăn của tôi lên mức B. Như vậy, ba tháng bị cắt bớt khẩu phần, mỗi ngày mất hai chén, ba tháng (90 ngày) tôi bị cắt bớt 180 chén cơm. Nếu một người ăn mỗi bữa ba chén thì số cơm cắt giảm khẩu phần của tôi có thể nuôi sống một người khác trong một tháng.

Chính sách giảm khẩu phần này đối với những người bị cùm xà lim được áp dụng trừ hai, hưởng một (giảm bớt hai chén) mỗi bữa ăn chỉ được một chén cơm với nước muối. Do đó, bất cứ người nào sau ba tháng ra khỏi xà lim cũng đều còn da bọc xương, xanh xao vàng vọt. Tình trạng của tôi, nếu không có thăm nuôi tiếp tế của gia đình; nếu "hưởng" mức C dài dài thì cũng nguy hiểm lắm. Cũng có thể mất mạng như chơi. Vì vậy phải thông cảm với những người tranh đấu, đến một lúc nào đó phải đấu dịu để bảo toàn tính mạng. Có những người như anh Nguyễn Đức Điệp ở trại Xuân Lộc vì trước sau vẫn một ý chí "bất cộng đái thiên" nên bị cùm đến chết. Tôi sẽ đề cập đến nhân vật này ở phần sau.

Tình trạng của những người được thăm nuôi tiếp tế giống nhau ở chỗ lấy lại sự ổn định tinh thần, lấy lại sức khỏe đã bị tiêu hao sau nhiều năm đói khát và lao động nặng nhọc. Một vài trường hợp lẻ tẻ thì ngược lại, sau khi được thăm nuôi, lại xuống tinh thần, sức khỏe sa sút thêm và có người không qua khỏi một vài con trăng sau đó. Đấy là trường hợp người tù thất vọng vì những thay đổi, đổ vỡ trong gia đình, phần nhiều là trường hợp người vợ đã quay lưng "giã từ anh nhé!". Oái oăm thay đi ôm cầm thuyền khác lại chọn anh cán bộ Vi Xi. Người tù không còn muốn sống khi nhìn thấy đàn con thơ dại bị đuổi ra khỏi nhà, gia cơ bị tước đoạt, vợ nằm trong vòng tay một gã mà mới ngày hôm qua hôm trước còn cầm súng đứng bên kia chiến tuyến với chồng mình. Trường hợp này không nhiều nhưng không phải là không phổ biến! Tôi sẽ kể vài trường hợp điển hình mà tôi biết rõ.

miếng ăn là miếng nhục

Người tù được thăm nuôi, vẫn hưởng khẩu phần tù như mọi người khác. Đã gọi là quà gia đình thì chỉ là để ăn dặm, ăn thêm, không ai vung vãi phủ phê; ngược lại còn chắt chiu dành dụm để phòng thân. Có người quá lo xa, để dành cho tới khi thức ăn quá hạn, mốc meo. Với người tù cải tạo, cái bánh mốc, chén cơm thiu không phải là đồ bỏ. Do đó mà lắm người mang thêm bệnh tật. Nhiều anh em giữ gìn ý tứ, tế nhị trước sự thiếu thốn, đói khát thèm thuồng của những người xung quanh. Sự mời mọc, cũng có nhưng chỉ là muối bỏ biển, một trận mưa nhỏ không đủ thấm ướt cả cánh đồng khô hạn. Thôi thì cứ người nào phận nấy. "phước ai nấy nhờ, lộc ai nấy hưởng.

Những cặp từng ăn chung nhau, từng san sẻ từ lúc còn "hàn vi" chưa nghĩ đến chuyện thăm nuôi tiếp tế. Một người được tiếp tế, cũng kể như cùng chung cả hai. Tù hình sự không bao giờ có trường hợp này. Hầu hết số đông tù địa phương không có thăm nuôi, không có tiếp tế. Thỉnh thoảng có một hai người có gia đình đến thăm, mang theo một vài kg khoai, bắp, gạo hay đậu phọng. Của cải ít ỏi đó có thấm vào đâu để chia chác, đãi đằng lễ nghĩa. Hơn nữa họ là thành phần hình sự đã quen với thói ... hình sự rồi.

Thời gian chúng tôi ở buồng kiên giam, bên kia là khu tù hình sự, có một anh gia đình đến thăm, mang vào được chừng hơn một kg đậu phọng còn nguyên vỏ. Tối ngủ anh này gác bịch đậu phọng trên giàn ngay chỗ đầu nằm. Một tù hình sự khác đêm khuya leo lên bốc mấy nắm, bị phát hiện, anh ta bị một trận đòn nhừ tử. Để trả thù, đêm hôm sau người khổ chủ mất đậu phọng bị một nhóm tù dùng mẻ chai đâm nát người và cắt đứt gân nhượng chân của nạn nhân.

Tù hình sự nhìn chung là một bức tranh lập thể, có những đường nét màu mè khó nhận dạng, khó ưa; nhưng tù cải tạo nhìn "toàn cảnh" vẫn là một bức tranh đẹp.

Thuở nhỏ tôi đã từng nghe Mẹ tôi nói nhiều lần câu ngạn ngữ "miếng ăn là miếng nhục" để chê bai những người có tính chụp giựt, không biết "ăn xem nồi, ngồi xem hướng". Thế mà giờ này tôi phải ngồi nói mãi về miếng ăn. Phải như sống ở Mỹ chắc chẳng có câu nói ví von, răn dạy ấy.

Tôi đã chứng kiến nạn đói năm 1945, tôi đã từng sống những năm đói rách kiệt cùng sau thời Cải Cách Ruộng Đất. Tôi tiếc cho những ai không qua một hai ngày, hay tốt hơn là một hai tuần lễ bị bỏ đói, không có một miếng gì cho vào miệng, không có một chút thức ăn nào lót lòng để thấu hiểu được nỗi dày vò của cơ thể, của tâm não, của thần kinh, khiến mọi giá trị tinh thần trở thành vô nghĩa.

Mấy nghìn năm trước, Khổng Phu Tử đã đề ra học thuyết "Hình nhi hạ" để chỉ cái hữu hình, cái vật chất, cái áo cơm, cái ăn cái mặc; và "hình nhi Thượng" để chỉ cái vô hình, cái phần tinh túy, cái giá trị tinh thần của cuộc sống.

Người cộng sản ngày nay lấy thứ "hạ tầng cơ sở" để hủy diệt thứ "thượng tầng kiến trúc" của con người. Họ "tinh khôn" ở chỗ đó. "Miếng ăn là miếng nhục". Miếng ăn đã được xử dụng để hạ thấp phẩm giá, nhân cách, để hạ nhục con người – con người trí thức, khoa bảng hay dân dã bình dân không thoát khỏi cái thường tình của nhu cầu vật chất. Chúng tôi biết điều đó và chúng tôi đã phải nhiều phen chống chỏi với điều đó.

Trong dịp Tết nguyên đán 1980, những thành phần "tiến bộ", "chiến sĩ thi đua", tổ trưởng, đội trưởng, trật tự, thi đua ở trại C Lam Sơn được Ban Giám thị mở "tiệc khao quân" mừng "thắng lợi vụ mùa" đãi ăn một bữa trưa có trà, có rượu. Sau bữa ăn, những người này về buồng, mặt đỏ gay, nồng hơi rượu. Số đông anh em chúng tôi tỏ ra khó chịu. Khó chịu không phải vì không được dự phần bữa ăn mà vì cảm thấy cái nhục chung, như câu ngạn ngữ của người xưa dạy dỗ "miếng ăn là miếng nhục". Tôi tin chắc rằng đại đa số người tù cải tạo đã nhiều phen chống chỏi với cái đói, cái thèm, cái cồn cào, cấu xé, nhưng không bao giờ thèm một bữa "tiệc khao quân" kiểu đó.

Một lần khác ở trại Z30A Xuân Lộc, tổ may góp tiền mua một con heo có triệu chứng bệnh, đã bỏ ăn một ngày. Nhiều người góp tiền mua con heo đem về làm thịt. Tôi không góp tiền và xin không tham gia. Anh tổ trưởng Huề bảo tôi không tham gia thì làm việc, may cho xong cái sơ mi. Tôi ngồi may, khi thấy anh tổ trưởng lấy ba (3)kg thịt heo nạc của chung anh em đem biếu hai nữ cán bộ, tôi phản đối việc làm đó. Vì tôi không dự phần nên tôi mạnh dạn nói ra. Nói thì nói, chứ chuyện biếu chác là quyền của tổ trưởng. Đến giờ ăn tất cả anh em năn nỉ, mời tôi một tô cháo lòng, nhưng tôi dứt khoát xin được chối từ. Tôi xin một tô bưng đến cái hồ nước mời anh Nguyễn Đức Điệp, người nằm xà lim trường kỳ, vừa được xả cùm một tuần lễ nhân dịp Tết Nguyên đán. (Tôi sẽ trở lại với nhân vật này trong một bài khác). Anh tổ trưởng nói một câu bâng quơ nhưng cố ý nói với tôi "ở tù mà không chịu yên thân". Đúng vậy, ở tù khi nào mà chẳng đói, chẳng thèm thuồng, chẳng bị bức bách, nhưng con người hơn nhau ở những lúc biết nhìn ra "miếng ăn là miếng nhục", biết tránh né, phản kháng những gì làm sỉ nhục đến nhân cách con người.

Tôi lại phải nói thêm một chi tiết khác nữa về "miếng ăn, miếng nhục". Vào dịp trước Tết Canh Thân 1980, gia đình cô em gái và bà chị của tôi, từ Hà Tĩnh gửi cho tôi một gói quà gồm hai ký nếp, một ký đậu đen và một ký đường cát. Đó là món quà của cô em gái và ông anh bà chị đã 25 năm chưa gặp lại nhau. Tôi cảm động, vui mừng một phần vì nghĩ rằng thế là tôi có một cái Tết "linh đình", nhưng phần khác vì sợi dây máu thịt của Mẹ cha như vừa nối liền lại giữa anh chị em chúng tôi sau đúng một phần tư thế kỷ cách ly vì mối hận sông Gianh, Bến Hải!

Tôi được gọi ra sắp hàng lãnh quà. Tôi thấy người đứng trước tôi là Nguyễn Duy Q. lãnh một lúc ba bao quà, có đủ mọi "nhu yếu phẩm" như mì gói, bột gạo, muối mè, đậu xanh, đậu trắng, gạo, nếp, lu bù... Người nữ cán bộ xét quà, trạc tuổi bốn mươi đẩy những gói, bọc ngổn ngang sang một bên và một nam cán bộ nói với Q. "Anh nhận đi".

Đến lượt tôi xưng tên họ, người nữ cán bộ lấy gói quà, mở ra và câu nói mở đầu của chị ấy là: "Nghệ Tĩnh mà có nhiều nếp gạo thế này cơ à". Tôi im lặng vì đó không phải là câu hỏi dành cho tôi và giọng điệu đã nói lên một cái gì đó của ganh tức, nếu không phải là thù hận. Rồi người nữ cán bộ hất hàm:

- "Gói quà của anh chúng tôi giữ lại đấy nha!"

Quả thật quyết định đó của người nữ cán bộ hoàn toàn ngoài dự đoán của tôi. Tôi ngạc nhiên hỏi:

- Tại sao, Cán bộ?

- Nội quy cấm đun nấu. Không được mang thức ăn sống vào trại.

Tôi vẫn ôn tồn:

- Thưa cán bộ, đó là món quà vào dịp Tết. Hơn nữa tôi thấy vừa rồi anh Q. được mang vào tất cả cũng gạo, nếp, đậu và còn nhiều hơn những thứ này.

Bà cán bộ trả lời tôi:

- Chúng tôi giải quyết từng trường hợp.

Tôi nói thêm:

- Kể cả gói đường tôi cũng không được lãnh hay sao, cán bộ?

Bà ta làm bộ như lỡ quên:

- "À, đường chúng tôi cho anh nhận đấy".

Tôi cầm lấy bịch đường buộc túm lại. hai ba anh thi đua trật tự Nguyễn Văn M, Huỳnh Ngọc Đ. phụ giúp cán bộ khuân vác các gói quà, đứng nhìn tôi thản nhiên hơn người xa lạ. Trở về buồng, tôi "an ủi" người bạn partner của tôi "Thế là tết này cũng ngọt rồi đấy anh ạ".

Dịp đó quản giáo đội đi phép ba ngày trở về, tôi báo cáo trường hợp gói quà của tôi và yêu cầu phản ảnh lên ban Giám thị giải quyết. Hai hôm sau quản giáo vào dẫn đội đi lao động, nói riêng với tôi:

- "Quà của anh không còn nữa. Nếu tôi về sớm được vài ngày thì còn".

Tôi và anh bạn partner của tôi đã từng dự kiến trường hợp này nên tôi không ngạc nhiên và cũng không mong gì nhận lại, nhưng tôi muốn cả quản giáo, cả ban giám thị biết chuyện đó. Có lẽ vì vậy kỳ thăm nuôi sau đó, ông Thực chỉ thị trả lại tôi chai rượu xoa bóp.

Tất cả những thứ đó bây giờ nhìn lại chỉ là một phần của hạt bụi rơi rớt dọc đường. Nhưng chỉ những người trong cuộc, chỉ những người từng bước qua đoạn đường đó mới thấm cảm được nỗi buồn nhân thế.

Đến giờ này, thật sự lòng tôi có nhiều ân hận xốn xang. Tôi thật lòng thương hại người nữ cán bộ đó, cũng như những người công an mà tôi từng tỏ thái độ cự nự, khó chịu. Chúng ta đã từng là những kẻ một thời hưởng thụ trong xã hội miền Nam sung túc, đã từng ăn ngon mặc đẹp, lên xe xuống ngựa, nhưng với họ trước khi khoác bộ áo quần cán bộ, công an, họ từng lam lũ, đói rách, thiếu thốn. Biết đâu người nữ công an kia đang có những đứa con nheo nhóc, rách rưới ở nhà. Biết đâu chính bà ta cũng đang thèm thuồng đói khát như chúng tôi lúc đó. Nhiều lần tôi đã thổ lộ với nhiều bạn hữu niềm ân hận của tôi khi tôi giằng lấy lại bằng được cái thìa Inox USA, loại thìa phát cho quân đội trước 75, cái thìa đó tôi còn giữ được từ ngày rời quân trường trở về cuộc sống công chức và mang theo đi tù, mang sang tới Mỹ, như một kỷ vật.

Trong mấy ngày chuẩn bị chuyển về Nam, hành lý, đồ đạc của tù được khám xét rất kỹ nhiều lần. Khi ra bãi sửa soạn lên xe để chở ra nhà ga Thanh Hóa, mọi người lại phải bỏ hết đồ đạc ra để khám xét lần cuối cùng. Những thứ gì không được mang lên tàu được gom lại một chỗ. Một anh công an lấy cái thìa Inox của tôi bỏ vào những thứ bị thu giữ. Người công an quay đi mấy bước, tôi đứng dậy, bước tới lấy lại cái thìa. Anh ta quay lại thấy cái thìa trên tay tôi, bèn ra lệnh "Anh bỏ xuống". Tôi thả vào trong túi xách của tôi. Người công an lại lục túi lấy cái thìa ném về phía đống đồ thu giữ và ném lại cho tôi một cái muỗng nhôm.

- "Tôi chuyển trại chứ không phải được về. Tôi cần có phương tiện tối thiểu để ăn uống. Cán bộ không được lấy của tôi".

Tôi vừa lên tiếng cự nự, vừa lấy cái thìa cầm về chỗ ngồi. Viên Đại úy đi qua kêu lên "Các đồng chí để cho các anh ấy lên xe cho kịp giờ". Mọi người nhanh nhẩu xách đồ đạc đứng lên vào hàng lần lượt lên xe.

Một ngày trước đó cuộc lục xét còn quy mô "dữ dằn" hơn nhiều. Mỗi thứ được bày ra từng món như hàng chợ trời, như bày bán Garage Sale ở Mỹ. Cán bộ, công an, đứng nhìn ngắm, rồi lục xét, mần mò từng món. Món gì không ưa, cũng như món gì ưa thích là lấy bỏ sang một bên. Không ai có quyền năn nỉ, van xin, khiếu nại. Trong số những món bị lấy bỏ sang một bên có cái va-ly Samsonite của ông Lê Qúy Ky (Phó Tỉnh). Người công an lấy cái Samsonite bỏ sang một bên, thế vào đó bằng một cái túi xách, rồi bảo ông Ky xếp đồ đạc lại. Ông Ky không dám lấy lại cái valy nhưng cũng không chịu xếp đồ đạc vào cái túi lạ hoắc, đứng chần chờ hơn một tiếng đồng hồ thì người công an sai anh "thi đua":

- Anh Đ. anh cầm cái hòm vào buồng cho tôi.

Đ. bước lại mấy bước thì một công an khác lại gọi Đ. sai bảo một việc khác. Người tù Trần Thượng Kh. nhanh trí lấy cái valy đem về buồng cất ở chỗ nằm. Người công an cứ ngỡ là anh "thi đua" đã đem về buồng, anh thi đua lại nghĩ là cán bộ đã lấy. Cái va ly cuối cùng không mất. Nhưng khi về đến trại Z30A Xuân Lộc, thay vì làm một cử chỉ đẹp, trả lại cho khổ chủ thì Trần Th. Kh. lại gửi về nhà trong lần thăm nuôi đầu tiên.

Nếu như lúc đó tôi mà lắng lòng được như lúc này, như thời gian sau khi đến Mỹ, không những tôi đã để yên cho người cán bộ lấy cái thìa Inox, mà tôi còn cho luôn cả bút máy Parker, cái hộp quẹt Zippo, cái cắt móng tay, cái razor cạo râu, cái sợi giây nịt, cả cuốn album .. những thứ mà cả một đời người cán bộ kia chưa hề nhìn thấy, chưa hề được cầm trên tay. Nghĩ lại tôi thương người cán bộ tịch thu hụt cái va ly Samsonite. Những thứ đó có đáng gì so với niềm vui, hạnh phúc của người được sở hữu những thứ họ từng ước ao, thèm muốn mà họ nhìn thấy.

khi các đồng chí quay súng vào nhau

Không chỉ giữa những người tù trong cảnh khốn cùng mới nảy sinh khuynh hướng trở mặt của một số ít phần tử nông cạn, ích kỷ. Trong hàng ngũ của những người đồng chí cộng sản, sự đối kháng, triệt hạ lẫn nhau còn gay gắt, tàn bạo hơn. Hai tiếng "đồng chí" trên thực tế không phải là tiếng "xưng hô" giữa những người cùng chí hướng, cùng lý tưởng, cùng tình cảm nghĩ suy, sẵn sàng hưởng ứng và chia sẻ mọi hoàn cảnh với nhau để tiến về cùng một mục đích. Hai tiếng đồng chí là hai tiếng xưng hô để nhận ra nhau cùng đứng dưới một thể chế, một quyền lực luôn luôn phải tuân thủ, phải chấp hành, dù có là đảng viên hay không. Đảng, được hiểu là tổ chức ban phát quyền lợi, cơm áo, hạnh phúc, khổ đau, kể cả sự sống hay cái chết của mỗi con người dưới chế độ. Vì quyền lợi, vì thành kiến, vì bất cứ một sự xích mích, bất hòa nào, người đồng chí sẵn sàng dùng mọi thủ đoạn để triệt hạ lẫn nhau.

Trong lịch sử 70 năm tồn tại của chủ nghĩa cộng sản trên phần đất Đông Âu, Đông Đức, và tại Nga, lịch sử đã chứng kiến sự tranh giành quyền lực từng diễn ra khốc liệt giữa những người đồng chí chóp bu điện Kremlin, nhất là từ sau cái chết của Stalin năm 1950. Sự giành giựt, hất cẳng, triệt hạ giữa người này với người kia, giữa nhóm này với nhóm nọ để nắm quyền lãnh đạo Khối Cộng sản thời kỳ đó đã gây không ít lúng túng cho những người cọng sản Việt Nam.

Một thời gian ngắn sau khi những vùng do Việt Minh kiểm soát trên miền Bắc làm lễ tang Stalin, người dân thấy treo ảnh lãnh tụ Liên Xô Bunganin bên cạnh ảnh Hồ Chí Minh, một bên là ảnh "Mao Chủ tịch". Mấy tháng sau ảnh Bunganin bị gỡ xuống thay vào đó ảnh Malenkov. Người dân quê Việt Nam chưa biết tông tích con người của cái ảnh vừa được treo lên thì một thời gian ngắn sau ảnh Malenklov đã bị âm thầm gỡ xuống trong đêm. Ảnh một "lãnh tụ vĩ đại" khác là Molotov được treo cạnh ảnh "Hồ Chủ Tịch". Molotov lên nắm quyền lãnh đạo Liên Xô và thế giới cộng sản được mấy tháng, Tố Hữu chưa kịp làm bài thơ mừng lễ đăng quang thì Kruchev lên thay, Molotov từ đó im hơi lặng tiếng, không ai biết còn tại thế hay đã bị cho đi "mò cua" từ lâu. Kruchev nổi tiếng về vụ rút giày đập lên bàn giữa phiên họp Đại Hội đồng LHQ năm 1960, nhưng không bao lâu sau lại bị lột áo cho về vườn. Khi qua đời chỉ có 14 người đi dự đám tang.

Tình hình thế giới trở nên sôi động và có nhiều biến chuyển, ảnh hưởng rất lớn đến chính sách đối nội, đối ngoại của Liên Xô, nội tình điện Kremlin xáo trộn, nhóm Kosiguin, Chenenko bị bỏ phiếu truất phế, Gobachev lên làm Tổng Bí Thư. Do chính sách đổi mới cấp tiến Gobachev bị nhóm CS bảo thủ làm đảo chính. Yelsin cứu thoát đem về giam lỏng rồi cách chức, lên nắm Tổng Bí Thư. Yelsin rời chính trường giao quyền lại cho Putin.

Trung Quốc cộng sản đàn anh "môi hở răng lạnh", sau khi Mao qua đời cũng trải qua một thời kỳ đấu đá giành nhau ngôi vị giữa các đồng chí rất chi là tận tình. Đặng Tiểu Bình bị Hoa Quốc Phong cho ngồi chơi xơi nước, sau một thời gian quy tụ được vây cánh xuất hiện trở lại lật đổ Hoa, triệt hạ nhóm "tứ nhân bang" do Giang Thanh, vợ Mao cầm đầu.

Thượng tá Trịnh Văn Thích: "tao bị lột áo giữa sân khấu"

Thượng tá Trịnh Văn Thích, người Thanh Hóa là Giám thị trưởng trại Z30A Xuân Lộc, gồm ba phân trại A,B,C. Trại A Và B cách nhau một hàng rào, trại C cách hai trại này cỡ ba cây số. Thích bị đàn em làm đảo chính. Thg/tá Thích bị tố cáo tội khai thác gỗ quý bán lấy tiền bỏ túi, chở cả xe của cải về quê (Thanh Hóa) làm giàu...

ông Thg/tá bị Bộ Nội vụ cách chức, Thiếu tá Huyên, giám thị phân trại A lên thay. Ông xếp chạy ra Bộ Nội vụ một tuần sau trở vào, văn phòng và nơi ở đã bị niêm phong. Ông ngồi chờ một tuần lễ không được người đồng sự cấp dưới của mình trước đây tiếp. Ông không được phép lấy ra một thứ gì. Thượng tá Thích nói với một tay đàn em thân tín khi người này đến thăm: "Tao bị lột áo giữa sân khấu". Đúng là một câu nói để đời.

Một phó giám thị phân trại A xuân Lộc là trung úy Lạng

bị đàn em là một cảnh vệ làm cho thân bại danh liệt. Viên Tr/úy này đi cùng một đàn em, tài xế xe của trại, về Sài Gòn công tác. Nhân tiện người Tr/úy bảo tài xế lái đến nhà một tù cải tạo đã được thả. Đến nơi hai người khách được chủ nhà là một "cựu tù" đãi đằng rượu thịt no say. Khi khách ra về chủ nhà thấy anh Tr/úy thích cái quạt máy nên biếu luôn. Cuối tuần lễ sau đó trong một buổi họp viên Tr/úy bị người đàn em đem chuyện ăn nhậu, nhận quà kia ra tố cáo. Thế là một tuần lễ sau đó ông cuốn gói về quê.

Chuyện vài anh cảnh vệ "tép riu" tôi kể ra đây thật ra chỉ làm tốn công hao giấy, nhưng để bức tranh toàn cảnh của trại tù cải tạo có đủ những màn hoạt cảnh bi hài thực một trăm phần trăm.

Một buổi sáng đội chúng tôi được dẫn tới một khu tương đối xa khu vực trại C, Thanh Hóa. Anh đội trưởng sau khi gặp Quản giáo lại nói với anh em: anh nào có tiền lưu ký gom lại quản giáo sang xóm nhà dân phía bên kia cánh đồng mua cho chuối hoặc mít chín. Tiền được gom lại, quản giáo cầm đi.

Khi thấy "người đồng chí" của mình đi bộ khoảng 20 phút tới xóm nhà dân bên kia cánh đồng, vừa khuất trong xóm, viên cảnh vệ gác tù, kêu đội trưởng tập họp đội kéo về trại. Cả đội được dẫn về tập họp trên bãi đất trước cổng, đứng chờ. Một lát sau, viên quản giáo về tới, hai cảnh vệ lời qua tiếng lại, cảnh vệ quản giáo rút súng lục ra, cảnh vệ súng dài lên đạn, nhưng cả hai chưa kịp bóp cò hay do kềm chế được, nên súng chưa nổ. Kịp lúc, hai công an khác từ văn phòng Ban Giám thị đến, thay thế người cảnh vệ buổi sáng, dẫn tù ra đồng lao động tiếp. Đám tù chúng tôi một phen hú vía sợ lạc đạn.

ăng-ten gián điệp cài vào H.O

Năm 1980, sau những xáo trộn đấu tranh tuyệt thực, đội kiên giam được thả, biên chế về Phân trại C, nhìn chung toàn trại đã đi vào "nề nếp" ổn định. Một hôm, Võ Thanh T. được gọi lên văn phòng Ban Giám thị làm việc từ sáng đến trưa.

Tuấn

Buổi trưa đi lao động về, trong bữa cơm ba người "ăn chung" gồm Kh., T. và tôi. Tôi và anh Kh. lớn hơn T. nhiều tuổi nên T. xưng tên và gọi "hai anh". T. kể lại và cũng là để nói với hai người trong nhóm:

- "Sáng nay BGT làm việc với T. bốn tiếng đồng hồ. Trước tiên họ hỏi T. về hoàn cảnh gia đình. Rồi dần dần họ nói về bà chị của T. ở Pháp và ông chú của T. ở Mỹ. Tiếp đến họ kể chuyện về đời sống ở Mỹ, lái xe như thế nào, ăn ở ra làm sao. Rồi họ đi thẳng vào câu chuyện sẽ thả T. về sớm, và cho xuất cảnh sang Mỹ, trước khi đi sẽ dạy cho T. học lái xe thành thạo. Tuấn sang đó làm ăn và làm những gì có lợi cho đất nước.."

Câu chuyện T. kể còn dài, suốt bữa cơm, nhưng tựu trung là BGT trại C Lam Sơn Thanh Hóa đưa ra những lời hứa hẹn, khuyến dụ T. làm gián điệp cho CS khi được thả và cho ra nước ngoài. T. nói với chúng tôi:

- "Xin hai anh cho T. ý kiến, T. phải sử sự thế nào về vụ này. Nó nguy hiểm lắm chứ không phải chuyện chơi".

Thay vì đưa ra ý kiến giúp T. hai anh em chúng tôi góp ý:

- "Dĩ nhiên trong hoàn cảnh này, T không thể từ chối thẳng thừng. Trong trường hợp T. được thả và cho đi thì T. sẽ xử sự thế nào sau đó?"

T. trả lời rất thành thật:

- "T. sẽ ra đi và khi sang đến Mỹ, T. sẽ khai báo với nhà chức trách Hoa Kỳ tất cả nội vụ và xin được bảo vệ".

Hai anh em tôi rất tâm đắc với suy nghĩ, tính toán của T. và trả lời T. :

- "Nếu T. cần một lời khuyên của anh em bọn này thì cũng chỉ có thể đưa ra lời khuyên như T. vừa nói thôi".

T. chờ đợi và ba anh em chúng tôi chờ đợi, nhưng từ sau buổi tiếp xúc đầu tiên ấy, không có một lần tiếp xúc nào khác nữa, cho tới ngày mỗi anh em chúng tôi phân tán đi mỗi người mỗi trại vào cuối năm 1980. T. và gia đình đi H.O hiện cư ngụ tại miền Bắc California. Thỉnh thoảng ba anh em chúng tôi có gặp nhau.

T. có một người chị là nữ tu Thiên Chúa giáo ở Pháp và ông chú trước năm 1975 là người quản lý nhà thờ Dòng Chúa Cứu Thế, đường Kỳ Đồng.

Cũng có những xầm xì trong giới H.O về mấy "đối tượng" bị cho là trước khi lên lên máy bay sang Mỹ họ đã đến tiếp xúc Sở Phản Gián VC. Không ai có bằng chứng nào cụ thể mà chỉ nói theo tin đồn hoặc theo nhận xét cá nhân.

Một vụ thứ hai tôi được biết một Tr/tá Quân đội, lớn hơn tôi nhiều tuổi, do cảm tình tin cậy, ông thổ lộ cho tôi biết trường hợp ông bị cài, để tôi như là một nhân chứng, nếu về sau có xẩy ra chuyện gì, ví dụ ông bị CS hãm hại, hay bị tai tiếng do chính CS xì ra khi ông từ chối cộng tác.

Có một người công an đến làm quen mời ông đi uống cà phê. Rồi sau đó ngỏ ý ghé nhà thăm ông. Khi qua lại anh công an mặc thường phục. Vài tháng sau họ đặt thẳng vấn đề mốn ông Tr/tá hợp tác với nhiệm vụ đến thăm một số viên chức chế độ cũ xem họ "đời sống sinh hoạt thế nào". Họ đưa tên và địa chỉ nhà những người "cần đến thăm", hẹn mỗi tuần đến quán cà phê báo cáo.

Ông Tr/tá không từ chối thẳng, nhưng không đi đến nhà nào. Trong vài tuần lễ đầu ông có tới quán cà phê theo hẹn. Ông viện lý do, cảm bệnh, hoặc bận việc nhà không đi đâu được. Sau đó ông từ chối dứt khoát và không tới quán cà phê lần nào nữa. Sau khi "đoạn giao" với "đầu mối", ông đến gặp tôi và cho tôi biết sự việc. Ông và gia đình đến Mỹ theo diện H.O. Có lần tôi gặp ông trong một buổi sinh hoạt văn nghệ tại miền Bắc California.

Một mình tôi biết được hai trường hợp cụ thể "mắt thấy tai nghe". Vậy trong số hơn 100 ngàn H.O liệu còn có bao nhiêu con người và vụ việc khác? Câu hỏi này tìm câu trả lời ở đâu? và ai trả lời được??

**

Chương XII

Châu về Hiệp Phố

Xin từ biệt một cảnh đời,
tường xây cửa sắt tình người lạnh căm
Xin từ biệt những tháng năm
mồ hôi máu lệ nhục nhằn đắng cay.

Có biết bao chuyện hợp tan trên đời – thương hải tang điền – xưa nay từng xé lòng bứt ruột thế nhân. Trong đời tôi, đã bao lần trầm lòng trước những cuộc hợp tan não nuột – Ngày rời bỏ quê hương bản quán ra đi biền biệt đến bây giờ; ngày xách túi hành trang với vài bộ quần áo, từ giã gia đình, đành đoạn bỏ lại những yêu thương bịn rịn để ra đi "trình diện" vào tù, từ đó tôi cứ mãi nôn nao với những lần hợp tan, tan hợp. Khi rời Quảng Ninh về Thanh Hóa, nhìn lại phía sau núi rừng trùng điệp heo hút, tôi cứ mãi chập chờn với lẽ thịnh suy. Người cộng sản không thể lường trước được viễn ảnh của việc đưa hàng nghìn tù từ trong Nam ra rồi lại phải đưa trả về Nam.

Nhưng lần rời khỏi cái "địa ngục trần gian" trại Lam Sơn, Thanh Hóa sau hơn hai năm tủi nhục, đắng cay, mồ hôi nước mắt và sinh mệnh con người, tôi cứ mãi miên man với niềm vui, nỗi buồn, với khổ đau và hạnh phúc, như xen lẫn, hòa trộn vào nhau trong giờ ăn giấc ngủ, trong tim óc, trong cuộc sống của tôi, cho tới mãi hơn 20 năm sau, khi ngồi viết lại những dòng hồi ức này vẫn như chuyện mới ngày hôm qua hôm trước.

Người ta xây thiên đường hạ giới bằng ảo tưởng, để chúng tôi, cùng nguồn cội Âu Cơ bị đẩy vào địa ngục trần gian có thật bởi cuồng tín giáo điều và lòng thù hận.

Năm năm với hầm phân hố xí, với xích sắt, gông cùm, với khai hoang, phá rẫy, đắp bờ, đào ao, làm nhà, dựng trại, xây xà lim; Năm năm bo bo, khoai sắn, chén nước canh, nước muối, chén cơm gạo hẩm bữa có bữa không, đói rách, khổ nhục, đọa đày... Giữa bóng đêm mù mịt ấy, ánh sáng lờ mờ phát ra từ hai bóng đèn đoàn tàu Xuyên Việt rọi sáng niềm tin và hy vọng – "Hy vọng đã vươn lên trong màn đêm..." – Đoàn tàu ngày nào chở những đoàn tù bất hạnh ấy ra đi, nay đang chở họ trả về phương Nam, nơi có những bà mẹ già, có những người vợ trẻ, có những đàn con thơ, có bao người thân thuộc, và có cả một đất trời đang ngày đêm chờ đợi, ngóng trông. "Chúng ta sẽ về Nam".

Chúng ta sẽ về Nam. Đó là điều tôi đã quả quyết với nhiều anh em trong những lúc bàn luận riêng tư. Thời gian còn ở phân trại B, tù cải tạo được yêu cầu khai thân nhân và địa chỉ ở nước ngoài, nếu có. Một số anh em không dám khai vì sợ bị gài bẫy, sợ bị đánh lừa để "người ta" tìm cách chất chồng thêm tội, có lý do kéo dài thêm thời gian giam giữ. Nhưng cũng có người tin tưởng "sẽ có chuyện gì đây". Họ nghĩ ai có thân nhân ở nước ngoài chắc sẽ được cho xuất cảnh. Họ mạnh dạn liệt kê đầy đủ.

Tôi không sợ bị gài bẫy, cũng không nghĩ sẽ được tống xuất, nhưng tôi cũng nghĩ chắc "có chuyện gì đây". Tôi ghi ra hết những người có liên hệ họ hàng mà tôi biết đang ở nước ngoài. Tôi không có một thân thuộc trực hệ nào, nên tôi chỉ ghi một người cháu gọi tôi là cậu ruột ở Pháp và hai người bà con xa ở Mỹ. Chỉ nguyên sự việc này đủ là một đề tài để suy luận, bàn tán. Trong một lần "tán gẫu mà chơi", tôi đưa ra lập luận: Nếu chúng ta không chết, chúng ta phải được thả về, mà về thì chắc chắn chúng ta không thể sống với chế độ này được, và đã chắc gì chế độ để cho chúng ta sống chung. Như vậy chúng ta phải ra nước ngoài, và chế độ cũng muốn chúng ta đi cho nhẹ gánh. Điều kiện thuận lợi nhất để ra đi là phải có thân nhân ở nước ngoài bảo lãnh.

Nghe tôi nói có vẻ xuôi tai, hai người ngồi cạnh tôi, một là bạn tôi, và người thứ hai là anh Ng. V. K. (Chánh Sở T.P. BTL/CSQG) sau đó nhắn vợ ra thăm để dặn người bạn đời của mình hãy về thu xếp mà vượt biên, tìm tương lai cho con cái. Cả hai bà vợ làm theo lời chồng, làm theo ý muốn của người bạn "trăm năm". Nhưng sau khi đến được bến bờ tự do, trong hoàn cảnh bơ vơ đơn chiếc, cả hai bà đi tìm bến đậu. Khi biết chuyện, tôi cứ mãi băn khoăn. Không biết có phải vì suy nghĩ vu vơ của mình mà nên nỗi bẽ bàng cho người đi kẻ ở.

Điều mong muốn của tôi đã trở thành niềm tin sắt đá "Chúng ta sẽ về Nam", cuối cùng đã thành sự thật. Không khí sinh hoạt nề nếp sắt máu của cả trại tù bỗng vỡ bùng, xô ngã mọi trật tự chặt chẽ qua một hệ thống quản lý khắt khe từ Ban Giám thị xuống đến "Ban tự quản" gồm thi đua, trật tự, đội tưởng và tổ trưởng.

Trong thời gian mấy tháng trước đó Ban Giám thị đã tìm mọi cách đính chính, trấn an và trấn áp dư luận về việc chuyển trại về Nam. Chính những con người trong "ban tự quản" từng theo dõi, báo cáo những ai phổ biến "hot news", loan truyền "tin thất thiệt", giờ phút đó họ ngỡ ngàng, có lẽ cả hoang mang giao động. Quyền lực, với chút đặc ân, đặc lợi đã vuột khỏi tầm tay.

Hot news trong trại tù phải được kể là một món ăn tinh thần rất bồi bổ. Khi một người được thăm nuôi về đến buồng, nhiều anh em xúm lại, không phải để "xơ múi" miếng bánh, cục kẹo, mà là để nghe ngóng tin sốt dẻo. Có những hot news nghe là tin được, tin ngay như trường hợp vợ anh A cho biết anh B. cạnh nhà đã được chuyển từ ngoài Bắc về Rừng Lá, gia đình vừa đi thăm tuần trước. Cũng có những tin nghe xong phải để đó, phải coi lại. Tin ngay có khi bị hố! Như trường hợp của tôi. Hồi ở chung buồng giam tại phân trại B Thanh Hóa, Ông Đ/tá (Thiết giáp) nói với tôi, sáng 30 tháng Tư ông ấy có mặt tại Tòa đại sứ Mỹ ở đường Thống Nhất, khi biết mission di tản chấm dứt, Nghị sĩ Đặng Văn Sung, Chủ nhiệm báo Chính Luận đã rút súng tự tử ngay tại sứ quán Mỹ. Tôi tin, tin lắm vì đó là lời nói trực tiếp của một con người đáng tin, không có gì để phân vân ngờ vực. Sang đến Hoa Kỳ, mấy năm sau đọc báo, tôi mới hay điều tôi tin chắc như bắp suốt bao năm ròng chỉ là tin vịt. NS Đặng Văn Sung đã được Mỹ đưa đi trước giờ thứ hai mươi lăm.

Một lần khác, tôi nghe một bạn tù hát mấy câu "*Bao năm qua rồi còn mãi ra đi. đi theo loanh quanh cho đời mỏi mệt, trên hai vai ta đôi vầng nhật nguyệt, rọi suốt trăm năm một cõi đi về*". Cả nhạc và lời hay quá, từng chữ từng câu đều đắt giá. Tôi hỏi và được trả lời là của nhạc sĩ Phạm Duy. Rồi người bạn tù kể tiếp, nhạc sĩ Phạm Duy chết rồi. Chết trong khi đang ôm đàn, đang đứng trên sân khấu hát một ca khúc thương xót thân phận đồng bào ở lại và những người tù đang chịu đựng khổ đau. Vì quá xúc động, ông bị ngất xỉu trên sân khấu và một lúc sau ông qua đời.

Tôi tin, tin lắm và tôi học thuộc mấy câu trong ca khúc "bao năm qua rồi còn mãi ra đi..." thuộc đến bây giờ. Qua lời ca và giọng nhạc, tôi "nghi ngờ" là của nhạc sĩ Trịnh Công Sơn, nhưng lại tin lời người bạn tù với cái hot news về NS Phạm Duy rất là cảm động. Khi được thả về Sài Gòn, có một lần duy nhất tôi được nghe bản "Huyền Thoại Mẹ" của TCS do chính tác giả hát trên Truyền hình, nhưng không hề nghe bài "Một Cõi Đi Về" cho tới ngày sang đến Mỹ. Đến Mỹ lần hồi quen thân với nữ nghệ sĩ Kiều Loan, ái nữ của nhà thơ

Hoàng Cầm, mới hay nhạc sĩ Phạm Duy còn sống sờ sờ ra đó, còn sáng tác nhiều bản nhạc khác để đời. Và "bao năm qua rồi còn mãi ra đi..." là của người nhạc sĩ họ Trịnh.

Hot news trong tù là một "món quà" thời thượng để tặng nhau làm niền vui, làm niền tin và hy vọng. Có những hot news từ ngoài lọt vào, độ khả tín rất cao, nhưng cũng có những hot news do tù sáng tác, phịa ra để đánh lừa các bạn mình và có khi đánh lừa cả chính mình nữa. Nhưng hai lần hot news ầm lên khắp trại Quảng Ninh năm 1978 và ở trại Lam Sơn năm 1980 thì hoàn chính xác. Tin đồn đại ấy chỉ không loan báo được ngày giờ di chuyển chứ các chi tiết khác diễn tiến như mọi người đã được nghe bàn tán trong dư luận.

Dưới con mắt người tù cải tạo, mọi chi tiết xẩy ra bên lề đều được ghi nhận, suy diễn, đánh giá và lượng định tình hình. Một phái đoàn từ phân trại A đến phân trại C cách đó mấy ngày, trong đoàn có đại tá công an Hoàng Thanh đã củng cố cho tin chuyển trại trong dư luận là điều chắc chắn. Mỗi lần ông Hoàng Thanh xuất hiện là có chuyển trại hay có một "cái gì đó". Trước ngày tù xuống tàu Hồng Hà ra Bắc, ngày rời Quảng Ninh về Thanh Hóa, ngày dẹp xong cuộc nổi loạn của tù cải tạo tại phân trại C đều có sự xuất hiện của nhân vật này.

Trên Chuyến Tàu Xuôi Nam

Cuộc "chuyển quân" khởi động vào sáng sớm ngày 26 tháng 12 -1980. Đúng 8 giờ từng tốp cán bộ vào các buồng giam ra lệnh mọi người đem hết hành trang ra ngoài sân. Một danh sách đánh máy thành lập những đội mới đã được lập sẵn. Hệ thống biên chế tổ đội trước đó coi như xóa sổ. Các thành phần chức sắc cách đó mấy tiếng đồng hồ còn đủ uy quyền để chỉ thị, để ra lệnh cho mọi người, bấy giờ đứng lơ ngơ như gà con mất mẹ. Trong danh sách mới, cứ 29 người được biên chế thành một đội. Số đội viên được lấy từ các đội khác phân tán trộn lẫn vào những đội tân lập. Có lẽ cốt ý của việc làm này là để tránh những cuộc trả thù giữa thành phần tiến bộ và thành phần bị áp bức trong khi di chuyển. Con số 29 người trong mỗi đội, một người được cử làm đội trưởng, khi lên tàu được thong thả đi lại trong toa, còn 28 người kia thành 14 cặp cho tiện còng chung, ngồi cùng dãy ghế.

Tôi không có tên trong đội nào, đang hoang mang, chạy lui chạy tới thì quản giáo đội cũ, Lê Minh C. từ ngoài đi vào, gặp tôi bên cổng vào sân buồng giam, ông ta hỏi tôi:

- "Anh ở đội nào"?

Tôi nói dối:

– "Tôi vào trong buồng lấy đồ đạc, trở ra nghe không kịp. Nhờ cán bộ hỏi cán bộ Thơm giùm tôi. CB Thơm là người đứng đầu bộ phận an ninh của trại. Trước đó khoảng hơn một tuần lễ, anh "thi đua HNĐ" dẫn ông ta vào trại gặp tôi nhờ bóp lưng và lên lai hai cái quần tây "Made in France" mới toanh. Tôi xin nghỉ lao động một buổi để làm, nhưng được nghỉ luôn cả ngày. Buổi chiều trước giờ lao động ngoài đồng trở về, ông ta vào lấy quần. Ông ta rất vừa ý khi thấy hai cái quần "chiến" sửa lại rất nhà nghề "proffessional", mặc dù là tôi làm bằng thủ công. Người cán bộ này hỏi tôi – "Anh cần gì không? Tôi nói – "Cán bộ cho tôi xin một cái quần (tù) để tôi mặc đi lao động. Mùa này lạnh lắm, tôi mặc hai lớp cho đỡ rét". Ông ta quay sang bảo anh "thi đua", -"Anh về lấy cho anh ấy cái quần mới". Nhưng sau đó tôi không nhận được cái quần, có lẽ biết sắp chuyển trại nên không cần thiết cho thêm quần làm gì.

Cho tới giờ này, khi ngồi ghi lại chi tiết tủn mủn này tôi vẫn nghĩ là người cán bộ an ninh này đã "trả ơn" tôi bằng quyết định thêm tên tôi vào danh sách về Nam phút chót. Cán bộ quản giáo, ông Lê M. C. trở vào nói với tôi:

- Anh thế chỗ anh Nguyễn Tấn Khải ở đội 39.

Tôi nhờ ông ấy đi với tôi đến bảo cán bộ và "tân đội trưởng" ghi tên giùm tôi cho chắc ăn. Thế là tôi thế chỗ một

Người, mà người đó không bao giờ được lên một chuyến tàu khác trở về với gia đình ruột thịt, với miền Nam thân yêu. Ông Nguyễn Tấn Khải là một trong ba người bị giữ lại vì không đủ sức khỏe lên tàu. Cả ba sau đó đều chết ở Thanh Hóa. Còn tôi, thay vì ở lại cùng các bạn khác đi ra Thanh Cẩm thì đã được về Nam như một sự xui khiến, phù hộ ... nào đó.

Vì tôi thế chỗ "ông già Khải" nên tôi còng chung với Trung tá CSQG Trần Văn Hương, tuổi tác ông ngang bậc cha chú của tôi. Trong suốt bốn ngày đêm trên tàu một già một trẻ kể cho nhau nghe rất nhiều chuyện của nhau.

Chúng tôi lên xe từ phân trại C khoảng 9 giờ sáng ngày 28 tháng 12 – 1980. Đến ga Thanh Hóa tất cả được dồn vào trong một cái kho chứa phân bón A-pa-tit. Loại phân hóa học này đựng trong từng bao lớn cỡ bao gạo 20 kg. Từng lớp, từng lớp gối đầu lên nhau, nằm la liệt trên bao phân sắp ngổn ngang nơi cao nơi thấp. Mọi cảm giác khổ sở, mệt mỏi rã rời, sau một chuyến xe đường dài và nằm chen chúc trong tối tăm hôi hám được an ủi khuây nguôi trên nét mừng vui của mỗi người trước giờ phút cuộc đời tù tội bắt đầu đổi hướng quay trở ngược về Nam. Cũng có một đôi lần lời qua tiếng lại, cự nự lẫn nhau khi người này đạp lên đầu người kia trong bóng tối mù mờ.

Có một điều tôi không thể không nói ra, bởi nếu tôi im lặng, lãng quên quá khứ, tôi là kẻ vô ơn. Khuya đêm 28 tháng 12 vào lúc 11 giờ 30 người cán bộ quản giáo Lê M.C. cùng với một người công an khác rọi đèn pin đi kiểm soát an ninh, ông tìm đến tôi trong gần một ngàn người tù nằm ngổn ngang la liệt. Tìm được đội 39, ông ấy rọi đèn pin bước một cách khó khăn lại chỗ tôi nằm, lên tiếng:

- Anh TL. đấy hả.

Tôi trả lời – Thưa cán bộ, vâng tôi.

– Anh có rét lắm không?

- Thưa cán bộ, không lạnh vì người đông chen chúc, hơi người toát ra đủ ấm.

Ông ta trao cho tôi hai điếu thuốc lá "Summit" sản xuất tại Thái Lan, bật hộp quẹt mồi lửa cho tôi, và dặn.

- Hút cho đỡ rét. Về trong ấy hết lạnh lại được gần gia đình.

Tôi thực sự cảm động về cử chỉ này nên nói lời chân thành:

- Địa chỉ của tôi khai báo rất nhiều trong hồ sơ, cán bộ biết. Bao giờ có dịp vào Sài Gòn công tác mời cán bộ ghé nhà tôi. Ông ta trả lời gián tiếp – Anh nằm nghỉ. Rồi quay di. Tôi nói theo - Chào cán bộ.

Khi được thả về Sài Gòn tôi không gặp lại người cán bộ này lần nào nữa.

Thời gian từ tháng 6-1979 đến cuối năm 1980 tôi ở trong đội trừng giới do người cán bộ này làm quản giáo. Tôi không là đội trưởng, tổ trưởng nhưng "gần gũi" nhiều với quản giáo qua quan hệ "nhờ vả" vá may. Những bộ quần áo mới lãnh về, rộng hẹp, ngắn dài là giao tôi sửa. Cái sơ mi cổ áo bị rách sờn nhờ tôi lật trong ra ngoài. vài ba cái áo vàng công an phế thải giao tôi lấy những thân áo còn dùng được cắt may thành cái áo cho đứa nhỏ cỡ năm ba tuổi. Có lần ông ta đưa cho tôi một xấp vải Simili loại may quần, và cho biết có người đi Ba Lan về bán lại cho. Nhờ tôi cắt may cho cái quần tây. Dĩ nhiên tôi làm công việc này thì khỏi phải lao động, khỏi cuốc đất đào mương... Tôi làm vệc trong "nhà lô" ngoài đồng ruộng, hoặc ngồi vào một lùm cây, khuất vắng nào đó rị mọ từng mũi kim. May xong cái quần tây, tôi không thể tưởng tượng là "tác phẩm" của chính mình. Tôi nhớ hồi đầu thập niên 50 bố mẹ tôi rước một thợ may từ làng xa đến nhà may một cặp áo cưới bằng gấm để cưới vợ cho ông anh cả của tôi. Không dè 30 năm sau nhân loại bước vào đỉnh cao kỷ nguyên cơ khí, tôi lại trở về với thời kỳ thủ công sơ đẳng.

Trong thời gian "làm việc" gần gũi với người cán bộ quản giáo này, chưa bao giờ ông ta hỏi một câu nào về riêng tư của tôi, và cũng không bao giờ ông ta gợi ý muốn biết về sinh hoạt hay về một cá nhân nào trong đội. Ngược lại tôi cũng không bao giờ mở lời hỏi một câu gì về ông ta, ngoài những câu trao đổi về may vá.

**

Đúng 1 giời sáng chúng tôi bị đánh thức dậy mang hành trang tù ra ngoài bãi sắp hàng, ngồi xổm dọc theo đường ray chờ lên tàu. Hơn bốn tiếng đồng hồ sau đoàn tàu mới xình xịch chạy tới. Bốn tiếng đồng hồ ngồi giữa đồng không mông quạnh, giữa cái giá rét mùa đông miền Bắc, nhiều người áo ấm bỏ trong xách không lấy ra được nên đành ngồi chịu trận. Tôi là một trong số người mặc một lớp áo tù mong manh chịu cái lạnh đến tê điếng. Ông già Trần Văn H. nhờ có cái áo bốn túi CSDC khoác ngoài hai lớp áo tù nên có vẻ an nhiên hơn một chút. Hơi lạnh thấm vào tim gan phèo phổi, làm cái dạ dày quặn lại, sinh biến chứng đau bụng đi tiêu. Nhưng "đi" không phải là việc đơn giản. Phải xin phép cán bộ dẫn đi. Phải có người đứng canh chừng. Phải được "bạn đồng hành" chấp thuận đi theo, nếu người này không có nhu cầu giải quyết thì cũng phải ngồi cạnh người kia, vì hai người chung nhau một cái còng. Hai cổ tay dính nhau, mang chung một trọng lượng khoảng một kg sắt với cái còng XHCN tự chế, không phải loại còng made in USA gọn nhẹ như lúc đi ra Bắc.

Khoảng 5 giờ sáng khi vầng dương đã ló dạng lờ mờ, chúng tôi lục tục lên tàu. Tù ngồi các hàng ghế phía trước. Cách hai hàng ghế trống, phía sau là công an súng dài, súng ngắn ngồi giàn hàng ngang. 28 người còng chung ngồi thành từng cặp. Người tù đội trưởng ngồi riêng một ghế, được tự do đi lại, lui tới trong toa để nhận lệnh và thi hành những điều cán bộ sai bảo. Mệnh lệnh được công bố lúc chúng tôi đã ngồi yên trên các hàng ghế trong toa tàu:

- "Tất cả mọi người phải ngồi yên tại vị trí của mình, ai cần điều gì thông qua đội trưởng để báo cáo cán bộ. Khi đi qua những khu có dân cư, và lúc tàu đậu tại các ga, phải kéo cửa sổ toa tàu xuống, nếu không dân sẽ ném đá vỡ đầu các anh. vì dân chúng còn căm thù các anh lắm"!

Luận điệu này chúng tôi đã từng được nghe, được nhắc nhở ngày chúng tôi lên tàu và lúc mới đặt chân lên miền Bắc. Nhưng thực tế, nếu mấy ông cộng sản nói ra những câu hù dọa đó mà nghe người dân miền Bắc nói thì chắc chắn các ông phải hiểu là những cục đá thay vì ném lên đoàn tàu chở tù về Nam họ sẽ dành cho chính các ông ấy. Thời gian chúng tôi vừa tới Quảng Ninh, đi lao động về, gặp đám tù hình sự, gặp dân họ chào hỏi dòn dã:

-"Ngoài Bắc chúng tôi chờ bác Thiệu, bác Kỳ ra giải phóng. Các bác làm ăn, đánh đấm thế nào để ra nông nỗi này?

Nghe câu nói đó từ những người miền Bắc, dù họ cũng là người tù, là dân quê mộc mạc, tôi cảm thấy ngỡ ngàng xa xót.

Một lần khác một tù cải tạo trong đội Lâm sản gặp một người miệt núi, cả hai đều tỏ ý muốn nói chuyện với nhau. Người tù miền Nam đánh liều mon men tới hỏi thăm, sau vài câu trao đổi, người "miệt nuí" ấy nói như là để trao gởi tâm sự:

—"Các anh giữ sức khỏe để còn sống mà trở về. Đừng nghe lời chúng nó. Bịp cả đấy".

Người tù miền Nam không dám phụ họa theo nhưng nghe mạch máu trong người chảy rộn rã. Tại trại Z30A Xuân Lộc, vào một buổi chiều người cán bộ Chuẩn úy công an vào tổ may, giọng miền Bắc, tên anh ta là Khuê. Trong câu chuyện giữa đám tù thợ may và người cán bộ này, ông ta nói rất mạnh dạn, rất thành thật:

—"Các anh tưởng đám lính chúng tôi sung sướng lắm hả? Ban ngày họ mang súng đi theo các anh lao động, đêm về vác súng canh gác cho các anh ngủ. Các anh đun nấu mùi thơm bay lên nức trời. Chúng tôi hưởng cái mùi thơm ấy à?"

Một anh trong đám thợ may cố ý châm thêm: "Nhưng cán bộ là sĩ quan, rồi cán bộ cũng sẽ có đủ những ưu đãi dành cho cấp chỉ huy, cho công bộc nhà nước. Cán bộ còn trẻ mà".

- "Ưu đãi cái gì các anh? Đời sống là kinh tế, mà muốn có

kinh tế thì phải có chính trị. Chính trị thì phải cỡ ông Đồng, ông Duẩn mới muốn gì được nấy chứ như chúng tôi ..." Người cán bộ này bỏ lửng cuối câu, rồi nắm lấy cái thân áo màu rêu đang mặc, đưa cao lên và lớn giọng:

– "Các anh bảo... hãnh diện đéo gì cái áo này"!

Tôi ngước mắt nhìn vào người cán bộ này và nhìn các anh em khác. Mọi người đều tỏ ra ngạc nhiên về tính bộc trực hiếm thấy trong gọng kìm kỷ luật sắt của đảng. Ông này bất mãn, sáng suốt, tỉnh ngộ hay gài bẫy? Có thể không có giả thiết sau cùng. Với nhiều kinh nghiệm "đừng nghe những gì cộng sản nói", nên đoàn tù chúng tôi lặng lẽ thản nhiên.

Trở lại hành trình về Nam, một chuyến xe lửa ngược chiều chạy ngang qua đoàn tàu chở tù. Tốc độ vừa phải. Tất cả anh em chúng tôi bảo nhau cùng đẩy cửa sổ toa tàu, giơ cao hai cánh tay dính chặt với nhau bằng một chiếc còng nội hóa. Loại còng này gồm hai vòng sắt hình chữ U, hai đầu đập dẹt có khoan lỗ. Một thanh sắt lớn cỡ ngón tay trỏ, một đầu có nút chặn, đầu kia có lỗ để móc ống khóa. Tay hai người tù đặt vừa vặn vào vòng chữ U, thanh sắt xỏ qua bốn lỗ đầu chữ U, một ống khóa tra vào bóp lại. Trọng lượng còng nặng cả kí lô, vô cùng chắc chắn.

Hành khách bên toa tàu ngược chiều cũng mở cửa sổ, quay sang nhìn. Khi thấy những cánh tay, những chiếc còng "vĩ đại" giơ lên, tôi thấy một người phụ nữ ôm mặt òa lên khóc và có tiếng nói vọng sang –"Tàu chở tù. Các anh ấy về Nam". Đó là lần đầu tiên chúng tôi tiếp xúc với thế giới bên ngoài sau năm năm cách ly khỏi cộng đồng xã hội loài người, ẩn mình trong núi rừng với cảm giác trở về thời người vượn.

Cho tới giờ này tôi vẫn chưa có gì để biết chắc được – có lẽ có, có lẽ không – một trong những hành khách trên chuyến tàu ngược chiều ấy là bà xã tôi. Theo những anh em, những người bạn sau về SàiGòn gặp nhau, các anh cho biết một ngày sau khi tôi lên tàu, thì nhà tôi ra thăm. Có những người bạn của tôi từ thuở đi học, đi làm, cả "chàng rể phụ" đám cưới chúng tôi, đi lao động gặp nhà tôi giữa đường cho nhà tôi hay là tôi đã về Nam. Nhà tôi ngỡ ngàng vừa vui, vừa buồn, vừa lo. Vui khi biết chồng mình đã được trả về "nguyên quán". Buồn vì vượt cả ngàn cây số gieo neo mà không được gặp. Không được gặp thì rồi sẽ gặp. Nhưng mà lo. Lo vì chặng đường trở về biết bao gian lao cực nhọc, "thân gái dặm trường". Cái dặm trường từ nhà ga Thanh Hóa đi bộ vào đến trại tù, đến nhà thăm nuôi trên dưới mấy chục cây số thật là cơ cực. Nắng nóng, đất bụi, bùn sình. Có đoạn may mắn đón được chiếc xe trâu có từ trước "thời Pháp thuộc" thì đỡ thân một chút. Có chiếc xe, nó cõng bớt những giỏ xách, những bao bị cồng kềnh chứa toàn những là gạo, là mì, là muối mè, muối sả, là cá khô, là đường là sữa... không có những món "thượng vàng" nhưng "hạ cám" thì có đủ.

Người tù chúng tôi không bao giờ buồn lòng, vì chúng tôi biết cả toàn dân sau cuộc đổi đời đều sống thoi thóp bằng những thứ "hạ cám" như chúng tôi thôi. Để vơi bớt "cục nợ" phải khuân vác trở về, nhà tôi quyết định trở ra nhà dân xin tá túc thêm 24 giờ để sáng hôm sau xin thăm gặp người bạn partner của tôi. Về đến Sài Gòn ngày hôm trước, hôm sau, cùng bố mẹ và ba má đến trại Z30A thăm chồng. Lần này thì chúng tôi gặp nhau trong niềm hân hoan. Tin yêu tràn ngập.

những nghĩa cử ân tình
giữa hận thù giăng mắc

Trên chuyến tàu về Nam, từ ga Thanh Hóa qua Đồng Hà Quảng Trị, Huế, Diêu Trì, Đà Nẵng, Nha Trang, tới Phan Thiết, Dầu Giây, khi tàu chạy qua nơi nào có nhà ở, có người hai bên đường, chúng tôi đều bảo nhau mở hết cửa sổ toa tàu, giơ cao hai cánh tay dính nhau bằng chiếc còng "đỉnh cao trí tuệ" để chào mừng đồng bào, bà con miền Nam ruột thịt..

Những bà con, đồng bào hai bên đường khi chuyến tàu chạy qua, chúng tôi không biết ai là kẻ yêu, người ghét. Chúng tôi không tin có những "cục đá ném vào đầu" mà mong chờ đón nhận những cái vẫy tay, những nụ cười, những lời chào hỏi từ đồng bào, đồng loại thương yêu mình. Ở ga Thanh Hóa đã có những cặp mắt tò mò dửng dưng nhìn theo đoàn tù. Có một vài em bé bán nước, mời ly nước chè xanh:

– "Uống đi, cháu không lấy tiền ông đâu".

Càng đi dần về phía Nam, chúng tôi càng gặp nhiều ngạc nhiên, xúc động, có khi đến chực rơi nước mắt. Từ ga Huế trở vào có những lúc, nhất là khi tàu ngừng lại, người hai bên đường, ném lên toa tàu tới tấp – thuốc lá, bánh mì, bánh chưng, bánh đúc, cam, bưởi... những món quà tình nghĩa từ những bà mẹ, những em nhỏ buôn thúng bán bâng, từ những cậu con trai phải bỏ học nửa chừng để kiếm sống bằng những việc làm lam lũ. Gói thuốc lá, trái cam, cái bánh... giữa cảnh ngộ và thời buổi đó đã toát ra một nghĩa tình cao quý, vượt lên trên tất cả những cái tầm thường bé mọn ở những "đồng loại" hơn năm năm bên nhau trong lao tù, đáng ra phải đồng cam cộng khổ. Đối với chúng tôi nghĩa cử đó chính là vòng Nguyệt Quế dành cho kẻ trở về, dù vẫn đang trong bộ áo tù, tay trong chiếc còng nặng trĩu.

Có một lúc tôi như giật mình khi nghe một thiếu niên hát vang vang: *"như có bác Hồ trong thùng phi đậy nắp, mở nắp ra nghe cái 'cốc' trên đầu"*. Thì ra sau hơn năm năm người dân miền Nam đã biết "bác Hồ" là ai. Tôi nhớ ngày 1 tháng 5-1975 một anh Nhân dân Tự vệ ở cạnh nhà tôi, tuổi dưới hai mươi đi ra đường xé những tấm ảnh "bác" dán ở những cột đèn, những bờ tường, dọc theo đường Trần Quốc Toản cũ (3 tháng 2) và khu ga xe lửa Hòa Hưng, cậu ta liền bị bắt đưa đi cải tạo hơn nửa con giáp mới được thả về. cậu này tên là Thủy, được định cư tại Mỹ theo diện HO.

Trước năm 1975, người dân miền Nam không biết "bác" và không hiểu một chút mô tê gì về chủ nghĩa mà "bác" mang về làm nền móng cai trị cho chế độ do "bác" dựng lên. Nhờ chế độ của "bác" mà lịch sử có những trang đẫm máu của Cải cách Ruộng đất, của Nhân văn Giai Phẩm, có ngày 30.4.1975.

Không phải đợi đến năm năm, mà chỉ năm bảy tháng, một năm, sau khi được nhìn tận mặt, được tiếp cận từng ngày là người dân đã biết, biết rất rõ những gì "bác" làm, những gì "bác" để lại cho hậu thế trước nông nỗi trăm cay nghìn đắng. Càng hiểu biết bác, hiểu biết chế độ của bác, người dân, kể cả một bộ phận người dân miền Bắc, càng thấy thương, thấy tội nghiệp cho đoàn tù, cho quân cán chính miền Nam, lớp người đã từng đem máu xương, sinh mạng để xây dựng và bảo vệ miền Nam Tự do ấm no và hạnh phúc.

Chuyến tàu thống nhất nối lại tuyến đường sắt, nhưng đã không nối lại được tình người, không nối lại được tình tự dân tộc. Vì vậy những người cán bộ công an hộ tống trên toa mới bảo chúng tôi kéo kín cửa, kẻo người dân "còn căm thù" sẽ ném đá vỡ đầu. Sau ngày 30.4, tuyến đường chở ngược hướng Bắc những đoàn tù biệt xứ, cùng với hàng hàng những chuyến tàu chở đầy chiến lợi phẩm nhưng đã không làm vơi dịu được phần nào cảnh bần hàn nheo nhóc của ba mươi triệu người dân suốt 20 năm gồng mình xây dựng XHCN và chiến tranh thôn tính. Thù hận vẫn thù hận. Nghèo đói vẫn nghèo đói.

Rồi tình thế cũng đến ngày đổi chiều, xoay ngược. Từng chuyến tàu liên tiếp chở đoàn tù xuôi Nam. Đoàn tù trở về nhận từ tấm lòng người dân biết bao cảm tình nồng mặn. Khi đoàn tàu qua khỏi ga Hàm Tân, có tiếng người bên vệ đường thông báo: − Các anh về Xuân Lộc.

Những người cán bộ hộ tống không bao giờ tiết lộ nơi chúng tôi sẽ đến, nhưng khoảng 30 phút trước khi tàu về đến sân ga, công an bảo vệ ra lệnh mọi người thu xếp đồ đạc gọn gàng để chuẩn bị xuống tàu. Biết được nơi đến, không ai bảo ai, mỗi người đều lấy giấy bút ghi địa chỉ gia đình để báo tin cho thân nhân. Trước đó có một vài nhân viên hỏa xa đi lại trong toa. Có người đã mạnh dạn giúi miếng giấy vào tay, người nhân viên toa tàu cầm lấy, lặng lẽ bước đi. Khi tàu giảm tốc độ xuống rất chậm, một nữ nhân viên hỏa xa trạc tuổi trên dưới ba mươi đi qua, tôi đưa cái địa chỉ và nói nhỏ. – Tôi nhờ cô gửi bưu điện giùm. Cô ta mỉm cười, một nụ cười rất thiện cảm, cầm miếng giấy địa chỉ bỏ vào túi.

Khác với một số anh em phó mặc cho may rủi, riêng tôi, tôi tin lời nhắn của tôi sẽ được chuyển tới nhà. Rất đông anh em khác, hoặc được gợi ý từ nhân viên quét dọn tàu, hoặc vì hết cách nên cứ bỏ đại vào hộc đựng tàn thước lá, hộc đựng rác cạnh thành tàu.

Có người ba ngày sau gia đình đã lên thăm. Một số đông gia đình đến thăm sau một tuần lễ. Về sau kiểm chứng lại chúng tôi được biết tất cả những ai có miếng giấy nhắn tin đều được các nhân viên trên chuyến tàu chia nhau mang tới tận từng nhà. Gia đình thân nhân của tù xin được trả tiền xích lô, tiền xăng nhưng không một ai chịu nhận. Nhà tôi khi lên thăm cho biết có một cô mang giấy nhắn tin đến, gia đình trả tiền xích lô nhưng cô ấy từ chối. Nhà tôi hỏi thăm được biết người nữ nhân viên này quê Nam Định, vào Nam năm 1977. Đó là một con người miền Bắc từng được nhồi nhét từ nhỏ ý thức căm thù Mỹ Ngụy. Nếu như toàn thể mọi người Việt Nam xóa hết được tâm lý hận thù như những người công nhân bình thường ấy thì may mắn cho dân tộc biết chừng nào. Cho đến bây giờ chúng tôi không quên những ân tình quý báu giữa thời buổi hận thù giăng mắc ấy.

Ngậm Ngùi Bên Chân Trời Cô Quận

Xuống tàu lúc trời chạng vạng tối, chúng tôi được công an áp tải dẫn đi bộ từ Ga Dầu Giây vào tới phân trại A Xuân Lộc, một tốp rẽ vào phân trại C. Phân trại B nhốt những thành phần tù không bị đưa ra Bắc. Phân trại A tọa lạc trên vùng đất bằng phẳng rộng hàng mẫu tây. Chung quanh có tường thành cao bao bọc. Các dãy nhà giam cách nhau những khoảng sân rộng. Từ cổng chính nhìn vào là một bãi đất rộng có kích cỡ một sân banh tiêu chuẩn. Cuối sân banh là một hội trường ngói đỏ có thể chứa cả ngàn người ngồi chồm hổm. Xéo bên cạnh là một dãy xà lim ngói đỏ, tường sơn trắng, được các "thế hệ" tù mệnh danh là khu Nhà Đỏ. Từ cổng gác đi vào bên phải là khu trạm xá, bên trái là khu nhà bếp. Một số bạn tù cho biết đây là khu gia binh của quân đội miền Nam hồi trước. Cho tới nay tôi vẫn chưa biết rõ, nhưng những dãy nhà xây theo kiểu cách ấy chưa hẳn đúng kiểu là một nhà tù.

Chúng tôi được bố trí vào các dãy nhà phía bên phải (từ cổng vào). Khu phía bên trái đã đông nghẹt tù được chuyển từ trại Nam Hà về cách đó mấy tuần lễ.

Sau một đêm ngủ lấy lại phần nào sức lực, buổi sáng thức dậy dù đang ngồi trong hàng song sắt, tâm trạng mỗi người tù như reo vui trước ánh nắng rực rỡ ban mai của tháng Chạp miền Nam. Hết rồi những mùa đông buốt giá, gió bấc, mưa phùn; hết rồi gió núi mưa rừng, mùa hè nắng cháy, gió Lào, mùa đông đất trời âm u ảm đạm, buồn thúi cả tâm can.

Sau năm năm biệt xứ, lần đầu tiên chúng tôi mở mắt nhìn ra bầu trời miền Nam đúng vào ngày đầu năm dương lịch 1-1-1981. Vẫn màu nắng năm xưa, vẫn những tầng mây bồng bềnh thơ thới. Nhìn đất trời lòng ai cũng như dập dồn biết bao cảm tình thân thuộc, nhưng cũng biết bao ngậm ngùi khi một bạn tù nắm lấy cánh cửa sắt lay mạnh rồi kêu lên:

- "Ơi đất ơi! Ơi trời ơi! Chẳng lẽ ta đâu mãi thế này"?!

Trong ba ngày liên tiếp ngoài giờ cơm, cửa phòng giam khóa kín. Đến ngày thứ tư mới được ra khỏi phòng. Phía bên kia sân banh và khu hội trường những dãy buồng giam kia cũng khóa chặt. Lần hồi, khi thấy tình hình "yên tĩnh" trại mới mở cửa cả hai khu cho đi lao động, nhưng vẫn nguyên tắc cách ly nghiêm ngặt giữa hai khu Nam Hà và Thanh Hóa, họa hoằn đi lao động, hai đoàn tù đi ngang qua, nhận ra nhau thì thăm hỏi đôi ba câu, cho mãi tới gần một năm sau hai khu mới được qua lại gặp gỡ chuyện trò. Hỏi ra mới biết, Khi đoàn tù Nam Hà vừa về tới, vừa đặt hành trang xuống, lại bể nước dội mấy gàu cho mát thì đám trật tự lại giở trò hách dịch ngăn cản. Thế là tù "nóng máu" phản ứng tức giận. Một người cán bộ bước tới lên giọng tự xưng "Tôi là Thượng Úy" với lời lẽ xúc xược, người tù đáp lại bằng lời nói và cả bằng hành động – "Thượng Úy đánh theo Thượng Úy".

Một trận xô xát xẩy ra. Viên Thg/úy bị mấy cú đấm vào mặt bỏ chạy, toàn trại báo động. Cả khu Nam Hà bị "giới nghiêm", cửa khóa then cài mấy tuần lễ. "Thủ phạm" bị truy lùng. Có hai người bị bắt ...

Để đề phòng trường hợp bạo động tái diễn, khi chúng tôi từ Thanh Hóa về đã bị khóa kín cửa ba ngày đêm, mà lúc đầu chúng tôi cứ nghĩ là trại cho nghỉ ba ngày "ăn Tết dương lịch".

Tuần lễ sau đó bắt đầu ra đồng đào đất cuốc cỏ, vun gốc những nương rẫy bắp, đậu, khoai mì.

Sau ba hôm đi cuốc đất làm rẫy tôi được điều về tổ may. Tổ may là một ngành nghề được "ưa chuộng" trong các trại tù. Cả người tù và người gác tù đều "khoái" loại nghiệp vụ này. Người tù được vào đây, trước nhất là thoát cảnh trâu cày, chân bùn tay lấm. Thứ đến cũng được đôi chút dễ dãi khác. Đến giữa năm 1982 có quy chế mới dành tù nhân trong các tổ chuyên môn, như Trạm xá, Lâm sản, nhà bếp, tổ may được thăm gặp gia đình thay vì một tiếng đồng hồ thì có thể ngồi suốt ba tiếng. Về sau cho gặp trong một phòng riêng, cán bộ ngồi ngoài canh giữ. Sang tới năm 1983 thì những ai có vợ đến thăm được ở lại 24 tiếng đồng hồ, được ngủ lại qua đêm.

Bác Lê Hoài Nam và tôi phụ trách kỹ thuật đội may ở Quảng Ninh được giao phụ trách kỹ thuật cho tổ may tại Z30A. Ở Quảng Ninh đội may có trên 40 tay thợ, may đồ gia công cho xí nghiệp. "Công nhân" trong đội may có đủ mọi thành phần, ban ngành, cấp bậc, chức vụ. Cao nhất, kể cả tuổi tác, có mấy Đại Tá như các ông Trần Bá, Nguyễn Văn Viên, các Tr/tá như Lâm Tòng Bá, Phan Thanh Cầm... phần đông không có tay nghề, nhưng cũng đạp được bàn máy. Thế là quý rồi. Người này đỡ người kia, làm sao cho chạy việc là xong.

Tổ may tại Z30A có lúc con số cao nhất chỉ mười bốn, mười lăm người, trong đó có một số thợ tay ngang, nhưng OK. Chỉ cần bốn năm người có tay nghề kha khá là đủ đáp ứng yêu cầu. Ở đây không may đồ gia công mà chuyên trách may và sửa đồ cho cán bộ, công an, nhân viên và Ban Giám thị. Cán bộ, công an, nhân viên muốn may quần áo phải có phiếu của Ban Tài Vụ đã đóng tiền thì tổ may mới được nhận may. Đây là hàng may đo. Nhiều cán bộ, nhân viên bỏ qua khâu "Tài vụ" đi thẳng vào tổ may, do đó mà quản giáo và tổ trưởng tổ may lắm lúc được thậm thụt điếu đóm bởi những người quyền thế! Một cái sơ mi hay quần tây khi thông qua được hai khâu Tài vụ và Tổ trưởng tổ may còn phải "nhờ vả, trộng cậy" vào kỹ thuật viên đo và cắt may. Đẹp xấu, hay dở, nên hư là ở khâu này quyết định, vì thế mà người phụ trách kỹ thuật cũng được "chiều chuộng, o bế". Cuối năm 1981 bác Lê Hoài Nam được thả về, tôi từ "phụ tá" lên hàng "chuyên viên kỹ thuật", dưới quyền điều động của tổ trưởng.

Trước ngày chúng tôi chưa về đây, tổ may làm việc ngày tám tiếng, kể cả ngày mưa gió, các đội lao động ngoài trời được nghỉ. Khi chúng tôi về, mỗi lần trời chuyển mưa, các đội lao động ngoài đồng lục tục kéo về, tôi đề nghị tổ may sập máy, đóng cửa nghỉ. Tổ trưởng tỏ vẻ e dè, nhưng tất cả thợ ào ào tán thành, quản giáo vào bảo tôi:

- "Ai cho các anh nghỉ?

Tôi nói:

- Chúng tôi ở đây ai cũng như nhau. Các đội nghỉ, toàn trại nghỉ chúng tôi cũng phải được nghỉ như mọi người.

Quản giáo cự nự :

- Nhưng người ta lao động ngoài trời. Mưa thì phải về.

Tôi nói tới:

- Thì cán bộ đưa những người đó vào may, chúng tôi ra

ngoài cuốc đất cho.

Thế là từ đó bỏ cái lệ từ trước, ai nghỉ thì nghỉ nhưng thợ may vẫn phải làm, có khi luôn cả ngày cuối tuần.

Ở Xuân Lộc, đội "Lao động Tự giác" được thong thả thoải mái nhất là đội Lâm Sản. Họ được quản giáo dắt vào rừng giao cho đội trưởng, giao chỉ tiêu làm gỗ, lấy củi... và làm gì nữa anh em bạn tù không biết. Chỉ thấy họ được tự do đi ra đi vào dễ dãi.

Người ngoài nhìn vào những tay thợ ngồi trong phòng may cho là "nhất nghệ tinh nhất thân vinh". Điều này cũng đúng ở cái nhìn chung ấy. Ở tù thì dù làm công việc gì cũng có cai tù điều động, kiểm soát. Loạng quạng vẫn vào "nhà đỏ" cùm chân, bỏ đói như thường. Tại trại Z30A, tay thợ Phùng Gia Hải, Đại úy quân đội, một hôm có Th/ tá Huyên, giám thị trưởng phân trại trại A đi với một Tr/ úy vào tổ may, anh ta giả vờ lại ủi đồ. Cầm cái bàn ủi con gà lên (con gà là cái móc để cài nắp bàn ủi) và cố ý nói lớn cho hai cán bộ nghe:

- "Sáng nay anh nào đốt bàn ủi mà bỏ ít than quá. Con gà này chết mấy chục năm rồi, nhờ cách mạng mà giờ này nó được sống lại".

Hai ông Th/tá và Tr/úy quay phắt lại nhìn và hỏi bâng quơ "Anh ấy tên gì?", rồi bước ra khỏi buồng may. Mọi người trong tổ may chờ đợi một cái gì đó, một biện pháp kỷ luật chẳng hạn. đương sự tỏ ra bất chấp, anh nói:

- "Ôi ăn nhậu gì mấy cái đó. Cùng lắm vào nhà đỏ bốn tuần lễ. Mình không nói thì ai nói. Nói sự thật một trăm phần trăm cơ mà".

Thế nhưng vụ đó rồi cũng qua. Có lẽ hai ông Th/tá và Tr/úy "cách mạng" kia nghe đúng quá nhưng chỉ ghét là "nó nói khích, nó nói thẳng vào mặt mình".

Không những anh thợ may Phùng Gia Hải được "phớt lờ" biểu hiện tư tưởng "phản động" mà người được thả từ nhà Đỏ ra cũng có thể vào tổ may "ẩn thân". Đó trường hợp của Đại/úy Lưu Văn Sinh. Lưu là bạn học với tôi hai năm thời

Trung học. Anh đi lính trước tôi. Năm 1964 mang cấp bậc Trung úy, theo hai ông Tướng Lâm Văn Phát và Dương Văn Đức làm đảo chính, chỉ huy một cánh quân án ngự một cửa ngõ vào Sài Gòn. Đảo chính thất bại bị giáng cấp xuống Binh Nhì. Ba năm sau được phục hồi cấp bậc, ngày tan hàng gỡ gạc được ba bông mai vàng trên cổ áo. Anh có biệt danh là Sinh Tây Lai từ thời đi học, vào tù đến sang Mỹ vẫn bị gắn cứng cái tên "tây lai" vào tên cúng cơm. Nhìn anh rõ ràng là "tây" chín mươi phần trăm, mặc dù ba má, ông nội bà nội là Việt-Nam chính hiệu.

Lưu Văn Sinh nổi tiếng là tay trị "ăng ten". Lúc ở Hoàng Liên Sơn, trong khi đi rừng chặt nứa, anh đã nhảy từ trên một mỏm đá cao xuống chỗ một ăng ten ngồi, nắm cổ áo và cảnh cáo: -"Mày còn làm chó săn nữa không?" rồi co cánh tay giọng hai cú đấm thôi sơn vào ngực "ăng ten" kia, đồng thời cảnh cáo: -"Nếu mày còn tiếp tục phản bội anh em hay về "méc" cán bộ, lần sau sẽ đi luôn không có ngày về với vợ con".

Tại Z30A, một buổi trưa sau giờ cơm mọi người vào buồng nghỉ một tiếng, trước khi đi lao động, một ăng-ten lý sự cãi cọ với một bạn tù. Lưu lên tiếng -"Yêu cầu im mồm lại cho anh em nghỉ một chút". Tiếng cãi cọ kia vẫn lên giọng như không cần biết đến ai. Lưu nhỏm dậy lấy cái then cài cửa nhảy thốc tới giáng ba phát vào "cây ăng-ten". Bị đòn đau, ăng-ten bung ra khỏi phòng chạy tới cổng gác "báo cáo cán bộ" và xin được bảo vệ. Lưu bị gọi lên văn phòng Ban Giám thị làm việc. Sáng hôm sau trước khi đi lao động toàn thể trại viên tập họp nghe quyết định kỷ luật, cùm Lưu vào xà lim bốn tuần lễ về tội hành hung người khác. Ra khỏi nhà đỏ, tôi gặp khuyên anh nên khéo léo hơn, nếu không sẽ bị cùm trường kỳ thì nguy hiểm đến tính mạng. Để giúp bạn và cũng để được gần gũi nhau, tôi xin quản giáo cho Lưu về tổ may.

Quản giáo hỏi:

- Anh ấy có tay nghề khá không?

- Tôi bảo đảm Lưu là một tay thợ giỏi.

Quản giáo nói:

- Nhưng anh ấy vừa bị kỷ luật mới ra mà.

Tôi nói:

- Thế mới cần nâng đỡ. Chớ bị kỷ luật ra rồi không cải tạo nữa hay sao?

Tôi vừa lý sự, vừa "dụ", cuối cùng Lưu được nhận về làm việc chung với tôi cho tới ngày hai chúng tôi được thả cách nhau mấy tháng.

Nghệ Sĩ Khả Năng người "khách hàng" bất ngờ.

Trước 30-4-75, Khả Năng là một nghệ sĩ hài, thường xuyên xuất hiện trên Ti Vi băng tần số 9. Anh là một Hạ Sĩ Quan thuộc ngành Tâm Lý Chiến, cùng với Phi Thoàn, Thanh Việt. Sau ngày 30 tháng Tư giới văn nghệ sĩ thuộc ngành Tâm lý chiến được cách mạng đặc biệt "ưu tiên" chiếu cố. Các thông cáo kêu gọi trình diện học tập không hề nhắc nhở gì đến giới cầm bút và nghệ sĩ. Thành phần Hạ Sĩ quan chỉ trình diện ở Phường và "học tập" tại chỗ trong 7 ngày. Thế nhưng sáu năm sau từ những nhà tù biệt xứ ngoài Bắc trở về chúng tôi biết hầu hết thành phần này đều được gom hết vào các trại tập trung. Các nhà văn nhà báo, các nghệ sĩ sau khi được "điểm mặt" liền có một "phái đoàn" đến tận nhà đọc lệnh "mời" đi giữa đêm khuya. Từ Nguyễn Mạnh Côn, Duyên Anh, Thanh Thương Hoàng, Doãn Quốc Sỹ, Sơn Điền Nguyễn Viết Khánh, Cao Sơn, Trần Dạ Từ đến Nguyễn sỹ Tế, ... cuối cùng gặp nhau ở trại Gia Trung.

Không hiểu vì sao Khả Năng lại có mặt ở trại Z30A Xuân Lộc. Khả Năng xuất hiện bất ngờ, trước sự ngạc nhiên thích thú mà tội nghiệp của anh em chúng tôi. Một con người cao lớn như một võ sĩ đô vật ở Mỹ đi cạnh hai người công an "tí hon" từ phân trại B sang, hai phân trại chỉ cách nhau một hàng rào, nhưng hoàn toàn biệt lập. Ba bóng người tương phản bước vào tổ may làm chúng tôi cùng hướng mắt nhìn ra phía cửa. Có tiếng kêu lên:

- Ồ Khả Năng! Một tiếng chào đáp lại:

- Chào các anh.

Cho tới lúc đó tôi mới nhận ra người nghệ sĩ quen thuộc ấy.

Vì thân hình quá kích cỡ, không có bộ đồ tù may sẵn nào mặc vừa nên anh được "ưu tiên" ngang hàng với cán bộ, viên chức được đến tổ may đặt hàng may đo. Đồ tù là loại quần áo bà ba. Muốn may cái quần cho anh phải nối dọc hai tấm vải làm một mới đủ khổ bề rộng để cắt. Anh chỉ được cấp một bộ quần áo và một chiếc quần đùi. Thời gian đó vào khoảng tháng 6-1982. Khả Năng được thả về sau bảy năm trả nợ quỷ thần.

Ngày tôi được thả về Sài Gòn, có vài lần được xem mấy màn hài do Khả Năng Phi Thoàn trình diễn trên Ti Vi. Chỉ có vài ba lần thôi, sau đó vắng bóng. Sang đến Mỹ tôi nghe tin Khả Năng vượt biên đường bộ, bị mất tích trên đường đào thoát. Đến giờ này tôi chưa biết thêm chi tiết gì. Như trường hợp nữ nghệ sĩ Hồ Điệp cũng mất tích khi vượt thoát bằng trên đường bộ trên đất Kampuchea. Có nhiều tin tức đồn đãi, nhưng trong một dịp ăn chung bữa cơm tối tại nhà hàng Cao Nguyên ở San Jose do nhà thơ Phạm Ngọc khoản đãi, người con trai của giọng ngâm Tao Đàn năm xưa ấy cho hay chính gia đình cũng chưa biết đích xác về cái chết của người nữ nghệ sĩ tài hoa, bất hạnh ấy.

Nghệ Sĩ Thành Được
và cuộc vượt ngục tập thể Fulro

Đây là lần đầu tiên tôi chứng kiến một cuộc vượt ngục quy mô, của một tập thể tù cải tạo. Và có thể đây là cuộc vượt ngục tập thể đông đảo duy nhất từ xưa nay, với sự trốn thoát thành công của 23 người tù thuộc lực lượng Fulro.

Hồi ở trại C Lam sơn có 27 người được cách ly tập trung vào một phòng riêng nằm ngoại vi khu vực các buồng giam trong một đợt khai báo đột xuất, tôi có mặt trong số này. Lần đó tôi gặp một người tù trốn trại từ Hà Tây bị bắt lại là Tr/ tá Nguyễn văn Đănh. Ông kể lại những ngày lẫn trốn trong rừng, lúc bị bắt và những biện pháp kỷ luật hành hình khi bị cùm trong hang núi. Mãi về sau tôi biết thêm người đồng hành với ông trong cuộc vượt ngục bất thành đó là Th/tá Võ văn Sỹ, hiện ở San Jose. Mấy năm sau ngày đến Mỹ tôi biết còn có nhiều người và nhiều cuộc vượt ngục khác như cuộc vượt ngục nổi tiếng của Linh mục Nguyễn Hữu Lễ, Đại tá Trịnh Tiểu, đưa tới cái chết bi thảm của Dân biểu Đặng Văn Tiếp và ông Lâm Thành Văn, hay như cuộc trốn trại vượt thoát của Dương Phục, Lý Tống, Tony Đinh...

Ấn tượng sâu đậm trong tôi vẫn là cuộc vượt ngục của 23 chiến sĩ Fulro tại phân trại A Xuân Lộc. Số người này hình như đã ở Z30A trước khi chúng tôi từ ngoài Bắc chuyển về. Họ gồm có 27 người tất cả đều là người Rhadé mà ta quen gọi chung là người Thượng, bị nhốt chung trong một buồng giam.

Số đông tù từ Bắc chuyển về Nam được gia đình thăm nuôi tiếp tế nên bỏ bữa ăn trưa do trại "khoản đãi" bắp thay cơm. Bắp hột khô trước khi nấu phải hòa nước vôi ngâm một đêm cho nở ra, rồi chà vỏ, đãi sạch mới hầm trong nhiều tiếng đồng hồ. Ở đây, nhiều bữa bắp mới tới lưng chừng chưa đến số ... chín, nếu nhai hết bữa ăn hai quai hàm sẽ mỏi đến tê cứng. Buồng nào cũng dư cả thúng. Các bạn tù người Thượng đến xin lấy về đem phơi khô cất giữ. Không ai để ý gì về việc đó. Ai cũng nghĩ là anh em ấy không bao giờ có gia đình thăm nuôi nên họ đói, thế thôi. Ngày nào đến bữa ăn họ cũng đến lấy bắp dư mang về.

Sự chuẩn bị của họ thật kỹ càng và khoa học. Bên cạnh buồng giam là một cái kho để dụng cụ cuốc, cào, thuổng, xẻng, ngang dọc khoảng một mét, có cửa khóa phía ngoài buồng giam. Lợi dụng "địa thế" này ban ngày họ đục sẵn một khoảng rộng đủ để chui vào, trổ nóc sẵn rồi vá lại ngụy trang để nếu có cán bộ vào nhìn thì cũng không phát hiện ra được. Vả lại hầu như ít khi có cán bộ vào trong buồng giam của tù. Họ tin vào cửa sắt, ổ khóa, tin vào tường cao cổng kín và tin vào "ăng-ten". Đội tù dân tộc thiểu số này không có thứ "quái quỷ" đó nên mọi việc được bảo mật tuyệt đối.

Người Giám thị trưởng của Z30A Xuân Lộc, Thượng tá Trịnh Văn Thích thỉnh thoảng mời những nghệ sĩ nổi danh của Sài Gòn trước 75 đến trại trình diễn các buổi văn nghệ đặc sắc. Từ ngày chúng tôi về trại này đến ngày xẩy ra cuộc vượt ngục, chúng tôi đã được dự các đêm cải lương, ca nhạc kịch với Lệ Thủy trong vở Thái Hậu Dương Diên Nga, Hồng Nga với các màn diễu hài. Bạch Tuyết với các màn cải lương, ca cổ. Bạch Tuyết không phải đến đây một lần mà đã nhiều lần, dĩ nhiên là do lời mời của ông Giám thị. Theo tin giới thân cận của ông giám thị họ Trịnh thì mỗi lần Bạch tuyết đến trại Xuân Lộc trình diễn đều có quà cho ông "tù trưởng". Món quà mà ông giám thị Thích ưa nhất là một con cá lóc lớn, mấy bẹ bạc hà, me chua và rau ôm. Ông này rất thích món canh chua miền Nam. Quà đáp lễ của ông giám thị thường là bao thư. Nhiều ít, ngoài hai đương sự không ai biết. Cũng tin từ giới thân cận, ông giám thị bị tố khai thác gỗ và các loại lâm sản lấy tiền bỏ túi không chia chác cho đàn em nên bị bộ Nội Vụ "lột áo giữa sân khấu" như lời ông thổ lộ với em út. Tôi đã có đề cập vụ này ở một chương trước.

Chúng tôi cũng một lần được tham dự một đêm văn nghệ của nhạc sĩ Nguyễn Văn Tý với các ca khúc Xây Đập Kẻ Gỗ, Đi Mô Cũng Nhớ Về Hà Tịnh, và một số bản nhạc khác của ông qua giọng ca Thu Nở. Về bài hát Đi Mô Cũng Nhớ Về Hà Tịnh, ông giải thích trường hợp sáng tác bài hát này. Nhạc sĩ cho biết quê ông ở Vĩnh Phú, nhưng ông có mười năm sống và làm việc tại Hà Tĩnh. "Cảm kích nghĩa tình người Hà Tịnh dành cho ông, người nhạc sĩ này đã sáng tác bài ca ấy để "đền ân đáp nghĩa" (nguyên văn lời ông).

Trước đông đảo cử tọa vừa là công an vừa tù cải tạo, loại tù mà ông biết là rất sành sỏi về mọi phương diện, nhưng ông cứ thao thao bất tuyệt. Ông lên án nhạc miền Nam, nhạc vàng, một thứ nhạc kích động "nhún nhảy" nhằm ru ngủ, đầu độc tâm hồn giới trẻ. Thế nhưng chỉ mấy phút sau lời phát biểu đó, ông giới thiệu ca sĩ Thu Nở trình bày một ca khúc, trao máy vi âm cho cô ca sĩ, ông liền co hai tay, khuỵu thấp đầu gối xuống, thân mình vặn vẹo theo điệu nhạc. Tôi bấm anh bạn bên cạnh, thấy chưa, tội nghiệp, chửi đó, làm đó!. Chẳng hay Nhạc sĩ Tý có là đảng viên đảng CS không? Ông phát ngôn như con vẹt.

Nói về Thu Nở, cô ca sĩ này từ sau đó biệt tích giang hồ. Mấy năm trước đó cô ta làm chung với bà xã tôi ở phòng Họa Viên Thiết Kế Thủy Lợi, cô bỏ đi hát, nhà tôi bị đuổi việc, không còn gặp nhau. Sang Mỹ chúng tôi nghe nói Thu Nở cũng qua Hoa Kỳ rồi và cũng có tin cô ở San Jose nhưng không bao giờ thấy cô xuất hiện.

Mấy tháng, sau đêm nhạc Nguyễn Văn Tý chúng tôi được thưởng thức một đêm văn nghệ xuất sắc, "no nê" do nghệ sĩ Thành Được và nữ nghệ sĩ Ngọc Giàu trình diễn trong vở cải lương trích đoạn Lữ Bố Hí Điêu Thuyền. Bảy tám năm sau, từ ngày rời Sài Gòn lê lết trong các trại tù biệt xứ nơi núi rừng heo hút, lần đầu tiên đoàn tù cải tạo miền Nam như gặp lại những người quen thân trìu mến, như sống lại một thời tuổi trẻ rộn ràng của Sài Gòn hoa lệ. Trong âm thanh dìu dặt, ngọt bùi ấy là vị đắng thấm đậm của thân phận người tù đang trong bốn bức tường khép kín.

Nói thêm về nghệ sĩ Thành Được, sau ngày tôi được thả về, cái tin nổi bật ("vedette") của báo chí và đài truyền hình Sài Gòn vụ "Thành Được bị cưỡng bức và bắt cóc" làm xôn xao trong mọi giới. Bạch Tuyết và Ngọc Giàu được đưa lên Ti Vi làm "nhân chứng". Cả hai nghệ sĩ này đều khóc mếu máo khi kể lại lúc hai chị tiếp xúc với những người Việt Nam Tự Do tại

Đức đề nghị giúp phương tiện cho hai chị tỵ nạn chính trị và đưa hai chị tới nơi an toàn. Theo lời kể thì hai chị "bị cưỡng bức và hăm dọa", nhưng vì "lòng yêu quê hương" và tình cảm gia đình nên cả hai quyết liệt từ chối và "tìm kế thoát thân". Sự thật ra sao tôi tin chắc những người can dự vào vụ "cưỡng bức và hăm dọa" nay đang sinh sống ở Đức quốc mới là nhân chứng.

Nghệ sĩ Thành Được sau mấy năm tỵ nạn ở Đức sang Hoa Kỳ mở nhà hàng. Tôi đã có dịp đến nhà hàng Thành Được lần đầu trong một dịp được hai ông bà xếp cũ của tôi (Thiếu Tướng Nguyễn Khắc Bình) đãi vợ chồng tôi và một người bạn – anh Lê Văn Trưởng – cũng là thuộc cấp thân cận của ông bà, một bữa cơm chiều. Gặp ông chủ nhà hàng tôi có nhắc lại đêm cải lương "Lữ Bố Hí Điêu Thuyền" và cho anh hay tin về vụ vượt ngục của 23 người tù trong đêm hôm đó. Anh hứa sẽ gặp và kể cho tôi nghe một thêm đôi điều về chuyến vượt thoát nhân chuyến đi trình diễn tại Đức, nhưng vì mỗi người đều bận rộn đa đoan nên chúng tôi chưa có dịp chuyện trò, mặc dù cũng có nhiều lần tôi đến nhà hàng của anh và một lần gặp anh trong buổi ra mắt CD Kim Vân Kiều của Nghệ Sĩ Bích Thuận do Cơ Sở Thi Văn Cội Nguồn tổ chức tại Bắc California.

Trở lại với cuộc vượt ngục trốn trại của tù Fulro, một trong những yếu tố tạo sự thuận lợi đưa tới thành công cho 23 chiến sĩ Fulro ấy là đêm cải lương Lữ Bố Hí Điêu Thuyền của nghệ sĩ Thành Được. Đêm văn nghệ ấy quy tụ rất đông khán giả, gồm công an, cán bộ và viên chức thuộc cả ba phân trại A, B và C. Riêng tù cải tạo, tất cả phân trại A, phân trại B và C mỗi phân trại chỉ có mấy chục người được chọn cho tham dự thôi. Tổng cộng khán giả tù và người gác tù có thể lên tới trên năm trăm người. Cuộc trình diễn kéo dài tới 12 giờ đêm mới chấm dứt. Số tù nhân người Thượng ấy cũng đi xem hát cũng ra về như mọi người, nhưng chỉ sau hai tiếng đồng hồ là họ quyết định chọn giờ G ngày N cho lệnh xuất phát.

Đám lính canh gác và tuần phòng sau bốn tiếng đồng hồ thỏa thích với các màn cải lương, vọng cổ, về trại họ họp nhau bàn tán, trầm trồ rồi ngủ quên. Giữa núi rừng, đêm tối trở nên thanh vắng tĩnh mịch hơn, không có bóng người lui tới tuần tra như thường lệ, không có một âm thanh nào ngoài tiếng côn trùng réo rắt giữa canh khuya, họ bắt đầu cạy khoảng tường đã đục sẵn, đã ngụy trang từ trước ở phía bên trong phòng giam, lần lượt từng người chui qua, trổ nóc mái nhà leo lên dùng dây đu đã chuẩn bị sẵn tuột xuống sân, phóng nhanh ra hướng bờ tường. Có người nói họ chui qua ống cống thoát nước. Có tin họ dùng dây vượt qua tường thành xi măng có một hàng rào kẽm gai, nên một đầu cuộn dây ném lên là dính. Từng người một đu sợi dây thoăn thoắt vượt qua chướng ngại cuối cùng này. Khi đã đủ con số 23 họ phóng nhanh ra bìa rừng, lặn sâu vào rừng cây trong bóng đêm trùm phủ.

Những con hổ đã thoát về được nơi giang sơn của chúng. Những đứa con của hoang vu đã được trả về với bờ khe, dòng suối, với đời sống sơn lâm, để lại đàng sau nỗi bàng hoàng, choáng váng cho cả một hệ thống cai tù gần 500 người từ quan quân đến cả những người không trách nhiệm, không dính dáng gì đến biến cố đó. Ông Thượng tá Trịnh Văn Thích có lẽ bị "lột áo giữa sân khấu" như lời ông thốt ra, có thể một phần cũng do từ vụ để hổ thoát về rừng này.

Sau một đêm yên tĩnh, buổi sáng thức dậy, ánh nắng ban mai hòa quyện hơi mát của gió ngàn sương núi lan tỏa cả bầu trời. Như thường lệ, cán bộ trực trại từ ngoài trạm gác cổng chính đi vào mở cửa từng buồng giam cho tù ra sân tập họp điểm số, xem thiếu thừa người nào không? Đội trưởng là người có phận sự báo cáo con số này với cán bộ trực trại mỗi sáng "xuất chuồng" và mỗi chiều nhập "lao xá".

Dãy nhà giam có buồng may cách hai dãy thì tới dãy thứ tư, nơi có cuộc vượt thoát ngoạn mục đã xẩy ra. Khi tới mở cửa buồng giam bọn "phản động" Fulro, cán bộ trực trại hoảng hốt chỉ thấy còn bốn người nằm yên một góc.

Hai vành môi chập nhịp vào nhau một cách khó khăn, anh này lên tiếng:

- "Các anh kia đâu hết rồi"?

Có tiếng rên mệt nhọc đáp lại:

– "Nó đi hết rồi, cán bộ".

Viên trực trại bỏ nửa chừng nhiệm vụ mở tiếp các buồng khác, vù chạy ra cổng báo cho hai người lính gác biết nội vụ. Nhận lệnh, viên trực trại trở vào khóa trái cửa buồng giam còn có bốn người trong đó rồi tiếp tục đi mở cửa các buồng khác. Sau khi tù xuất trại đi lao động hết, một lát sau một tốp công an từ quan đến lính kéo vào điều tra cho biết sự tình. Số đông tù cải tạo chỉ nghe đồn và biết là có vụ trốn trại đêm hôm đó, nhưng không ai biết cụ thể ra sao, diễn tiến như thế nào.

Bốn người ở lại có ba người đang trong tình trạng bệnh nặng không thể đi cùng, một người đã cao tuổi bảo đồng đội của mình "Chúng mày cứ đi đi, tìm sự sống. Tao ở lại chết thay cho. Tao già rồi". Trong số ba người bị bệnh nặng có một thanh niên trạc tuổi trên ba mươi. Anh này sau đó được dùng làm "tên tội phạm chủ mưu" cuộc trốn trại vừa bị bắt lại. Hàng ngày bị còng tay dẫn ra dẫn vào khỏi trại cốt ý cho mọi người thấy là "chúng nó" bị tóm lại hết cả rồi. Đó là tên chủ mưu. Sự thật, mỗi ngày có mấy người trong tổ may được một số cán bộ đã rề rà vào tặng "hot news" để nhờ bóp cái lưng quần hay lên lai cái quần vừa được phát. Hơn một tuần lễ sau đó, có lần tôi làm ra vẻ ngây thơ hỏi một công an trẻ:

- "Đã bắt lại được hết chưa, cán bộ"?

- "Biệt tích hết cả rồi. Có hai toán truy nã đã trở về. Chim trời cá nước mà anh".

Thông thường khi có một tù nhân trốn khỏi trại, lập tức nhiều tổ truy nã được thành lập phân phối đi tám hướng làm nút chặn và ngụy trang thường dân đóng chốt ở các trạm xe, các ngã ba, ngã tư đường, các ven lộ và tại địa phương của đương sự, kể cả quanh quẩn khu nhà ở của thân nhân người tù. Nhưng trường hợp những tù nhân người Thượng này, họ đã khuất hút ngày một xa, một sâu vào giữa khu rừng mênh mông trùng điệp. Họ như những con sóc biến hiện trong bụi rậm, các toán truy nã biết đóng chốt nơi ngõ ngách nào? Đúng là chim trời cá nước.

Quả thật đám "anh em ta, cùng mẹ cha" này đã chọn đúng giờ "hoàng đạo" thuận "thiên thời, địa lợi, nhân hòa" nên chuyến "làm ăn" trót lọt. Tất cả những gì tôi ghi lại đây đều được kể lại từ miệng của những "thẩm quyền" tại chỗ vào thời gian sự việc vừa xẩy ra còn "tươi rói". Đêm ấy cũng như mọi người, sau bốn tiếng đồng hồ thưởng thức văn nghệ, về tới chỗ là ngủ li bì, tôi không hay biết gì về những động tĩnh của đám anh em dãy nhà bên kia., mãi cho tới sáng hôm sau.

Tôi được ngủ trong buồng may thế chỗ bác Nam, sau khi bác Nam được thả. Tổ trưởng là Th/ tá Huỳnh Ngọc Đường, tôi chỉ phụ trách phần kỹ thuật đo và cắt. Từ những năm trước người ngủ riêng trong buồng may là tổ trưởng Nguyễn Đình Huề. Anh này là một hạ sĩ quan, nhưng không hiểu lúc đi trình diện khai báo thế nào mà thay vì "học tập" một tuần lễ tại phường khóm thì được cho đi "học" suốt bảy năm. Tổ trưởng về, bác Lê Hoài Nam thế chỗ. Đến lượt bác Nam về, tôi vào nằm canh chừng... "kẻ gian", không phải là tù .

Ngày tôi rời khỏi tổ may, xách cái túi đựng vài bộ quần áo, chiếc áo len bước ra khỏi cổng trại cả thân mình tôi nhẹ nhổm thanh thoát vừa mừng thoát cảnh tù đày, vừa mừng thoát khỏi những cặp mắt cú vọ, những cấu xé, những hằn học... của các cán bộ có chức sắc như trực trại, giáo dục, an ninh, thăm nuôi... khi tôi không thỏa mãn với những đòi hỏi, vòi vĩnh của họ.

Trong một lần thăm nuôi, quản giáo cho hay tôi được thăm riêng (nghĩa là vợ con, gia đình được gặp trong một phòng riêng, thay vì ngồi ngoài nhà thăm tập thể). Thời gian thăm riêng theo quy định là ba tiếng, suốt cả buổi chiều. Tôi gặp nhà tôi trong phòng riêng chưa đến một tiếng thì cán bộ thăm nuôi kêu tôi nhận quà trở về trại. Tôi hỏi "tại sao tôi không được thăm suốt buổi chiều như quy định và như cán bộ quản giáo đã cho tôi hay". Người cán bộ này trả lời gay gắt "Anh thi hành lệnh của cán bộ có trách nhiệm ở đây".

Tôi xách các túi quà ra đặt ở thềm, tiễn nhà tôi một đoạn khoảng năm thước, vừa quay lưng trở lại lấy quà thì cán bộ thăm nuôi đã đứng chờ sẵn ở cửa, gọi tôi vào phòng lấy cớ tôi không xin phép mà rời phạm vi nhà thăm nuôi để tiễn chân người nhà, rồi gay gắt "xài xể ", trái hẳn với cử chỉ hàng ngày tỏ ra thân thiện khi vào tổ may tiếp xúc với tôi. Tôi cứ băn khoăn không hiểu tôi "thiếu sót" điều gì để đưa tới sự trở mặt đó. Tôi lại nghĩ tới bản chất con người cộng sản là thế! Tôi về đến trại cả tổ may ngạc nhiên. Quản giáo cũng hỏi "tại sao vào sớm thế ". Mấy hôm sau gặp người bạn cùng có gia đình thăm riêng hôm đó, hỏi ra mới vỡ lẽ tại tôi không biết "lót tay". Bà xã của anh bạn tôi "lót" tờ một trăm đồng mới in sau đợt đổi tiền. Có người thì một mâm quà bánh từ nhà mang tới. Nhà tôi "hồn nhiên" như mấy cô gái Sài Gòn làm trong sở Thủy Lợi cứ ném thẳng vào mặt bất cứ kẻ nào sàm sỡ hay dốt nát mà ba hoa ra điều ta là giai cấp mới. Tôi thì tuyệt nhiên không bao giờ nghĩ tới. Quả thật trong thâm tâm, tôi vẫn tưởng người cán bộ dưới chế độ vô sản chuyên chính, kỷ luật sắt, không có cái trò "đút lót" ấy.

Một lần khác, cán bộ trực trại tên Hoạt dặn tôi:
- "Lần sau gia đình lên thăm anh bảo mua giùm tôi mấy mét vải trắng để tôi may mấy cái quần đá bóng nhé". Tôi bực mình nhưng cũng gật đầu - "Vâng, cán bộ".

Kỳ thăm nuôi sau đó nhà tôi mang lên hai mét vài màu vì không mua được vải trắng. Thời bấy giờ vải chỉ phân phối theo tiêu chuẩn đầu người hàng năm. Tình trạng thiếu vải che thân ấy khiến trong dân gian có nhiều câu ca dao thời đại rất phổ biến. Sau ngày tôi được thả, bà chị họ tôi cùng vợ chồng hai đứa cháu, từ cao nguyên về thăm tôi, trong bữa cơm bà chị tôi nói: -"Chú biết không bên ngoài khác với trong nhà tù người ta không sợ đâu. Trên Ban Mê Thuột mỗi lần họp kiểm thảo những người nhổ trộm mấy bụi khoai mì hay bẻ mấy trái bắp, khi đang họp họ ngồi gật gù mặc chủ tọa và mấy người trong ủy ban nói gì thì nói, tan họp bước ra sân là họ la om lên: "Bần cùng sinh đạo tặc. Không ăn trộm lấy C. chi ăn". Rồi Hợp Tác Xã trưng dụng trâu bò người ta để cày bừa, khi dắt đi thì con vật còn béo mập khỏe mạnh, lúc trả về chỉ còn da bọc xương, đi còn không nổi, nói chi đến kéo cày. Thế mà cứ đêm nào cũng họp. Lúc họp ai cũng phải đến ngồi ngủ gà ngủ gật, tan họp ra về họ la lên: "Hợp gì? Hợp tác hợp te. Không có miếng vải mà che cái L".

Một thời gian sau đó, bao lâu tôi không nhớ, tôi cùng bố tôi đến thăm một gia đình tập kết lấy vợ người cùng quê với tôi, có một người con đi bộ đội theo ba mẹ vào Nam. Trong câu chuyện thăm hỏi, trao đổi việc gia đình xã hội, anh chủ nhà nói hồi trước năm 54 khi còn học Petrus Ký trên bàn học của anh ta khi nào cũng có một khung ảnh hai mặt, một phía là ảnh "bác", mặt kia là ảnh tượng Phật. Khi nào có cảnh sát hay sở "mật thám" bố ráp thì lật phía tượng Phật ra trước, hết bố ráp lại quay ảnh bác ra ngoài. Rồi anh nói tiếp nguyên văn:

- "Giờ này mặt thằng quỷ ấy không có trong nhà tôi" (chỉ tay lên tường, ý nói không bao giờ treo ảnh bác).

Tôi không ngờ anh chủ nhà xa lạ, mới gặp tôi lần đầu, một con người đã đem hết nhiệt huyết và tuổi trẻ hy sinh cho lý tưởng của mình trong suốt 20 năm để rồi lại đổi thay đến như vậy. Anh ta nhắc lại câu ca dao mà trước đó tôi đã nghe bà chị họ tôi kể. Nhưng lần này có đổi lại hai chữ nghe có vẻ văn hoa hơn và cũng thâm thúy hơn, "độc" hơn: -"Hợp gì? Hợp tác, hợp te – Không có miếng vải mà che cụ Hồ"!

Trên chuyến tàu về Nam, một lần tôi rất đỗi ngạc nhiên khi nghe một nam thiếu niên hát bài "Như có bác Hồ trong thùng phi đậy nắp". Quả thật lần thứ hai nghe bà chị tôi kể, tôi không thể ngờ nhân dân miền Nam đã nhìn ra bản chất phi lý và đã có phản ứng. Nghe đến lần thứ ba thì quả đúng như một giảng viên "lên lớp" ở trại Long Thành trong năm đầu chúng tôi "học tập": Chế độ Mỹ Ngụy đi hết từ ngạc nhiên này đến ngạc nhiên khác. Quả là tôi cứ được lặp lại những điều ngạc nhiên vô cùng lý thú.

Cũng chỉ vì một miếng vải mà anh cán bộ trực trại đã phơi bày bản chất nhỏ nhen của mình. Khi thăm nuôi vào, trong khi khám xét đồ đạc, tôi nói người nhà tôi có mua vải cho cán bộ nhưng không có vải trắng chỉ có vải màu. Ngày mai cán bộ vào tổ may lấy. Hôm sau người cán bộ ấy vào tổ may, tôi lấy xấp vải để trên đầu bàn cắt. Anh ta lại cầm lên lật qua lật lại, rồi bỏ xuống bước ra về. Chiều hôm sau trở vào đứng trước cửa buồng may hất hàm bảo tôi phải nhổ hết mấy cây cải đang lên xanh tốt, tôi trồng cạnh hàng rào mé sân. Tôi mạnh dạn đáp lại:

- "Nếu cán bộ muốn nhổ hết luống cải của tôi cùng một lúc thì cán bộ tự làm lấy. Chưa có lệnh nào của ban Giám thị cấm tôi trồng luống cải đó". Nghe tôi trả lời đốp chát, cán bộ ra quay ra về. Chiều hôm sau như thường lệ, hết giờ lao động nhóm thợ may lại vào một góc hội trường đá cầu lông, viên trực trại này lại xuất hiện. Những lần trước y tham gia cùng chơi, lần này anh ra lệnh đuổi tất cả ra ngoài, không cho chơi trong hội trường. Đến nước đó, nhiều anh em mới lên tiếng "càm ràm" và tổ trưởng mới mở miệng xổ tiếng "Đ.M"!

thảm kịch trên thân phận những người tù bất khuất

Cách đây đúng 150 năm trước khi lên đoạn đầu đài (năm 1854), Cao Bá Quát đã ném vào mặt vua quan nhà Nguyễn những lời đầy ai oán mà cũng đầy ngạo mạn:

Ba Hồi trống giục đù cha kiếp
Một nhát gươm đưa đéo mẹ đời!

Trong dọc dài dài lịch sử đất nước, đã có biết bao nhiêu anh hùng hào kiệt dõng dạc, hiên ngang xả thân vì đại nghĩa dân tộc. Người cộng sản với chủ trương bạo lực cách mạng, đả thực bài phong, từng ca ngợi Cao Bá Quát như một nhà cách mạng dám đứng lên mong xoay thời chuyển thế. Thế nhưng kể từ thập niên 30 đến nay có biết bao nhiêu người giàu lòng yêu nước tham gia kháng chiến chống Pháp, đứng lên chống lại chủ nghĩa cộng sản, một chủ nghĩa ngoại lai tàn ác, phi dân tộc đã bị người cộng sản bức hại, đàn áp dã man. Tôi từng chứng kiến biết bao nhiêu người dân vô tội bị tù đày, bị giết chết một cách oan khiên từ thập niên 30 đến ngày chính tôi, gia đình tôi là nạn nhân trong cuộc cải cách ruộng đất.

Sau 1975, từ ngày vào trại tập trung đến năm 1983, rồi sống thêm 10 năm trong cái nhà tù vĩ đại XHCN, trước khi sang Mỹ, tôi chứng kiến quá nhiều những tai họa ập xuống thân phận con người Việt nam bất hạnh, để rồi từ đó nhiều loại hình phản kháng chế độ phát sinh, phản ứng đầy tính tích cực. Đã có nhiều người, nhiều quyển sách viết về hiện trạng ấy. Trong phạm vi hạn hẹp của hồi ức về tù cải tạo, ở đây tôi muốn kể lại những gì mắt thấy tai nghe về những con người đã vượt lên khỏi cái lẽ tầm thường "tham sinh úy tử" để có những hành động phi thường, đáng để người đời sau suy ngẫm. Những con người ấy có thể chưa hẳn là những anh hùng, nhưng có thể xem họ đúng là mẫu mực của những "chính nhân quân tử" bởi như tôi vừa nói, họ đã làm được những việc phi thường, họ là thiểu số ít ỏi giữa đám đông hàng chục, hàng trăm ngàn người thầm lặng, an phận, thủ thân. Họ đã biểu lộ ý chí can trường trước cường quyền bạo lực để nói lên cái nghĩa khí của một anh hào, bảo toàn danh dự của hàng ngũ những người bại trận. Có những người còn sống, nhưng cũng có những người đã đem sinh mạng của mình hiến dâng cho ý chí, lập trường và lý tưởng cao cả đó. Tôi nghĩ rằng họ xứng đáng để người đời nhắc và quốc gia dân tộc vinh danh họ.

**

LÊ QUẢNG LẠC

Người tù cảm nhận được sự kinh khiếp hãi hùng nhất trong khâu lao động khổ sai có lẽ là anh Lê Quảng Lạc. Lạc làm việc cùng cơ quan với tôi. Anh nguyên là Sinh Viên Đại học Văn Khoa Sài Gòn, tốt nghiệp cử nhân ngành Xã hội học năm 1966. Anh có thân hình mảnh mai đúng với mẫu người "bạch diện thư sinh". Lối nói chuyện của anh rất lôi cuốn người nghe, kể cả những lúc trình bày về một đề tài lớn trước đám đông. Anh được sự cảm mến của hầu hết những bạn tù, dù quen hay lạ. Chính vì vậy anh là người đầu tiên được phía quản tù để ý và bị bắt đưa đi khỏi buồng giam ngày 9.1.1979. Lạc bị cùm vào xà lim lần thứ nhất trong 6 tháng.

Anh lại vào xà lim lần thứ hai chỉ một thời gian ngắn sau khi được xả cùm, ra khỏi xà lim trong lần kỷ luật thứ nhất. Lý do kỷ luật lần này là tội liên lạc thư tín trái phép. Một hôm, đội 9 được gọi ra sân tập họp đi lao động sau cùng. Ra tới sân bãi, đoàn tù được lệnh đứng lại, người công an trực trại bước tới bảo Lạc kéo ống quần bên chân phải lên, ra lệnh: Anh lấy giấy tờ gì giấu trong bít tất. Lạc cúi xuống kéo ra một xấp giấy xếp gọn bằng cái bao thuốc lá, người công an trực trại dẫn Lạc đi "làm việc". Đoàn tù tiếp tục đi lao động. Lạc bị cùm tiếp ba tháng lần thứ hai về tội liên lạc thư tín ra ngoài. Mặc dù thư chưa gửi còn để trong người.

Được thả ra trở về sinh hoạt trong đội trừng giới, dưới tay tổ trưởng Huỳnh Trung Tr. Vừa ra khỏi xà lim ngày hôm trước, hôm sau phải đi lao động. Lạc phải đứng trong hàng để chuyển theo dây chuyền những tảng đất xắn vuông vức từ 30 đến 40 phân, nặng trung bình trên 5kg. Trong giờ nghỉ 5 phút, Lạc nói với tôi -"Thằng Tr. nó ép kiểu này chắc tôi chết mất thôi". Và anh nhờ tôi xin quản giáo cho anh được nghỉ một ngày để tắm giặt. Nhờ đội trưởng, tổ trưởng thì nhất định là không bao giờ được cả. Tôi được tiếp xúc với quản giáo thường hơn, vì đám cán bộ biết tôi có nghề cắt may từ Quảng Ninh nên thường hay làm quen để nhờ tôi may hay sửa đồ áo.

Quản giáo là người thường nhờ cậy tôi nhiều hơn cả. Cuối giờ, khi sắp hàng về, tôi lại nói với quản giáo:

– "Thưa cán bộ, anh Lạc vừa ở kỷ luật về, anh ấy còn yếu lắm; hơn nữa anh ấy cần giặt giũ tắm rửa, xin cán bộ cho anh ấy ngày mai được nghỉ lao động một ngày". Quản giáo nói với tôi, – "Ừ, nói với anh Lạc ngày mai nghỉ đi". Rồi quay sang đội trưởng: –"Anh Mão, ngày mai để anh Lạc nghỉ một ngày cho anh ấy tắm giặt". Đội trưởng vâng dạ, nhưng nhìn xéo sang tôi tỏ ý trách cứ tôi "qua mặt" anh ta.

Một buổi chiều trong tuần lễ sau, đội được giao mấy đám ruộng nước. Thay vì trâu cày thì tù phải cuốc xới. Lội xuống, nước ngập đến gần nửa ống chân, đứng giàn hàng ngang cuốc tới. Sau hai tiếng đồng hồ, được nghỉ 5 phút, Lạc lại ngồi cạnh tôi và anh Nguyễn Văn Mai, sắc mặt tái xanh, mệt nhọc. Anh Mai và tôi lại gặp Huỳnh Tr.Tr. đề nghị:

- Hai anh em tôi xin cuốc luôn phần của anh Lạc, đề nghị anh để cho anh Lạc nghỉ. Anh ấy yếu lắm.

Tr. trả lời: –"Phần ai nấy làm. Các anh làm thêm phần người khác sẽ giảm năng xuất lao động".

Hết mấy phút phù du ngồi thở dốc, Lạc tiếp tục cầm cuốc bước xuống ruộng, vừa cuốc xới được một khoảng chừng hơn một thước vuông thì lảo đảo, người đứng bên cạnh đỡ lấy anh, dìu tới bờ ruộng đặt nằm dài xuống trên bờ đất lởm chởm. Hết giờ anh được dìu về và hôm sau báo cáo bệnh xin nghỉ ở nhà.

Đi lao động về, tôi vừa nhận phần cơm vào thì Lạc vẫy tôi lại. Tôi ngồi bên cạnh anh, Lạc như biết trước, anh nói lời trăn trối với tôi:

–"Chắc tôi không sống nổi. Nếu tôi chết, anh lấy quyển tự điển Webster's tôi để trong xách thằng Cương, anh giữ lấy ngày nào anh về đem đến cho gia đình tôi làm tin. Anh Lê Đ. Kh. từ chỗ nằm bước lại thăm Lạc. Hai anh em tôi nói với Lạc và cũng như là lời đề nghị để xin cán bộ cho Lạc đi trạm xá. Huỳnh Tr. Tr. ngồi ăn ở sàn trên nói to lên, "Nhà giàu đứt tay ăn mày đổ ruột. Chỉ cảm chút sơ sơ mà om lên".

Tôi bất bình trả lời Tr. – "Anh không phải là thầy thuốc, không chuyên môn, anh nên im đi, đừng tác động vô trách nhiệm kiểu đó". Tr. im lặng. Đến 1 giờ 30 chiều quản giáo vào dẫn đội đi lao động, tôi và anh Kh. bước lại chỗ anh đội trưởng ngồi, đưa đề nghị:

– "Anh Mão ạ, anh xin cán bộ quản giáo cho anh Lạc đi trạm xá, chúng tôi thấy anh ấy bị đau nặng lắm rồi".

Đội trưởng lại xin quản giáo, và Lạc được anh Trương Bảo Cương là người em kết thân trong tù cõng sang trạm xá. Tối hôm đó Lạc được xe xúc cát chở đi và anh trút hơi thở trên đường, trước khi tới bệnh viện thị xã Thanh Hóa.

Năm 1996 Có hai vợ chồng người em gái của Lạc ở Nam California và một người em từ tiểu bang North Carolina đến gặp tôi, để muốn biết về nơi chôn cất mong tìm được mộ của Lạc. Một cô em gái khác, bút hiệu Hoàng Duy có bản nhạc phổ bài thơ "Lạc Đã Đi Rồi" trích trong tập Tiếng Hờn Chiến Mã của Song Nhị. Rất tiếc là khi Lạc mất chúng tôi nằm trong tù, hoàn toàn bị cách ly và giấu biệt nên chỉ biết qua những thông tin xì ra từ cán bộ hoặc đám tù hình sự mà thôi. Trường hợp Lạc không ai biết gì hơn, ngoài cái chết cô đơn lạnh lẽo của anh.

Khi hết hạn kỷ luật lần thứ hai, sau ba tháng được thả về đội, Lạc kể cho tôi biết anh viết hai lá thư, một gửi cho ông cụ thân sinh của anh ở Sài Gòn (đường Nguyễn Văn Thành, Gia Định) và một gửi cho vợ (cưới trước 75 chưa có con) đang ở Mỹ tên là Nghiêm Thị Lẫm. Có họ hàng gần với ông Nghiêm Xuân Thiện, đảng Dân Chủ Xã Hội, ngoại vi của Mặt Trận Tổ Quốc Hà Nội.

Lạc cho tôi biết nội dung lá thư viết cho ông cụ thân sinh của anh. Tôi còn nhớ nguyên văn những câu Lạc kể: "Bố Mẹ đừng bao giờ lo lắng. Bố chuyển lá thư, và nói với vợ con cứ yên tâm. Chúng con ra đi vì lý do chính trị thì chúng con cũng sẽ trở về bằng giải pháp chính trị. Ngày đó phải đến".

Xin thắp nén hương lòng bái tạ anh linh người bạn tù Lê Quảng Lạc đã trao gửi, chia sẻ với tôi nhiều tâm sự thầm kín nhất của anh. Anh đã tiên liệu vấn đề vô cùng chính xác. Tiếc rằng định mệnh không cho anh tồn tại để cùng cất cánh bay cao đến bầu trời Tự do qua giải pháp chính trị mà Đặc sứ Hoa kỳ Robert Funseth ký với Hà Nội ngày 30 tháng 7-1989, đưa tới việc thả hết tù cải tạo và hình thành chương trình HO.

Trong chỗ riêng tư, Lạc còn nói với tôi:

- Anh nói với anh em đề phòng thằng Ch. Những gì tôi bàn bạc với nó, Ban Năm (Th/ tá Năm Giám Thị trưởng phân trại A) nói lại cho tôi nghe hết. Ch. cũng như trường hợp T. và C. mà Lạc kể trong nhóm bị kỷ luật sau một thời gian đã "hợp tác" với cai tù để đái công chuộc tội.

Lạc ra đi để lại nỗi tiếc thương sâu đậm trong lòng tất cả những người tù cùng trại với anh. Khi tôi có ý định ghi lại đôi dòng về những người tù bất khuất, một số anh em đề nghị người đầu tiên tôi nên viết là Lê Quảng Lạc.

NGUYỄN ĐỨC ĐIỆP

Có tin một quyển sách viết về Nguyễn Đức Điệp đã được ấn hành tại California. Tôi cố tìm nhưng không biết tác giả quyển sách ấy là ai? Sách có bán ở tiệm nào? Tôi hỏi một vài tiệm sách ở thành phố tôi cư ngụ nhưng không có.

Tôi không biết gì nhiều về nhân vật này, ngoại trừ đoạn cuối cuộc đời của anh trong thời gian anh bị kỷ luật, bị cùm liên tục cho tới chết tại trại Z30A Xuân Lộc.

Lúc mới từ Thanh Hóa chuyển về, những anh em tù cải tạo ở Z30A nói cho tôi biết, anh Điệp là một·điêu khắc gia, chuyên khắc tạc tượng Chúa và đức Mẹ tại miền Tây. Sau 1975, anh bị bắt do hành động đọc bản tuyên ngôn đòi hỏi nhân quyền trước nhà thờ Đức Bà, Sài Gòn. Vào trại anh quyết liệt chống đối chế độ lao động khổ sai và đòi hỏi được đối đãi theo quy chế dành cho tù chính trị. Anh bị cùm từ trước khi chúng tôi từ Thanh Hóa chuyển về (tháng 1-1981) cho đến ngày anh qua đời.

Bạn tôi, anh Lưu V. S. từ Nam Hà chuyển về Xuân Lộc trước tôi có nhiều dịp gặp anh Điệp. Anh Lưu cho tôi hay chính anh Điệp thổ lộ anh ấy quê ở Quỳnh Lưu, Nghệ An, Trung úy Hải quân.

Trong dịp Tết âm lịch 1982 anh Điệp được xả cùm ba ngày, đưa ra khỏi xà lim, về ở chung trong một đội lao động cạnh buồng giam cùng dãy với buồng may. Nhân lúc anh ấy ra múc nước từ một cái bể cao, tôi đến gần kéo nước giùm anh, nhưng cốt ý được trao đổi vài câu chuyện với anh.

Tôi chào và nói với anh:

– "Anh yếu lắm anh Điệp ạ. Xin anh suy nghĩ lại, mọi người ngưỡng mộ tư cách và nghĩa khí của anh. Tôi ngưỡng mộ anh, vì vậy tôi xin góp ý anh nên đấu dịu với tụi nó để sống, nếu cứ như thế này mãi chúng nó sẽ giết anh. Sức người không thể chịu đựng mãi trong ngục tối từ năm này qua năm khác với mỗi bữa ăn một nắm cơm và nước muối.

Anh ấy có vẻ ngờ vực trước một người xa lạ đến tỏ lộ tâm tình. Sự ngờ vực cảnh giác là rất chính đáng. Thiếu gì những "ăng-ten" đến mồi chài để báo cáo. Thấy anh có vẻ không quan tâm đến lời tôi, tôi nói:

- "Anh cứ tin tôi. Tôi biết quê anh ở Quỳnh Lưu, tôi cùng quê với anh". Tôi nói dối quê tôi ở Thanh Chương, cùng dân Nghệ Tĩnh. Nghe tôi nói "quê anh ở Quỳnh Lưu" anh ấy như ngạc nhiên, giật mình quả quyết, trả lời tôi "Không, quê tôi ở Cần Thơ, không phải Quỳnh Lưu". Tôi nói như năn nỉ "Xin anh tin tôi. Vì cảm phục anh, tôi nói với anh bằng tất cả tấm lòng. Tôi ở bên tổ may. Anh có thể hỏi những người khác để biết về tôi". Anh ấy đáp lại: "Cảm ơn anh. Con đường chúng ta đi còn dài, nhưng sẽ đến".

Lời nói và cách nhìn của anh lúc ấy tỏ ra thông cảm, bớt điều nghi ngại. Một lần tổ may mua một con heo bệnh của cán bộ làm thịt, tôi xin một tô cháo lòng bưng sang mời anh ấy, anh nhận làm tôi rất vui. Sau ba ngày Tết anh lại bị đưa vào cùm trong xà lim như một tử tù. Thỉnh thoảng anh em trong tổ may nhìn ra thấy anh bị dẫn đi băng qua sân banh, mặc bộ đồ tù bạc trắng, mái tóc bạc phơ thân hình khẳng khiu tưởng chừng chỉ một cơn gió nhẹ là có thể thổi bay. Nghe nói anh được dẫn xuống nhà bếp nhặt rau, rửa ráy, dọn dẹp nhưng anh phản đối. Anh cho đó là một hình thức khổ sai, trái với quy chế dành cho tù chính trị. Anh lại bị đưa vào xà lim cùm tiếp.

Tôi không nhớ rõ ngày tháng năm anh qua đời, nhưng tôi biết và nhớ rõ những chi tiết cụ thể qua lời kể của một người trong cuộc. Theo lời kể đó thì vì bị cùm trường kỳ, thiếu ăn, thiếu nước uống, thiếu vệ sinh, bị suy dinh dưỡng, bệnh không có thuốc, dần dần anh bị kiệt sức. Người tù hàng ngày đem cơm cho anh đã báo cáo lên cán bộ trực trại yêu cầu phản ảnh lên ban Giám thị, nhưng bị làm ngơ. Đến khi thấy tình trạng không còn thuốc chữa mới đưa anh ra trạm xá. Hai ngày sau anh trút hơi thở cuối cùng. Vợ anh từ Cần Thơ được báo mộng, hai ngày sau xách hai ổ bánh mì, vài ba trái cam và chút ít quà bánh tới trại A Xuân Lộc tìm gặp chồng. Chị đến nơi lúc 11 giờ sáng ngồi chờ đến ba giờ chiều, người cán bộ thăm nuôi vẫn nói với chị "chờ Ban Giám thị giải quyết". Gần xế chiều một cán bộ từ cơ quan ra gặp đề nghị cán bộ thăm nuôi giải quyết dứt khoát cho chị ấy về kẻo tối. Sau cùng, thay vì cán bộ thăm nuôi, một Tr/úy công an lại gặp chị Điệp nói nhỏ nhẹ an ủi và cho biết "Anh Điệp đã chết rồi". Vừa nghe xong, chị ấy thốt lên "Ai giết chồng tôi" rồi ngất xỉu. Phải kêu người trạm xá ra chích một mũi thuốc hồi sinh.

Gần một giờ sau, chị ấy tỉnh lại, người Tr/úy công an dẫn chị Điệp ra viếng mộ chồng và hứa "bất cứ khi nào gia đình muốn đưa anh Điệp về, chị cứ gặp em (cho biết tên), em sẽ giúp chị".

Cũng theo lời kể, trong một buổi họp toàn thể, người cán bộ này có đặt vấn đề cần xem lại biện pháp kỷ luật đối với "phạm". Biện pháp kiên giam không thể áp dụng trong nhà kỷ luật, vì đã có quy định "phạm" chỉ bị cùm tối đa mỗi lần là 14 ngày. "Chúng ta có trách nhiệm về cái chết của anh Nguyễn Đức Điệp", theo nguyên văn lời kể. Khoảng hai năm sau đó viên Tr/úy cán bộ này bị lột áo cho về vườn. Tất cả những ai từng ở tù chung trại, từng gặp gỡ, từng quen biết Nguyễn Đức Điệp đều cảm phục và thương tiếc một con người đã lấy sinh mạng của mình để chứng tỏ cho những con người cộng sản thấy được nghĩa khí của một người chiến sĩ Quốc gia bất khuất.

NGUYỄN MẬU

Nguyễn Mậu nguyên là phụ tá lãnh tụ VNQD Đảng Vũ Hồng Khanh. Ông là một con người của biểu tượng chí khí cách mạng, là bậc thầy đối với mọi lớp tuổi trong trại tù ở Thanh Hóa. Cộng sản xem ông như một kẻ ngoan cố nhất, một mối đe dọa về những xáo trộn trong mọi thời gian. Đám công an, cán bộ lại càng tỏ ra khó chịu khi nghe nhiều bạn tù gọi ông là thầy và xưng con. Ban Giám thị trại giam không tìm được bằng chứng nào để trừng trị con người "ngoan cố" đáng ngại Nguyễn Mậu, để răn đe và để ngăn chặn mầm mống đấu tranh cứ như sẵn sàng bộc phát. Họ lấy cớ ông báo cáo bệnh nghỉ lao động mấy ngày, lập thành một hồ sơ gồm nhiều tội trạng khác như chống đối chính sách của đảng và nhà nước, trốn tránh lao động, tuyên truyền sai lạc chủ trương đường lối cải tạo của nhà nước CHXHCNVN. Ông lãnh bản án thi hành kỷ luật, nằm xà lim trong ba tháng.

Ông được thả sau 13 năm, cùng đợt "xả trại" sau khi Hà Nội ký bản hiệp định thả tù cải tạo và cho tái định cư tại Hoa Kỳ. Về Sài Gòn ông được "cấp" một phòng, cho tá túc trong tòa buyn-đinh gồm 37 phòng của ông trước Chợ Tân Bình. Tòa buyn-đinh này bà Nguyễn Mậu đã phải "bằng lòng hiến" cho nhà nước để đổi lấy cái pastport xuất cảnh. Căn biệt thự của ông thì đã bị tay Trưởng công an chiếm đoạt và cư ngụ.

Những năm 1989 -1990 chúng tôi thường gặp nhau tại

nhà anh bạn L.Đ. Kh. ở đường Phan Thanh Giản, Q. 10 Sài Gòn. Lần nào cũng có sự hiện diện của "ông thầy". Tuổi đã ngoài thất thập. Sức khỏe ông không được tốt. Có lần sau vài ly Maxim (rượu Cognac nhập nguyên thùng, đóng chai tại VN), mặt ông tái xanh, chân tay lạnh ngắt phải đỡ vào buồng xức dầu cạo gió. Ông không có ý định đi theo chương trình HO. Năm 1990 ông sang Canada thăm vợ con, rồi trở về. Ông đang làm đơn xin được trả lại căn biệt thự bị tịch thu vô cớ của ông. Nhưng Trời không chiều lòng người, sau nhiều năm lao lý, đói khát bệnh tật thiếu thốn thuốc men, tuổi già lực cạn, ông ngã bệnh rồi qua đời, bỏ lại tất cả mọi ước mơ hoài bão mà suốt cuộc đời ông dấn thân phụng sự. Ngày ông lâm bệnh nặng, người con gái của ông từ Canada về săn sóc thuốc men. Hai ngày trước khi qua đời một người bạn tôi đến thăm ông, ông kêu kéo ghế lại gần để chuyện trò. Như để trút hết nỗi lòng, như để trao gửi lại những người đi sau lời căn dặn. Ông nói về một đất nước Việt Nam, một thể chế dân chủ tự do sau này. Ông bày tỏ điều ông hân hoan không thể ngờ trước sự sụp đổ giây chuyền của chủ nghĩa cộng sản ở Liên Xô và Đông Âu.

Đi tiễn đưa và tham dự đám tang của ông có rất đông người, nhưng một nửa trong số đó là công an mặc thường phục. Tất cả mọi động tĩnh của đám tang đều được họ theo dõi chặt chẽ và sẵn sàng ra tay nếu có biến. Mọi người đều biết nhưng không ai lấy làm quan tâm. Tất cả anh em, thân thuộc dành trọn mối tưởng tiếc cho người ra đi. Một cảm xúc trào dâng mãnh liệt, khiến nhiều người chực tràn nước mắt khi người con gái của ông, một Việt kiều lưu cư ở Gia Nã Đại trước khi bỏ nắm đất vĩnh biệt người cha thân yêu, cô lên tiếng:

"Xin vĩnh biệt Ba. Xin cầu chúc anh linh Ba an nghỉ nơi cõi vĩnh hằng. Xin Ba phù hộ cho dân tộc Việt Nam.

Từ nay không còn ai có thể quấy rầy, bắt bớ, hành hạ, tù đày Ba nữa".

Lời nói của một phụ nữ, của một đứa con tiễn biệt người

cha cất lên như thế chứng tỏ ông đã để lại cho các thế hệ sau ông, từ con cháu trong gia đình một truyền thống cách mạng và lòng yêu nước nồng nàn.

HUỲNH VĂN LƯỢM

Một trường hợp rất thương tâm khác, xảy ra thật bất ngờ với mọi người. Tôi đã từng ở chung phòng giam với anh – Trung Tá TQLC Huỳnh Văn Lượm. Sau mấy năm đến Mỹ, tôi được những người chứng kiến kể lại, trong đó có Trung Tá Nguyễn Mộng Hùng, (tên thường gọi Hùng Xùi). Anh Huỳnh và anh Ng. M. H. là một cặp thân thiết, gọi nhau tao mày, ăn chung, cùng làm trong đội nhà bếp, ngủ chung buồng với tổ may. Anh Huỳnh có ngón đàn Guitar khá điêu luyện. Đêm đêm anh thường ôm cây đàn chơi những bản nhạc cổ điển. Từng nốt nhạc trầm buồn búng ra từ cây đàn, trong cái im lắng của màn đen đêm đêm. Tôi vẫn hình dung được nơi anh, con người khỏe mạnh, cao lớn, phong độ, mực thước, trầm lặng như có nhiều ẩn chứa trong cuộc sống nội tâm.

Một sự rất tình cờ, một hôm trên đường phố Sài Gòn, tôi gặp người cán bộ tên D. mà tôi biết mặt nhớ tên làm việc tại trại Z30A. Tôi chào hỏi theo phép lịch sự xã giao, không ngờ người cán bộ kia lại tỏ ra vồn vã thân mật, mời tôi vào quán cà phê. Lúc đầu tôi thoáng có ý nghĩ không đẹp về anh ta. "Lại mồi chài gì đây". Tôi sờ túi và nhớ ra còn có tiền trả cho hai ly cà phê và bánh ngọt, nên yên tâm bước vào. Anh CA kéo ghế mời tôi ngồi, tôi lại càng nghĩ không hay về cử chỉ đó. Tôi gọi hai ly cà phê sữa đá, hai điếu thuốc "có cán". Tôi hỏi: "cán bộ dùng gì nữa không"? Anh ta đứng dậy bước đến quầy hàng bâng lại bốn cái bánh Pâté Chaude đặt xuống bàn rồi quay lại quầy trả tiền. Tôi bước tới với lòng hối hận, pha lẫn chút ngại ngùng, chút xấu hổ vì đã nghĩ không đẹp về một con người chỉ vì cái thành kiến và nhận xét chung chung. Tôi nói:

- "Cán bộ để tôi trả tiền". Anh ta gạt tay tôi ra và nói:

- Anh mới ra (ý nói mới ra trại) còn khó khăn để tôi trả.

Tôi trở về bàn bâng ly cà phê uống với nhiều ý nghĩ tương phản, hỗn độn trong đầu. Người cán bộ tên D. trao cho tôi cái bánh, anh ta cầm một cái vừa ăn vừa móc trong cái cặp nội hóa ra một xấp giấy, rồi lấy ra mấy tấm ảnh cho trao cho tôi xem. Tôi ngạc nhiên không biết anh ta đang "làm cái trò gì". Anh ta ngước nhìn và hỏi tôi:

- Anh có biết anh Huỳnh Văn Lượm không? Tôi trả lời:

- Tôi biết. Anh ấy ở đội nhà bếp, ngủ chung buồng may với tôi. Tôi vừa nói vừa xem mấy tấm ảnh. Tấm ảnh chụp một xác chết bó đầy bông gòn trắng xóa, một tấm khác chụp nửa người trong tư thế lật ngửa, từ nửa ngực trở lên, lấy rõ khuôn mặt. Sau khi nghe nói đến tên Huỳnh Văn Lượm, tôi nhận ra nét mặt anh ấy thì người cán bộ nói: Anh Lượm đấy. Rồi anh ta kể cho tôi nghe chuyện gì đã xẩy ra.

Một buổi sáng như thường lệ đội nhà bếp phân chia công việc xong, việc ai nấy làm. Người vo gạo, người chụm lò, người gánh nước, người chẻ củi... đến khoảng 9 giờ sáng những bếp lò đã đỏ rực than hồng, lửa ngọn bừng bừng đỏ rực, các chảo nước bắt đầu sôi, mỗi lúc một reo lên sùng sục. Anh Lượm là người phụ trách khâu nước uống. Anh chọn một chảo nước do chính anh đun sôi, anh bước lên mặt bằng lò lửa, nhìn chảo nước rồi bình tĩnh ngồi xuống, nghiêng người xuống nằm lăn vào, nước sôi ngập toàn thân. Người bạn tù đằng kia nghe tiếng động, nhìn thấy, la lên. Hai ba người chạy lại cấp cứu. Một anh nắm lấy hai chân kéo ra, làm cả thân mình anh chìm vào chảo nước đang sôi. Khi kéo ra khỏi chảo, nạn nhân đã bị luộc chín mất rồi. Nạn nhân được chở vào bệnh viện Chợ Rẫy "cấp cứu" nhưng thực ra là để làm thủ tục khai tử mà thôi.

Người cán bộ này đến bệnh viện lấy hồ sơ khai tử về đi ngang qua, tôi gặp và nhờ đó tôi biết thêm một thảm cảnh, một bi kịch trên thân phận người tù cải tạo.

LÊ QUỐC HƯNG

Lê Quốc Hưng hay Lê Phúc Hưng tôi không nhớ rõ chính xác cho lắm, nhưng Hưng là tên anh thì không thể nhầm lẫn. Anh là một Đại úy Bộ Binh. "Đơn vị" sau cùng là... trại giam Z30A. Khi đoàn tù chúng tôi từ Thanh Hóa về Nam thì anh không còn ở Z30A nữa. Anh đã được chở đi cấp cứu tại bệnh viện Chợ Rẫy trước đó. Tôi không ở chung buồng, chung dãy với anh, không quen biết và cũng không hay biết gì về anh, về những việc "tày trời" anh làm, cho đến khi Ban Giám thị trại Xuân Lộc bủa đi tìm anh để trao Giấy Ra Trại từ Bộ Nội Vụ ngoài Hà Nội gửi vào.

Lại một bất ngờ đến với tôi khi người cán bộ tên D. tìm đến gặp tôi. Trong trí tôi chưa quên lần tình cờ tôi gặp và được anh ta đãi cà phê bánh ngọt, nhưng quý hóa là những tấm ảnh tôi được xem về "đoạn phim" kết liễu cuộc đời của người tù – Trung tá Huỳnh Văn Lượm. Lần này D. tìm đến nhà tôi, điều mà tôi không hề nghĩ tới, mặc dù có lúc nào đó tôi đã có lời mời đãi bôi, chiếu lệ. Gặp tôi, sau mấy lời chào hỏi, D mở lời ra vẻ có cái gì đó gấp gáp lắm, hệ trọng lắm.

- "Em nhờ anh giúp em việc này được không? "Em không quen ai và em nghĩ là anh có thể giúp em được".

Tôi hỏi lại:

- "Mà giúp cái gì? Chuyện gì cán bộ cứ nói đi".

Cán bộ D. hỏi tôi

– "Anh có biết anh Hưng không"?

Tôi hỏi lại "Hưng nào? Ở đâu"?

Người cán bộ kể cho tôi nghe câu chuyện:

"Anh Hưng trước đây cũng ở trại A. Anh ấy có người chị ở đường Tôn Thất Thuyết, Quận Bốn. Bố vợ anh ấy ở đường Lê Hồng Phong (đường Pétrus Ký, bến xe miền Đông) quận Mười. Cách đây hơn hai năm anh ấy tự tử được đưa đi bệnh viện Chợ Rẫy cấp cứu. Hai cán bộ, một của trạm xá và một trực trại sau khi làm xong thủ tục nhập viện, giao anh ấy cho bệnh viện xong ra về và cứ nghĩ là anh ấy coi như đã chết, vì hết phương cứu chữa nên từ đó quên hẳn đi. Nay Anh ấy vừa có Giấy Ra Trại, Ban Giám thị lục hồ sơ mới biết là anh Hưng đi bệnh viện đã mấy năm không thấy trả về cũng không có giấy báo tử. Bây giờ phải đi tìm gia đình anh ấy để biết anh ấy sống chết ra sao? Để trao giấy ra trại Bộ mới gửi vào.

Nghe câu chuyện có vẻ khá hoang đường, tôi ái ngại dính vào những chuyện mập mờ kiểu đó nên vừa như để góp ý vừa để chạy làng:

- Sao cán bộ không hỏi bệnh viện chợ Rẫy xem hồ sơ lưu trữ bệnh nhân thì biết ngay. Anh ấy tự tử cách nào cán bộ biết không? Bây giờ đi tìm anh ấy để bắt lại hay để làm gì? Cán bộ có giấy ra trại của anh ấy không?

Cán bộ D. mở cặp lấy tờ Giấy Ra Trại đưa cho tôi xem. và như người bỏ dở câu chuyện, anh ta kể tiếp:

"Anh Hưng không biết do hoàn cảnh nào tác động đã tự tử đến ba lần. Lần thứ ba là lần chở đi bệnh viện Chợ Rẫy. Lần đầu tại hiện trường lao động anh ấy nâng một tảng đá thấy lên cao rồi đưa đầu vào hứng. Tảng đá rơi trúng đầu, anh ấy bị thương, bị ngất đi một lúc nhưng sau đó tỉnh lại, không phải chở đi viện. Lần thứ hai anh ấy phóng người, đút đầu vào lò lửa ở nhà bếp, nhờ có người trông thấy kéo ra kịp nên chỉ bị cháy tóc và cháy quăn hai vành tai thôi. Lần thứ ba mới nặng mà không biết anh ấy tự làm hay bị người khác hãm hại.

Một buổi sáng sau khi đội tập họp đi lao động không thấy anh ngủ dậy, đội trưởng báo cáo "một vắng mặt, bị đau", cán bộ trực trại vào bảo người trực buồng đánh thức dậy thì thấy anh ấy không nhúc nhích. Lại xem kỹ thấy máu chảy ra ướt tóc trên đầu, nhìn kỹ thấy có ba cái đinh ghim lút vào trong. Một đinh dài 5cm đóng lút vào trên đỉnh đầu, hai đinh cỡ 3cm đóng lút vào hai bên trên thái dương. Khi đưa đi bệnh viện anh ấy đã hoàn toàn bất tỉnh. Vì vậy các cán bộ cứ nghĩ anh Hưng đã chết nên quên luôn.

"Em đã vào bệnh viện được xem hồ sơ rồi và ở đó họ cho biết bệnh nhân nằm điều trị sau sáu tháng bình phục không thấy cơ quan chủ quản đến nhận thì họ làm giấy cho xuất viện về địa chỉ do đương sự khai. Địa chỉ đó là nhà người chị ở quận Tư. Bây giờ em cần gặp anh ấy để đưa giấy ra trại, nhưng cũng cần chính anh ấy xác minh anh ấy tự đóng đinh tự tử hay bị người khác hãm hại..."

Tôi nói một cách thẳng thắn và cương quyết:

- Tôi có thể giúp cán bộ, nhưng cán bộ phải hứa với tôi là gặp anh Hưng không phải để bắt anh ấy vào trại và phải giao Giấy Ra trại cho anh ta.

Cán bộ D. quả quyết:

- Tôi chỉ mong gặp để trao tờ giấy này xong cho rảnh nợ thôi. Anh yên tâm. Tôi không lừa dối anh đâu.

Tôi đọc kỹ đúng là tên họ anh Hưng như vừa nghe kể. Tờ quyết định mới được ký trước đó ba tuần lễ. Địa chỉ khai ở miền Tây.

Sau cùng cán bộ D. nhờ tôi đưa anh ta đến gặp người bố vợ tại nhà ở bến xe Pétrus Ký. Đến nơi chúng tôi được mời lên lầu, sau khi tự giới thiệu tôi là "bạn Hưng" và D là cán bộ đến để đưa tờ quyết định Ra Trại cho Hưng, ông chủ nhà vui vẻ tiếp chuyện. Ông cho biết Hưng tự tử vì buồn khi hay tin vợ chết. Vợ Hưng theo người cậu về miền Tây khai thác nghề nuôi tôm trên thuyền, bị té sông chết đuối. Và ông xác nhận Hưng hiện đang ở nơi nhà người chị ruột bên quận Tư.

Tôi và cán bộ D. đạp xe sang Khánh Hội sau khi đã sắp đặt: nếu gặp Hưng thì tôi chào hỏi trước làm ra vẻ quen thân, tự giới thiệu tên và đội biên chế và kể tên vài ba người quen, làm sao để anh không nghi ngại, nhận mình là Hưng từng ở Z30A. Sau đó mới giới thiệu người cán bộ đến gặp để đưa giấy ra trại. Nếu gặp người nhà thì cũng nhận là bạn thân của Hưng và xin được gặp thăm Hưng.

Đúng như sắp đặt, khi tôi đến, dựng xe đạp ngoài sân bước vào thềm thì người chị của Hưng ra chào. Tôi nhanh nhẩu: "Thưa chị, em ở trại Xuân Lộc mới được thả về tuần trước, em đến thăm Hưng. Hưng ở nhà không Chị? Hưng khỏe không? Bây giờ làm gì?".

- "Mời hai chú ngồi chơi. Hưng nó còn bán ngoài chợ. Từ ngày ở bệnh viện về đến nay nó ủ giá sống bán kiếm sống qua ngày. Nhờ trời em nó khỏe mạnh. Hai chú ngồi chơi uống nước, tôi ra gọi nó về, gần đây thôi. Vài ba phút nó về tới".

Bà chị đạp xe đi. Chúng tôi ngồi chờ đúng năm sáu phút sau Hưng đạp xe về. Tôi bước ra thềm cất tiếng hỏi chào vồn vã làm như thể gặp lại người bạn tâm giao. Hưng cứ ngẩn tò te ằm ừ "bán tín bán nghi" nhưng nhận đúng là Hưng, là người tù từ trại Z30A, về nhà cách đó hơn hai năm với cái giấy xuất viện từ Chợ Rẫy. Để Hưng khỏi lúng túng, tôi nói với anh:

- Tôi báo anh một tin vui. Anh đã có giấy chính thức ra trại của Bộ Nội Vụ. Và đây là cán bộ D. người muốn gặp anh để đưa giấy ra trại cho anh.

Hưng quay sang cán bộ D. chào hỏi với vẻ ái ngại, không hào hứng như khi nói chuyện với tôi.

Cán bộ D. nói với Hưng:

- Anh có giấy ra trại của Bộ Nội Vụ. Tôi được Ban Giám Thị cử đi tìm gặp anh để trao anh giấy này. Nhưng trước khi anh ký nhận, anh phải cho tôi biết lần anh bị đóng đinh vào đầu là do anh tự làm, hay có ai phụ giúp anh? Hay là anh bị người khác hại anh? Lý do gì anh lại làm như vậy? Anh phải nói thật. Phải khai hết sự thật, nếu không khi chúng tôi điều tra ra, anh sẽ bị xử lý rất nặng.

Hưng đáp lại từ tốn:

- Thưa cán bộ, tôi làm như vậy vì tôi buồn và tuyệt vọng khi nghe tin vợ tôi chết. Tôi chỉ chịu đựng khổ sở để mong có ngày về với vợ tôi, khi nghe tin vợ tôi chết, tôi không còn muốn sống nữa nên tôi tìm cái chết. Tôi tự ý làm. Tôi không cho ai biết và tôi không hề bị ai ám hại tôi cả. Đây là tất cả sự thật, tôi trình bày với cán bộ. Nếu tôi nói gian tôi xin chịu trách nhiệm.

Cán bộ D. đứng dậy nói với Hưng:

- Đây là giấy ra trại của anh. Nhưng anh chưa được nhận bây giờ. Đêm nay anh viết bản "tự kiểm", trình bày rõ ràng tất cả sự thật ba lần anh tự hủy hoại thân thể, trưa ngày mai anh đem đến nhà người bạn anh đây, gặp tôi, tôi sẽ cho anh ký nhận Giấy Ra Trại.

Nghe D. tự ý hẹn Hưng gặp nhau tại nhà tôi mà không hỏi ý tôi trước, tôi tỏ ý khó chịu. D. biết ý liền nói:

- Anh tới đó rồi chúng ta ra quán cà phê nói chuyện cũng được. Đáng ra tôi bắt anh phải trở lại trại ký nhận, nhưng mất thời gian cho anh.

Tôi thấy cái tế nhị của D. và để Hưng an tâm, tôi nói với họ "cứ đến nhà tôi nói chuyện có sao đâu".

Mười một giờ trưa hôm sau Hưng đến, D. đã tới ngồi chờ từ lúc hơn mười giờ. Hưng mang theo hai hộp bánh mà gia đình tôi quen gọi là "Bánh Tàu", loại bánh oản bằng bột gạo, nhân đường pha mùi trái cây rất quý vào thời điểm kinh tế XHCN đã đưa cả nước tiến đến mục tiêu vô sản chuyên chính, bần cùng hóa toàn dân, mọi người khổ rách áo ôm như nhau..

Cán bộ D. đọc bản "Tự Kiểm" Hưng trao, trong khi tôi và Hưng ra ngoài trao đổi một vài câu chuyện. Tôi nhìn hai vành tai của Hưng, quả là đã có vết thẹo bị cháy. Anh ta là người Nam, tính tình vui vẻ dễ dãi. Thế mà trong khổ đau tuyệt vọng anh đã chọn cái chết bằng những phương cách táo bạo và rất "sáng tạo". Nhưng có phải là số mạng không? Đâu phải muốn chết là được chết, là chết được. Với ba cái đinh đóng lút vào đỉnh đầu, vào hai bên thái dương mà vẫn sống.

Về phương diện khoa học và chuyên môn nghề nghiệp, chúng ta tỏ lòng ngưỡng mộ tài năng của các vị bác sĩ tại bệnh viện Chợ Rẫy.

Cán bộ D. đọc xong tờ tự kiểm không nói gì thêm, anh mở cặp lấy tờ Giấy Ra Trại đưa cho Hưng ký tên và bảo:

- Anh ký tên và đưa về giữ kỹ. Khi cần thì xuất trình, nhưng không cho bất cứ ai giữ giấy này của anh, kể cả cán bộ ở phường. Sống thì giữ, chết thì mang theo.

Tôi cắt bánh và rót nước trà mời họ. Trong thâm tâm tôi rất vui khi thấy một người tù trở về từ cõi chết – đúng nghĩa đen – hồn nhiên vui vẻ, trên nét mặt không tỏ ra một chút gì âu lo phiền muộn, hay oán trách hận thù. Và người cán bộ tên D. đã làm nhiệm vụ một cách rất lương tâm, rất tình người, khác hẳn với chủ trương hận thù, đấu tranh giai cấp của chủ nghĩa cộng sản. Những ai từng ở tù CS khi thoát khỏi nanh vuốt của bầy cú vọ, nếu nhìn thấy thái độ của người cán bộ này, tôi tin rằng đều có cùng cảm nghĩ như tôi.

Không biết đến nay sau gần 30 năm Hưng còn giữ tờ Giấy Ra Trại ấy không? Anh có xuất cảnh định cư theo diện HO hay còn ở lại VN? Có bao nhiêu người HO đến nay còn giữ được Giấy Ra Trại, tờ bảo chứng của chế độ, của thời đoạn máu và nước mắt, của tai ương, thảm họa đổ ập xuống thân phận hàng trăm nghìn gia đình người tù lương tâm thời đại.

Sau buổi gặp gỡ đó cho tới nay, tôi không bao giờ gặp lại họ, cả Hưng cũng như người cán bộ kia. Tôi nghe nói D. đã bị sa thải khỏi ngành khoảng năm 1988. Dưới chế độ cộng sản không có khoảng trời dành cho hơi thở trong lành, không có đất cho những bông hoa nhân ái, tình người nở thắm.

TRƯƠNG VĂN HÒA
người điên bỏ cuộc

Trương V. H. là Đ/ úy Liên Đoàn Trưởng Liên Đoàn CS Dã Chiến, đơn vị cuối cùng là Liên Đoàn Bảo Vệ vòng đai trung tâm Cải huấn Chí Hòa. Anh là bạn học cùng trường với tôi. Từ năm 1962 mỗi người một ngả đường "sự nghiệp", cho tới khi vào tù cải tạo mới gặp lại nhau. Hòa là "phát ngôn viên", dùng loa phổ biến mọi tin tức thông báo đến các dãy nhà giam toàn trại trong hai ngày đêm biểu tình, tuyệt thực. Anh là người bị bắt cùm vào xà lim ngay từ giờ đầu của buổi sáng giải tỏa cuộc biểu dương của tù cải tạo, không có lệnh lạc, văn bản màu mè như những trường hợp khác. Anh bị cùm 6 tháng, được thả về đội trừng giới khi thân hình chỉ còn như cây que. Anh vừa bị bệnh tật vừa buồn, càng khủng hoảng tinh thần vì lâu ngày vắng bặt tin gia đình. Bỗng một hôm cán bộ quản giáo vào dẫn đội đi lao động thay vì "chào cán bộ" anh lại "chào bác". Quản giáo ngạc nhiên hỏi đội trưởng. Đội trưởng lại hỏi chuyện, Hòa cũng "chào bác". Ai hỏi bất cứ điều gì anh cũng chỉ trả lời hai tiếng "Chào bác". Khoảng vài ba tuần lễ sau, tôi theo H. vào nhà vệ sinh đứng sát ghé vào tai anh nói: -"H. cố mà giữ gìn sức khỏe. Anh đã phóng lao rồi đó. Anh tin tôi. Cứ nói thật cho tôi biết. Thật hay giả?"

H. im lặng mà không "chào bác" với tôi. Như vậy tôi biết là giả rồi. Tôi nói mạnh miệng hơn.

-"H. đã trót rồi cố mà theo nghe. Bỏ cuộc nửa chừng, nguy hiểm lắm. chúng có thể giết đấy. Nhớ nghe!"

H. không trả lời tôi một tiếng. Để tránh sự theo dõi tôi đi ra, từ đó ít khi tôi lại gần. Nhưng lâu lâu vẫn nhìn vào cặp mắt H. như để nhắc với anh những gì tôi đã nói trước đó.

Ban Giám thị, quản giáo, và đám công an cảnh vệ gác tù rất để ý trường hợp của H. Dĩ nhiên là nhất cử nhất động của H. được "Ban Tự quản" và Ban thi đua để ý ghi nhận. Vì "cách điên" của anh là không nói, là im lặng, không phản ứng trước mọi câu hỏi hay trước sự gây hấn của người khác. Nhiều lần trên đường đi đến bãi lao động, đám công an cảnh vệ kéo anh xuống đường mương bên vệ đường nhấn nước. Vừa hăm dọa

—"Mày thú thật đi, tao sẽ tha chết". H. cũng im lặng chịu đựng và chấp nhận, không có phản ứng nào.

Có lẽ vì nhiều lần bị những đòn cực hình đó, lại thấy không có một lối thoát nào khả dĩ, nên một hôm sau giờ lao động, đội tập hợp điểm danh về trại, H. lại thú nhận với quản giáo là anh giả điên và xin nhận biện pháp kỷ luật. Hôm đó phiên tôi ở nhà trực buồng. Về tới, vừa bước vào sân, H. lại nói với tôi.

- Anh ạ, tôi đã thú thật với cán bộ rồi.

Tôi giận H. khi tôi hỏi không chịu nói thật. Tôi lại lo sợ hậu quả cho anh, nên nói câu giận dữ.

- "Giờ này thì mới điên thật. Rồi sẽ biết".

Anh bị đem ra đội phê bình, mổ xẻ, kiểm điểm suốt ba đêm liền. Cuối cùng H. nhận khuyết điểm, "sám hối" tội lỗi, chấp nhận kỷ luật. Anh chỉ bị mang bản án treo, cảnh cáo. Từ đó nếu có bất cứ biểu hiện nào là vào xà lim, không có ngày thấy ánh sáng. Anh được chuyển về Nam đầu năm 1981. Tôi được thả về trước H. Tôi có đến nhà thăm bà xã anh, có gặp mặt và nhắn gửi những lời bạn trao lại. Ngày bạn về, loan phụng đã tấu khúc ly ca. Hơn mười năm sau ngày đến Mỹ, tôi mới biết chỗ ở của bạn ở San Diego. Qua đường giây điện thoại chuyện trò rôm rả nhưng chưa có dịp gặp lại nhau. Một số anh em trong biến cố 9-1-79 rủ nhau một cuộc họp mặt nhưng chưa biết đến ngày nào.

LÊ VĂN CHÍNH

Trước năm 1975 nhiều người đã đọc Sương Biên Thùy, hay ít ra cũng một đôi lần nghe nói tới nhà thơ này. Anh vào nghiệp văn với bút hiệu Sương Biên Thùy từ năm 1958. Sau khi sang Mỹ định cư anh lấy bút hiệu Lê Mai Lĩnh. Trước năm 1975 cũng như từ sau ngày sang Mỹ anh là người cầm bút viết văn, viết báo, làm thơ... Lê Mai Lĩnh có tên trong Lưu Dân Thi Thoại, tập biên khảo 25 năm thơ hải ngoại. Tác giả Diên Nghị, Song Nhị. Cơ Sở Thi Văn Cội Nguồn xuất bản năm 2003.

Tên thật của anh là Lê Văn Chính.

Thời làm việc trong làng báo Sài Gòn, tôi không gặp anh lần nào nhưng có đọc anh. Tôi theo dõi loạt bài "CON NGỰA GỖ ẤN QUANG VÀ THÀNH TROIE NAM VIỆT NAM" trên tuần báo Đời của Chu Tử, bút chiến với nhà văn Uyên Thao về nội dung bài báo; thách thức, tuyên chiến với những ngòi bút "đâm sau lưng chiến sĩ". Bút chiến với nhà văn Mặc Đỗ trên tuần báo Khởi Hành tại Sài Gòn trước năm 1975 về vấn đề "Mặc Cảm Kaki Trong Văn Học". Anh là Đại úy trong quân đội. Sau năm 1975 anh đi tù cải tạo ra Bắc. Tại trại Tân Lập, Vĩnh Phú, vào đêm 20/7/ 1979 anh đã treo cổ tự tử (nhưng được bạn tù ngăn cản kịp) sau khi viết hai lá thư, một gửi Ông Lê Duẩn, Tổng Bí Thư Đảng Cộng Sản Việt Nam, yêu cầu thay đổi đường lối lãnh đạo, và một gởi cho Ban Giám Thị trại đòi hỏi cải thiện chế độ lao tù.

Sau khi chuyển về Nam, anh cùng ở trại Z30A với tôi. Anh có những bài thơ nảy lửa, được anh em bạn tù, chiến hữu ưa thích. Thơ làm xong, anh tự tập một số bạn đọc công khai như đọc những bài tuyên cáo. Những bài thơ tù của Lê Mai Lĩnh nói lên nỗi u uất của cuộc sống bị đày đọa thể xác lẫn tinh thần của người tù cải tạo. Người Cộng sản đã lấy miếng ăn để khống chế làm thui chột ý chí, xúc phạm danh dự và giết dần mòn người tù lương tâm của thời đại. Sắn là món ăn chính của tù nhân. Dù là sắn, người tù cũng chỉ được cho ăn cầm hơi, được phân phát những mẩu sắn luộc không lột vỏ để chất độc ngấm dần vào cơ thể người tù. Lê Mai Lĩnh đã lột trần sự thực về sắn nuôi tù của người Cộng sản.

Một hôm sau giờ đi lao động về, các đội tù nhân đang kéo vào trại, Lê Mai Lĩnh bung ra khỏi hàng chạy vòng quanh sân banh, vừa chạy vừa hô to: "Đả đảo cộng sản!"; "Đả đảo cộng sản!". Đám công an trực trại và trật tự rượt đuổi theo bắt giữ. Anh được khiêng đi như người ta khiêng con heo đi làm thịt. Đem vào trong trạm xá, một công an rút súng dí vào màng tang, bảo anh – "Mày hô nữa đi!" Anh im lặng.

Ngày hôm sau anh được đưa ra trước toàn trại trong lúc tập họp đi lao động, nhận bản quyết định kỷ luật cùm vào nhà đỏ. Hết hạn cùm, được thả về tôi đến gặp thăm anh. Anh vẫn tỏ ra phong độ, với ý chí cương quyết như trước đó. Vẫn làm thơ và vẫn ngạo mạn trước đám cai tù. Tôi hỏi anh –"Sao hôm đó khi bị dí súng bảo hô mà sao anh không làm tiếp?" Anh trả lời tôi –"Lỡ nó bắn thiệt thì uổng".

Ngày được thả về Sài Gòn, anh thất thểu cầm cái 'bai' đi làm thợ hồ, không có nghề, anh làm phụ hồ, đổ mồ hôi trên những đống xi măng trộn cát. Anh tạm trú nơi nhà một người bà con trong khu cư xá Sĩ Quan Chí Hòa. Anh đến nhờ tôi kiếm một phòng trọ nơi khác vì nhà người bà con đêm đêm mở đài Ti Vi Việt Cộng, nghe nhức óc quá. Gặp nhau trong hoàn cảnh ở tù ra, gặp lại mừng vui và tủi nhục trong nỗi cơ cầu, tôi chở vợ tôi trên chiếc xe đạp mini kéo anh ghé vào lề đường Kỳ Đồng uống ly cà phê đen vào một buổi sáng tình cờ gặp nhau. Thời gian qua đi mỗi người một ngả, sang Mỹ mãi tới hơn năm năm sau tôi mới liên lạc được với anh.

Cũng ở trại Z30A có một trường hợp khác, anh Hà Thúc Thiệt, vào một buổi sáng vừa mở cửa buồng giam cho mọi người ra ngoài rửa mặt, sửa soạn đi lao động, khi sắp hàng người tù họ Hà này bung ra khỏi hàng, tay cầm một thanh củi dài cỡ hai gang tay, vừa chạy quanh nhiều vòng sân vừa hô:

- "Đả đảo cộng sản! Đả đảo lao động khổ sai! Ta sẵn sàng giác đấu".

Anh bị bắt vào giữ lại trong phòng, sau đó làm kiểm điểm "vì ức chế, vì điên", không bị cùm.

**

Như tôi đã nói, trong cảnh ngộ giữa chốn tù đày, đau đớn thể xác, tủi nhục tinh thần, xung quanh là hàng trăm, hàng ngàn người thầm lặng, an phận thủ thân, còn lại một thiểu số hoặc thỏa hiệp, hoặc công khai phản bội, những con người dám đứng ra làm cây thông reo lên cùng gió bão, chống lại cường quyền, bạo lực, chống lại những hành động áp bức, bất công, sỉ nhục danh dự con người, những kẻ đó nếu không là những anh hùng thì cũng là những kẻ sĩ thời đại dám liều thân, chấp nhận mọi hiểm họa an nguy của bản thân để bảo toàn phẩm giá, nhân cách người chiến sĩ quốc gia.

So với hàng trăm nghìn người tù trong các trại cải tạo từ Nam ra Bắc, số người này không nhiều, nhưng không phải là một con số không đáng kể. Tôi không thể biết hết được những tấm gương hào hùng, bất khuất ấy, còn rất nhiều ở những trại tù khác, ở những hoàn cảnh khác. Ở đây là những người tôi đã từng sống cận kề chung đụng, sẻ chia những vui buồn, nhức nhối với họ, những con người đã chấp nhận xà lim, chấp nhận những biện pháp tra tấn hành hạ của đám cai tù, kể cả sự an nguy cho tính mạng của mình để được nói lên lẽ phải và lương tri. Tôi không thể không nhắc đến đôi dòng về họ, nhắc không phải để tán tụng, để vinh danh mà để độc giả, để những lớp người đi sau rút ra được bài học xử thế, lấy đó làm kinh nghiệm sống, sống làm sao cho xứng đáng nhân cách làm người.

Năm 1978 khi đang ở trại Quảng Ninh, có một lần tôi nói với đại tá Nguyễn Văn Viên. (đặc trách Chương Trình Bình Định Tại Phủ Thủ Tướng) rằng: "Nói thật với bác, tôi cảm thấy thật tủi nhục khi nghĩ lại trước kia tôi phải tuân hành vâng lệnh, dạ thưa những con người như thế". Những kẻ quyền cao chức trọng, lon lá đầy mình, ăn trên ngồi trốc. Thêm một số người tuy không nhiều, chỉ đếm đầu ngón tay nhưng là kẻ "nội thù", là những kẻ phản bội, gây khốn khổ tủi nhục cho tập thể những người tù cải tạo. Có một số bạn hữu nói với tôi hãy vạch mặt những phần tử khi ở tù thuộc loại "đánh hơi", rình mò, dòm ngó để báo cáo tâng công; những phần tử công khai, ra mặt cộng tác với cai tù, với ban giám thị khống chế hành hạ anh em, khi ra hải ngoại lại xông xáo tham gia hội đoàn này, tổ chức nọ, lại chường mặt ra làm đại diện với chức vụ này, chức vụ kia.

Có anh bạn kể cho tôi nghe trường hợp cụ thể như Tr. đang làm phụ tá cho Đại Tá Nguyễn Cao Quyền, Hội Cựu Tù Nhân Chính trị ở vùng Hoa Thịnh Đốn. Hay như Chín Chuột khi nào cũng có mặt, năng nổ trong các cuộc biểu tình, tập họp chính trị chống Cộng ở Florida. Những anh này lập lờ chạy tội hay giở trò khỏa lấp quá khứ? Có những phần tử không dám đi theo chương trình HO như Phan Thế Đ. như Trần Nguyên Đ. là hai kiến trúc sư khét tiếng trong tù.

Trong tù còn có hiện tượng "các quan" mặc dù đang khoác trên người bộ đồ tù, nhưng hình như lúc nào cũng nhớ tới lon lá, chức vụ ngày nào. Vẫn tỏ ra vênh vênh, "kỳ thị", phe cánh, chỉ chơi với "các quan" cùng lứa thôi. Có những người thuộc loại "võ biền", "hữu dõng vô mưu", lâu lâu chửi đổng chế độ mấy câu cho tù nghe, chẳng lợi lộc gì, lại bị ăng ten báo cáo, bị dắt vào nhà kỷ luật lãng xẹt.

Một số người "tranh đấu" trong tù, có tâm huyết lý tưởng, nhưng cũng có một số tỏ ra lăng lăng, năng nổ nhưng không vì lý tưởng, không có thực tâm, nên sau khi bị kỷ luật được thả ra đã làm ăng-ten, báo cáo anh em với cai tù, với trật tự, thi đua. Cũng có người lúc đầu tranh đấu, nhưng sau khi bị cùm, lo sợ phải ở tù lâu hơn, nên quay lại cộng tác với cai tù. Lê quảng Lạc trước khi chết có cho tôi biết tên những người này. Có những người trở mặt, làm ăng-ten phản bội đồng đội từng bị anh em cảnh cáo....

Bên cạnh đó tôi đã từng gần gủi chung đụng với những người bạn tù từ xa lạ đến thân thiết, do cùng chung suy nghĩ, dù cách thể hiện có khi không hoàn toàn giống nhau. Những anh em đã ngẩng mặt nhìn vào đám đông bè bạn mỉm cười tin tưởng, an nhiên chấp nhận, nhìn thẳng mặt đám cai tù ném nụ cười ngạo mạn khi nghe đọc bản quyết định kỷ luật cùm vào xà lim ...

Chương XIII

hy vọng trong màn đêm
ánh sáng cuối đường hầm

Phần đông số tù cải tạo bị chuyển ra Bắc đều không nghĩ đến ngày về. Hầu hết phó mặc cho định mệnh đẩy đưa và cũng hầu hết có chung một tâm trạng đợi chờ như nhau. Đợi chờ một "cái gì đó" sẽ làm thay đổi cuộc đời của họ, một "cái gì đó" làm lại cuộc đổi đời một lần nữa, đảo ngược cuộc đổi đời 30 tháng Tư -75. Nhưng "cái gì đó" thì thực sự không ai biết là cái gì. Mỗi người có một viễn kiến riêng. Cái viễn kiến chung nhất là một biến cố thời sự, trong đó nỗi mong chờ một sự can thiệp từ bên ngoài giải cứu họ. Đó là mong đợi gần gũi nhất với nhiều người.

Cuối năm 1978 trong một đêm mùa Đông lạnh lẽo ở phân trại B, Lam Sơn, Thanh Hóa, đám tù nghe được bài bình luận của đài Hà Nội, bài viết của Tổng Biên tập Hoàng Tùng phản bác *cái* mà bài bình luận nói là *"các thế lực phản động, thù nghịch tố cáo chúng ta đang giam giữ hàng trăm nghìn tù chính trị chật ních trong các trại cải tạo"*. Bài bình luận nghe được đã như một liều thuốc bổ được chích vào những cơ thể đang liệt nhược; như một tia chớp sáng vụt lên trong màn đêm tăm tối, và đã củng cố cho ước vọng mơ hồ và sự mong chờ kia bớt phần mù mịt.

Ngày 9 tháng 1 năm 1979 toàn thể tù cải tạo tại phân trại C, Lam Sơn, Thanh Hóa nổi dậy biểu tình tuyệt thực ba ngày đêm, tôi nghĩ, phần nào cũng do từ niềm tin và ước vọng mà người tù hướng tới.

Bảy tháng sau đó tại Geneve, Thụy Sĩ đã diễn ra cuộc họp quốc tế do Liên Hiệp Quốc triệu tập để buộc Hà Nội ký thỏa hiệp giải quyết *vấn đề nhân đạo* cho người Việt xuất cảnh, trong đó có vấn đề thả tù cải tạo và cho xuất cảnh định cư tại Hoa Kỳ. Cái huyền nhiệm vô hình nào đã dẫn tới cuộc biểu tình tuyệt thực của hơn một ngàn tù cải tạo tại phân trại C, Lam Sơn? Tôi chỉ có thể kết luận là do niềm tin, ước vọng và sự mong chờ chính đáng của đoàn tù đang sống thoi thóp giữa cõi trầm luân.

Không một người dân nào dưới chế độ XHCN lúc bấy giờ hay biết một tí gì về những tin tức thời sự diễn ra tại Genève, tại Thanh Hóa. Không một người tù nào có được một tin tức từ bên ngoài, nhưng qua những rục rịch, những động tĩnh từ đám công an, từ những sinh hoạt hàng ngày, người tù biết được đang có "cái gì đó" không bình thường. Năm 1978 tù xôn xao đồn đãi về việc chuyển trại, cán bộ, ban Giám thị cải chính, phủ nhận, trấn áp cách mấy tù vẫn tin là có chuyển động. Vài ba tháng sau tù được chuyển lùi về các tỉnh cách xa biên giới Việt Hoa. Năm 1980, một số tù được thả về từ các trại ngoài Bắc. Rồi một lúc tin đồn chuyển tù về Nam rầm rộ khắp toàn trại. Lại một lần nữa tin đồn bị phủ nhận, người loan tin bị trấn áp, nhưng cuối cùng từng đoàn tù được lên tàu chuyển trại về Nam.

Năm 1984 Tổng Tống Ronald Reagan lại lên án Hà Nội về việc giam giữ các quân cán chính miền Nam, đòi hỏi phải thả hết tù cải tạo và đưa ra cam kết cho họ định cư tại Hoa Kỳ tất cả những người được thả ra từ các trại cải tạo. Vào thời gian này cuộc chuyển tù cải tạo về giam giữ trong Nam đã vào giai đoạn kết thúc. Các đợt thả tù diễn ra thường xuyên hơn. Tại Sài Gòn, giới "cựu tù" thường gặp nhau bàn tán việc ra đi bằng máy bay do Hoa Kỳ can thiệp.

Hành trình H.O đang bước qua từng chặng đường gai góc, nhưng có vẻ xuôi chiều.

Năm 1988, trong khi hai phía Việt Mỹ đang tiếp xúc thảo luận về việc thả hết tù cải tạo và tiến hành chương trình cho xuất cảnh định cư, mặc dù chưa có thỏa hiệp nhưng số tù còn lại đã được thả đồng loạt. Một mẫu đơn gửi Sứ Quán Mỹ tại Bangkok xin can thiệp được chuyền tay nhau sao chép gửi đi. Một số người nhận được LOI (Letter Of Introduction) do Tòa Đại sứ Hoa Kỳ gửi từ Bangkok. Không khí lạc quan lan truyền trong giới cựu tù. Tuy nhiên số người tìm cách vượt biên vẫn đông đảo. Những ai không đủ điều kiện đi chui thì cứ tiếp tục loay hoay, chờ đợi.

Tôi không nhớ tôi lấy từ đâu, người bạn nào đã cho tôi địa chỉ của Cao Ủy Tỵ Nạn Liên Hiệp Quốc ở Thụy Sĩ. Khoảng năm, sáu tháng sau ngày được thả, tôi có được cái địa chỉ đó, sẵn còn cái máy chữ trong nhà, tôi đánh máy gửi lá đơn cho Cao Ủy Tỵ Nạn LHQ, qua trung gian địa chỉ người thân ở Úc.

Bản nháp lá thư tôi còn giữ lại như là một tài liệu và là một kỷ niệm, có nội dung như sau:

Mr. Judith Kumin

Resettlement Section

U.N High Commissioner fo Refugees

Palais des Nations

CH-1211 GENEVE 10

Switzerland

**

December 1, 1983

Dear Sir, First and the beginning of this letter, I beg your pardon if I have anything disturbing you.

I, the undersigned, am ...., a former Officer of the RVN Armed Forces, former Editor of Quat Cuong daily Newspaper, former Director of Studies of Truong Minh Giang Center of

Education, poet, have the honor to solicitate your intervention with the Vietnamese Government and the Government of The United States of America, or the Government of Australia, or any country for myself and my wife to leave Vietnam for a permanent resettlement in the United States, or Australia, or anywhere in the Free World, under your protection.

This is my question of vital important because I am a political prisoner – although I was released at presence – and lives of myself and my wife have always been in taut.

I respectfully request you to assist us with our personel background on the enclosed copies and questionaire. Would you kindly keep us informed of any developments to our sister and brother-in-law V & N.D.T 18 Berigan Ct., ... Australia.

Thank you very much for your consideration. Anything you can do will be sincerely appreciated on my part and my wife also.

Respectfully Yours,

Một tháng sau tôi lại có được mẫu đơn xin Sứ quán Hoa Kỳ tại Bangkok can thiệp với chính quyền Việt Nam cho ra đi. Mẫu đơn này đơn giản hơn, có địa chỉ rõ ràng hơn, khác với questionaire lần trước. Tôi tin là mẫu đơn thứ thiệt, liền đánh máy gửi đi, lại hy vọng:

September 27, 1984
The United States Orderly Departure Ofice
13 Soi Tien Siang – South Sathorn Road
Bankok, Thailand
c/o Mr. John Cullen
Ordrly Departure Program
Box 58 O.D.P
95 Wireless Road
Bangkok, Thailand

Subject: Request fo Immigration to the Unied States under the O.D.P.

Dear Sir,

I undersigned ....

Date and Place of birth ...... Nationality.....

Home address: ..... Hoang Dao Street, Saigon 3, Ho Chi Minh City

Mailing ad dress: Mrs. T.T.K.V. 18 Berigan Ct., Australia.

Last Rank/Position: Lieutenant/ Chiep of the Press Bureau at the xxx, Saigon

Serial Number: xx/xxxx

Re-eduction trom.... to ....

Released from Xuan Loc camps on ....

Have the honor to beg you and your office to consider my case and generously extend your favor to our family (consist of my wife only) in order that we leave Vietnam as soon as possible for the United States under the O.D.P.

We hope that you will grant for our names to be included in list of immigrants. We are longing for reply with the I.V number and a L.O.I. These will be the great assistance for us, so we can apply for exit permit from the Vietnam Government.

(The questionaire enclosed herewith had been twice sent to your office, but we had not your reply. This time it is confidentially sent to you from Ho Chi Minh City).

Your approval on my request to assist us through your humanitarian act will be highly appreciated.

The enclosed copies included:

- Birth Certificate (two copies)
- Marriage Permit of the Joint The Joint General Staff of RVN-AF
- Marriage Certificate
- Released Certificate
- Photos.

Respectfully Yours,

Cũng như những lần trước, tờ đơn này tôi gửi qua địa chỉ trung gian ở Úc. Thư hồi âm đầu tiên tôi nhận được, không phải là của giới chức Tòa Đại Sứ Mỹ mà là thư của cô em tôi. Lá thư có nội dung "làm nản chí anh hùng" của tôi với lời lẽ không có gì "khích lệ":

"Anh đừng mơ mộng hão huyền. Anh nên theo chị Nguyệt mà làm ăn, em sẽ giúp vốn. Bọn lính Úc đi lính thời đó, què cụt còn lang thang đầy đường chẳng có ai ngó ngàng gì đến.....". Cô em tôi viết lóng, có ý khuyên tôi theo người bạn học thời Trung học của tôi đi vượt biên, đừng ảo tưởng vào chuyện không đâu ấy. Tôi gửi thư tiếp, vừa phân bua vừa năn nỉ, vừa... cầu cứu "cứ gửi lá thư ấy đến địa chỉ người bạn của anh. Đã có người nhờ cậy như anh, họ đã được giúp. Anh không làm chuyện chiêm bao đâu...". Cô em tôi gửi lá thư của tôi sang Bangkok, đồng thời làm thủ tục bảo lãnh cho vợ chồng tôi sang Úc theo diện đoàn tụ.

Gần một năm sau, "thắng lợi đã về ta". Tháng 8-1985 cô em tôi gửi cho tôi lá thư của Sứ quán Hoa Kỳ nhờ chuyển tờ L.O.I (Letter Of Introduction) cho tôi, đồng thời hướng dẫn cách đăng ký với nhà chức trách Việt Nam. Kèm theo hai văn bản của sứ quán Mỹ, có lá thư cô em gái chúc mừng và hỏi tôi "bây giờ anh chị lựa chọn đi Mỹ hay đi Úc?" Hồ sơ bảo lãnh đi Úc của tôi cũng đã hoàn tất từ tháng 5-1984, đã được Sở Di Trú Úc chấp thuận.

Dĩ nhiên, lúc bấy giờ còn quá sớm để có thể đi tới một quyết định lựa chọn đi Úc hay đi Mỹ. L.O.I mới chỉ là một bản văn của chính phủ Mỹ chấp thuận cho gia đình tôi được định cư tại Hoa Kỳ với điều kiện chỉ được ra đi theo thủ tục xuất cảnh hợp lệ. Nhưng có ra đi được hay không là do phía chính quyền Việt Nam. Nội dung tờ L.O.I ghi rõ bằng hai thứ tiếng Anh và Việt (không dấu, tôi ghi ra đây bằng chữ Việt có dấu):

"Sứ Quán Hoa kỳ cho phép những người có tên trên đây đi Bankok, Thái Lan, để nộp đơn tại Sứ Quán Mỹ để sang Hoa Kỳ, với điều kiện họ được phỏng vấn của đại diện Cao

Ủy Liên Hiệp Quốc, Đặc Trách Ty Nạn (UNHCR). Chúng tôi yêu cầu giới thẩm quyền cấp cho họ giấy xuất cảnh cùng những giấy tờ cần thiết để rời Vệt Nam./

The American Embassy gives permission for the above persons to come to Bangkok, Thailand to make application at this Embassy to go to the United States, provided that they have a medical exmination in VietNam and an interview by a representative of the United Nations High Commissioner fo Refugees (UNHCR). We request the authorities to issue exit prmits and the necessary documents to leave VietNam.

Những người kể trên đã được UNHCR đề nghị tới thẩm quyền Việt Nam theo danh sách chiếu khán nhập cảnh Hoa Kỳ.

The names above have been submitted to the Vietnamese Authorities by the UNHCR on the American Visa entry working list.

Tờ L.O.I gửi cho tôi đề ngày 30 tháng 7 năm 1985 số IV 127514.

Richard Dunbar

Quyền Giám đốc ODP (Acting Director)

ký tên.

Đi Gõ "Cửa Quan"

Vừa ở tù ra, nỗi chết và sự đớn đau chưa rời, cầm được tờ giấy trên tay của chính phủ Mỹ mà tên tuổi mình đã được cả Liên Hiệp Quốc gửi cho nhà cầm quyền Việt nam can thiệp cho ra khỏi nước để tỵ nạn, quả là như một giấc chiêm bao. Tôi xốn xang vui mừng, nhưng cũng suy nghĩ băn khoăn. Liệu giấc chiêm bao này có là "giấc mộng kê vàng" (*) không đây. Mình sẽ làm gì với văn bản có trong tay. Suy đi nghĩ lại, ngó trước nhìn sau tôi thấy tờ giấy có trong tay mà như ngoài tầm tay với. Mình sẽ nộp cho ai, nộp chỗ nào? Khi đưa văn bản từ nước ngoài gửi tới, do "đế quốc Mỹ" cấp lại có cả Liên Hiệp Quốc can thiệp, liệu có là bằng chứng "liên lạc trái phép" với nước ngoài không? Liệu có bị gán ghép cái tội tày đình "làm gián điệp" hay không? Có mấy người bạn, khi tôi đưa mẫu đơn xin LOI mà tôi đã đánh máy sẵn, họ không dám cầm về, chỉ vì những lo sợ ấy.

Chúng tôi, những con chim đã bị tên, vết thương còn ung mủ nên sự lo sợ, cảnh giác, đề phòng kia là chính đáng. Sau mấy tháng thăm dò và nghĩ ngợi chín chắn, một buổi sáng tôi cầm tờ L.O.I đến sở Ngoại Vụ gặp người tiếp viên tên Loan ngồi ở phòng tiếp nhận văn thư. Tôi đưa tờ LOI ra xin Sở Ngoại Vụ giải quyết. Sau khi đọc nội dung, Chị Loan trả lại tờ LOI và giải thích Sở NV chưa có chỉ thị giải quyết loại hồ sơ này. Và bảo tôi "Ông nên liên lạc với bên công an". Nghe đến hai tiếng Công an tôi rụt chí và nghĩ thầm, "bà xúi dại tôi". Nhưng một tuần lễ sau, tôi mạnh dạn cầm tờ LOI đi đến trụ sở Công An Quận Ba, trên đường CMT8 (Lê Văn Duyệt cũ). Tôi dựng xe đạp xong, thấy một anh cũng rời chiếc xe ba gác bước vào sân, tôi hỏi thăm "anh đi làm giấy tờ gì?" Anh ta đưa ra tờ LOI. Tôi yên tâm, không phải một mình tôi có LOI và cũng không phải chỉ một mình tôi "can đảm". Anh bạn ấy là một biệt kích nhảy toán.

Trước khi đem tờ LOI đến công an để "lạy ông tôi ở bụi này", tôi đã chấp nhận mọi hậu quả. Đời là một canh bạc. Tôi đã chứng kiến những canh bạc đổi cả sinh mệnh của một con người, như những người đấu tranh trong tù, chẳng hạn Lê Quảng Lạc, Trần Văn Từ (cựu Hiệu trưởng trường Phan Sao Nam Sài Gòn), như trưởng toán biệt kích Trần Kim Phú, hay như các tướng lãnh Nguyễn Khoa Nam, Phạm Văn Phú, Trần Văn Hai v.v.

Sau những cảnh giác và nghĩ ngợi mông lung ấy, tôi và anh bạn mới gặp nhau bước lại đứng trước cửa phòng đặt bàn giấy của người công an, chúng tôi cùng đưa ra tờ LOI và nói với người công an:

"Chúng tôi trình anh lá thư này của Tòa Đại sứ Hoa kỳ và Liên Hiệp Quốc gửi cho chúng tôi để xin nhà nước cấp giấy xuất cảnh. Nhờ anh hướng dẫn thủ tục".

Anh công an là một người gốc miền Nam, trả lời chúng tôi: "Thôi, đi về lo mà làm ăn đi các ông ơi. Đi đâu. Ai cho các ông đi mà đi".

Tôi nói với anh ta ra điều năn nỉ, thân mật:

"Anh ạ, tôi đã hỏi Sở Ngoại Vụ. Họ bảo chúng tôi về đăng ký ở Công An mà. Anh làm ơn hướng dẫn thủ tục và cho biết chúng tôi nạp lá đơn này ở đâu".

Anh ta có vẻ thành thật:

"Tôi không hay biết gì về vụ này. Nếu có thì các anh cứ theo dõi trên báo Công an".

Chúng tôi cám ơn, ra về. Tôi cất tờ LOI vào tủ, lại chờ đợi "một cái gì đó". Nhưng lần này hy vọng nhiều hơn.

Năm 1977 khi đang ở trại Quảng Ninh, tôi nhận được lá thư gia đình cho biết người bạn tôi ở Pháp, anh Dương Văn Lập, gửi lời thăm sức khỏe và mong cho tôi sớm hết bệnh. (ý lóng là sớm ra khỏi tù). Sau ngày được thả về nhà, tôi nhận được thư của người bạn tôi, đồng thời tôi được đọc lại lá thư cũ gửi từ năm 1977.

Vì có liên hệ đến việc "liên lạc với nước ngoài" tôi ghi lại đây một mẩu chuyện, cũng để tỏ bày lòng tưởng nhớ đến anh, một người bạn đã khuất bóng.

Tôi và anh ấy là đôi bạn có thời gian sinh sống, đi học và làm việc chung với nhau tại thị xã Thakhek, tỉnh Khammuan, Lào từ 1957 đến 1960). Cả hai gia đình chúng tôi đều vượt biên sang Lào sau Cải Cách Ruộng Đất. Năm 1960 tôi về Sai Gòn đi học, anh ấy ở lại, di chuyển lên thủ đô Vietiane sinh sống với nghề Họa Viên Kiến trúc. Năm 1975 tôi đi tù, anh ấy từ Lào đưa gia đình sang Pháp, sống ở Paris.

Năm 1977 anh ấy gửi thư cho gia đình tôi, kèm theo một thư giới thiệu có địa chỉ của đại diện Hội Hồng Thập Tự Quốc Tế tại Khách sạn Thống Nhất ở Hà Nội để gia đình tôi liên lạc, đưa các chi tiết về tình trạng của tôi để Hội Hồng Thập tự Quốc Tế can thiệp. Gia đình tôi lo sợ hậu quả cho tôi, sợ "gõ cửa quan cách mạng" nên xếp lá thư cất cho tới ngày tôi được thả về mới được đọc. Ra tù về nhà, tôi gửi một thư ngắn báo tin và cảm ơn tình cảm của người bạn. Anh ấy nhận được thư tôi chỉ ghi vội mấy dòng gửi vào trong một số thuốc tây cho tôi. Tôi gửi sang anh ấy một lá thư nhiều trang, chờ mấy tháng sau thì nhận tin vợ anh cho biết anh vừa từ trần. Theo lời chị, anh ấy ôm lá thư tôi nằm đọc trong suốt mấy ngày nằm bệnh và cứ mong sớm về nhà để viết hồi âm. Tôi đau buồn về sự mất mát của gia đình anh và của cả tôi. Về sau chị ấy có gửi tiền và một thùng quà cho chúng tôi.

Trước khi sang Mỹ tôi có gửi nhiều lần thư cho chị ấy nhưng không được hồi âm.

(*) Giấc mộng "Kê vàng": Lữ sinh đời Đường đến quán trọ nằm đợi chủ nhà nấu nồi kê (hoàng lương) ngủ quên, nằm mộng thấy vợ đẻ con, sinh cháu, giàu sang, vinh hoa phú quý. Tỉnh dậy, nồi kê chưa chín. Mọi thứ thấy trong giấc chiêm bao đã mất hết.

Cuộc mặc cả giằng dai

Trại cải tạo thực chất là trại tập trung, vì vậy tù nhân được giam chung nhiều người trong một phòng giam tập thể. Một phòng giam có ít nhất 30 người. Phòng giam có khi cũng là một nhà giam chứa từ 50 đến 100 người. Một trại giam có nhiều khu. Mỗi khu có nhiều nhà giam hay buồng giam. Do điều kiện sinh hoạt, ăn ở, lao động cho nên không thể thực hiện được sự cách ly tuyệt đối, mặc dù đó là ưu tiên số một. Tù cải tạo khác với tù hình sự, người buồng này không được liên hệ với người buồng kia, người ở trại này không được liên lạc với người trại khác. Với người ngoài xã hội, dù chỉ là thường dân, tù cũng bị cấm ngặt mọi hỏi han, tiếp xúc. Xã hội cộng sản là một xã hội bưng bít, từ bức màn tre đến bức màn sắt. Những gì xảy ra trong các trại tù người ngoài không hề hay biết; ngược lại mọi biến cố ngoài xã hội, người trong tù như kẻ mắt mù tai điếc. Thế mà có những diễn biến 'trong ngoài' lại tỏ ra nhịp nhàng, tưởng như có một sự sắp đặt vô hình nào đó. Năm 1979 tù cải tạo phân trại C, Lam Sơn Thanh hóa nổi dậy đòi cải thiện chế độ lao tù, đòi được tôn trọng nhân phẩm và quyền làm người, thì ở Geneve quốc tế đang họp tìm giải pháp cứu vớt họ.

Năm 1980 tù biệt xứ được chuyển trại về Nam. Năm 1984 tổng Thống Reagan tuyên bố cam kết đưa hết tù cải tạo được thả sang định cư tại Hoa Kỳ.

- Tại cuộc hội thảo bàn tròn về châu Á-Thái Bình Dương họp tại TP/HCM đầu năm 1988 Tổng bí thư Nguyễn Văn Linh tuyên bố sẽ cho phép những người trước đây ở các trại cải tạo đã được trở về và có nguyện vọng được đi tái định cư ở nước ngoài, kể cả Mỹ.

- Ngày 2-6-1988 liên bộ Nội Vụ - Ngoại Giao CSVN ra Thông báo giải quyết cho người VN có nguyện vọng xuất cảnh đoàn tụ gia đình vì lý do nhân đạo.

- Ngày 27-6-88 Bộ trưởng Ngoại giao CS Việt Nam Nguyễn Cơ Thạch trong một cuộc phỏng vấn của TTXVN đã tuyên bố: "Tôi và tướng Vessey đều quyết tâm thúc đẩy tốc độ giải quyết các vấn đề nhân đạo của cả hai bên. Hai bên sẽ đàm phán về việc cho những người đã được thả trong trại cải tạo đi Mỹ trong tháng 7 tại Hà Nội. (CA/TP.HCM ngày 6.7.1988)

Mọi việc vẫn được giấu kín, không phải người tù, mà người dân cũng không được quyền hay biết. Cho tới khi không còn có thể giấu diếm được nữa, nhà cầm quyền mới xì ra, qua báo chí nhà nước.

Ngày 27-7-1988 báo Công An loan tin dưới hàng tựa:

VỀ VIỆC TÁI ĐỊNH CƯ TẠI MỸ CHO NHỮNG NGƯỜI ĐƯỢC THẢ TỪ CÁC TRẠI CẢI TẠO

Bài báo cho biết theo lời cam kết của TT Reagan được đưa

ra từ năm 1984, những người đã một thời "hợp tác chặt chẽ với Mỹ" sẽ được phép tái định cư tại Hoa Kỳ cùng với gia đình. Bài báo viết tiếp: "Trên *tinh thần nhân đạo đó*, ngày 13-7-1988, hai phái đoàn Việt Nam và Mỹ đã kết thúc tại Hà Nội cuộc hội đàm về việc tái định cư tại Mỹ những người được thả từ các trung tâm cải tạo cùng gia đình họ muốn được xuất cảnh để sinh sống tại Hoa Kỳ. Phái đoàn Mỹ được dẫn đầu bởi ông R. Phăn-xet, Phó trợ lý cao cấp Ngoại Trưởng Mỹ. Đoàn Việt Nam do thứ trưởng ngoại giao Trần Quang Cơ dẫn đầu. Đ/c Trần Quang Cơ đã khẳng định lại chính sách của nhà nước VN là những người đã được thả tại các trung tâm cải tạo cùng với gia đình, họ sẽ được phép định cư ở nước ngoài nếu họ muốn.

"Phía Mỹ cũng cho biết việc HK cho phép những người được tái định cư tại Hoa Kỳ không như một sự khuyến khích họ ra đi hay là sẽ sử dụng họ để tham gia vào các hoạt động bất hợp pháp để chống lại nhà nước VN. Và Mỹ sẽ chống lại bất cứ hành động nào như vậy.

"Phái đoàn VN cũng tái khẳng định là sẽ không khuyến khích hay sử dụng những người này để làm việc gì có phương hại đến nền an ninh Mỹ. Hai bên đã nhất trí là sẽ đẩy nhanh việc xem xét đơn của những người thuộc diện nêu trên và thân nhân của họ là những người muốn xuất cảnh định cư tại HK".

Do áp lực của dư luận, chính quyền Việt Nam đã buộc lòng phải chính thức đưa ra bản tin này. Nội dung phần kết bản tin cho thấy luận điệu trấn an dân chúng:

"Khi tin tức về việc phái đoàn Mỹ - VN thỏa thuận được một *giải pháp nhân đạo* dành cho những người được thả từ các trại cải tạo đã gây nên một nguồn dư luận không hay trong quần chúng bởi những nguồn tin không chính xác gây hoang mang trong nhân dân. Việc cho xuất cảnh tái định cư tại Hoa Kỳ mới chỉ được thỏa thuận trên nguyên tắc giữa hai nhà nước. Phía Mỹ mới chỉ hứa nhận nhập cư, phía VN hứa sẽ giải quyết. Còn việc phía Mỹ sẽ nhận bao nhiêu người? Loại nào? Cấp bậc gì...? thì cho đến nay vẫn chưa có một thông báo nào được công bố......"

Đồng thời Báo Tuổi Trẻ số 53 tháng 8-1988 cũng đăng tải bản Thông Cáo của "Phòng Quản Lý Xuất Nhập Cảnh và người Nước Ngoài" như sau:

"VÀI Ý KIẾN VỀ VIỆC CHO TÁI ĐỊNH CƯ TẠI MỸ NHỮNG NGƯỜI ĐƯỢC THA TỪ CÁC TRUNG TÂM CẢI TẠO"

"Trong hai ngày 14 và 15-7-1988, tại Hà Nội đoàn chuyên viên Việt Nam và Mỹ đã hội đàm về việc cho tái định cư tại Mỹ những người được tha từ các trung tâm cải tạo.

"Kết thúc hội đàm, hai phái đoàn đã ra tuyên bố với giới báo chí trong và ngoài nước – phạm vi bài này chúng tôi chỉ đề cập nội dung chính để giải thích những dư luận không đúng đắn làm cho một số người thiếu an tâm, đồng thời nói rõ chính sách nhân đạo của nhà nước CHXHCNVN.

"Trước hết chúng tôi trích ý kiến của tổng thống Rigân là: "... Những người được tha từ các trung tâm cải tạo, những người đã hợp tác chặt chẽ với Mỹ hoặc đồng minh của Mỹ sẽ được tái định cư tại Mỹ cùng với thân nhân của họ..."

"Và chính sách của nhà nước Cộng Hòa Xã Hội Chủ nghĩa Việt Nam là: "...Những người được tha từ các trung tâm cải tạo cùng với thân nhân có thể được phép di cư ra nước ngoài nếu họ muốn..."

"Đó là do tính nhân đạo, chứ không phải như một số dư luận hiện nay cho là nhà nước Việt nam xua đuổi số ngụy quân, ngụy quyền hoặc không khả năng tạo điều kiện cho số này làm ăn sinh sống bình thường, nên khuyến khích ra đi v.v.

"Theo chủ trương trên, phòng quản lý người nước ngoài và xuất nhập cảnh tổ chức thực hiện đối với những người nằm trong tuyên bố cho tái định cư tại Mỹ thuộc diện được tha từ các trung tâm cải tạo (có giấy ra trại) đến đăng ký xuất cảnh chúng tôi sẽ hướng dẫn làm thủ tục theo quy định của nhà nước.

"Nếu ai không muốn hoặc chưa muốn đi, chúng tôi không động viên, không khuyến khích cũng không ép buộc đăng ký.

"Riêng có một số trường hợp thắc mắc: cũng cùng là sĩ quan sao người được đi, người không được đi? Thực tế chúng tôi chưa cấp một hộ chiếu nào ở diện nói trên. Vì diện này ta mới được thỏa thuận với phía Mỹ...

Đặng Chí Thành
P. trưởng phòng quản lý người nước ngoài và xuất cảnh, nhập cảnh.

**

Cho tới năm 1988 cuộc thương lượng Việt-Mỹ vẫn là một sự mặc cả trên xác chết và số mệnh của người tù cải tạo. Phía Việt Nam cố tình đưa ra nhiều yêu sách và kéo dài thời gian để làm cho đối phương mất kiên nhẫn. Chúng ta đã thấy tình trạng cù cưa trong cuộc hòa đàm Paris do phía cộng sản đặt nhiều đòi hỏi, tạo thế thượng phong, bắt chẹt Mỹ để mặc cả hơn thiệt.

Vẫn một sách lược cố hữu ấy, trong cuộc thương lượng với Mỹ về tù cải tạo, CSVN đã đòi hỏi Hoa Kỳ phải trả bằng đô la khoản tiền nuôi tù cải tạo, tính theo thời gian giam giữ trên mỗi đầu người (tin từ dài BBC).

Yêu sách không được, Bộ trưởng Ngoại giao Nguyễn Cơ Thạch gửi thư cho Tướng John Vessey, đặc phái viên của TT Reagan thông báo đình chỉ hợp tác về việc tìm kiếm người Mỹ mất tích thảo luận việc tha tù cải tạo, cho đi Mỹ.

Báo Sài Gòn Giải Phóng số 4087 ngày 1.9.1988 đã đăng tải bản tin có nội dung như sau:

"Ngày 5-8-1988, tướng Giôn Vét-xi, đặc phái viên của tổng thống Mỹ, đã gửi thư tới Bộ trưởng Ngoại giao Nguyễn Cơ Thạch nói rõ là các phát biểu của các quan chức MỸ cuối tháng 7-1988 [*] chỉ để phản ánh quan điểm lâu nay của chính quyền Mỹ về quan hệ với Việt Nam, phía Mỹ hứa tiếp tục thực hiện thoả thuận giữa hai bên đã đạt được tháng 8-1987 ở Hà Nội và tháng 6-1988 ở Niu Yoóc. Tướng Giôn Vét-xi yêu cầu phía VN nối lại các cuộc họp giữa hai bên để giải quyết các vấn đề người Mỹ mất tích và tiếp tục giải quyết những điểm tồn tại để sớm đi đến thỏa thuận về việc cho phép tái định cư tại Mỹ những người đã được tha từ các trung tâm cải tạo.

Ngày 27-8-1988, Bộ trưởng Ngoại giao Nguyễn Cơ Thạch đã có thư trả lời tướng G. Vét-xi. Bức thư có đoạn: "Việc Mỹ tiếp tục chính sách thù địch với Việt Nam không góp phần tạo không khí thuận lợi cho quan hệ giữa hai nước trong thời điểm hiện nay. Mặt khác việc nhà cầm quyền Mỹ tuyên bố gắn vấn đề bình thường hóa quan hệ giữa hai nước với việc giải quyết vấn đề MIA (người Mỹ mất tích) là trái với thỏa thuận giữa Ngài và tôi. Trước sau chúng tôi vẫn coi việc giải quyết các vấn đề nhân đạo cần được tách khỏi các vấn đề chính trị và cách tốt nhất là cả hai bên phải chấm dứt thái độ thù địch, tạo ra bầu không khí thuận lợi để giải quyết nhanh chóng các vấn đề đó.

Với mong muốn chính phủ Mỹ sẽ có thái độ thích hợp và để đáp ứng sự quan tâm của Ngài, tôi xin thông báo với Ngài là phái VN đồng ý để phía Mỹ cùng tham gia các hoạt động điều tra và khảo sát chung về vấn đề người Mỹ mất tích và sẵn sàng họp chuyên viên hai bên bàn kế hoạch cụ thể từ 9 đến 12 tháng 9-1988.

Riêng đối với việc giải quyết tái định cư tại Mỹ cho những người được thả từ các trung tâm cải tạo, tôi cho rằng, vì còn nhiều bất đồng quan trọng và bầu không khí chưa thuận lợi nên chưa thể tổ chức được cuộc họp chuyên viên lần thứ hai".

Cùng ngày Bộ trưởng Ngoại giao Nguyễn Cơ Thạch cũng đã có thư gửi tới các nghị sĩ Quốc hội Mỹ quan tâm đến các vấn đề này.

[*] Cũng trên SGGP trước đó, ngày 4-8-1988 trích đăng một phần lá thư của Nguyễn Cơ Thạch gửi tướng John Vessey,

lá thư có đoạn: "Chúng tôi cũng đã hội đàm với phía Mỹ và sẵn sàng cho tái định cư tại Mỹ những người được tha từ các trung tâm cải tạo. Nhưng rất tiếc phía Mỹ đã không đáp ứng những đề nghị của phía Việt nam về việc tổ chức thực hiện.

Điều đáng tiếc nữa là, theo đài Tiếng Nói Hoa Kỳ ngày 29-7-1988, Trợ lý Ngoại trưởng Gaston Sigur đã phát biểu với một số nghị sĩ Quốc hội Mỹ ngày 28-7-88-1988 là "Chính phủ Mỹ phản đối việc thiết lập một cơ quan ngoại giao ở cấp thấp tại Hà Nội, vì cho rằng việc làm này không cải thiện được sự hợp tác giữa VN và Mỹ về các vấn đề nhân đạo. Cách tốt nhất là Mỹ vẫn tiếp tục chính sách như hiện nay, tức là cô lập Việt Nam".

"Rõ ràng tuyên bố đó cho thấy Bộ Ngoại giao Mỹ vẫn tiếp tục theo đuổi chính sách thù địch với Việt Nam. Tuyên bố đó đã gây ra phẫn nộ trong nhân dân Việt Nam và cản trở việc thực hiện những thỏa thuận giữa Ngài và tôi.

"Chúng tôi nghiêm chỉnh và thiện chí giải quyết những vấn đề nhân đạo của phía Mỹ, nhưng đáp lại thiện chí của chúng tôi, phía Mỹ đưa ra những lời tuyên bố thù địch.

"Trước tình hình đó, tôi rất tiếc phải thông báo để Ngài rõ phía Việt Nam buộc phải tạm thời đình chỉ việc để phía Mỹ cùng tham gia với Việt Nam trong các cuộc tìm kiếm chung và khai quật chung về những người Mỹ mất tích cũng như việc giải quyết cho những người được tha từ các trung tâm cải tạo đi Mỹ".

Ngày 4-8-1988 Nguyễn Cơ Thạch gửi thư thông báo phía Mỹ đình chỉ hợp tác, thảo luận, nhưng đúng 2 tháng 6 ngày sau đó, Thứ trưởng Ngoại giao Việt Nam Trần Quang Cơ lại gặp Tướng John Vessey tại trụ sở Liên Hiệp quốc để "bàn về các vấn đề nhân đạo".

Bản tin được loan báo trên tờ Sài Gòn Giải Phóng số ra ngày 14.10.1988 dưới hàng tựa:
Tin Thông Tấn Xã VN:

"ĐỒNG CHÍ TRẦN QUANG CƠ GẶP GIÔN VÉT-XI BÀN VỀ CÁC VẤN ĐỀ NHÂN ĐẠO".

(TTXVN).- Ngày 10.10, tại phái đoàn Mỹ ở LHQ, thứ trưởng Ngoại giao Việt Nam Trần Quang Cơ đã gặp ông Giôn Vét-xi (John Vessey), đặc phái viên tổng thống Mỹ về vấn đề người Mỹ mất tích trong chiến tranh (MIA) và các vấn đề nhân đạo khác để thảo lận các vấn đề nhân đạo mà hai bên cùng quan tâm như vấn đề MIA, trẻ lai Mỹ, những nổ lực của MỸ để giải quyết các vấn đề nhân đạo của Việt Nam như người tàn tật trong chiến tranh, trẻ lai và trẻ mồ côi tàn tật và vấn đề người trong các trại cải tạo.

Hai bên đã điểm lại những tiến bộ đã đạt được trong việc thực hiện các thỏa thuận tháng 8-87 và tháng 6-88. Phía Mỹ đánh giá cao thiện chí, chính sách nhân đạo và những nổ lực của chính phủ Việt Nam trong vấn đề tìm kiếm người MỸ mất tích trong chiến tranh (MIA), đặc biệt là trong cuộc khảo sát và tìm kiếm chung vừa qua về 6 trường hợp phi công bị bắn rơi trong danh sách những người MỸ bị coi là mất tích trong chiến tranh...

Ngày 13.6.1989 Hạ Viện Hoa Kỳ thông qua một Nghị Quyết kêu gọi chính phủ CHXHCN Việt nam phóng thích tất cả tù cải tạo đang còn bị giam giữ trong các "trại cải tạo" và tiến hành cho xuất cảnh tất cả tù nhân đã được trả tự do hay còn bị giam giữ.

Một ngày sau, 14-6-1989 Dân Biểu Frank R. Wolf gửi thư đến bà Khúc Minh Thơ, Chủ tịch Gia đình Cựu Tù Nhân Chính Trị, thông báo về nghị quyết do ông đệ trình đã được Hạ Viện thông qua cùng ngày khai mạc hội nghị quốc tế về người tỵ nạn Đông Dương do Liên Hiệp Quốc triệu tập diễn ra hai ngày 13 và 14 tại Geneve.

**

Đúng 10 năm sau, kể từ khi có bản thỏa hiệp Geneve 20-7-1979, cuộc mặc cả dai dẳng về việc thả hết tù cải tạo và cho xuất cảnh định cư, cuối cùng đã được hai **bên ký kết bản thỏa hiệp 30-7-1989** tại Hà Nội. Sau khi bản thỏa hiệp được ký kết, tổ Kỹ Thuật Việt-Mỹ được thành lập, chương trình H.O thực sự khởi động từ đó. Danh sách HO1 phần lớn lấy từ những cựu tù đã có hồ sơ bảo lãnh của thân nhân ở Mỹ.

Chưa đầy 5 tháng sau, ngày 5-12-1989 tổ công tác hỗn hợp Việt Mỹ, có sự tham dự của đại diện Tổ chức Quốc tế về Di Dân (International Organization for Migration) mở phiên họp kỹ thuật lần thứ hai tại Sài Gòn để kiểm điểm lại bước đầu việc thực hiện chương trình H.O. Theo số liệu do phía Việt Nam đưa ra lúc bấy giờ, trước đó phía VN đã trao cho phái đoàn Mỹ danh sách HO1 gồm hơn 3000 người. Phái đoàn Hoa Kỳ đưa vào phỏng vấn 2.274 người, cho nhập cư 2.109, từ chối nhập cảnh 86 người, 60 người bị treo (pending), 23 hộ bị từ chối phỏng vấn với lý do thời gian cải tạo dưới 3 năm.

Trong phiên họp, phía VN trao tiếp cho phái đoàn Mỹ danh sách HO2 gồm 3.192 người.

Hai chuyến bay đầu tiên được tổ chức vào ngày 5 và 6 tháng 1/1990 cho khoảng 300 người ra đi. Chương trình H.O gặt hái thành quả đầu tiên đầy khích lệ, mở đầu "sự đoàn tụ và hạnh phúc cho tất cả các gia đình cựu tù nhân chính trị Việt Nam".

ủy ban phối hợp tiếp đón tù nhân chính trị những tấm lòng nhân ái

Ba tháng trước ngày Bản Thỏa Hiệp được ký kết, một ủy ban có tên là "Ủy Ban Phối Hợp Tiếp Đón Tù Nhân Chính Trị" gồm các tổ chức :

Hội cựu TNCT/CSVN Nam Cali,

Hội cựu TNCT/ CSVN Bắc Cali,

Hội cựu TNCT/CSVN Texas,

Nghị Hội Toàn Quốc Người Việt tại Hoa Kỳ,

Hội Gia Đình Tù Nhân Chính Trị Việt Nam

được triệu tập, họp tại Hoa Thịnh Đốn, ngày 23-4-1989 đưa ra bản quyết định chung gồm có 5 điều khoản, trong đó có việc thành lập các tiểu ban như:

- Tiểu Ban Liên Lạc Quốc Hội và Chính Phủ Hoa Kỳ, Trưởng ban: Bà Khúc Minh Thơ.
- Tiểu Ban Kế Hoạch và phối Hợp: Ông Nguyễn Ngọc Bích,
- Tiểu Ban Ủy Lạo: Ông Huỳnh Công Ánh,
- Tiểu Ban Tài Chánh: Ông Nguyễn Hậu
- Tiểu Ban Thông Tin & Vận Động: Ông Đào Văn Bình.

Ngày 28-7-1990 Ủy Ban PHTĐTNCT tổ chức một "Bữa cơm Hội Ngộ" tại Hoa Thịnh Đốn để kỷ niệm một năm Ký bản Thỏa hiệp tại Hà Nội. Trong "Bữa Cơm Hội Ngộ" này, ông Robert Funseth (ảnh kèm bên), người đã tận tụy, kiên trì theo đuổi cuộc mặc cả với CSVN để giải thoát hàng trăm ngàn tù cải tạo đã đọc một bài diễn văn thật cảm động:

"*Một lần nữa, chúng ta ngồi lại quanh bàn ăn, cùng chia sẻ với nhau bữa cơm – tượng trưng cho sự chia sẻ tinh thần của con người* - trong bữa dạ tiệc khoản đãi hôm nay do hội từ thiện cao quý này, đã và đang tranh đấu để mang lại sự đoàn tụ và hạnh phúc cho tất cả các gia đình cựu tù nhân chính trị Việt Nam.

Sau đúng một năm, hôm nay chúng ta cùng nhau kỷ niệm ngày 30 tháng 7, 1989, ngày ký bản thỏa hiệp tại Hà Nội giữa Hoa Kỳ và Việt Nam về một chương trình đặc biệt định cư các cựu tù nhân cải tạo tại các trại tập trung đã được trả tự do.

Đây là kết quả thành công của tám năm trời cố gắng thương thuyết để đạt tới thỏa hiệp ngõ hầu chính phủ Việt Nam cho phép các cựu tù nhân của các trung tâm cải tạo được quyền tự do di cư sang Hoa Kỳ.

Năm ngoái, trong bữa dạ tiệc, tôi đã mới từ Hà Nội trở về, và đã tường trình với quý vị về cuộc thương thuyết thành công. Tôi đã dùng hai chữ "Hy Vọng" và "Thách Đố". Hy vọng thì đã có trong thỏa hiệp. Thách đố ở chỗ không những phải thi hành thỏa hiệp một cách mỹ mãn, mà còn phải giúp các cựu tù nhân và gia đình họ xây dựng lại đời sống mới tại quốc gia mới của họ.

Trong khi miên man suy nghĩ về những điều tôi sẽ nói với quý vị tối nay, tôi sực nhớ lại cuộc gặp gỡ đầy xúc động và kỷ niệm của tôi với Đức Tổng Giám mục Francis Xavier Nguyễn Văn Thuận cách đây ba tuần tại Roma. Như quý vị đã biết, Ngài đã trải qua và chịu đựng bao năm tháng dài đằng đẵng trong ngục tù tại Việt Nam.

Ngài nói với tôi về quyển sách ngài đã viết trong những năm bị giam cầm, quyển sách mà ngài gọi là "Bức Tâm Thư Trong Ngục tù" mang tựa đề Con Đường Hy Vọng.

Trong bài tựa của sách, Đức TGM Nguyễn Văn Thuận bắt đầu viết về kinh nghiệm đời sống của ngài như sau:

"Tôi đã đi trên con đường đời,
Và đã trải qua bao nỗi buồn vui.."

Con đường chúng ta đã cùng nhau đi trong 9 năm qua đã không những là một con đường đầy hy vọng và thử thách mà còn là một con đường trên đó chúng ta đã trải qua bao nỗi buồn vui.

Nỗi buồn mà chúng ta đã trải qua và còn tiếp tục thấm thía đã được diễn tả một cách đau đớn trong bức thư một người con gái Việt Nam gửi cho tôi cách đây hai năm. Cô gái hiện đang ở bên cạnh chúng tôi. Cô đã xa người cha lúc còn thơ ấu vào năm 1975 khi cha cô – cũng như nhiều người khác trong quý vị đây – bị cộng sản chiến thắng cầm tù vào cuối trận chiến Việt Nam. Cha cô còn đang bị giam trong một trại cải tạo tại Việt Nam.

Người con gái viết:

"Tôi nhớ cha tôi vô cùng. Gia đình tôi cũng vậy. Tôi đã không còn nhớ dung nhan người ra sao vì cha tôi đã bị bắt đi khi tôi mới lên 10 tuổi. Tôi nghĩ rằng ông sẽ hiểu những đứa con không cha giống như nhà không nóc".

Nỗi buồn của người con gái, cũng như nỗi buồn của chúng ta sẽ còn tiếp tục mãi khi người con gái đó cảm thấy rằng ngày nào cha cô còn bị tù đày thì ngày ấy cô ta như một căn nhà không nóc.

Nỗi buồn của cô con gái cũng như nỗi buồn của tất cả mọi người con trai, con gái, cha, mẹ, vợ, chồng, anh, chị, em, cháu chắt khác đang sống xa cách người thân yêu, và đang như những nhà không nóc. Nỗi buồn ấy cũng là nỗi buồn chung của chúng ta.

Giờ đây chúng ta sẽ vui mừng ra sao?

Niềm vui của chúng ta là niềm vui ta chia sẻ với tất cả các cựu tù nhân và gia đình họ quy tụ tối nay tại đây.

Năm ngoái họ không có đây, và sự vắng mặt của họ đã làm giảm sự vui mừng của chúng ta về bản hiệp ước.

Giờ này sang năm chúng ta hy vọng sẽ có thêm vài ngàn tù nhân bên cạnh chúng ta để chúng ta thêm phần phấn khởi.

Từ lúc chúng ta gặp nhau năm ngoái đến nay, Hoa Kỳ đã gửi đến chính phủ Việt Nam danh sách 20,000 tù nhân và gia đình họ. Trong hai tuần tới, chúng ta sẽ gửi đi danh sách thứ sáu có 5,000 tù nhân. Tổng cộng số cựu tù nhân là 25,000 người chúng ta yêu cầu được phép di dân sang Hoa Kỳ.

Từ thỏa hiệp được ký kết cách đây một năm, chúng ta đã phỏng vấn 16,000 người, kể cả 2,003 người vừa mới được phỏng vấn cách đây sáu ngày tại Sài-Gòn do nhân viên Tòa Lãnh Sự và Sở Di Trú Hoa Kỳ. Và hôm nay tôi vừa nhận được tin của Văn phòng ODP tại Bangkok cho hay có thêm 4,000 người nữa sẽ được phỏng vấn trong tháng 8 và 9 này tại Sài Gòn, có nghĩa là chúng ta có thể phỏng vấn 20,000 tù nhân và gia quyến họ nội trong 12 tháng đầu của thỏa hiệp.

Và từ ngày 1 tháng 10, 1989, hơn 5,000 cựu tù nhân và gia quyến đã đến Hoa Kỳ. Chúng ta hy vọng là vào khoảng ngày 30 tháng 9 Dương lịch, ít nhất phải 8,000 người nữa sẽ đến, và vào cuối năm nay, ngày 31 tháng 12, 12,000 cựu tù nhân và gia đình sẽ đặt chân lên đất Mỹ kể từ khi thỏa hiệp được ký cách đây một năm.

Xin quý vị dừng lại vài phút suy nghĩ về con số kể trên.

Từ lúc chiến tranh chấm dứt, năm 1975 cho đến ngày 30 tháng 9, 1989 – trong thời gian 14 năm – chỉ có 600 cựu tù nhân và 2,400 thân nhân họ được phép di dân sang Hoa Kỳ – tổng cộng 3,000 người.

Nay chỉ trong vòng vỏn vẹn một năm, con số người đến Hoa Kỳ trên hy vọng sẽ tăng lên gấp ba lần.

Sự hiện diện của các cựu tù nhân trong dạ tiệc hôm nay, đại diện cho 5,000 tù nhân trên nước Mỹ là lý do để chúng ta cùng nhau vui mừng hoan hỉ.

Năm ngoái chúng ta chỉ hy vọng các cựu tù nhân sẽ đến. Tối nay, sự hiện diện của họ tại nơi này đã y như một phép lạ, biến sự hy vọng kia thành một niềm vui chan chứa mà chỉ có thực tế mới mang lại được cho chúng ta.

Đêm nay, chúng ta vui mừng 5,000 lần hơn năm ngoái. Và khi tháng Chạp đến, chúng ta mong đợi sẽ được vui mừng 12,000 lần hơn nữa.

**

Trong bữa cơm năm ngoái, tôi đã đề cập đến vấn đề cộng đồng Việt Nam sẽ phải đương đầu với một thách đố mới khi các cựu tù nhân và gia đình họ đến Mỹ. Tôi có nhắc đến việc các cựu tù nhân và gia đình họ – kể cả những thân nhân theo sang đây và những thân nhân họ sẽ gặp lại – sẽ cần sự giúp đỡ tối đa của chúng ta trong lúc họ phải lận đận thích nghi cuộc sống mới trong một quốc gia mới.

Xin mỗi người trong quý vị hãy nhớ lại ngày quý vị mới

đặt chân đến đây, bấy giờ đang còn là phần đất xa lạ đối với quý vị. Xin quý vị nhớ đến những người đã giúp đỡ quý vị trải qua giai đoạn khó khăn thích nghi với cuộc sống mới, nhớ lại sự an ủi khi có bàn tay bạn bè, hàng xóm xoa dịu. Hoặc, nếu quý vị đã không có cái may mắn nhận được sự giúp đỡ cần thiết, thì xin quý vị nhân dịp này hãy giúp những người mới qua có được sự nâng đỡ mà quý vị biết là rất quan trọng.

Cộng đồng người MỸ gốc Việt đã giải quyết thử thách trên bằng những vòng tay và tấm lòng rộng mở.

Chính tôi đã chứng kiến sự việc này tại vùng Hoa Thịnh Đốn, tại Texas, miền Nam và Bắc Cali, tại Oregon, và đã tiếp nhận các báo cáo từ các nơi trên nước Mỹ gửi về xác nhận rằng người Mỹ gốc Việt nơi nơi đều giúp các cựu tù nhân và gia đình họ cảm thấy rất thoải mái trong cuộc sống mới.

Một lần nữa, xin quý vị hãy nhớ đến các trẻ em lai và các người mẹ của chúng. Phần đông các em nay đã trưởng thành. Như quý vị đã biết, tại Việt Nam, các em sống bên lề xã hội, và một số đông các em hãy còn cảm thấy mình là người xa lạ trên đất Mỹ. Xin hãy nhớ rằng các em và gia đình chúng đã đau khổ và đã trải qua kinh nghiệm chiến tranh với những vết thương còn nhức nhối chưa lành, như quý vị đã trải qua.

Chắc quý vị còn nhớ vào mùa đông 1988, chúng ta đã thành công thương thuyết để một số tù nhân được phóng thích từ các nhà tù cải tạo. Tuy nhiên, chính phủ Việt Nam đã không đồng ý cho phép họ di dân sang Hoa Kỳ. Trong thời gian ấy, chúng ta không những mong chờ, hồi hộp mà còn lo âu, thất vọng.

Cũng trong thời gian đó, tôi đã nghe kể một câu chuyện, một câu chuyện đầy tin tưởng, tình nghĩa, kiên trì và yêu thương. Và đó cũng là những nguyên tắc chính về tinh thần trách nhiệm, bổn phận, kỷ luật và phục vụ để soi sáng con đường chúng ta đi tới đích, ngõ hầu mang lại tự do cho tù nhân và đoàn tụ với thân nhân, bạn bè họ cũng như họ được tự do di dân sang Hoa Kỳ.

Câu chuyện hai người lính trong Đệ Nhất Thế chiến. Một người lính bị thương nặng trong phần đất giữa hai phe lâm chiến. Vì các vết thương sâu, người lính này không thể bò về phòng tuyến bạn. Người lính thứ hai là bạn thân của người kia, xin vị sĩ quan Trung úy cho phép ra cứu bạn. Vị sĩ quan từ chối với lý do là việc cấp cứu như thế rất nguy hiểm, có thể mang đến thương vong, chết chóc cho chính anh ta. Tuy nhiên, thừa lúc vị sĩ quan quay lưng lại, người lính liền trèo ra khỏi chiến hào, lần đến phần đất hiểm nghèo, bất trắc kia, và dưới làn mưa đạn tới tấp, mò đến được chỗ người bạn anh bị thương. Trong lúc anh ta bò trở về, kéo theo người bạn sau lưng, thì bỗng anh ta cảm thấy thân mình đau nhói vì bị trúng đạn. Anh ta cũng đã bị thương, nhưng anh ta vẫn tiếp tục bò về, kéo theo người bạn cho đến lúc cả hai người bạn trở lại chiến hào. Anh ta liền nhào người xuống, kéo bạn theo sau. Lúc quay lại để nói chuyện với bạn, anh ta kinh hãi nhận ra bạn anh đã chết. Người Trung úy giận dữ nói:

- Tôi đã bảo anh đừng đi. Bạn anh đã chết và giờ đây anh lại bị thương. Đó là một việc không đáng làm.

Nhưng người lính trẻ tuổi, bị thương nặng, thều thào trả lời:

- Thưa Trung úy, Việc đó đáng làm lắm chứ. Bạn tôi hãy còn sống khi tôi đến cứu, và anh ta đã nói với tôi rằng: "Anh Jim, tôi biết thế nào anh cũng đến".

Người bạn kia trong Đệ Nhất Thế Chiến tên là Jim, nhưng trong thời chúng ta có thể mang tên "Nguyễn". Người lính trẻ tuổi kia đã làm một việc mà vị sĩ quan của anh ta nghĩ là quá nguy hiểm, nhưng vì anh ta biết rằng có một người – đó là bạn anh đã đặt hết tin tưởng vào anh. Hẳn có người nói rằng anh ta đã làm một việc hy sinh vô ích vì bạn anh đã chết trước khi cả hai về đến phòng tuyến. Tuy nhiên, anh Jim đã hy sinh, vì đó là phương cách duy nhất chứng tỏ được tinh thần trách nhiệm, nhẫn nại, lòng trung thành, tình bạn, và con tim thương yêu của anh.

**

Đáng thương thay, chúng ta nhận thấy rằng có bao nhiêu người đã ngã gục trong các trại tù cải tạo, hoặc đã chết tại Việt Nam trước khi chúng ta đạt đến thỏa hiệp ký tại Hà Nội năm ngoái cho phép họ qua đây với chúng ta.

Tôi muốn tin rằng, ít ra có vài người, trong số đó đã hiểu, trước khi họ nhắm mắt lìa đời rằng, chúng ta, cũng như anh Jim trong câu chuyện, đã cố gắng đến với họ để mang họ thoát chốn hiểm nghèo.

Tôi muốn tin rằng những người đang sống sót nhưng hãy còn bị giam cầm, hiểu rằng chúng ta đang cố đến với họ trong vùng đất hiểm nghèo của các trại tù cải tạo để mang họ đến miền tự do đang chờ đợi họ bên ngoài bức tường trại giam.

Và tôi muốn tin rằng những người đang còn ở Việt Nam, nhưng đã ra khỏi cảnh tù ngục mà hãy còn ở trong vùng đất hiểm nghèo chờ đợi giấy thông hành xuất cảnh, hiểu rằng chúng ta đang cố gắng đến với họ để mang họ về nơi an toàn, bên cạnh chúng ta, tại đất Mỹ này.

Chúng ta, quý vị và tôi, dù ở Washington hay Houston. Oaklahoma, Kansas, Orange County, San Jose hay một nơi nào khác, phải kiên trì tiếp tục gửi những tin tức đầy hy vọng và tin tưởng đến những người đang còn trong các trại giam hay trong các trại tập trung.. Anh "Jim" đã không bỏ bạn anh trong vùng đất nguy hiểm trong Đệ Nhất Thế Chiến. Chúng ta không được bỏ bạn ta và các chiến hữu tại Việt Nam.

Chúng ta phải làm cho các tù nhân còn ở lại các trung tâm học tập tin tưởng rằng chúng ta không bao giờ bỏ cuộc cho đến khi nào họ được trả tự do và, nếu họ muốn, được phép qua đây sum họp với gia đình họ.

Đối với những người đang sống tự do trong nước này, nhưng vẫn còn đang ở trong phần đất hiểm nghèo của thất vọng và cô đơn, chúng ta phải làm cho họ hiểu rằng, trong khi chúng ta không bị đe dọa bởi làn mưa đạn của súng máy, chúng ta sẽ bước ra khỏi chiến hào của nhà cửa và xóm giềng của chúng ta để tiếp tay giúp họ, bất cứ giờ nào hay nơi nào họ cần đến ta.

Chúng ta không làm khác hơn được. Họ đang đặt hết tin tưởng vào ta.

Khi rời khỏi bữa tiệc đêm nay, xin quý vị đừng quên câu khẩn cầu tâm tình và đau khổ của cô gái Việt Nam: "Con không cha như nhà không nóc".

Nỗi buồn của cô gái và nỗi buồn của chúng ta vẫn còn tiếp tục ray rứt, bao lâu cô gái còn bị xa cha, và bao lâu còn những người Việt Nam như cha cô gái, đang bị giam cầm tại các trại tù tập trung, hoặc những người ở Việt Nam đã được phóng thích, nhưng vẫn chưa nhận được giấy xuất cảnh di dân.

Quý vị còn nhớ người lính hấp hối: "Anh Jim, tôi biết thế nào anh cũng đến".

Nay tôi lẳng vẳng nghe tiếng ai đang nói: "Anh Nguyễn, tôi biết thế nào anh cũng đến".

Thưa quý bạn,

Thật vậy, và đó sẽ mãi mãi là sự thật, trên con đường hy vọng chúng ta cùng đi, chúng ta sẽ phải trải qua và chịu đựng nhiều nỗi buồn cũng như niềm vui.

Robet Funseth.

Chương XIV

Từ Cửa Ải Tới Cửa Quyền

phục hồi quyền công dân

Trong Giấy Ra Trại của tôi có ghi "quản chế 12 tháng".

Quyết Định V/v phục hồi quyền công dân do UBND/Q3 ký ngày 12-5-1984.

QĐ có hai điều: "Xét quá trình quản chế và đơn xin phục hồi quyền công dân của **ông**.... Xét báo cáo và đề nghị của ông Trưởng công an quận 3 và chủ tịch UBND phường (bỏ trống)

Quyết định:

Đ.1/ Nay phục hồi quyền công dân cho **anh**... sinh ngày tại... hiện cư ngụ...

Đ.2/ Các ông Chánh văn phòng UBND Quận 3, Trưởng công an Q 3, Chủ tịch UBND Phường... và anh chị có tên ở điều 1 chịu trách nhiệm thi hành quyết định này.

(Ký tên)

Trong giấy ra trại ghi tôi bị Quản Chế 12 tháng. Quyết định ký đúng một năm sau ngày tôi được thả. Tôi không hề làm đơn xin được phục hồi quyền công dân như trong quyết định ghi. Tờ quyết định cấp cho một người nhưng có hai nhân xưng đại danh từ (personal Pronoun) khác nhau. Câu trên là "ông", xuống câu dưới là "anh".

Tờ Quyết định phục hồi quyền công dân chỉ là một hình thức thủ tục hành chánh. Thực tế, sau khi có quyết định, hàng tuần tôi vẫn phải trình diện công an phường, đi ra khỏi phường khóm, ở qua đêm phải xin phép công an, vẫn không được ghi tên vào sổ hộ khẩu và không được mua gạo theo tiêu chuẩn ấn định cho mỗi hộ. Tôi vẫn là người sống ngoài lề xã hội.

Tôi vẫn bị theo dõi chặt chẽ cho tới khi lấy được Passport xuất cảnh. Ngoài sự cấm đoán tôi không được đi đâu ra khỏi địa phương phường khóm, không được tiếp xúc với "các phần tử xấu", tôi còn bị loại ra ngoài danh sách được mua gạo theo tiêu chuẩn dành cho mỗi nhân khẩu trong gia đình.

Sau thời hạn quản chế trên giấy tờ và được "trả quyền công dân", tôi làm đơn đưa lên Phòng Lương Thực Thành phố xin được mua gạo theo tiêu chuẩn, người nhận đơn là một cô gái ngoài hai mươi trả lời tôi:

- Đơn của chú ở đây không giải quyết được, phải qua công an.

Biết là cô kia "vô tội", chỉ làm theo chỉ thị ở trên nhưng tôi phải nói cho hả dạ. Nói để cô gái kia nghe. Biết đâu có cả... trời nghe:

- Cô không giải quyết thì cô đưa lên những người có quyền trên cô giải quyết. Tôi mua gạo theo quy định bán cho người dân. Tôi cũng là người dân. Tôi đâu có phạm tội gì mà phải lên công an. Ở trong trại cải tạo còn nuôi tôi thì ở ngoài xã hội tôi cũng phải được mua gạo theo tiêu chuẩn chứ.

Thấy cô gái ngồi chịu trận, tôi nói như để phân bua.

- Tôi biết cô không giải quyết được. Cô chỉ là cấp thừa hành. Xin lỗi cô, nhưng tôi phải nói.

Cô gái tỏ ra thông cảm và nói lại với tôi:

- Chú cứ đến công an xem. Biết đâu ở đó giải quyết cho chú.

Thật ra, tôi chỉ làm công việc khiếu nại để xem tôi đã hết bị trù ếm chưa. Tôi không có nhu cầu phải mua gạo tiêu chuẩn, Và đã nhiều năm từ ngày được thả về tôi có bao giờ phải ăn thứ gạo hẩm, gạo mốc ấy đâu. Trong tù ăn cơm nấu từ gạo trộn cứt chuột, trộn thóc, gạo mốc, gạo hẩm nhiều quá rồi. Bấy giờ nghĩ đến còn sợ, như còn nhìn thấy, như đang ngửi mùi mốc, như đang ngậm miếng cơm, nghe vị chát trong miệng. Tôi thấy nhiều người tương đối "khá giả" quanh khu phố họ mua gạo tiêu chuẩn không phải để ăn mà để bán lấy tiền, một vốn hai lời. Có những người chuyên thu mua loại gạo này. Không biết họ đem tiêu thụ nơi đâu.

Tôi nghĩ, như vậy là nhiều người còn cùng khổ hơn ta. Những người đó lại được rêu rao là đội ngũ tiên phong, là giai cấp "làm chủ" đất nước. Tôi lại nhớ đến câu nói của người em con chú bác của tôi, một đảng viên kỳ cựu, kể chuyện ông Lê Duẩn về thăm Nghệ Tĩnh. Địa phương phải chuẩn bị mấy tháng, trong đó có một khu thu gom các loại chim quý như chim cu, chim công, chim sẻ... và hươu, nai về nuôi, mỗi ngày làm thịt; chim sẻ thì lấy máu pha rượu đãi ông Tổng Bí Thư. *"Chỉ có ông Đồng ông Duẩn mới muốn gì có nấy. Cấp Bộ trưởng mỗi bữa ăn tiêu chuẩn một hộp bia, chứ loại tụi em dân sao mình vậy"*, chú em đảng viên nói với tôi.

Tôi gặp lại người em họ này trong chuyến về thăm quê, sau 32 năm biệt xứ, kể từ ngày trốn chạy sau Cải Cách Ruộng Đất. Khi Đội CCRĐ về, gia đình người chú họ này lập tức đoạn tuyệt với mọi liên hệ máu mủ thân tộc, cộng tác chặt chẽ với "Đội" dựng đứng nhiều tội ác tày trời ập lên đầu nhiều người giàu có hơn họ để quy kết "địa chủ cường hào gian ác". Người em bà con tôi gặp lại đã được kết nạp đảng viên từ sau cuộc CCRĐ. 32 năm gặp lại tôi được nghe câu tâm sự thật lòng chứ không phải như những lời "tố khổ" buộc tội tôi thời CCRĐ.

Từ hồi còn nhỏ tôi ước mong được đi thăm Hà Nội một lần, từ sau ngày trốn chạy, tôi mong được trở về thăm lại quê cha đất tổ, nơi chôn nhau cắt rốn một lần. Ông anh cả và người em gái thứ bảy của tôi kẹt lại bên kia vĩ tuyến 17, sau hơn 30 năm tái ngộ cũng mong muốn tôi có một lần về thăm cố xứ. Cuối năm 1988, khi chương trình H.O đang ở dạng tin đồn, sẵn dịp ông anh tôi trở về Nghệ Tĩnh, tôi làm đơn xin vắng mặt tại địa phương một tháng. Đơn ghi rõ ngày đi, ngày về, địa chỉ nơi đến... Tôi cầm lá đơn lên Công an phường ba lần liên tiếp nhưng đều bị từ chối. Tôi hỏi một anh công an gốc Nghệ Tĩnh:

–"Tôi xa quê hơn 30 năm rồi. Tôi còn hai gia đình, ông anh và cô em gái nên tôi muốn về thăm quê, thăm bà con. Tôi đã được phục hồi quyền công dân sao không cho tôi đi".

Anh công an này trả lời có vẻ thành thật – "chính sách mà anh".

Tôi cầm tờ đơn về và không hề có ý định đi chơi xa chuyến ấy nữa. Mấy ngày sau, một anh Tr/tá công an gốc cùng quê với tôi, làm việc trên Sở CA thành phố ghé đến thăm bố tôi. Ông cụ nói với anh ta là tôi muốn về thăm quê một chuyến nhưng công an phường không cho đi. Anh Tr/t cầm tờ đơn lên phường ký về trao cho bố tôi. Thỉnh thoảng anh ta đến thăm bố tôi. Bố của anh ấy là người quen thân với bố tôi thời trai trẻ cho đến lúc bố tôi bị quy địa chủ.

Một chuyến về quê dù không háo hức như thời trẻ thơ nhưng tôi cũng thấy lòng chộn rộn. Bao nhiêu hình ảnh tuổi thơ cùng với những con đường, dòng sông, bờ tre, ruộng lúa... và những con người – những con người một thời thân thương, một thời thù hận, dù giữa tôi, gia đình tôi với họ không hề mang một chút oán thù. 32 năm, tất cả đã là bãi bể nương dâu. Dòng sông tôi tắm mát một thời thơ ấu giờ đã biến thành một giải đất cát, một con lạch nhỏ chạy dài, cây cỏ xanh um.

Tất cả những đền đài đình miếu không còn dấu tích. Ngôi nhà ba gian nhà dọc, hai gian nhà ngang bị tịch thu thời Cải Cách Ruộng Đất, được trả lại cho ông anh tôi ở, nhìn khác lạ hoàn toàn. Trông vừa nhỏ vừa thấp và rất là "nhà quê"... Cũng vì nhà, vì ruộng, vì nương như thế mà biết bao gia đình tan nát, biết bao người phải chết oan nghiệt sau những cuộc đấu tố thanh trừng.

Tôi không nhận ra ai, dù người đó hồi nhỏ tôi từng quen thân qua lại. Lớp người trẻ đã thành trung niên, lớp trung niên đã già cỗi. Những thằng bạn học thân thiết rời bỏ nhau từ ngày đầu Cải Cách, không người nào tìm đến gặp tôi. Một số người hiếu kỳ đến nhà đi ngang qua sân, nhìn vào xem mặt mũi, hình dạng tôi thế nào. Không một lời chào, không một câu hỏi han. Tôi đi thăm lại những nơi còn in hằn trong ký ức. Tôi không nhận ra một ai, một nơi nào quen thuộc nữa. Trên đường những lần đi về như vậy tôi thường gặp một số người. Họ biết tôi, biết tôi là đứa con lưu lạc từ miền Nam trở về thăm lại cố hương. Tôi không nhận ra ai. Cặp mắt họ nhìn tôi có chút gì hậm hực, xa lạ, có phần "nể nang", khiến tôi không thể mở lời chào. Tôi hoàn toàn xa lạ giữa "thiên đường tuổi nhỏ", nơi mà tôi đã trốn chạy, nơi mà tôi đã tìm về.

Tôi xin giấy vắng mặt một tháng, cô em gái tôi và ông anh, bà chị dâu, mấy đứa cháu nài nỉ tôi ở lại "hết phép" hãy về. Hơn hai tuần lễ đã đủ cho tôi nhìn thấy được những gì mà tôi mong tìm lại. Tôi bắt đầu thấy "lạnh cẳng".

Một đoạn phim dĩ vãng quay cuồng trong ký ức tôi. Những bó đuốc thắp sáng cả khu sân đền Quan Ngọc, nơi được lấy làm trụ sở Ủy Ban, những tiếng hô đả đảo rời rạc trong đêm khuya, những phụ nữ bị kéo lê trên mặt đất, những người đàn ông bị trói thúc ké trên chiếc cọc tre, ba phát súng, vài tiếng hô, đầu gọeo xuống. Một xác người, hai xác người... được kéo lê quăng xuống hố bởi một đám người như những con kên kên ngoài mé núi đang bu lại quanh một con mồi.

Tôi rán lại vài ba ngày cho vui lòng những người thân ruột thịt, rồi một sáng sớm lên tàu trở lại miền Nam. Khi chuyến tàu chuyển bánh khập khễnh, nặng nhọc trên đường ray, tôi thở ra nhẹ nhõm, như tâm trạng năm xưa khi vượt thoát, đứng trên đỉnh ngọn Giăng Màn của dãy Trường Sơn, nỗi buồn trộn lẫn mừng vui. Hai câu thơ trong bài thơ tôi viết sau chuyến đi này:

Tôi về "kẻ đón người đưa"

bước lên, tàu chạy tưởng vừa thoát thân./

(32 năm về lại quê nhà, Về Lối Đi Xưa . Cội Nguồn xb 1999)

năm năm quản chế

Tôi sống trong hai căn nhà của tôi từ năm 1961, cùng với bố mẹ và các em tôi. Hai căn nhà vách ván mái tôn, sau xây lên lầu, tường gạch, mái bằng, sân thượng. Lúc đó tôi cũng đã cưới vợ, có gia đình. Tôi cư trú hợp pháp trên cư sở của tôi 15 năm thì "giải phóng". Tám năm gián đoạn cư trú vì bị bắt đi tù, giấy ra trại ghi địa chỉ trả về là căn nhà cũ của tôi, nhưng thực tế tôi lại là kẻ vô gia cư. Tôi không có tên trong sổ "Hộ khẩu", mà sổ "hộ khẩu" thời buổi ấy còn hơn giấy tùy thân, là bùa hộ mạng. Ai không có tên trong sổ hộ khẩu có thể bị đuổi đi bất cứ lúc nào. Đi đâu? Đi vào rừng lập nghiệp. Đi vùng kinh tế mới.

Không có tên trong sổ hộ khẩu là trở thành một kẻ vô thừa nhận, sống bên lề xã hội, sống bên ngoài luật pháp. Luật pháp dành cho hạng người này là luật rừng. Ông anh cột chèo tôi bị buộc rời khỏi Sài Gòn, không chịu đi, xe công an đến nhà xúc đi, bỏ vợ con lại...

Mặc dù ở tù về đã được 5 năm, đã được trả "quyền công dân" nhưng hàng tuần tôi vẫn phải đến công an phường trình diện. Tôi hỏi lý do gì? Tại sao? Thì họ bảo "tại vì anh chưa có tên trong hộ khẩu". Tôi làm đơn khiếu nại xin vào hộ khẩu đem lên phường, lên quận. Không nơi nào giải quyết. Đi lại nhiều lần, phiền phức quá, ấm ức, bất an, tôi cầm lá đơn đi thẳng lên công an thành phố, trụ sở trên đường Trần Hưng Đạo. Một nữ công an cầm tờ đơn của tôi đọc qua rồi trả lời:

- Anh đem về quận giải quyết.

Chỉ với một câu trả lời cộc lốc ấy, đồng thời chìa tờ đơn trả lại tôi. Tôi tỏ vẻ khó chịu và xẳng giọng:

- Tôi đang ở trong nhà của tôi. Tôi sống với gia đình tôi trong nhà này gần 30 năm rồi. Tại sao không cho tôi vào hộ khẩu? Năm năm rồi, hàng tuần, hàng tháng tôi phải đến phường trình diện. Nếu muốn đuổi tôi đi đâu, hay bắt tôi ra nằm lề đường xin nói thẳng cho tôi biết.

Cũng như cô gái ở phòng lương thực, người nữ công an này cũng chỉ là cấp thừa hành, nhưng khác với thứ gạo hẩm, tôi chỉ muốn "thử xem" được hay không, không thành vấn đề. Trường hợp này tôi mạnh miệng, vừa xả nỗi ấm ức, vừa cố ý đòi hỏi tôi phải có hộ khẩu, phải được ở trong nhà tôi hợp pháp. Người nữ công an tỏ ra ngạc nhiên về thái độ cứng rắn của tôi. Cô ta đổi xưng hô "anh" thành "chú":

- "Chú đừng nóng". Tôi đáp lại:

- Không, tôi nói không vì nóng giận, và tôi cũng không hỗn với nhân viên công lực. Tôi muốn chị trình lên cấp trên giải quyết cho tôi.

Người nữ công an:

- Thôi được, chú để lại đây tôi trình các ông ấy giải quyết. Sáng thứ ba tuần sau chú trở lại.

Tôi thấy cô ta ghi lên trên tờ đơn của tôi "Trình Tr/ tá Thinh giải quyết". Sáng thứ ba tuần sau đó tôi trở lại, cũng người nữ công an ấy. Cô ta thấy tôi như nhớ ra. Tôi hỏi thăm kết quả thế nào. Cô ta đứng dậy, bảo tôi chờ và bước vào phòng trong. Vài phút sau trở ra, nói với tôi "Ngày mai chú trở lại lấy kết quả". Tôi cảm thấy hơi khó chịu, nhưng lịch sự trả lời:

- Vâng, cám ơn. Sáng mai tôi đến. Nhờ chị giúp.

Sáng thứ Tư tôi tới, người nữ thư ký trực trông thấy tôi đã quen mặt, liền mở tập hồ sơ, rút ra tờ giấy trao cho tôi "Chú đem về công an quận người ta nhập hộ khẩu cho chú".

**

Tôi có tên trong hộ khẩu chỉ khoảng ba tháng trước ngày chương trình H.O được chính thức thông báo đến những người tù đã được thả. Tháng 9-1988 tôi nhận được giấy báo của bộ phận "An Ninh nhân dân" quận 3 thông báo sẽ có giấy gửi tới nhà cho ngày hẹn đi làm thủ tục xuất cảnh. Hơn một năm sau, tháng 10-1989 chương trình H.O mới thực sự được thi hành. Tôi được giấy báo đến Tổ Xuất Cảnh Quận Ba (Tổ XC/Q3) để làm thủ tục và nạp hồ sơ.

- Ngày 16-9-1988 Đội An Ninh Nhân Dân Quận 3 gửi phiếu hẹn đến địa chỉ yêu cầu "an tâm chờ" khi có giấy báo cụ thể tới nhà. Tránh tụ tập ...

- Ngày 3-10-1989 tôi nhận được giấy báo đến tổ Xuất Cảnh (Tổ XC/Q3) nạp hồ sơ.

- Ngày 13-12-1989 Công An Quận 3 gửi phiếu báo tin đến nhà cho biết hồ sơ xuất cảnh của gia đình tôi đã được chuyển đến Phòng quản Lý Người Nước Ngoài và Xuất Nhập Cảnh, số 161 đường Nguyễn Du.

- Hơn 5 tháng sau, ngày 23-4-1990 tôi nhận được giấy mời đến 161 Nguyễn Du để họ "nhận diện" và hỏi han đôi điều.

- Ngày 26-5-1990 Phòng QL/NNN-XNC gửi thông báo cho tôi biết nơi đó đã chuyển hồ sơ của tôi ra Bộ Nội Vụ, số 40A phố Hàng Bài, Hà Nội "để xét cấp thông hành".

Ngày 4-6-1990 tôi ký với Trung Tâm Dịch Vụ Xuất Nhập Cảnh một bản "Hợp Đồng" do một bên (TTDV/XNC) soạn thảo, tôi chỉ việc đặt bút ký và đóng tiền. Đấy là lối "hợp đồng" một chiều kiểu XHCN.

Hồ sơ tôi nộp gồm có:

- Một đơn "tường trình hồ sơ"
- Một Giấy báo tin
- Một Giấy Ra Trại
- Một bản sao Tờ L.O.I

Tôi phải đóng một khoản tiền tổng cộng 514.000 đồng tiền VN cho hai số Thông Hành. Nhà nào đông con, nhiều người số tiền phải đóng lên rất cao.

Từ ngày ký hợp đồng đến ngày khăn gói lên máy bay thường phải mất hơn hai năm chờ đợi. Trong thời gian đó phải hoàn tất các khâu: làm thủ tục nhập cảnh Hoa Kỳ, khám sức khỏe, chích ngừa, đăng ký chuyến bay. Gia đình tôi lần lượt nhận được giấy mời:

- Ngày 18-4-1992 đến Sở Ngoại Vụ làm thủ tục nhập cảnh Hoa Kỳ.
- Ngày 4-5-1992 chích ngừa lần thứ nhất
- Ngày 04-7-1992 chích ngừa lần thứ hai
- Ngày 08-01-1993, đăng ký chuyến bay
- Ngày 04-1-1993 chích ngừa lần thứ ba
- Ngày 16-2-1993 lên máy bay.

Chuyến bay số V074572 và số IV 127514. (Số IV này do Sứ Quán Hoa Kỳ tại Bangkok cấp trên tờ L.O.I từ năm 1985).

Hành trình H.O hay hành trình của một đời người, nếu nói về phương diện cuộc tồn sinh thì đây quả là một sự chết đi sống lại của một kiếp người, mặc dù đoạn đường trước mặt có nhiều thử thách khi mới vừa chân ướt chân ráo tới một xứ sở hoàn toàn xa lạ.

thủ tục đầu tiên

Khoảng đầu năm 1988 "cơn sốt" H.O làm nóng bỏng cả thành phố Sài Gòn, làm lu mờ mọi tin tức thời sự. Không những chỉ những người liên hệ với việc đi/ở xôn xao, mà hầu như mọi người, mọi nhà đều tìm nghe tin tức, lúc đầu tụ tập từng nhóm bạn tù ở những nơi "kín đáo" để trao đổi, loan truyền tin sốt dẻo, về sau từng nhóm, lúc đầu năm mười người ở góc đường Nguyễn Du, ở bên lề đại lộ Thống Nhất về sau mỗi ngày mỗi đông. Đến một lúc đi ngang qua vườn bông đối diện nhà thờ Đức Bà, trước đường Thái Văn Lung (đường Alexande Rhode cũ) là nơi đặt Sở Ngoại Vụ (Bộ Ngoại Giao VNCH trước 75), số người tập họp lên đến hàng trăm. Tưởng như là có một cuộc biểu dương lực lượng nào đó. Cuộc tập họp không có tổ chức, không ai điều động mà rất đông đảo, trật tự, êm ả, không có tiếng ồn ào, không hoan hô đả đảo. Mỗi buổi sáng khoảng sau 8 giờ người ta lục tục kéo tới, đến gần trưa với dần, thưa thớt, chiều lại đông thêm. Cứ thế ngày này qua tháng khác, "phe ta" công khai tụ họp để chia sẻ với nhau niềm hy vọng được thoát ra khỏi... xứ sở của mình. Nhà cầm quyền biết rõ tâm lý đó nên làm ngơ.

Những cuộc tụ tập tự động hình thành ấy rồi cũng tự động biến luôn khi báo chí bắt đầu đồng loạt phổ biến những bản tin và thông báo chính thức.

Báo Công an số ra ngày 27-7-1988 loan tin về việc "tái định cư tại Mỹ cho những người được thả từ các trại cải tạo". Báo Tuổi Trẻ số 53 tháng 8-1988: "Trong hai ngày 14 và 15-7-1988, tại Hà Nội đoàn chuyên viên Việt Nam và Mỹ đã hội đàm về việc cho tái định cư tại Mỹ những người được tha từ các trung tâm cải tạo".

Báo Sài Gòn Giải Phóng ngày 14.10.1988 cũng chạy tít lớn: "Đồng Chí Trần Quang Cơ Gặp Giôn Vét-Xi Bàn Về Các Vấn Đề Nhân Đạo".

Đồng thời, một số gia đình tù cải tạo nhận được giấy của Công An gửi đến tận nhà, thông báo cho từng người và trấn an dư luận.

Có một hai lần tôi đi ngang qua Sở Ngoại Vụ, "đáp" vào đám đông năm, mười phút rồi về nhà nghe ngóng tin tức và "an tâm chờ đợi" cho tới ngày **ngày 16-9-1988** tôi nhận được một "phiếu hẹn" nhưng không "hẹn" gì cả của Đội An Ninh Nhân Dân Quận 3 (Đội ANND/Q). Nội dung nói " Đây là phiếu hẹn gửi đến địa chỉ (người nhận) yêu cầu "an tâm chờ" cho tới khi có giấy báo cụ thể tới nhà. Tránh tụ tập ...

Mãi hơn một năm sau, ngày 3-10-1989 tôi mới nhận được giấy báo đến Tổ Xuất Cảnh Quận Ba (Tổ XC/Q3) để làm thủ tục và nạp hồ sơ xuất cảnh.

Trong hồ sơ của tôi còn thiếu một chữ ký của công an phường trên tờ đơn xin xuất cảnh. Tổ XC/Q3 bảo tôi về phường xin chữ ký và đưa tới nộp. Tôi trở về trụ sở công an phường, nơi mà tôi luôn luôn tránh né, theo lời người xưa "tránh voi xấu mặt nào", bởi mỗi lần có việc phải đến là bị sừng sộ, hoạnh họe khó dễ. Tôi đưa tờ đơn xuất cảnh cho một nữ công an, trình bày lý do theo yêu cầu của Tổ XC/Q3 xin chữ ký của công an phường xác nhận tôi cư trú tại địa phương. Người nữ công an cầm lá đơn vào phòng phía trong, một lát, anh Trưởng Công an Phường cầm lá đơn của tôi trên tay, nhưng lại hất hàm hỏi anh Nguyễn Đức Thịnh (Th/tá CSQG) cũng chung phòng, chung trại tù với tôi từ Long Thành ra Thanh Hóa:

- Anh cần gì? Anh Thịnh trả lời: Tôi xin đóng dấu vào sổ trình diện.

Quay sang tôi anh Trưởng CA Phường với phong cách "quan lớn" và thái độ hằn học, hỏi tôi một câu "lăng nhách", khiến tôi hơi ngạc nhiên:

- Ở trong trại người ta dạy anh những gì?

Tôi trả lời một cách ỡm ờ bằng những tiếng rời rạc:

- Thì người ta nói ở trong trại phải chấp hành nội quy, phải lao động, về ngoài xã hội thì phải chấp hành luật pháp.

Tôi chưa nói hết câu thì anh trưởng CA cướp lời:

- Không, tôi muốn hỏi anh người ta dạy anh những gì về tư tưởng.

Tôi tỏ ra khó chịu nhưng vẫn từ tốn:

- Tôi không hiểu ông muốn nói gì. Tôi xin chữ ký là theo yêu cầu cầu ở trên Quận. Ông ký hay không tùy ông.

Anh Trưởng CA ném tờ giấy xuống bàn và nói xẳng giọng:

- Anh nên nhớ đây không phải là cái máy ký.

À, thì ra...thế! Tôi hiểu rồi. Tôi quên, hay đúng ra tôi không bao giờ làm cái "thủ tục đầu tiên", mà hầu hết mọi người dân dưới thời XHCN muốn được việc đều phải qua thủ tục ấy. Hỡi ôi, "thủ tục đầu tiên"! Người dân chỉ còn một cách phản kháng duy nhất bằng lời kêu than thụ động: "thủ tục đầu tiên, tiền đâu"? Đào đâu ra tiền! kiếm đâu ra tiền! Mọi người đều nghèo đói, kiết xác.

       **

Trình diện.

Ngày tôi được thả về, hai hôm sau tôi đến trình diện công an phường. Ở đây cấp cho tôi một tập vở học trò, và dặn tôi mỗi ngày ghi lại những công việc mà tôi làm, những nơi mà tôi đến. Nếu tôi đi đâu, phải ghi thật chi tiết. Rời nhà lúc mấy giờ? Đi tới đâu? Gặp gỡ, tiếp xúc với ai? Nói chuyện những gì? Trong bao lâu? Về tới nhà lúc mấy giờ?

Trong tuần lễ đầu thật sự tôi không đi đâu, và cũng không có việc gì để làm., nên trong sổ trình diện tôi chỉ ghi một dòng duy nhất: Tuần lễ từ thứ Hai ngày... đến chủ nhật ngày ... ở nhà uống thuốc chữa bệnh, nằm ngủ.

9 giờ sáng thứ hai tôi đem sổ trình diện đến công an phường. Người công an trực tiếp tôi, mở sổ ra đọc một lúc, rồi ngẩng đầu lên hỏi tôi:

- Anh uống thuốc chữa bệnh gì?

Tôi trả lời:

- Tôi uống thuốc xổ và thuốc trị bệnh sốt rét rừng.

Người công an hỏi tiếp một câu có vẻ là để thăm hỏi "xã giao", không có vẻ gì là hách xì xằng như tôi chờ đợi:

- Anh không đi chơi đâu à? Được về với gia đình, anh ổn định tư tưởng rồi chứ? Thôi anh về nghỉ.

Tôi nói "cám ơn anh" một cách thật lòng.

Thứ Hai tuần sau tôi cũng chỉ ghi một hàng chữ duy nhất: "Suốt tuần lễ này tôi ở nhà tiếp tục uống thuốc chữa bệnh và nghỉ dưỡng sức".

Khoảng 9 giờ sáng tôi lại cầm quyển tập giấy học trò đến trụ sở công an phường. Người công an trực đọc rồi đóng dấu và ký tên vào trang giấy với mấy chữ xác nhận "đương sự đã trình diện", mà không có "lời bàn" về nội dung tường trình của người bị quản chế.

Tôi được thả về, hay đúng ra là được gia đình chuộc về năm 1983. Trong giấy ra trại ghi "Quản Chế 12 tháng". Tôi nghĩ nếu trong suốt một năm quản chế ấy mà cứ mỗi tuần lễ bảy ngày phải ghi hết chi tiết từng việc làm để mỗi thứ hai lên công an phường trình báo, chắc là trở vào tù còn nhẹ nhõm hơn. Vì vậy sau sáu tuần lễ tôi không ghi thêm gì trong quyển vở học trò ấy nữa và tôi quyết định đem quyển vở đến trả lại cho công an phường. Người công an trực hỏi tôi tại sao tôi không chấp hành quy định như mọi người khác. Anh CA nói:

- Các anh khác viết cả một hai trang mỗi ngày rất thành khẩn. Tại sao anh không tuân thủ. Anh từ chối vì lý do gì?

Tôi trả lời anh CA vừa như phân bua, vừa như nhờ cậy:

- Xin anh trình với cấp trên, tôi xin trả quyển tập này nhưng hàng tuần tôi vẫn đến trình diện các anh. Tôi đi đâu, làm gì tôi sẽ báo cáo. Vả lại an ninh tổ dân phố cạnh nhà tôi, có gì không tin các anh cứ hỏi bà ấy. Nếu tôi phải nhớ, phải ghi chép từng chút việc mỗi ngày chắc tôi điên mất.

Câu chuyện cù cưa hơn một giờ sau người CA bảo tôi:

- Thôi được, anh về đi, chúng tôi sẽ mời anh đến làm việc sau.

Tôi bước ra khỏi trụ sở Công an mà không có chút lo lắng nào cả. Tôi vẫn nghĩ đời là một canh bạc và tôi chấp nhận mọi rủi may khi con bài được lật lên. Tôi chờ đợi một tuần lễ trôi qua. Lại đến sáng thứ Hai tôi tới trình diện. Người công an trực khác hỏi tôi "Anh cần việc gì?" Tôi nói: "Tôi trình diện hàng tuần".

Người công an trực hỏi tên tôi, mở sổ ghi qua loa rồi nói: "Xong rồi, anh về được rồi".

Khỏe quá. Tôi bước ra khỏi cửa thấy ánh nắng tươi mát lạ thường. Mấy ngày sau, một Thượng Úy công an đến nhà tự giới thiệu là công an khu vực, phụ trách khu phố 4, là khu tôi ở, đòi xem giấy ra trại của tôi. Tôi xuất trình Gấy ra trại, người Thượng úy ghi ghi chép chép gì đó. Tôi ngồi chờ đợi. Tôi không có thói quen "trà lá" tiếp đãi mấy loại chức trách này. Anh Thượng úy xếp tờ giấy bỏ vào cặp da, trả Giấy Ra trại lại cho tôi và lạnh lùng chỉ thị:

- Anh thuộc diện quản chế trong thời hạn ba năm. Trong

thời gian này anh không được đi đâu ra khỏi địa phương. Không được tiếp xúc với các đối tượng xấu. Nếu anh muốn đi đâu, nếu có ai tiếp xúc với anh, anh phải báo cáo với tôi. Tôi là cán bộ Muộn, Tạ Quang Muộn.

Tôi trả lời anh:

-"Trong giấy ra trại ghi tôi bị quản chế một năm. Sao bây giờ lại ba năm?"

Anh công an khu vực trả lời trịch thượng: -"Một năm, ba năm cũng vậy!". Để "xã giao làm quen", tôi hỏi quê anh ở tỉnh nào? Gia đình còn ở ngoài Bắc hay đã vào đây? Anh vào Nam năm nào?

Tôi không ngờ anh đổi giọng, trở lại lối nói chuyện "bình thường". Anh cho biết quê quán của anh. Vào Nam theo chiến dịch. Từ biên giới Việt Miên qua Tây Ninh về ngả Bà Điểm. Anh kể có mấy nút chặn "lính ngụy ngoan cố" xả súng bắn chết mấy "đồng chí" của anh. Anh tỏ ra tiếc hùi hụi khi vào một trụ sở "cơ quan ngụy" bắn phá mấy cái tủ, "tiền ngụy" bung ra như bướm, nhưng anh không biết có giá trị gì không, nên không lượm một tờ nào. Anh nói với tôi như tâm sự thật lòng - "Hồi đó biết như bây giờ, hốt đầy một ba lô con cóc giờ này khá rồi". Tôi không ngờ anh công an khu phố mới gặp một sĩ quan "ngụy" lần đầu mà lại thật lòng đến như vậy. Có thể do từ nỗi ẩn ức nên anh ta buột miệng. Dẫu sao buổi sơ ngộ mà tôi tưởng sẽ có nhiều gay cấn, rắc rối cho tôi đã chấm dứt qua một cử chỉ thật dễ chịu.

Anh Thượng úy ra về. Không thấy đề cập gì đến quyển sổ trình diện là điều tôi suy nghĩ và chờ đợi, tôi cảm thấy vui vui và nghĩ thầm "ta thắng rồi". Bỗng tôi chợt nghĩ sao lại Thượng úy? Mấy anh công an khu vực thường là lính trơn, dân địa phương, là "dân Nam bộ". Sao anh công an khu phố này lại là một sĩ quan cấp bậc Thượng Úy? Lại là lính ngoài bắc vào? Về sau chính anh ta cho tôi biết anh là bộ đội chuyển qua ngành công an. Trình độ của người sĩ quan này chỉ có thế, chỉ làm những công việc như thế thôi. Anh lại bị phe đảng Nghệ

Tỉnh đẩy ra rìa cho ngồi chơi xơi nước. Một lần tôi gặp anh ta ở nhà một cô học trò cũ và là bạn cô em gái tôi. Khi anh ấy nhớm dậy ra về, cô chủ nhà lại mở **xà cạp** nhét vào một gói gì đó. Khách ra khỏi nhà, tôi chưa kịp hỏi gì thì cô chủ nhà nói, "Ông Muộn này coi vậy chứ dễ chịu đấy anh ạ. Một tuần vài ba lần ông ấy ghé đến, em lại cho mỗi lần vài trăm gram thịt. Khi thì thịt bò, khi thì thịt heo. Có đi có lại mà anh. Nó hư chứ mình không hư". Tôi tán thành cách chơi này:

- "Cũng tốt thôi. Chỉ sợ nó không ăn hoặc đòi ăn to, chứ cứ chút chút như vậy mà câu được là tốt rồi".

Thg/úy Tạ Quang Muộn thay thế người CA khu vực "của tôi" trước đó tên là Gạc, người miền Nam.

Vài năm sau khi đảm nhận CA Khu vực, ông Thượng úy Muộn qua đời tại Sài Gòn, trước khi tôi đi HO.

Công an thuê vụ kiểm lâm

Từ ngày ra khỏi tù tôi được sự "đùm bọc" cấp dưỡng của gia đình hai bên nội ngoại, bên tôi và bên ba má nhà tôi. Sau gần một năm thấy tình hình có vẻ bình lặng, tôi bắt đầu tìm kế sinh nhai. Tôi thuê kẻ chữ một tấm bảng nhỏ bằng thiếc cỡ 8x11 inches: "Nhận May Sửa Quần Áo. Giá Tùy Hỉ". Tấm bảng vừa được treo lên trên hàng song sắt trước nhà, hai ngày sau, công an khu vực đến gọi tôi lên làm việc.

Đến nơi, tôi được bảo sang Trụ sở Ủy Ban. Tới đó, có hai người tự giới thiệu với tôi, một là chính quyền, một là thuế vụ tiếp tôi. Họ hỏi tôi:

- Anh đã xin phép chưa mà treo bảng mở dịch vụ ngành may mặc?

Tôi đáp:

- Đâu có gì là dịch vụ lớn lao như các anh nói. Tôi treo bảng may sửa quần áo thôi, thử ít lâu. Nếu có khách, làm ăn được thì tôi sẽ đăng ký và đóng thuế cho nhà nước. Tôi cũng cần có việc làm để sinh sống.

Một trong hai người nói xẳng giọng với tôi:

- Ai cho anh đăng ký mà đăng ký. Diện của anh không được mở dịch vụ như vậy. Anh về gỡ tấm bảng xuống nội trong ngày hôm nay, nếu không chúng tôi nhờ bên công an can thiệp.

Tôi trả lời buông xuôi:

- Vâng, nếu các anh không cho thì thôi. Tôi sẽ gỡ tấm bảng xuống.

Chiều hôm đó tôi gỡ tấm bảng xuống. Khoảng hơn một tuần lễ sau, một buổi sáng, vợ chồng tôi chở nhau vào vườn cây cảnh đường Nguyễn Trãi, Chợ Lớn ngắm hoa. Đến trưa về nhà, bố mẹ tôi cho hay có ba người, công an, thuế vụ, và ủy ban đến nhà đi thẳng lên lầu vào xem cái phòng tôi đặt bàn máy may. Hôm đó trước khi rời khỏi nhà tôi đã sập bàn máy may xuống, dẹp cái bàn ủi và cất hết mọi thứ vào tủ nên đám người kia tới thấy không có gì, lặng lẽ ra về.

Mấy tháng sau, Thượng úy công an khu vực Tạ Quang Muộn đến nhà ngỏ ý mượn cái bàn máy may trong sáu tháng tập may. Tôi nói cái bàn máy máy may ấy không phải là của tôi mà là của cả gia đình. Chúng tôi chỉ có lại một thứ đó để làm vui, để hy vọng vào một sinh kế. Không thể cho ai mượn và cũng không bao giờ bán cho ai.

Anh ta nói:

- "Anh còn có hai chiếc xe (Honda) và nhà cửa như thế này mà".

Tôi vẫn cương quyết:

- Tất cả đều không phải là của tôi.

Liên tiếp trong nhiều tháng sau đó, mỗi tuần lễ một một hai lần, người công an khu vực này cứ khoảng sau 1 giờ sáng là tới nhà tôi, rọi đèn pin từ ngoài ngõ, chiếu thẳng vào nhà, gõ cửa, nói vọng vào: "Mở cửa vào kiểm tra". Thường là bố tôi (nằm nhà dưới) mở cửa cho anh ta vào. Tôi ngủ trên lầu, bố tôi gọi tôi xuống. Người công an khu vực bảo tôi trình giấy ra trại. Đứng yên tại chỗ, anh ta cầm đèn pin rọi khắp các phòng lục lọi tầng dưới, sau đó bảo tôi đi theo lên lầu, rọi đèn xuống gầm giường, từng góc nhà, xong "nhiệm vụ", xuống mở cửa ra về.

Không chịu nổi hành vi khủng bố kiểu đó, bố tôi lên Ủy Ban Phường khiếu nại, yêu cầu UB can thiệp với công an phường về sự sách nhiễu vô cớ của công an khu vực. Nếu không được giải quyết, không chấm dứt bố tôi sẽ khiếu nại lên Quận và Thành phố. Từ đó tôi và gia đình được yên thân.

Tháng 10 năm 1988, tôi và bố tôi chở nhau bằng xe Honda đi Bình Giã, Xuân Sơn thăm cô em gái tôi đi buôn bán và có thửa vườn ở đó, cũng để xem một thửa vườn khác mà một người bà con từ ngoài Bắc vào muốn mua, nhờ bố con tôi đến xem và hỏi giá. Mục đích chuyến đi và công việc chỉ có thế thôi. Cha con tôi ra đi ngày thứ Sáu, trưa Chủ nhật về đến nhà. Khi tôi vừa dựng chiếc xe vào thềm thì lập tức người công an khu vực bước vào sân, đứng trước thềm hỏi tôi "Anh đi đâu về"? Tôi trả lời:

- Cô em tôi đi buôn bán và làm vườn ở Bà Rịa. Người "phụ xế" đưa giấy báo cô ấy đau nặng, hai bố con tôi vội đi thăm.

- Tại sao anh không báo cáo trước khi đi?

- Một phần vì lo lắng, nên tôi vội vã. Hơn nữa tôi đã có quyết định phục hồi quyền công dân rồi thì tôi có quyền đi lại chứ.

- Không, diện của anh không được phép đi ra khỏi địa phương mà không khai báo.

- Như vậy thì Quyết định phục hồi quyền công dân trao cho tôi không có giá trị hay sao?

- Anh không được lý sự.

Nói xong câu đó, người công an khu vực ra về. Sáng thứ Hai anh ta đến trao cho tôi "Giấy mời" làm việc với "Phòng Bảo Vệ Chính Trị Quận Ba". Trong giấy hẹn phải có mặt lúc 8 giờ sáng ngày thứ Ba tại Công An Quận Ba. "Nhớ mang theo giấy mời".

Đúng 8 giờ ngày hôm sau tôi tới trình diện. Một công an

thường phục cầm lấy giấy mời, dẫn tôi vào một căn phòng nhỏ ẩm thấp, không có đèn, ánh sáng mù mờ, có một cái bàn nhỏ chỉ tay bảo tôi ngồi chờ. Gần một tiếng đồng hồ sau một công an thường phục khác, người mà tôi đã gặp một hai lần, gốc Quảng Nam. Anh này đã từng "làm việc" với bố tôi mấy lần. Anh ta mở lời hỏi tôi:

- "Anh đến đây lâu chưa?"
- Tôi đến đúng 8 giờ.

Anh ta bật đèn lên sáng cả phòng. Lấy ra một xấp hồ sơ giấy tờ gì đó. Ngồi đối diện với tôi. Câu mở đầu anh ta hỏi tôi:

- Tuần vừa qua anh đi đâu?

Tôi trả lời anh này như đã trả lời anh công an khu vực. Tôi nói rất mạnh dạn rằng tôi không làm việc gì trái khuấy với pháp luật nhà nước. Tôi đi thăm em gái tôi, bố tôi đi thăm con chẳng lẽ là vi phạm luật pháp? Tôi trình bày việc công an khu vực trong nhiều tháng cứ đêm đêm sau 1 giờ sáng đến gõ cửa vào kiểm tra giấy ra trại của tôi. Tôi chỉ có một tờ giấy ra trại duy nhất sao cứ phải bị kiểm tra, phải xuất trình hoài. Lại lấy cớ kiểm tra giấy ra trại để đột nhập vào nhà tôi giữa đêm khuya. Tôi trình bày việc công an, và thuế vụ phường cấm tôi không được treo bảng nhận may, sửa quần áo, mặc dù tôi xin đăng ký. Tôi nói với anh công an phòng Bảo Vệ Chính Trị Q.3 rằng: Lúc ở trong trại tôi thường nghĩ một là tôi chết, hai là tôi không bao giờ được thả, ba là tôi được về. Tôi được về, tôi không chết thì phải cho tôi sống.

Tôi đề cao "cách mạng":

"Tôi nghĩ cách mạng không có chủ trương như vậy mà do địa phương. Xin anh cứ phối kiểm lại những điều tôi vừa nói. Tôi cần được sự giúp đỡ của anh".

Anh công an này vẫn giọng kẻ chấp pháp:

- "Bố con anh là những người sắc sảo, nhưng chúng tôi biết các anh là ai. Tôi nói thẳng cho anh biết bố anh vì đã cao tuổi nên chúng tôi đã xếp hồ sơ (*). Anh đã cải tạo, được thả về, nhưng không phải là anh muốn làm gì thì làm, đi đâu thì đi. Chúng tôi quản lý các anh vì an ninh chính trị, nếu các anh không có những hành động vi phạm an ninh chính trị thì chúng tôi không phải mất công với các anh".

Đến lượt tôi nói:

- "Chắc anh hiểu là chúng tôi đã chịu một khoảng thời gian chín, mười năm học tập cải tạo để được thả về thì chúng tôi đã có cái ý muốn làm lại cuộc đời, muốn được sống yên ổn. Tôi không dại gì húc đầu vào đá với những hành vi chống lại nhà nước".

Anh công an này đổi hướng đề tài "thảo luận", hỏi tôi một câu tưởng là không ăn nhập gì với buổi chấp pháp, nhưng thực ra là để tìm hiểu có phải do tôi mà nhà tôi nghỉ việc tại công ty thủy lợi hay không.

- Vợ anh còn đi làm chứ?

- Không, nhà tôi nghỉ việc ở Sở Khảo Sát Thiết Kế Thủy Lợi lâu rồi.

- Sao lại nghỉ làm?

- Thực ra nhà tôi bị buộc nghỉ việc vì có chồng đi cải tạo lâu dài.

- Vợ anh có đi làm nơi khác mà.

- Vâng, nhà tôi sau đó đi làm cho Công Ty Than Miền Nam hơn 6 tháng thì tôi được về. Vì để săn sóc sức khỏe cho tôi nên nhà tôi xin nghỉ.

- Anh không có ý kiến gì?

- Tất cả do vợ tôi quyết định. Tôi là người ăn bám mà. Đâu có dám nói gì đâu anh.

Anh công an mỉm cười và hỏi câu khác:

- Thế thì gia đình anh sống bằng cách nào?

- Vợ chồng tôi sống nhờ vào sự giúp đỡ chút chút của bố mẹ tôi, của ba má vợ tôi và chủ yếu nhờ vào cô em gái tôi ở ngoại quốc.

Anh ta quay sang hỏi tôi về công việc tôi làm trước 75; cấp bậc, chức vụ tôi đảm nhiệm, những người làm việc với tôi trước kia, thượng cấp cũng như những người thuộc quyền của tôi, ai ở lại, ai đã đi ra nước ngoài, ai còn ở trong trại cải tạo, ai đã được về.

Tôi nghĩ ngay đấy là một cách gài để xem tôi có liên lạc với những người xưa không. Tôi trả lời không biết ai ở ai về. Vào trại chỉ nghe nói người này di tản, người kia trình diện học tập. Phần đông những người làm chung với tôi đều đi cải tạo cùng trại. Anh ta lấy giấy bút bảo tôi viết ra hết và ghi rõ địa chỉ của từng người. Lại một cách gài nữa. Tôi nói là tôi không nhớ địa chỉ của bất cứ ai. Hồi làm việc chung tôi không lấy địa chỉ của họ, việc làm này là của Phòng Hành Chánh Nhân viên. Đi cải tạo về tôi không gặp ai, không biết địa chỉ của ai, muốn thăm cũng không biết nhà mà đến.

Tôi đến đó lúc 8 giờ sáng như giấy mời. Gần 10 giờ mới bắt đầu "làm việc" đến đúng 1giờ 30 chiều tôi mới được cho về. Người công an đưa tôi ra tận chỗ dựng xe. Ý đồ để xem tôi đi đến bằng xe gì, Honda hay xe đạp. Tôi lại mở khóa chiếc xe đạp mini.

Anh ta dặn tôi:

- Buổi sáng nay tôi và anh có một cuộc trao đổi cởi mở và thoải mái đó nha. Anh về không được nói với gia đình là tôi có thái độ nạt nộ hay xúc phạm đến anh.

Tôi trả lời:

- Vâng, cám ơn anh. Có gì là xúc phạm đâu.

(*) Hồ sơ mà họ dựng lên cho bố tôi gồm có bốn điều quy kết thành tội danh:

(1)Liên hệ tổ chức đưa biệt kích thả về Bắc. (2) Làm việc cho Bác Sĩ Trần Kim Tuyến. (3)"Vận chuyển" vàng từ Lào về Sài Gòn thời ông Diệm. (4) Cộng tác với Ty CSQG Quận Ba thời ông Thiệu.

Bố tôi bị gọi đến CA và bị thẩm vấn nhiều lần về các sự kiện này từ năm 1975 đến năm 1977. Hồ sơ được giàn dựng căn cứ vào các sự kiện:

- Người anh con bác họ của tôi là Trần Kim Phú, người đưa bố tôi vượt biên trốn sang Lào sau Cải Cách Ruộng Đất, chạy thoát bản án 20 năm tù khổ sai. Anh này là Trưởng toán Biệt Kích, bị bắt và bị xử tử tại Hà Tĩnh tháng 7 năm 1964. Thời gian ông anh tôi nhảy dù về Bắc thì bố tôi đang làm việc tại Lãnh Sự quán VNCH tại Paksé, Lào.

- Bác Sĩ Trần Kim Tuyến cùng là họ Trần Kim, nguồn gốc từ Thanh Hóa. Bố tôi có bạn và quen thân với một số người làm việc trong Sở Nghiên Cứu Xã Hội của BS Tuyến.

- Thời gian 5 năm làm việc ở Lào, bố tôi thường đi về giữa Paksé và Sài Gòn, mỗi chuyến đi về, lấy tiền lương mua vàng về Sài Gòn, mua bán công khai, nhiều người biết, nhưng đã được cấu thành tội trạng "vận chuyển vàng từ Lào về Sài Gòn". Ý nói làm kinh tài cho chế độ.

- Việc "Cộng tác với Ty CSQG Quận Ba" là một "tội trạng" tưởng tượng, hoàn toàn dựng đứng.

Bố tôi đã trưng các bằng chứng và lập luận, phủ nhận, vô hiệu hóa toàn bộ tập hồ sơ. Bố tôi nói thẳng với viên cán bộ chấp pháp này: "Tập hồ sơ tội trạng này, dĩ nhiên không phải do chú tưởng tượng lập ra, mà phải có người báo cáo. Tôi đề nghị chú điều tra lại kỹ càng và nên xé bỏ nó đi. Tất cả đều là bịa đặt, hoàn toàn không có giá trị pháp lý".

Anh công an có vẻ khó chịu:

- "Việc đó tôi quyết định. Bây giờ bác có thể ra về. Khi cần sẽ có người đến mời bác".

Có lẽ vì vậy nên anh công an sở Bảo Vệ Chính Trị Quận Ba, người từng thẩm vấn bố tôi nhiều lần đã nói với tôi "bố con anh là những người sắc sảo".

trần lột

Sau ngày đi tù về, có được quà cáp của thân nhân bạn hữu từ nước ngoài gửi cho, gia đình tôi có bữa trưa, bữa tối. Đói thì không đói nữa, nhưng vẫn sống trong sự thiếu thốn chung của cả nước. Thèm một ly bia sủi bọt, thèm được đi đây đi đó, thèm được tụm năm tụm ba như lúc ở trong tù mà trò chuyện, mà trút hết tâm sự cho nhau.

Trong cái gọi là "được trả tự do" sao lại có quá nhiều trói buộc, khắt khe. Thời buổi của 10 năm sau ngày đất nước "tiến nhanh tiến mạnh lên XHCN", Sài Gòn vắng bóng những chiếc xe hơi. Xe đạp, xe xích lô tràn ngập mọi nẻo đường. Kẻ buôn gánh bán bâng không còn đất sống. Tất cả mọi thứ đã gom vào trong các "Cửa Hàng Thực Phẩm" do chính quyền từ cấp phường trở lên quản lý. Có nhiều món hàng lạ xuất hiện, lúc đầu bán chui, sau công khai. Một trong các món hàng thịnh hành thời buổi ấy lấp ló ở những góc đường, phát đạt nhất là bia lên men hiệu Hải Âu. Người ta mua về nhâm nhi và đãi bạn, tự mình đánh lừa khứu giác, vị giác của mình với tâm lý an ủi "có sao hưởng vậy"! Ngày đó dân Sài Gòn gọi loại bia lên men này là bia "lên cơn". Nó thịnh hành được một thời gian gần cả năm thì bị đài Truyền Hình "phóng sự" về các loại giải khát "lên cơn" này. Bài phóng sự nêu lên tình trạng làm chui, làm lén tạo ra những sản phẩm không phẩm chất và thiếu vệ sinh.

Một nhãn hiệu nước giải khát lên men bị nêu đích danh đã lấy nước từ một vòi nước trong nghĩa địa Đô Thành, vào thời gian nghĩa địa này đang bị giải tỏa, đào xới ngổn ngang. Dân tình nghe được bài phóng sự ấy, không còn ai dám đụng vào cái thứ "lên cơn" ấy nữa. Một thời gian ngắn sau bia hơi quốc doanh được tung ra rót đầy các hàng quán. Kẻ "xấu" liền tung ra luận điệu cho rằng bài phóng sự đã nhận tiền bia hơi quốc doanh để phóng đại chuyện bia "lên cơn". Bia hơi ngày đó chỉ phân phối cho cán bộ, và các cửa hàng nhà nước. Từ đó mới được bán lẻ từng lít, từng ly cho dân nghiền.

Vai trò của công an, thuế vụ, kiểm lâm vào thời kinh tế tập trung ấy vô cùng quan trọng. Những viên chức thuộc ba ngành này vừa quyền hành vừa lợi lộc. Ai có phước đức ba đời bần cố nông làm thuê, ở đợ, được biên chế vào một trong ba "đội ngũ" mũi nhọn này là như người trúng số. Sự hống hách quyền hành của đám này cũng cực kỳ tàn bạo.

Một lần vợ chồng tôi xuống Khu Chợ Cũ, đường Hàm Nghi tìm mua tôm (lobsters). Tôi vừa tìm thấy có thứ tôm ngon, thì ngóng thấy một thanh niên to khỏe đang giằng kéo một em bé cỡ mười một, mười hai tuổi. Bé gái ấy nách một cái rổ ở trong có chừng mươi lăm trái chanh và mấy trái cóc. Tôi tới gần khoảng vài thước, nhà tôi kéo tay tôi lại, chắc tưởng là tôi định xông vào can thiệp. Tôi nhìn thấy người thanh niên mặc thường phục là công an "quản lý thị trường" một tay nắm cái rổ, một tay nắm cánh tay em bé giựt mạnh, giành cái rổ em đang ôm chặt lấy bằng tất cả sức lực của em. Cái rổ lắc lư, mấy trái chanh bị chao rơi ra lăn trên vỉa hè. Bỗng người thanh niên co chân tống mạnh vào hông bé gái. Em bé té nhào xuống, người thanh niên xách cái rổ bước đi.

Chứng kiến cảnh tượng đó, tôi và nhà tôi bỏ ý định mua tôm. Tôi nói với nhà tôi:

- Thôi, hết ngon rồi. Đừng mua tôm nữa em. Về thôi.

Hai vợ chồng tôi ra về cả ngày hôm đó tôi có cảm giác như bất an. Cho tới mãi bây giờ mỗi lần chợt nhớ lại hình ảnh của em bé tội nghiệp ấy tôi lại cảm thấy nhói đau.

Không phải chỉ có em bé buôn thúng bán bưng ấy mà cả những ông già bà lão đều chịu cảnh tai trời ách nước này. Bản thân tôi cũng một lần là nạn nhân của màn trấn lột công khai giữa ban ngày. Của cải chẳng đáng mấy đồng xu cắc bạc bây giờ, nhưng vào lúc đó tôi cảm thấy bàng hoàng trước hành động của đám công an quản lý thị trường của chế độ, mặc dù tôi đã chứng kiến và là nạn nhân trong cuộc CCRĐ.

Như tôi đã đề cập về chuyến đi Xuân Sơn, Bình Giã. Ở đó gia đình tôi có nhiều người đồng hương, thân thiết như bà con. Lúc ra về có gia đình biếu một ký nếp, có nhà cho hai ký đậu xanh, có nhà cho một ký tiêu sọ, rồi khoai, rồi bắp toàn là cây nhà lá vườn cả.

Với chủ trương ngăn sông cấm chợ của chế độ mới, bố

con tôi đành chối từ, vì biết đem về cũng sẽ bị mất ở dọc đường. Sau cùng hai cha con tôi nhận một kg hạt tiêu chín vừa hái xuống, chưa phơi khô và hai kg đậu. Ký hạt tiêu tôi bỏ xuống dưới yên xe Honda, hai kg đậu bố tôi bỏ trong cái xắc nhỏ mang kẹp bên nách. Đúng như dự đoán khi xe tôi vừa chạy tới gần trạm kiểm soát kinh tế, hai thanh niên "Quản lý thị trường" ra đứng giữa đường chặn xe lại. Họ bắt xuất trình Chứng Minh nhân dân, tôi có Giấy Ra Trại. Họ đòi khám xét người. Bố tôi bảo: "Sao lại khám xét thân thể? Các chú làm theo lệnh ở đâu?". Nghe bố tôi nói vậy, một thanh niên nói "Xin Bác cho coi cái xách bác đang mang". Bố tôi đưa cái xắc, người thanh niên móc ra bịch đậu 2kg. Móc ra từng tờ giấy nhỏ rồi đặt tất cả lên miếng ván nhỏ thay cái bàn kê ở lề đường bên bờ ruộng.

Thanh niên kia xét giấy tờ của tôi, rồi lật cái yên xe, móc ra cái bịch đựng khoảng 1kg hạt tiêu tươi. Họ viết biên bản tịch thu "tang vật lưu hành không có phép" trên một miếng giấy bằng nửa trang vở học trò, trao cho tôi và nói "Anh về xin giấy phép địa phương đến đây nhận lại". Họ còn tính tịch thu luôn cả cái xắc vô tội vạ kia. Bố tôi bảo: - Chú trả cái xắc lại cho tôi và cả giấy tờ nữa". Một cán bộ lấy cái xắc trao bố tôi. Hai cha con tôi lên xe tiếp tục từ Bình Giã chạy thẳng về nhà .

Tôi vừa vào thềm nhà, dựng chiếc xe thì anh công an khu vực cũng từ ngoài ngõ bước vào đứng đợi ở sân!!!

Đã đành vào thời buổi đó gia đình tôi đói, toàn dân đói, mấy anh cán bộ kia cũng đói. "Đói thì đầu gối phải bò" nhưng với chủ trương chính sách trấn lột công khai giữa ban ngày, cướp miếng cơm trên tay kẻ khác, thì lớp "cùng đinh" thấp cổ bé miệng chỉ còn biết thầm thì, xì xào trong thiên hạ những câu ca dao tân thời để hả dạ nỗi căm phẫn tràn lòng.

Nhờ vào thời đại đó nền văn chương truyền khẩu đã được bồi đắp phong phú thêm, nhiều ca dao tục ngữ phổ biến trong dân gian sau ngày Bắc Nam thống nhất:

- Công an thuế vụ kiểm lâm
Trong ba thằng ấy nên đâm thằng nào

- Ai ơi phải nhớ câu này
Cướp đêm là giặc cướp ngày công an.

- Bàn tay tham thọc sâu tất cả
Có chúng mày sỏi đá cũng hờn căm (*)

(*) Trần Khải thanh Thủy nhại thơ Hoàng Trung Thông:
    Bàn tay ta làm nên tất cả
    Có sức người sỏi đá cũng thành cơm

Chương XV

cuộc trốn chạy vĩ đại
bi thảm trong lịch sử dân tộc

**Sài Gòn 30/4/1975 dưới mắt
một phóng viên người Anh (*)**

Hai máy bay C-130 Hercules từ căn cứ không quân Clark tại Philippines đang bay phía trên sân bay Tân Sơn Nhất. Họ được lệnh không hạ cánh. Trinh thám báo tin về sân bay: 2 trung đội bộ binh Quân đội Nhân dân Việt Nam đã được tăng viện cho công binh.

Một phi công Việt Nam Cộng Hòa đã hạ cánh máy bay chiến đấu F-5 trên đường băng và bỏ lại phương tiện trong khi máy vẫn chạy. Một chiếc xe jeep toàn lính Việt Nam Cộng Hòa cố chạy tới một chiếc máy bay trước khi nó cất cánh.

"Có khoảng 3.000 thường dân rất lo lắng đang ở đường băng", tướng Homar Smith báo cáo. "Tình hình có vẻ như đã vượt ra khỏi tầm kiểm soát".

Graham Martin ngồi một mình trong phòng làm việc, nhìn thấy cây đổ và nghe thấy tiếng trưởng văn phòng CIA thét ở ngoài sân. Khi Kissinger gọi điện thoại ngay sau đó để thông báo ý của Tổng thống Ford là đại sứ Mỹ sẽ ra quyết định cuối cùng về chuyện di tản, ông lắng nghe giọng mệt mỏi, kiệt sức và ốm yếu của Graham Martin một cách kiên nhẫn.

10h43': Lệnh tiến hành "Option Four" (di tản bằng đường biển và đường hàng không) được đưa ra. Tuy nhiên, Martin vẫn tin chắc rằng vẫn "còn thời gian" để đàm phán và có một "giải pháp danh dự".

**

Đó là một ngày dài nhất trong đời tôi. Từ 8 giờ sáng, tôi bắt đầu ngồi đợi giờ thứ 25. Tôi bước ra hành lang lầu 3 của cơ quan đứng nhìn sang, xem hoạt cảnh những chiếc trực thăng của Hải quân Mỹ thay nhau lên xuống trên nóc tòa nhà sứ quán Hoa Kỳ, trên đại lộ Thống Nhất.

Năm giờ chiều hôm đó, ngày 29 tháng Tư, tôi rời khỏi nhiệm sở sau khi thẩm quyền cao nhất của cơ quan cho biết một cuộc di tản như kế hoạch được thỏa thuận và sắp xếp trước với phía Mỹ đã hoàn toàn hết hy vọng. Tôi lái xe ngang qua Tòa Đại sứ Hoa Kỳ để tận mắt nhìn thấy những chiếc trực thăng kia chở đi bao nhiêu định mệnh ưu tiên may mắn, và bỏ lại bao nhiêu số phần tuyệt vọng. Một con số không thể nào đếm được. Giờ phút đó, nơi đó có hàng trăm người nhưng còn các nơi khác, con số ấy là hàng trăm ngàn, hàng triệu...

Một khoảng đường phía trước sứ quán Mỹ số người tụ tập khá đông, tình hình không còn kiểm soát được nữa. Mọi người hốt hoảng tìm đủ cách để có thể thoát thân. Một người Mỹ lái chiếc xe hơi bóng loáng tấp vào lề, vừa mở cửa bước xuống, một đám thanh thiếu niên bụi đời xúm vào làm thịt chiếc xe. Người Mỹ tay cầm cái samsonite vừa leo lên khỏi bức tường rào, một người lính TQLC từ phía trong khuôn viên sứ quán ôm súng xốc tới nhảy lên đạp người Mỹ kia rơi xuống.

Tất cả hy vọng, niềm tin và lý tưởng người Mỹ đưa tới nơi đó, từ giờ phút đó cũng rơi theo! Tôi lái xe chạy thẳng về nhà, hệ thần kinh không phải căng ra mà chùng lại.

Đoạn tường thuật trên đây của phóng viên John Pilger có lẽ là sự kiện của những ngày giờ trước khi chiếc trực thăng đầu tiên đáp xuống và rời khỏi nóc nhà, bay ra hạm đội ngoài khơi.

Di tản trên nóc sứ quán Mỹ tại Sài Gòn ngày 29/4/1975

Người dân miền Nam sau những ngày hỗn loạn; và người dân Sài Gòn sau mọi cố gắng đi tìm con đường di tản, vượt thoát bất thành, tất cả bàng hoàng trước cơn ác mộng đổ ập xuống mỗi con người, mỗi gia đình khi chứng kiến cả một chế độ, cả một giềng mối quốc gia sụp đổ. Người dân ngơ ngác hoang mang trước một cuộc đổi đời khốc liệt. Nỗi ám ảnh, sợ hãi từ một quá khứ còn tươi máu chưa rời: những tàn bạo trong thời chiến, những vụ bắt cóc, ám sát, phá đường, giựt sập cầu, giựt mìn xe đò, pháo kích, bắn tỉa...

Nỗi ám ảnh đó đã thẩm nhập vào tim óc mọi người, từ thôn quê đến thành thị, mà không cần phải học tập, tuyên truyền. Người dân miền Nam đã từng chứng kiến, từng trải qua, từng chịu đựng, từng là nạn nhân, kẻ mất con, người mất cha, mất chồng, mất vợ....

Người ta tưởng rằng hàng chục triệu người dân miền Nam chỉ hoảng loạn trong những ngày Sài Gòn thoi thóp rồi thất thủ. Khi "cách mạng" về thành thì biến động coi như đã lắng đọng, đời sống sẽ trở lại bình thường. Nhưng không! Kể từ ngày đó, cơn ác mộng mới thực sự đổ ập xuống, âm ỉ nhưng kinh hoàng hơn trên từng gia đình, từng thân phận mỗi con người, từ em bé cho đến người già yếu gần đất xa trời.

Sau khi mọi chuyện đã đâu vào đó, người ta không còn hoảng hốt, tứ tán tìm đường trốn chạy. Ai đã về nhà nấy. Lặng lẽ, âm thầm chuẩn bị cho một cuộc vượt thoát liều mạng kéo dài liên tục trong gần 20 năm. Một bộ phận hàng triệu con người đã phải tách rời khỏi cộng đồng dân tộc. Đó là cuộc trốn chạy bi thảm nhất trong lịch sử năm nghìn năm của dân tộc Việt. Từ đó một "Diaspora Vietnam" rải rác khắp nơi trong cộng đồng nhân loại.

VIET DIASPORA

Đi theo dấu vết thời gian, lần giở tập tài liệu, cho tới hôm nay, chúng ta đã có được một bản "thống kê đại cương" như sau:

Năm 1873, dưới triều vua Tự Đức, Bùi Viện được cử đến Hoa Kỳ (dưới thời Tổng thống Ulysse Simpson Grant (1822-1885) với sứ mạng mưu cầu việc cứu nước (Đất Việt Trời Nam, Thái Văn Kiểm. NXB Nguồn Sống Sàigon 1960 tr.434).

Kể từ ngày Bùi Viện, người Việt đầu tiên đến Mỹ đầu thế kỷ 19, đến giữa cuối thế kỷ 20 - trước năm 1975 chỉ có khoảng 3.000 người Việt sinh sống tại Hoa Kỳ, gồm nhân viên Ngoại giao VNCH, và sinh viên du học sống rải rác tại vùng Hoa Thịnh Đốn và các đại học thuộc các tiểu bang Maryland, Virginia, New York, Massachussets, Wisconsin, Michigan, Minnesota, Illinois...

Sau biến cố 30 tháng Tư 1975, tiếp theo các đợt di tản là những cuộc vượt thoát, người Việt ào ạt đổ vào Hoa Kỳ, mở đầu cuộc trốn chạy bi thảm, vĩ đại nhất trong lịch sử dân tộc dưới tên gọi di tản (evacuation), thuyền nhân (Boat people), ODP và HO ... để trở thành những refugees – người tỵ nạn - trôi nổi khắp mọi miền trên trái đất.

Theo thống kê của Phủ Cao Ủy Tỵ Nạn Liên Hiệp quốc [The State of world's Refugees 2000: 50 years of Humanitarian Action – chapter 4: Flight From Indochina] (*) thì từ năm 1975 đến năm 1995 số người Việt vượt biên tỵ nạn gồm:

	1975-79	1980-84	1985-89	1990-95
thuyền nhân	311.426	241.995	186.498	56.391
Đường bộ	4.666	11.117	10.467	6.668
Tổng cộng	326.092	253.112	196.965	63.059

Cũng theo thống kê của Liên Hiệp Quốc và Cơ quan American Census Bureau, nhân số trong đợt đầu di tản là 135,000, trong đó 40% thuộc Thiên chúa giáo, 48% có bằng cấp và 7% biết nói ít nhiều tiếng Anh.

Kết quả cuộc điều tra của Nhật báo Los Angeles Times năm 1990 cho biết, sau khi Cộng sản mở các đợt tịch thu và quốc hữu hóa tài sản ở miền Nam vào những năm từ 1978 đến 1984, và khi cuộc chiến tranh biên giới Việt Hoa bùng nổ vào tháng 2 và tháng 3 năm 1979, có 276,000 người Việt gốc Hoa thoát ra khỏi Việt Nam.

Và từ tháng 7-1978 đến cuối tháng 12-1980 nhiều đợt thuyền nhân vượt biển qua các nước Asean.

Tài liệu của Cao Uy Tỵ nan Liên Hiệp Quốc đưa ra con số thống kê, có 650,000 người đến được bến bờ, nhưng nhiều chục ngàn người (khoảng 30% của tổng số thuyền nhân đã thiệt mạng). Theo thống kê này thì từ năm 1975 đến 1995 có khoảng 1 triệu người Việt liều chết bỏ nước ra đi.

Trước thảm trạng khủng khiếp đó, tháng 7 năm 1979 Liên Hiệp Quốc đã triệu tập một cuộc họp tại Geneve, Thụy Sĩ, gồm 46 quốc gia tham dự nhằm tìm biện pháp để giải quyết tình trạng. Ngày 20 tháng 7-1979 các quốc gia đã ký kết một thỏa thuận chung buộc Hà Nội phải hợp tác để giải quyết vấn đề.

Cũng xin nhắc lại, sau 25 năm, lịch sử lại một lần tái diễn tại cùng một địa điểm, cùng dấu mốc thời gian để giải quyết về một thực trạng bi thảm của Việt Nam. Ngày 20-7-1954 Hiệp định Geneve ký kết giữa Pháp và Việt Minh chia đôi đất nước, khoảng hai triệu người dân miền Bắc trốn chạy cộng sản di cư vào Nam. Ngày 20-7-1979 Hiệp định Geneve ký kết giữa LHQ, cùng 46 quốc gia với CS Việt Nam để đưa hơn một triệu người Việt ra khỏi nước, bằng con đường ra đi chính thức, đến định cư tỵ nạn tại các quốc gia không cộng sản.

Qua thỏa hiệp Geneve, quốc tế đã áp lực chính quyền Hà Nội phải chấm dứt những vụ vượt biên, ra đi "bán chính thức" bằng đường biển và chấp nhận một chương trình ra đi có trật tự – Orderly Departure Program (ODP), cùng với kế hoạch cho ra đi vì nhân đạo – Humanitarian Organization.

Từ thỏa hiệp này, chương trình ODP và H.O lần lượt hình thành và đi vào hoạt động. Đến cuối năm 1992 đã có 380,00 người Việt rời quê hương ra đi bằng đường hàng không. Phần lớn là tù chính trị được thả ra từ các trại tập trung cải tạo. 60% trong số này định cư tại Hoa Kỳ, 40% đến các nước khác như Úc, Canada, Pháp, Đức..... Cũng theo nhật báo Los Angeles Times, chỉ trong một thập niên (1981 đến 1990), số người Việt bỏ quê hương chạy trốn Cộng sản từ con số 272,561 người năm 1981 vượt lên đến 845,725 người, trong số đó, 800,000 người định cư ở Hoa Kỳ.

Từ năm 1975 đến 1990 có 128,000 trẻ Việt sinh ra tại Mỹ, cộng với 38,885 con lai Amerasian nhập cư từ 1988 đến 1990.

Theo ước lượng của Giáo sư Xã Hội học Ruben G. Rumbaut thuộc đại học San Diego, tính đến năm 1991, số người Việt tại

Hoa Kỳ là 1,034,159 người. Tính đến năm 1997, con số "Việt Diaspora" trên thế giới có khoảng 2,300,000 người. (**)

(*) John Pilger là phóng viên chiến tranh kỳ cựu, nhà làm phim và biên kịch người Anh. Hai lần đoạt "Nhà Báo Của Năm" - giải báo chí cao nhất nước Anh - cho những hoạt động ở Việt Nam và Campuchia. Giải "Phóng Viên Quốc Tế Của Năm" và "Giải Liên Minh Báo Chí Liên Hợp Quốc.

(**) Tổng hợp theo tài liệu của:
- IRCC/Giao Chỉ.
- Di Tản và Vượt biên/Bùi Trọng Cường.
Xem thêm tại: http://hatnang.net/showthread.php?t=1014
- Nguyễn Văn Canh/ Vietnam Under Communism.

cuộc di cư ồ ạt "chính thức"
Báo trong nước: Phỏng vấn 100 ngàn người.
71.279 người ra đi trong năm 1991

Ngày 24 và 25-1 (1991), tại Hà Nội, một cuộc họp giữa các chuyên viên Việt Nam và Hoa kỳ để thảo luận các biện pháp thúc đẩy việc xuất cảnh đi Mỹ cho ba chương trình ODP, HO và trẻ lai, có sự tham dự của đại diện HCR tại Hà Nội và IOM tại tp/HCM. 100.000 người đã được phái đoàn Hoa Kỳ phỏng vấn, tổng số được đi là 71.279 người, trong đó đi Mỹ 54.153 người (23.065 ODP, 13.128 HO, 17.960 con lai); Đi Úc 8.279 người, đi Canada 4.315 người, đi Pháp 1.280 người và các nước khác 3.292 người, tăng gấp hai lần số người ra đi trong năm 1990.

"**Về chương trình HO**, để giải quyết vấn đề nhân đạo, theo đề nghị của ta, phía Mỹ đồng ý xét cho nhập cảnh thân nhân của những người đã chết sau khi phỏng vấn. Đối với con cái của họ đã có vợ/chồng phía Mỹ đồng ý cho phỏng vấn với điều kiện phải có anh chị em (ruột bên vợ hay chồng) bảo lãnh.

"Đáp ứng yêu cầu của phía Việt Nam, phía Mỹ đồng ý linh hoạt phỏng vấn những người học tập dưới ba năm (theo quy định của phía Mỹ phải ba năm trở lên), với điều kiện người đó phải đi học cải tạo tập trung trên một năm và có du học Mỹ, hoặc làm việc cho Mỹ ít nhất trên một năm".

Vũ Hắc Bồng, Giám Đốc Sở Ngoại Vụ trả lời phỏng vấn của báo Tuổi Trẻ: (trích lược)

- Xin đồng chí cho biết cuộc họp mới đây tại Bangkok đã thảo luận những vấn đề gì liên quan đến chương trình HO và ODP?

- (VHB) Trong hai ngày 16 và 17 tháng 3 (1992) vừa qua, phía VN và Mỹ đã họp tại Bangkok để kiểm điểm việc thực hiện các chương trình xuất cảnh đi Mỹ. Hai bên đã dành nhiều thời gian thảo luận một số diễn biến phức tạp của chương trình trẻ lai và tìm kiếm các biện pháp tháo gỡ những khó khăn để thúc đẩy cả ba chương trình: đoàn tụ gia đình, trẻ lai và HO trong thời gian tới.

- Về chương trình HO hai bên có thỏa thuận thêm điều gì mới?

(VHB): Chương trình xuất cảnh cho những người được thả từ các trung tâm cải tạo hiện nay không còn vướng mắc gì lớn. Từ nay đến hết tháng 9-92, phía Mỹ sẽ tiếp tục phỏng vấn ở mức 2.500 người/tháng (trung bình danh sách phía VN trao được phỏng vấn trong hai tháng)

Họp chuyên viên Việt - Mỹ tại Bangkok ngày 19 và 20-11-1992 (SGGP ngày 1-12-1992)

Trong hai ngày 19 và 20-11-92, tại Bangkok đã diễn ra các cuộc họp giữa chuyên viên Việt Nam và Mỹ về ba chương trình xuất cảnh đi Mỹ. Phía VN có các đại diện Bộ Ngoại giao, Bộ Nội vụ, Sở Ngoại vụ tp/HCM. Phía Mỹ có Tham tán phụ trách nhập cư Sứ quán Mỹ ở Bangkok, Giám đốc ODP, đặc biệt có hai Trợ Lý Ngoại trưởng Mỹ phụ trách tỵ nạn và nhập cư cũng đến dự để thông báo cho phía VN về phương hướng phát triển các chương trình nói trên trong thời gian tới.

Phía Mỹ cảm ơn phía VN đã hợp tác tích cực với phía Mỹ thúc đẩy ba chương trình xuất cảnh đi Mỹ, đưa tổng số đi Mỹ đến nay được **300 ngàn** người (trẻ lai 80 ngàn, HO 56 ngàn, ODP 160 ngàn). Riêng năm 1992 số lượng người ra đi hợp pháp cao nhất là 80 ngàn người... số người vượt biên trái phép đã giảm đi rõ rệt, có tháng không có người nào vượt biên.

"Phía Mỹ cảm ơn sự hợp tác của ta, đặc biệt giải quyết các danh sách RD (ký hiệu danh sách ưu tiên của Mỹ xin) do phía Mỹ trao. Ta trao tiếp cho phía Mỹ các danh sách HO21 đến HO28 và sẽ trao tiếp toàn bộ danh sách HO còn lại trong vòng ba tháng tới. Ta khẳng định về nguyên tắc vẫn giải quyết danh sách RD, nhưng yêu cầu phía Mỹ tăng phỏng vấn diện HO. Phía Mỹ đồng ý ưu tiên cho chương trình HO và tăng số lượng ra đi trong thời gian tới.

"Phía Mỹ cho biết gần đây chương trình HO đã xuất hiện gán ghép gian lận, phần lớn là diện những người đi theo. Về phía ta một mặt đồng ý sẽ phối hợp với họ ngăn chặn việc này, nhưng mặt khác cũng yêu cầu phía Mỹ cần xem xét lại một cách thỏa đáng việc từ chối con của diện HO mà không ở cùng hộ khẩu do hoàn cảnh sinh sống nên nơi ở bị đảo lộn..."

Ngày 26-11-1992
Sở Ngoại Vụ tp/HCM

báo chí truyền thông hải ngoại

CHÍNH SÁCH THÂU NHẬN TỊ NẠN CỦA HOA KỲ VÀ VẤN ĐỀ ĐỊNH CƯ TỊ NẠN VIỆT NAM

[Tin IRCC -Việt Nam Thời Báo số 1002 ngày 19-5-1993]

Trong phiên họp tham khảo thường niên tại Bộ Ngoại Giao ngày 8 -4-1993, các cơ quan thiện nguyện Hoa Kỳ đã đề nghị con số tị nạn trên thế giới cần được Hoa Kỳ thâu nhận trong tài khóa 1994 là 155,000 người. Trên tổng số này, con số đề nghị riêng cho khu vực Á châu là 53,000 và được chia ra như sau:

- 10,000 lấy từ các trại tạm trú, gồm 6.000 người Hmong, 3.000 Việt Nam và 1.000 dành cho tị nạn Miến Điện và Tây Tạng.

- 43,000 dành cho chương trình ODP, gồm khoảng 38,000 cựu tù cải tạo, 2,000 đoàn tụ thông thường và 2,700 con lai.

Tổng số tị nạn Việt Nam đề nghị cho năm tới là 46,000 không gồm những người đi theo diện di dân. Hoa Kỳ đặc biệt không giới hạn số di dân hợp lệ từ Việt Nam trong khuôn khổ quota dành cho mỗi quốc gia là 20,000 người một năm, cho tới khi thiết lập bang giao giữa hai nước.

thay đổi quan trọng
về diện HO, ODP và Fianceé

(Tường thuật của Nam Trân, CBA từ Đà Lạt):

Hội nghị thường niên giữa Hoa Kỳ, Việt Nam và Cao Ủy Tỵ Nạn Liên Hiệp Quốc bàn về ODP, HO và trẻ lai tại Dinh 2 đường Trần Hưng Đạo (Đà Lạt) trong hai ngày, và tuyên bố bế mạc lúc 5 giờ chiều ngày 10-6-1993.

Buổi họp gồm ba phái đoàn: đại diện văn phòng ODP và IOM của Hoa Kỳ là ông Tony Newsman, đại diện Cao Ủy Tỵ Nạn LHQ là ông Christopher Carpenter, phái đoàn Việt nam do ông Nguyễn Xuân Phong, quyền Vụ trưởng Vụ Châu Mỹ từ Hà Nội vào làm trưởng đoàn. Lưu Văn Tánh, trưởng phòng Lãnh sự Sở Ngoại Vụ Sài Gòn, Trần Thắng cơ quan xuất nhập cảnh cùng tham dự.

Ông Nguyễn Xuân Phong và ông Lưu Văn Tánh cho biết số lượng người ra đi từ tháng 10-1992 đến 10-1993 được dự trù khoảng 54.000 người, trong đó ODP có 20.000 người, HO 28.000 người và trẻ em lai 5.000. Phía VN đã trao cho Mỹ danh sách HO-40, toàn bộ danh sách trẻ lai và danh sách M-

25 (ODP) gồm khoảng 5.000 người.

Hiện nay Mỹ đang phỏng vấn **HO 51**. Tính từ đầu năm có 10.908 người ra đi, nâng tổng số HO đã ra đi lên đến **67.424** người kể từ khi bắt đầu chương trình đến nay.

Trong buổi họp, phía Hoa Kỳ đã đề nghị thực hiện một kế hoạch mới áp dụng cho chương trình HO như sau:

Đối với khoảng 1/4 người đi theo diện HO mà không có thân nhân tại Mỹ, nên đưa họ qua Phi Luật Tân học trong ba tháng để biết qua về đời sống tại nước Mỹ, trước khi đến Mỹ. Tuy nhiên, kế hoạch này còn phải đợi chính quyền Phi Luật Tân và Việt nam chấp thuận. Nếu kế hoạch được thông qua thì phái Việt Nam đề nghị cho phép những người HO ra đi được quyền lựa chọn ở Phi ba tháng hay đi thẳng qua Mỹ, theo như lời ông Phong nói.

30.9.1994 - thời hạn cuối cùng hồ sơ H.O

thông cáo về một số hồ sơ H.O.
(Vietnamese Community/ DC, MD & VA)

Bộ Ngoại Giao và Sở Di Trú Hoa Kỳ, qua cuộc thương lượng mới đây với Quốc Hội, đã đồng ý cứu xét ngay một số trường hợp H.O. sau đây, với điều kiện Quốc Hội phải cung cấp danh sách:

1. Các trường hợp quả phụ có chồng chết trong trại cải tạo nhưng đã bị Hoa Kỳ từ chối vì không có giấy chứng tử. Đối với số trường hợp này, chúng tôi đang lập danh sách để nộp cho Quốc Hội Hoa Kỳ. Xin xem Thông cáo ngày 8-5-1997.

2. Các trường hợp H.O. đã không đăng ký kịp thời hạn trước ngày 1 tháng 10, 1994, nếu có lý do chính đáng. Chẳng hạn, có một số trường hợp H.O. vẫn còn ở trong tù, hoặc ở vùng thôn quê không nhận được tin tức cập nhật, hoặc ở các trại tạm dung Đông Nam Á và Hồng Kông nên không kịp đăng ký v.v.

3. Các trường hợp nhân viên sở Mỹ đã bị từ chối oan uổng

trong thời gian 5 năm qua. Bộ Ngoại Giao và Sở Di Trú sẽ cứu xét một số hồ sơ mẫu để tìm hiểu xem có vấn đề trục trặc gì hay không.

4. Một số trường hợp con cái trên 21 tuổi đã bị bác đơn sau ngày 1 tháng 4-1995, và còn độc thân khi bị bác đơn, BNG và SDT đồng ý sẽ cứu xét cho tất cả các trường hợp có cha mẹ được định cư theo diện di dân và các trường hợp đi theo mẹ, vì cha đã chết trong trại cải tạo, với điều kiện QH tu chỉnh lại Tu chính án của TNS John McCain. Hiện nay QH đang tiến hành việc này.

[Vietnamese community/DC, MD,VA 2800 Juniper Street, #4 Fairfax, VA 22031]

từ H.O 1 đến HO 44 phải làm thủ tục mới

(VN Thời Báo 1320 ngày 17.8.1994)

Bộ Ngoại Giao Hoa Kỳ mới đây vừa lên tiếng yêu cầu báo chí và giới truyền thông thông báo cho mọi người biết thời hạn cuối cùng nộp đơn xin sang Hoa Kỳ theo diện H.O. đã được ấn định là ngày **30-9-1994.**

Thời hạn nói trên chỉ được áp dụng cho những người từ Việt nam xin định cư ở Hoa Kỳ với tư cách là người ty nạn, tức những cựu tù nhân đã bị giam giữ trong các trại cải tạo, những góa phụ có chồng chết trong trại, hoặc chết vì hậu quả của việc bị giam trong trại cải tạo, những cựu nhân viên của chính phủ Hoa Kỳ hay các công ty tư nhân Hoa Kỳ.

Các giới chức thẩm quyền Bộ Ngoại Giao cho biết hiện nay Hoa Kỳ đã nhận được danh sách H.O. 44. Tất cả những người đã nộp đơn xin sang Hoa Kỳ theo diện H.O và có tên trong danh sách từ H.O.1 cho tới H.O. 44 này không phải nộp đơn lại và sẽ được nhân viên văn phòng ODP Hoa Kỳ tiếp tục phỏng vấn cũng như giúp xúc tiến các thủ tục cần thiết để có thể sang Hoa Kỳ tị nạn như đã từng làm trước đây, nếu những người này hội đủ điều kiện đã được ấn định. Riêng những người chưa nộp đơn hoặc đã nộp đơn nhưng không có tên trong danh sách từ H.O 1 đến H.O 44, hay những người đã nộp đơn nhưng chưa nhận được thư hồi báo của văn phòng ODP về trường hợp của họ, tất cả những người này nếu muốn định cư ở Hoa Kỳ (trong trường hợp chưa nộp đơn) hay tiếp tục giữ ý định sẽ định cư ở Hoa Kỳ (dành cho những người đã nộp đơn) phải làm các thủ tục sau đây trước ngày 30-9-1994:

1. Gửi thư cho văn phòng ODP ở Bangkok cho biết ý muốn sang định cư ở Hoa Kỳ

2. Trong thư ghi rõ...

3. Kèm theo...

4. Nếu người đứng đơn......

5. Nếu trong gia đình có....

6 Đính kèm giấy tờ chứng minh có thể được hưởng quy chế tỵ nạn theo diện HO. Bản sao Giấy phóng thích khỏi trại, ngày bị bắt, ngày được thả.....

Phải hội đủ một trong ba điều kiện (như đã ghi ở trên)

....

Thư gửi cho văn phòng ODP Bangkok để xin được phỏng vấn theo diện H.O hay trẻ lại gửi về địa chỉ:

US Orderly Departure Program
127 South Sathorn Road
Yannawa District
Bangkok 10120 – Thailand

Hoa Kỳ phỏng vấn trở lại chương trình H.O.

(CBA NEWS)

Bà Marthe Sardinas, Giám đốc chương trình ODP của Hoa Kỳ vừa thông báo cho Phòng Lãnh sự Sở Ngoại Vụ TP/HCM là Hoa Kỳ sẽ tiếp tục phỏng vấn các đối tượng thuộc chương trình xuất cảnh diện H.O. (tù chính trị) kể từ ngày 15 tháng 8 tới đây.

Chương trình phỏng vấn H.O. này đã bị tạm ngưng từ tháng 6 vừa qua, do phía Hoa Kỳ gặp trở ngại về vấn đề ngân sách.

Từ năm 1990 đến tháng **6-1994** có **97,240 người** thuộc diện H.O đã xuất cảnh đến Hoa Kỳ. Hiện nay còn khoảng

80,000 người thuộc chương trình H.O. đang chờ được phía Hoa Kỳ phỏng vấn. Các giới chức có thẩm quyền đặc trách về tỵ nạn thuộc Bộ Ngoại Giao Hoa Kỳ vừa nhắn lại rằng thời hạn cuối cùng để nộp đơn xin sang Hoa Kỳ theo diện H.O. đã được ấn định là ngày 30-9-1994.

Một số người Việt Nam không còn muốn đi định cư ở Hoa Kỳ (Thái Phong, VOA).

Mặc dù chương trình ODP đã chấm dứt từ 3 năm trước đây, nhưng chương trình này mới thực sự kết thúc hồi tháng 9.1997 khi văn phòng ODP ở Bangkok quyết định ngưng cứu xét những hồ sơ còn tồn đọng. Lý do là vì số giấy tờ phải làm quá nhiều, chính phủ cộng sản Hà Nội chậm chạp trong việc cấp giấy xuất cảnh cho những người xin di cư, một số người hội đủ tiêu chuẩn để được phỏng vấn lại không tiếp tục tiến hành các thủ tục cần thiết.

Ngày **1-6-1997** các giới chức Mỹ đã gửi thư cho khoảng 650 người Việt để thông báo cho họ biết hồ sơ xin tỵ nạn chính trị của họ tại Hoa Kỳ từ 8 năm trước đây sẽ không được cứu xét nữa nếu cho tới cuối tháng 9 mà họ không tiếp xúc với các viên chức phụ trách chương trình ODP.

Nhật báo Christian Science Monitor thuật lại lời ông Giám đốc chương trình ODP cho biết là tới những ngày cuối tháng 9 mà nhiều người vẫn không trả lời, và trong số 650 lá thư gửi đi thì chỉ có 145 gia đình hồi âm và xin được phỏng vấn. Trong số còn lại có 33 người nói rằng họ không muốn đi nữa, và 472 người thì không trả lời.

Bộ Ngoại Giao báo cáo Quốc Hội về chương trình H.O, ODP và tình trạng đàn áp tôn giáo ở Việt Nam
[Việt Nam Thời Báo số 2131 ngày 21-10-1997]

Hoa Thịnh Đốn- (ủy ban cứu người vượt biển)- Việt Nam vẫn tiếp tục ngăn chặn không cấp giấy phép xuất cảnh cho nhiều trường hợp cựu tù chính trị và thuyền nhân hồi hương mà Hoa Kỳ muốn phỏng vấn, và các tu sĩ bị cầm tù vẫn chưa một ai được trả tự do. Đó là nội dung bản Báo Cáo mà Bộ Ngoại Giao (BNG) mới đây đã nộp theo yêu cầu của Quốc Hội.

**

"Đầu tháng 8, BNG nộp cho Quốc Hội Bản Báo Cáo dài bảy trang, nêu lên thành quả của Chương trình ODP trong 17 năm qua, đã định cư gần **nửa triệu** người Việt kể cả các cựu tù chính trị. Tuy nhiên BNG thừa nhận rằng còn nhiều hồ sơ H.O mà Việt Nam đến giờ này vẫn không cấp giấy phép xuất cảnh, bất chấp lời yêu cầu của Hoa Kỳ.

BNG cho biết có 13 ngàn người thuộc diện nhân viên chính phủ Hoa Kỳ có điều kiện để được phỏng vấn theo chương trình H.O nhưng không được Việt Nam cấp giấy phép xuất cảnh và vì vậy mà BNG đã tạm ngưng cứu xét cho thành phần cựu nhân viên chính phủ Hoa Kỳ.

Về chương trình ROVR thì BNG cho biết là Việt nam đã chậm trễ rất nhiều trong việc cấp chiếu khán xuất cảnh cho thuyền nhân hồi hương đã được Hoa Kỳ gọi phỏng vấn. BNG cho biết Đại sứ Douglas Peterson tiếp tục thúc đẩy Hà Nội phải thực tâm hợp tác với chương trình ROVR như là điều kiện căn bản cho quy chế tối huệ quốc.

=

LÝ LỊCH CON CHỮ H.O

Trong những cuộc thương thuyết sơ khởi, vì chúng tôi không hy vọng hai bên sẽ có ngay những giải pháp chính trị, cho nên tất cả những hành động mở đường cho những thỏa ước tương lai đều được mang danh "Humanitarian Operation" (chiến dịch nhân đạo), gọi tắt là H.O ...

... at the time of the original negotiations, there was no hope of any immediate political resolution between the two nations, all actions taken in furtherance of the agreements reached were termed "humannitarian operations". Consequently, the term HO. [John W. Vessey]

1.

Đã gần 20 năm kể từ ngày nghe đến tên tuổi người đàn bà xa lạ - bà Khúc Minh Thơ - mà tôi, một trong số hàng trăm ngàn tù cải tạo và đại gia đình HO mang ơn, lần đầu tiên gặp bà tại San Jose, tháng 2- 2005.

Trong bộ y phục giản dị, với phong cách người phụ nữ Nam Bộ, thoải mái, tự nhiên bà tiếp chúng tôi tại phòng khách tư thất của ông bà Minh Triết, một thương gia của Sài Gòn trước năm 1975.

Sau nụ cười và hỏi chào vồn vã, câu nói đầu tiên của tôi: "Tôi rất hân hạnh được gặp chị để nói lời cảm ơn mà tôi canh cánh trong lòng mấy chục năm qua". Nở nụ cười thật tươi trên khuôn mặt đôn hậu hằn nét thời gian, bà đáp lời tôi mà

Thanh Thương Hoàng. Bà Khúc Minh Thơ và Song Nhị (2005)

cũng như nói cho mọi người cùng nghe: "Tôi đã được đọc một hai số Nguồn khi đang nằm trong bệnh viện. Khuôn khổ tờ báo rất gọn, dễ đọc. Tôi phải mổ cái chân, nên còn chống gậy đây nè."

Tôi nói với bà: "Còn đau chân, mà chị về San Jose đi chơi hay có việc gì?", bà cười: "Nơi nào có tù nhân chính trị kêu, nơi nào có gia đình HO gọi là tôi tới ngay".

Câu chuyện giữa những người xa lạ lần đầu tiên gặp nhau mà không mấy chốc trở nên giòn dã, thân tình như đã có một sự đợi chờ từ lâu lắm. Bà kể vắn tắt một vài việc bà đã làm cho tù nhân chính trị, cho chương trình HO. Bà nhắc đến một số nhân vật Việt Mỹ đã có công giúp bà thiết lập được nền tảng cho cơ cấu Families of Vietnamese Political Prisoners association (Hội Gia Đình Tù Nhân Chính trị Việt Nam). Bà nhắc đến ông Robert Funseth, Thứ trưởng Ngoại Giao đặc trách Á Châu Sự Vụ, người đã bỏ ra 10 năm theo đuổi cuộc mặc cả với CSVN về chương trình HO.

Tôi nhắc lại bài báo của ký giả Nguyễn Ngọc Chấn viết cho CNN ngày 16 tháng 6 - 2004 nhân lễ tang TT Reagan (ngày 11 tháng 6) dưới tựa đề: "Bà Khúc Minh Thơ, hai lần khóc Tổng thống Ronald Reagan". Bài báo viết: Trong cuộc tiếp kiến tháng 12, 1988, bà Khúc Minh Thơ khẩn cầu:

-"Xin Tổng Thống và nước Mỹ đừng bỏ rơi những tù nhân Việt Nam Cộng Hòa".
Tổng thống Ronald Reagan ôn tồn:
- "Những người anh hùng Việt Nam sẽ không bao giờ bị bỏ quên".

Bà Khúc Minh Thơ đã bật khóc vì không ngăn được nỗi xúc động.
Nghe tôi nhắc lại, bà nói:
"Phải rồi, hồi đó TT Reagan tiếp tôi tại

To Minh Tho Khuc
With best wishes,
Ronald Reagan

phòng danh dự, Phòng Bầu Dục của Bạch Cung. Ý nghĩa của

cuộc tiếp xúc nói lên rằng các anh tuy phải chịu đựng những đớn đau tủi nhục, bị mất mát gần như tất cả, có người mất cả gia đạo vợ con, nhưng cái lớn lao mà các anh không mất là phẩm giá; các anh vẫn còn nguyên vẹn danh dự. Cuối cùng các anh ra khỏi tù, các anh đi ra, cả thế giới chào đón các anh."

Nghe bà nói, đến lượt tôi rướm cay trong đôi mắt. Dĩ vãng ấy, quá khứ ấy không dễ gì để quên. Tôi xúc động vì vết thương kia tưởng đã lành mà khi bị khều lại vẫn còn nhức nhối. Tôi xúc động vì những gì tôi suy nghĩ, tôi cưu mang nay chính con người "liễu yếu đào tơ" kia; chính con người nữ nhi đã ra tay hành hiệp ấy nói cho tôi nghe.

Tôi được bà hứa sẽ cho tôi thêm một số hiểu biết khác về những con người, về những chặng đường gian nan của hành trình nhân đạo ấy. Tôi được bà hứa sẽ "release" cho một ít tài liệu liên quan khi tôi cần tìm hiểu.

2.

Đã có nhiều bàn luận ở chốn riêng tư và một số bài viết về hai con chữ có tầm vóc thời đại gắn liền với một giai đoạn lịch sử của dân tộc sau cuộc nội chiến huynh đệ tương tàn kéo dài trong hai mươi năm trên hai miền đất nước, kết cuộc chỉ có hận thù, đổ vỡ tan hoang, mọi giá trị truyền thống dân tộc băng hoại như hôm nay.

Nếu nhìn lại những ngày ảm đạm của tháng 6-1975 khi tất cả sĩ quan, viên chức VNCH bị lùa vào các trại tập trung, rồi lần lượt được phân bố đi các trại tù nơi rừng sâu núi thẳm trong Nam và các trại tập trung tận các vùng núi rừng heo hút, trùng điệp miền Bắc, đến khi - trừ những người đã chết - tất cả lần lượt được thả về, rồi nườm nượp lên máy bay rời bỏ quê hương, thoát khỏi cảnh ngược đãi, lưu đày trên chính xứ sở của mình, thì quả là một giấc mơ của cô bé Lọ Lem trong thần thoại nghìn lẻ một đêm.

Hành trình một H.O không giản dị, dễ dàng như những gì người ta nhìn thấy. Không đơn giản với các khâu làm thủ tục dịch vụ xuất cảnh với Công an, khám sức khỏe với IOM, và lên máy bay với HCR... Không mau chóng như trường hợp nhiều gia đình người chồng vừa được thả về năm 1988 thì đầu năm 1990 cả nhà lên máy bay sang Mỹ. Hành trình này khởi đầu bằng nhiều nỗi cam go, bằng tấm lòng và công sức của nhiều người mới hình thành và đem lại kết quả đó.

Hành trình này, nếu nhìn xa hơn từ ngọn nguồn thì phải kể trước hết là chính sự chịu đựng mọi cực hình, tủi nhục của người tù bị đày đọa trong các trại cải tạo.

Con người khi đứng trước mọi tai họa đang dẫn tới đường cùng nếu không có niềm tin tuyệt đối và không vì bản năng sinh tồn mà vươn tới thì chắc chắn sẽ khó mà tồn tại. Tôi đưa ra kết luận này từ kinh nghiệm sống chết mà tôi nhìn thấy, tôi trải nghiệm trong hơn ba ngàn ngày nơi các trại tù từ Nam ra Bắc. Một trong những niềm tin phải có của người tù tập trung cải tạo, không án văn, không thời hạn giam giữ, là niềm tin phải tồn tại, phải có ngày về, phải có ngày làm lại, như Linh mục Nguyễn Hữu Lễ đã viết thành tác phẩm "Tôi Phải Sống".

Tôi phải sống, tôi phải về và tôi có toàn quyền hy vọng... đó là điều đã được người tù cải tạo thể hiện bằng nhiều phương cách.

Tháng 2 năm 1979, CSVN đem quân sang đánh chiếm Camboge, khi ra lao động ngoài ven rừng, thấy máy bay trực thăng bay từ lãnh thổ VN băng qua biên giới sang phần đất Miên Lào, cả đoàn tù ngừng tay, bỏ cuốc, ngả nón nhìn lên trời. Trong đám, có người la lên "Anh em ơi máy bay tới rồi!" Đêm về bị đám "tự quản", "ăng ten" đem ra kiểm điểm hạch hỏi, kết tội "còn hướng vọng đế quốc Mỹ, còn mong máy bay Mỹ đến giải cứu".

Phải chăng "Hành trình H.O" khởi đi từ đó, từ một sự thiêng liêng huyền nhiệm mơ hồ. Hành trình H.O khởi đi từ sự sống khốn cùng và từ cái chết bi thương của những người tù cải tạo. Lê Quảng Lạc, bị cùm đến chết chỉ vì lá thư gửi về cho gia đình:

"Xin bố mẹ yên tâm. Chúng con ra đi vì lý do chính trị thì chúng con cũng sẽ trở về bằng con đường chính trị".

Lá thư viết trong trại tù Lam Sơn, Thanh Hóa năm 1979 đúng vào lúc từ bên Genève, quốc tế đang họp bàn về "con đường chính trị" mà Lê Quảng Lạc như được mặc khải từ một nguồn sáng siêu nhiên. Lá thư không về được với gia đình. Lá thư bị chặn lại và tác giả đã đổi sinh mạng của mình bằng lá thư viết về cho người vợ và bố mẹ của anh.

Hành trình H.O còn khởi đi từ tấm lòng nhân đạo vô bờ bến của những con người đang sống yên lành trên nước Mỹ. Tôi muốn nói đến những nhân vật cộng đồng trong đó những vị ân nhân của người, của đời mà không ai có thể quên được, đó là Bà Khúc Minh Thơ, Chủ Tịch Hội Gia Đình Tù Nhân Chính Trị Việt Nam, bên cạnh có các ông Nguyễn Ngọc Bích, Huỳnh Công Ánh, Nguyễn Hậu, Linh Quang Viên, Đào Văn Bình, Giao Chỉ... và nhiều cá nhân, tổ chức, hội đoàn khác đã đóng góp công sức, tài vật cho thành quả giải thoát những người tù cải tạo.

Một số trong các người vừa kể, sau khi đã hoàn thành mục tiêu xây đắp xong "con đường nhân đạo" cho "hành trình H.O" đã lui về với cuộc sống bình lặng thường ngày. Tôi vẫn băn khoăn nghĩ về những con người đã trải qua bao nhiêu chặng đường cam go, bỏ tiền của công sức, thì giờ trong nhiều năm để tiếp xúc, vận động các Dân biểu, Nghị sĩ trong Quốc Hội Hoa Kỳ hình thành "Hành trình H.O" hiện thực.

Một tên tuổi mà tôi nghĩ, có lẽ số đông H.O không quên - Bà Khúc Minh Thơ, người mà nhiều anh em tù cải tạo khi còn ở Sài Gòn đã đọc, đã nghe nói đến.

"Món quà quý giá" được đám tù chúng tôi chuyền tay nhau là lá thư (đề ngày 14 tháng 6 năm 1989) của Dân Biểu Frank R. Wolf, gửi bà Khúc Minh Thơ thông báo việc Hạ Viện Hoa Kỳ, ngày 13 tháng 6 -1989 đã thông qua Nghị Quyết kêu gọi chính quyền Cộng sản VN thả hết tất cả tù cải tạo và xúc tiến giải quyết cho ra đi mọi tù nhân đã hay chưa được thả.

Bản phocopy lá thư đó tôi mang theo sang Mỹ và còn giữ lại đến hôm nay. Trong nhiều năm qua, tôi chưa gặp một người nào trong số những nhân vật đã góp tấm lòng và bàn tay cứu độ ấy. Tôi cũng lại băn khoăn về một cử chỉ biết ơn đối họ, nhưng tôi chưa thấy ai làm. Tôi viết những dòng này để thấy lòng mình một chút thanh thản khi bày tỏ được đôi lời về những băn khoăn ấy.

3.

Lần đầu tiên khi hai con chữ H.O được phổ biến trên báo Công An ở Sài Gòn, trong một lần gặp gỡ nhiều bạn tù tại nhà anh Lê Đình Khôi ở đường Phan Thanh Giản (Điện Biên Phủ), Quận Mười, khi bàn đến hai chữ H.O, một anh trong đám nói: "đó là viết tắt của hai tiếng Humanitanian Organization". Tôi, do đã tìm hiểu và suy luận trước nên "cải chính": "không phải organization mà là operation. Không phải 'tổ chức nhân đạo' mà là 'chiến dịch nhân đạo'.

Trong nhiều năm tôi vẫn cho rằng tôi suy nghĩ đúng, lập luận vững, nhưng mãi cho đến khi đọc được bài viết của Luật sư Lâm Lễ Trinh trên tờ Việt Báo San Jose (số 77 ngày 31-01-1997) thì tôi lại nghĩ rằng tôi cũng chỉ đoán mò. Bài báo của LS Lâm Lễ Trinh có đoạn: "Thế giới đã áp lực chính quyền Hà Nội chấm dứt những vụ ra đi "bán chính thức" bằng đường biển và chấp nhận một chương trình "xuất ngoại có trật tự, orderly departure hay ODP" cùng với kế hoạch cho ra đi "vì nhân đạo, humanitarian organization, HO".

Theo tôi, những nhóm chữ LS Trinh để trong dấu ngoặc kép là chữ trích từ văn bản hay tài liệu mà người viết tham khảo, chứ không phải do người viết đặt ra nên tôi tin cụm từ "humanitarian organization, HO".

Hai chương trình "xuất ngoại có trật tự, Orderly Departure" và cho ra đi "vì nhân đạo, Humanitarian Organization" đã được Liên Hiệp Quốc và đại diện 46 quốc gia đưa ra thảo luận cùng đại diện Việt Nam tại Geneve, đưa tới thỏa hiệp ký kết ngày 20-7-1979, mở đầu cho hai chương trình xuất cảnh ồ ạt mười năm sau đó.

Như vậy, căn nguyên hình thành hai chữ H.O bắt nguồn từ Liên Hiệp Quốc, từ Geneve, từ năm 1979, chứ không phải từ... trên trời rơi xuống, từ những suy luận, đoán mò của nhiều người. Tuy nhiên, những ai suy luận H.O do viết tắt của hai chữ Humanitarian Operation có cơ sở hơn, bởi nó có nghĩa tích cực, mạnh mẽ hơn và cuối cùng đã được giới chức thẩm quyền, tướng John W. Vessey xác nhận đúng.

H.O, như vậy không phải là "Huyền Thoại H.O" như tựa đề một bài viết của tác giả Hạ Bá Chung do nhà báo Yên Mô giới thiệu trên mục Tạp Ghi của Việt Nam Thời Báo (số 2131, ngày 21-10-1997). Bài báo đó, trong phần mở đầu, người giới thiệu đồng ý với tác giả mà cho rằng: "Bài Tạp Ghi là của một HO viết về huyền thoại HO" là một bài viết đã tra cứu sâu rộng để biết rằng HO chỉ là tên gọi do sự tình cờ nhưng đã trở thành hữu danh một cách rất có lịch sử.....".

Điều này cần xem lại, như tôi đã nói ở trên.

Tôi xin nêu những dẫn chứng sau đây về sự nhất quán của con chữ HO trong Hành trình HO, nhưng trước hết xin được nói thêm về một nhóm chữ khác - re-education - tôi muốn được nói thêm, ông Yên Mô cho rằng tên gọi re- education "hoàn toàn có ý nghĩa hành chánh chứ không nhằm miệt thị". Chúng ta, phần đông hiểu nghĩa của từ education là "giáo dục" nên khi nhìn thấy re-education thì liên tưởng ngay nghĩa của từ này là "giáo dục lại, dạy dỗ lại". Thực ra re-education nghĩa đen là cải đổi, là sửa sang lại, là tập luyện để trở lại như cũ, theo ý muốn của mình.

Người HO đã từng trải một thời gian dài "sửa sang, tập luyện lại để trở lại như cũ", để sau khi ra trại vẫn là con người cũ VNCH!!

Khi ở trại tù Quảng Ninh ngoài Bắc, một số anh em chúng tôi đã có bàn luận với nhau "tiếng Anh 'cải tạo' gọi là gì thì vài ba anh em, trong đó có anh Lâm Văn Hữu, gốc Cảnh

Sát Quốc Tế (Inter-Pol) của VNCH đồng ý với nhau 'cải tạo' là re-education, vì nghĩa đen của từ này là... 'cải tạo'.

Cộng sản đã dùng thuật ngữ Cải Tạo để thay thế cho chữ tù, nhằm đánh lừa dư luận.

Lúc mới tập trung vào trại, họ bảo "Các anh là Học Viên", ai nói "tù" là xuyên tạc, phản động. Ít lâu sau họ nói "Các anh là Cải Tạo Viên", hơn một năm sau có người thắc mắc, hỏi cán bộ thì họ xẳng giọng nói thẳng ra: "Học viên hay cải tạo viên gì cũng là tù cả".

Trở lại bài báo "Huyền Thoại H.O" của ông Hạ bá Chung, tác giả bài báo cho biết nhà văn Trà Lũ tỏ ra thắc mắc về nguồn gốc hai chữ H.O lắm nên đã viết trong "Lá thư Canada": "Chẳng nhẽ mình phải hỏi VC việc này sao?"

Tác giả bài báo đặt câu hỏi "Vậy H.O. có phải là chữ viết tắt của Humanitarian Operation không?" Rồi tác giả bàn tiếp: "Cụm từ này tôi đã đọc nhiều lần trên các báo chí mấy năm nay rồi, và ngay cả vị giáo sư khả kính Lê Bá Kông viết trên Đặc san Đa Hiệu cũng cho là như vậy, vì ai cũng nghĩ là chuyện Mỹ can thiệp với VC để đưa các cựu sĩ quan Quân Lực VNCH sang định cư tại Hoa Kỳ là vấn đề mang tính nhân đạo". Tác giả cho rằng nghĩ như vậy là "sỉ nhục".

Tôi không bàn đến khía cạnh "tự ái dân tộc" mà tác giả bài báo nêu ra. Sự luận bàn như vậy chỉ có tính cách mua vui. Theo ông Hạ bá Chung, "chữ H là humanitarian nghe hữu lý nhưng chữ O là Operation quá gượng ép, vì cùng là chương trình định cư mà di dân (immigrant) dùng chữ progam (orderly Program) hay P.I.P (public Interest Program), còn người tỵ nạn (refugee) hà tất phải đổi là Operation".

Lý luận cách này của ông HBC là cách suy luận cảm tính. Tuy cùng là di dân, nhưng mỗi diện là một loại, đặt tên gọi khác nhau là một điều hợp lý. Diện đoàn tụ gia đình Orderly Departure Program, diện "đi theo" là Public Interest Parole (không phải program như ông HBC đã ghi), cho nên diện tù cải tạo là Humanitarian Operation, cũng như diện thuyền nhân hồi hương là ROVR.

Những năm đang ở tù ngoài Bắc, chúng tôi thường "mơ mộng" về một operation bằng viễn ảnh một cuộc chuyển dời từ trại tù đến "tập kết" tại một địa điểm nào đó ở một sân bay, hay một bãi biển, để mà tha hồ hít thở khí trời tự do. Mơ mộng đó không đến với người tù bằng những operation mà bằng những tổ chức nhân đạo Humantarian organization như thực tế đã diễn ra.

Tác giả Hạ Bá Chung khẳng định "Vậy chữ H.O. không phải xuất phát từ phía Hoa Kỳ", và theo ông "chỉ còn cách hỏi Sở Ngoại Vụ VC". Ông không cho biết Sở Ngoại vụ VC trả lời thế nào. Tác giả lại đã nhờ một kỹ sư Nông nghiệp học lớp phiên dịch mà ông là giảng viên, "liên lạc với tòa soạn báo Công An TPHCM đầy thẩm quyền, yêu cầu giải thích về các quy định của chương trình H.O. và chữ viết tắt của nó...".

Tác giả viết tiếp "Vào cuối năm 1990, tuần báo công An TPHCM đăng bài về chương trình H.O. và giải thích chữ viết tắt như sau" (??!!). Đoạn văn chấm dứt ở đó, và một lần nữa, ông HBC lại không cho biết báo Công An giải thích hai chữ H.O. ra sao!!

Theo ông HBC, "để đáp ứng yêu cầu của Mỹ, danh sách các cựu quân cán chính VNCH được thiết lập riêng để được ưu tiên phỏng vấn và ưu tiên có chuyến bay, nên Sở Ngoại Vụ VC lập danh sách bắt đầu bằng chữ H, rồi thông báo cho phái đoàn phỏng vấn Mỹ...".

Theo tôi, lập luận này cũng chỉ là một sự suy đoán mà thôi. Tại sao danh sách tù cải tạo lại bắt đầu bằng chữ H mà không là chữ K, chữ X, chữ Y? Còn chữ O, tác giả bài báo đồng ý với ông Trà Lũ là khi làm danh sách "VC thường viết 01, 02. Vậy chữ O không có nghĩa gì hết. Đến danh sách H10 trở đi không còn chữ O nữa". Quả là từ danh sách H10 trở đi không còn chữ O nữa, nhưng tất cả giấy tờ của phía VN từ các cơ quan đến báo chí luôn luôn ghi rõ diện tù cải tạo xuất cảnh là H.O.

Thông cáo của Sở Ngoại Vụ TPHCM phổ biến trên tờ

SGGP ngày 1-12-1992 có đoạn ghi rõ: "Ta trao tiếp cho phía Mỹ các danh sách HO21 đến HO28 và sẽ trao toàn bộ danh sách HO còn lại trong vòng 3 tháng tới..."

Trong một văn bản mang ký hiệu (FVPPA: July, 1996), của phía Hoa Kỳ có tiêu đề như sau:

[OVERVIEW OF FAMILY ELIGIBILITY IN THE PROCESSING OF THE FORMER POLITICAL PRISONERS BY THE HO SUBPROGRAM OF THE ORDERLY DEPARTURE PROGRAM (ODP)]

- When the Oderly Departue Program (ODP) began the "HO" subprogram of ODP to resettle former political prisoners and their family members..., (chữ HO trong câu này để trong dấu ngoặc kép).

Xin tạm dịch:

["Văn Bản xem xét lại những người hội đủ tiêu chuẩn trong gia đình cựu tù nhân chính trị được ra đi theo chương trình phụ HO thuộc chương trình ra đi trong trật tự (ODP)]

Đoạn mở đầu viết:

- "Khi chương trình ra đi trong trật tự (ODP) bắt đầu chương trình phụ "HO" của ODP để tái định cư những cựu tù nhân chính trị và các thành viên trong gia đình của họ...,"

Năm 1990 nhân dịp ra Hà Nội, tôi đi với một người bà con là Việt kiều ở Pháp đến trụ sở Công an ở phố Hàng Bài, tôi hỏi một nữ Trung úy CA về hồ sơ H.O của một người bạn (chết trong tù), người nữ công an này trả lời tôi với câu mở đầu "Chỉ có H, không có HO nào cả. Nói gia đình chị ấy làm tại địa phương". Hẳn là người nữ công an ấy cũng chỉ là một nhân viên thừa hành, thấy sao nói vậy, họ có biết gì về tính sâu sắc của chữ nghĩa như người trong cuộc hằng quan tâm. Hơn nữa người miền Bắc luôn luôn đọc chữ cái theo âm Việt. Chữ O là O chứ không đọc âm ô như người trong Nam, cũng vậy thường chúng ta đọc ô-đê-pê (ODP), nhưng người miền Bắc thì đọc o-đê-pê.

Tôi không nghĩ "HO chỉ là tên gọi do sự tình cờ" như ý kiến của ông Yên Mô. Đối với người cộng sản họ rất tủn mủn trong mọi lời nói, mọi việc làm, đôi khi dùng thủ đoạn vặt lộ liễu đến trẻ con. Trong thời kỳ diễn ra hòa đàm Paris, có lần Bộ trưởng Ngoại Giao Miền Bắc Nguyễn Duy Trinh gặp phái đoàn Mỹ do ông Hariman dẫn đầu. Ông Trinh bắt tay Hariman xong, liền thọc tay vào túi quần móc ra cái khăn mouchoir lau bàn tay rồi vứt cái khăn xuống đất để tỏ ý ra điều tay ông ta bị dơ vì bắt tay đế quốc. Báo chí quốc tế ngày đó đã nhìn Nguyễn Duy Trinh làm trò con nít, rẻ tiền.

Ở trại tù Quảng Ninh Tết Năm Đinh Tỵ 1977 phòng giam số 8 làm một số báo xuân, dĩ nhiên là báo chép tay, lấy tên là Giai Phẩm Xuân Đinh Tỵ, đã bị thiếu úy công an, quản giáo hạch hỏi điều tra tại sao lại lấy tên là "Giai Phẩm". Cái tên này đã trở thành một thứ húy kỵ sau vụ Nhân Văn, Giai Phẩm. Rồi quay sang nhìn cái lọ cắm mấy bông hoa dại trên cái bàn, quản giáo lại hỏi "tại sao các anh hái loại hoa cứt lợn cắm vào đây"? Nhiều người không hiểu tại sao anh cán bộ quản giáo lại hỏi "tại sao"? Tại sao là tại sao? Người tù chỉ đơn giản ra khoảnh vườn hoang nhỏ sau phòng giam thấy hoa gì hái thứ đó vào cắm để biết hôm đó là ngày Tết. Nhưng người cộng sản lại nhớ mãi về hai mươi năm trước đảng vui mừng tuyên bố khi về tiếp thu Hà Nội "trăm hoa đua nở, nhà nhà đua tiếng", mấy năm sau bị Nhân Văn, Giai Phẩm nói lại "trăm hoa đua nở, nhưng toàn là hoa cứt lợn".

Trong những lời tuyên bố hay trong các văn bản của phía Việt Nam thảo luận với phía Hoa kỳ về việc cho xuất cảnh, họ luôn luôn nhắc tới, lặp đi lặp lại hai tiếng "nhân đạo". Từ ngữ này do Liên Hiệp Quốc đưa ra trong cuộc họp tạiGeneve với 46 quốc gia khác, có Việt Nam tham dự. Phía Việt Nam đã chộp lấy từ ngữ này để làm ra điều ta đây vì nhân đạo mà cho ra đi, chứ thực tâm đấy là cơ hội mà họ chộp lấy để tuồn hết những thứ "không xài được" ra khỏi nước.

Tôi được một sĩ quan cấp tá Công An thời đó cho biết tình hình chung trong nội bộ tỏ ra thắc mắc, hoang mang khi thấy đảng làm cái việc "thả hổ về rừng", thì chính Mai Chí Thọ đã nói với toàn thể cán bộ trong ngành công an rằng việc giải quyết cho hết đám tù cải tạo ra đi là để "làm sạch địa bàn".

Trong nội bộ riêng tư, nhân viên, cán bộ các ban sở, các ngành đều được giải thích theo lập luận ấy. Về mặt công khai, bộ máy tuyên truyền, báo, đài khi đăng tải chủ trương của nhà nước phải theo đúng từng câu, từng chữ.

Báo Tuổi Trẻ số 53 tháng 8 -1988 đăng thông báo của Phòng Quản Lý Người Nước Ngoài Và Xuất Cảnh, Nhập Cảnh do Phó trưởng phòng Đặng Chí Thành ký đã nhấn mạnh đến tính cách "nhân đạo" ấy như sau:

"... Những người được tha từ các trung tâm cải tạo cùng với thân nhân có thể được phép di cư ra nước ngoài nếu họ muốn... Đó là do tính nhân đạo, chứ không phải như một số dư luận hiện nay cho là nhà nước Việt nam xua đuổi số ngụy quân, ngụy quyền hoặc không khả năng tạo điều kiện cho số này làm ăn sinh sống bình thường, nên khuyến khích ra đi v.v."

Báo Sài Gòn Giải Phóng số ra ngày 14.10.1988 cũng loan một bản tin của Thông Tấn Xã VN, dưới tựa đề "Đồng Chí Trần Quang Cơ Gặp Giôn Vét-Xi Bàn Về Các Vấn Đề Nhân Đạo". Đoạn văn như sau:

".... tại phái đoàn Mỹ ở LHQ, Thứ trưởng Ngoại giao Việt Nam Trần Quang Cơ đã gặp ông Giôn Vét-xi, đặc phái viên tổng thống Mỹ về vấn đề người Mỹ mất tích trong chiến tranh (MIA) và các vấn đề nhân đạo khác để thảo luận các vấn đề nhân đạo mà hai bên cùng quan tâm như... vấn đề MIA, trẻ lai Mỹ, những nỗ lực của Mỹ để giải quyết các vấn đề nhân đạo của Việt Nam như người tàn tật trong chiến tranh, trẻ lai và trẻ mồ côi tàn tật và vấn đề người trong các trại cải tạo".

Chỉ một đoạn văn ngắn, bài báo lặp lại nhiều lần từ ngữ "nhân đạo", với chủ ý nhấn mạnh chứ không phải là một sự tình cờ.

Trong một văn thư Bộ Trưởng Ngoại Giao Nguyễn Cơ Thạch gửi cho tướng John Vessey, đặc phái viên của tổng thống Mỹ, ông Thạch cũng không quên hai tiếng "kinh điển" ấy:

"Trước sau chúng tôi vẫn coi việc giải quyết các vấn đề nhân đạo cần được tách khỏi các vấn đề chính trị".

Còn rất nhiều văn bản khác nữa hai tiếng "nhân đạo" được phía Việt Nam nhắc đi nhắc lại như một điệp khúc.

**

4. Tướng John Vessey với xác nhận con chữ H.O: Humanritarian Operation

Sau hết, tôi được nhà thơ Thanh Thanh gửi cho lá thư của cựu Đại Tướng John Vessey gửi ông Nguyễn Xuân Huấn, Chủ tịch Hội Cựu Tù Nhân Chính Trị tiểu bang Minnesota. Qua lá thư này, Tướng John Vessey đã khẳng định với chúng ta lý lịch con chữ H.O một cách minh bạch.

Lá thư được cô Nguyễn T. Ngọc Châu phiên dịch sang Việt ngữ cùng với nguyên bản Anh ngữ như sau:

John W. Vessey, General USA (retired). June 10, 1997
To Mr. Nguyen Xuan Huan
President, Association of Former Political Detainees in Minnesota.
1030 University Avenue. 270, ST. Paul, MN 55104.

Dear Mr. Huan.
Because I am unable to attend your important meeting on Saturday, June 21, I ask that this letter be read on my behalf to your members and guests.

It is important to honor all those who served the cause of freedom in Vietnam and Indochina. It is also important to recognize and assist those who suffered under Communist rule for their prior service to the Republic of Vietnam. Political detainees under the Communist regime after 1975 had served their country and their people in the honorable and esteemed tradition of parriotism, putting service to country above self during a long and arduous war. The sacrifices of all who served and fought in the Vietnam war, Vietnam, Americans, and other Allies, made a difference for the important human ideals of freedom and personal dignity. The world was changed through a collective effort. The spread of Communist in Asia was harted by the sacrifices in Vietnam, Laos, and Cambodia, and with the help of other nations of Southeast Asia. All who participated in that effort can be proud of their contributions.

When President Reagan call me back from military retirement in 1987 to be his Presidential Emissary to Hanoi, one of the highest priority tasked he assigned me was to seek the release of our former South Vietnamese comrades who had been detained in the, so-called, "reeducation camps". I was authorized to assure the Hanoi government that the United States would accept and welcome those detainees and their families in this country.

Because, at the time of the original negotiations, there was no hope of any immediate political resolution between the two nations, all actions taken in furtherance of the agreements reached were termed "humannitarian operations". Consequently, the term H.O. has been used within the Vietnamese-American community to refer to former political detainees who are now resident in the United States.

To me, the term H.O. is a badge of courage, service and sacrifice, and all those who fall within that context of the term are the among the true heroes of our time.

My very best wishes to all attending your event.

Sincerely yours.

John W. Vessey.

"Vinh danh những người đã phụng sự cho chính nghĩa tự do ở Việt Nam và Đông Dương, là một điều quan trọng. Việc công nhận và trợ giúp những người đã bị chế độ cộng sản ngược đãi vì đã phục vụ cho chế độ tự do tại các quốc gia đó, lại càng quan trọng hơn. Những tù nhân chính trị dưới chế độ cộng sản sau năm 1975, là những người đã từng phục vụ quê hương và đồng bào với truyền thống yêu nước cao cả và đáng kính, đã vì nước quên mình trong suốt cuộc chiến tranh lâu dài và ác liệt. Lòng hy sinh của tất cả những ai đã từng phục vụ và chiến đấu trong chiến tranh Việt Nam, người Việt, người Mỹ, và những đồng minh khác, đã đem lại một ý nghĩa đặc biệt hơn cho lý tưởng của con người về tự do và nhân phẩm. Thế giới đã thay đổi nhờ một nỗ lực tập thể. Sự bành trướng của cộng sản ở Á Châu đã bị ngăn chận bởi những sự hy sinh ở Việt Nam, ở Lào, và Cam Bốt, cùng với sự hỗ trợ của các nước Đông Nam Á. Tất cả những ai đã tham gia vào nỗ lực đó, có thể tự hào về những đóng góp của mình".

"Năm 1987, khi đang hồi hưu, tôi được Tổng Thống Reagan cử làm Đặc Phái Viên đi Hà Nội thương thuyết. Một trong những nhiệm vụ ưu tiên hàng đầu mà Tổng Thống giao phó cho tôi, là phải tìm cách giải thoát những cựu chiến hữu Việt Nam đang bị giam giữ trong những cái trại gọi là "trại cải tạo". Tôi được quyền bảo đảm với chánh phủ Hà Nội rằng, Hoa Kỳ sẵn sàng chấp nhận và đón tiếp những người tù cải tạo cùng với gia đình họ sang Hoa Kỳ.

Trong những cuộc thương thuyết sơ khởi, vì chúng tôi không hy vọng hai bên sẽ có ngay những giải pháp chính trị, cho nên tất cả những hành động mở đường cho những thỏa ước tương lai đều được mang danh "Humanitarian Operation" (chiến dịch nhân đạo), gọi tắt là H.O. Do đó, danh từ H.O. được Cộng Đồng Việt Mỹ sử dụng để nói về những cựu tù nhân chính trị Việt Nam đang sống trên đất Hoa Kỳ".

"Riêng đối với tôi, danh từ H.O. là biểu tượng của lòng dũng cảm, tinh thần phục vụ, và lòng hy sinh của người H.O.

Tất cả những ai thuộc diện H.O. đều là những anh hùng thật sự trong thời đại chúng ta"
(Bản hiệu chính tháng 7/2009)

Phụ đính 1

Lời Trân Trọng Cám Ơn

Như Thương rất trân trọng biết ơn anh Song Nhị đã viết bài Lý Lịch Con Chữ H.O. NThương đã forward bài viết giá trị của anh đến những người quen thuộc diện H.O. Những người này cũng đánh giá rất cao bài viết của anh.

Nếu không có chế độ CS, cuộc đời của thế hệ 3 đời chúng ta đã không khốn đốn hàng bao năm trời. Nếu không có hai chữ H.O., chúng ta sẽ không có cơ hội sống còn. Nhưng đầu đã phải bắt đầu lại từ con số không khi đến bất kỳ xứ lạ quê người nào, chúng ta đã đứng dậy được từ con số không ấy. Như Thương cũng không quên in ra bài viết về H.O. của anh và đặt nó vào trang đầu tiên của Sổ Gia Phả dòng họ Phạm (kể từ đời ba của NThương trở đi).

Thân kính,
Như Thương, FL

Chương XVI

Thử Tìm Một Kết Luận

50 năm nhìn lại - kể từ cuộc cách mạng tháng tám 1945, cũng là năm thập kỷ, từ 50s đến 90s.

Thời cuộc cuốn hút xô đẩy, năm mươi năm tôi phiêu bạt từ đầu non đến cuối biển. Ngày rời bỏ xóm làng trốn chạy, khi đứng trên đỉnh Trường Sơn quay lưng nhìn về phía sau, một khoảng trời mênh mông, mờ mịt, dù biết trở về nơi đó là chết, lòng tôi vẫn không khỏi bịn rịn thương nhớ quê nhà, nơi chôn nhau cắt rốn. Hơn 50 năm sau, trôi giạt đến cuối bờ Thái Bình dương, cách xa quê hương nửa vòng trái đất, tôi ngồi đây, ôn lại đời mình, nhìn lại một chặng đường lịch sử nửa thế kỷ Việt Nam.

Đi tìm nguyên nhân đưa đến cho đất nước, dân tộc tai ương, hoạn nạn trong nửa thế kỷ đau thương đó, tôi xin thử đưa ra một ý kiến thô thiển, rất riêng, đúng hay sai xin dành cho các nhà nghiên cứu, các bậc thức giả nhận định.

Tôi đồng ý với những ai cho rằng hai cuộc "kháng chiến trường kỳ chống Pháp" và "chống Mỹ cứu nước" kết thúc, chiến thắng đó làm vang dội toàn cầu. Người Cộng sản, dù là chủ nghĩa vô thần, họ gọi đó là "cuộc kháng chiến thần thánh".

Nhìn lại thực trạng đất nước sau khi chiến tranh kết thúc, sau ngày 40.4.1975 đến nay, người ta có thể nhận thấy và kết luận **cuộc chiến tranh chống Pháp là không cần thiết và cuộc chiến tranh "chống Mỹ" là một thảm họa.** Không ai có thể nói khác đi và người cộng sản, nếu họ thành tâm không thể phủ nhận điều đó. Điều hiển nhiên, khi Hà Nội phát động cuộc chiến tranh "Giải Phóng Dân tộc" là mặc nhiên mở đầu cuộc nội chiến Bắc-Nam, nồi da xáo thịt. Tại sao họ không làm một cái gì đó khác hơn, tránh kẽ hở cho ngoại bang can thiệp, để khỏi phí phạm xương máu và làm tiêu hao tài sản tinh thần cũng như cơ sở vật chất của đất nước? - Tôi biết câu hỏi này có vẻ rất ngây thơ đối với người CS.

Để thấu đáo ngọn ngành, xin thử nhìn lại một chặng đường lịch sử. Vào các thế kỷ 17, 18 và 19. suốt hơn ba trăm năm đó, có ba thế lực đế quốc hùng mạnh tràn đến các khắp các phần đất năm châu xâm lăng, chiếm cứ các quốc gia làm thuộc địa. Ba đế quốc đó là Anh Pháp và Tây Ban Nha-Bồ Đào Nha.

Việt Nam là một trong những mục tiêu chiếm đóng.

Chủ nghĩa Thực dân đã làm điêu đứng, gây bất hạnh cho nhân loại trong suốt hơn ba thế kỷ. Mở đầu, đế quốc Anh, từ năm 1610 đến 1763 đã chiếm đóng và thiết lập 13 thuộc địa ở Bắc Mỹ và vùng phía Nam gồm Úc, Tân Tây Lan. Canada là vùng đất béo bở mà Anh giành với Pháp, sau khi Quebec đã bị Pháp chiếm từ năm 1608.

Dưới chiêu bài giao lưu thương mại, chủ nghĩa thuộc địa của Đế quốc Anh tràn sang châu Á. Từ cuối năm 1600 đến năm 1874 người Anh thiết lập xong chế độ thuộc địa tại Ấn độ. Trong 200 năm Ấn độ chịu dưới sự cai trị của thực dân Anh. Nhiều quốc gia khác của châu Á lần lượt bị đế quốc Anh đô hộ: Tích Lan (Siri Lanka) từng là thuộc địa của Bồ Đào Nha từ thế kỷ 16 đến năm 1815 là thuộc địa của Anh, năm 1948 được độc lập. Miến điện – Burma là thuộc địa của Anh, tên gọi do người Anh đặt. Myanma tên mới, độc lập năm 1948.

Trung Hoa bị đế quốc Anh đô hộ từ năm 1842, Hongkong là nhượng địa của Anh cho tới năm 1997 mới được trả lại cho Trung Quốc, dưới quy chế Hongkong tự trị.

Mã Lai là thuộc địa của Anh trong suốt hai thế kỷ 18 và 19 đến năm 1948 được độc lập dưới quy chế Liên bang Mã lai Á. Thái Lan, Singapore, thuộc địa của Anh cũng đều được trả lại chủ quyền.

Tây Ban Nha và Bồ Đào Nha là đế quốc tiên phong đi "khám phá tân thế giới" và chiếm cứ thuộc địa sớm nhất. Ma Cao bị Bồ chiếm đóng rất sớm, từ năm 1415, mãi tới năm 1999 được trao trả chủ quyền cho Trung quốc. Đây là thuộc địa cuối cùng, đánh dấu sự cáo chung của đế quốc hoàn vũ Portugal kể từ năm 1571, khi một đường dây đã nối liền từ Lisbon đến Nagasaki, từ mũi Ảo Vọng Giác (Cape of Good Hope) đến Brazil.

Sau Bồ Đào Nha, Pháp là đế quốc vươn bàn tay xâm lược đến châu Mỹ, châu Phi và châu Á từ cuối thế kỷ 16 đầu thế kỷ 17. Năm 1555 Brazil đã trở thành thuộc địa của Pháp. Năm 1562 đến lượt Rio de Janeiro, rồi Quebec, Montreal, Canada xuống tới Louisiana. Sang tận châu Phi, Tân Thế giới (New World), Senagal, Maroc, Algerie, Madagascar, vùng Caribiean, Lebanon Đông Á.

Tại Đông Nam Á, năm 1863, Cam bốt (Cambodge/ Camodia) dưới triều vua Norodom đã bị đặt dưới quyền "bảo hộ" của Pháp.

Từ năm 1862, Pháp chiếm sáu tỉnh miền Tây, Nam Bộ (Cochinchina) của VN làm thuộc địa. Đến năm 1887 Pháp thành lập Liên bang Đông Dương bao gồm Cam Bốt và Việt Nam (gồm Bắc bộ (Tonkin), Trung bộ (Annam) và Nam Bộ (Cochichina). Năm 1893 thêm Lào "gia nhập".

Năm 1948 Việt Nam được Pháp trao trả độc lập cho chính phủ Quốc Gia dưới sự lãnh đạo của Hoàng đế Bảo Đại. Nếu không có Việt Minh, không có CS thì VN cũng độc lập êm thắm như các quốc gia khác, đã tránh được hai cuộc chiến tranh khốc liệt.

Qua những sự kiện lịch sử này người ta nhận thấy sau Thế chiến thứ II, khi chủ nghĩa Phát-xít tan rã, Liên Hiệp Quốc được thành lập, các quốc gia nhỏ bắt đầu ý thức được quyền làm chủ vận mệnh đất nước - một sự trở mình thức tỉnh sau hàng trăm năm phản kháng âm ỉ thầm lặng. Chủ nghĩa thực dân cũng bắt đầu thoái trào từ đó.

Xung quanh Việt Nam, những nước như Tích Lan, Miến Điện, Mã Lai, Thái Lan và xa hơn như Iran, Bangladesh, Philippines (thuộc địa của Hòa Lan) đều được trao trả độc lập mà không phải tốn một giọt máu.

Vậy thì tại sao? Căn nguyên nào đã khiến Việt Nam phải lao vào những cuộc chiến tranh khốc liệt lâu dài, tổn hại đến như thế?

Chúng ta thử đặt những câu hỏi để tự thân những câu hỏi đó sẽ cho chúng ta câu trả lời. Chắc chắn sẽ khó có được một ý kiến chung cho mỗi nhận thức, nhưng muốn có được một kết luận vô tư, chính mình phải vô tư, thành thật với mình. Khi nhìn thấy một ngọn đèn thắp lên trong màn đêm mù mịt, không thể không nhìn nhận đó là một điểm sáng. Vậy thì giả thử:

Nếu như ông Hồ Chí Minh không đi "cứu nước" theo con đường Đệ Tam Quốc tế. Nếu như ông HCM không là đệ tử của Lenin và Mao Trạch Đông. Nếu như hang Pắc Bó ngày nay không có suối Lenin và núi Karl Marx. Nếu như không có Hiệp định Sơ Bộ ngày 6.3.1946, mà chính phủ Việt Nam Dân chủ Cộng Hòa ký với Pháp để cho quân đội Pháp được trở lại Việt Nam thay thế quân đội Trung Hoa (Tưởng Giới Thạch) nhằm cô lập và làm suy yếu các đảng phái Quốc gia. Và nếu "con đường cứu nước" mà ông HCM lựa chọn không phải là con đường áp đặt chủ nghĩa cộng sản lên 80 triệu người dân Việt thì chắc chắn không có hai cuộc "chiến tranh thần thánh"

1946 -1954 và 1955-1975. Đất nước, dân tộc Việt Nam không phải chịu nửa thế kỷ thảm họa ghê gớm kinh thiên động địa, làm chấn động lương tri nhân loại. Và như vậy đã không có một bộ phận hơn ba triệu người phải tách rời khỏi cộng đồng dân tộc sống rải rác khắp năm châu, như một thứ người dân mất nước. Và giờ đây tôi và gia đình tôi, gia đình quý vị đã không có mặt trên đất nước Hoa Kỳ, trên nước Úc, nước Đức, nước Pháp, Canada, Tân Tây lan, Hòa Lan, Na Uy, Bỉ, Thụy Điển, Đan Mạch, Á Căn Đình... Tôi đã chẳng có gì để kể lể dông dài trong tập sách này.

Nhưng tất cả chữ "Nếu" kia chỉ là những giả thuyết không tưởng. Tất cả đã diễn ra ngược lại: Ngày 3.2.1930, ông HCM và các đồng chí của ông đã thành lập đảng Cộng Sản Đông dương. Việt Minh đã cướp chính quyền. Nhiều nhà ái quốc đã bị Việt Minh thủ tiêu, giết hại. Chiến tranh Việt Pháp lần thứ hai bùng nổ ngày 19.12.1946. Hiệp định Geneve 20.7.1954 chia đôi đất nước. Hai triệu người bỏ miền Bắc vào Nam lựa chọn thể chế tự do. Cuộc nội chiến Bắc Nam, 20 năm núi xương sông máu 1955-1975 kết thúc. Đất nước hòa bình thống nhất, nhưng tình tự dân tộc lại phân hóa chia rẽ, ngăn cách hơn bao giờ hết.

Tất cả chỉ vì sự xuất hiện của chủ nghĩa cộng sản, thay thế chủ nghĩa thực dân và chủ nghĩa Phát xít để tiếp tục bức hại con người; để một phần nhân loại tiếp tục làm thân trâu ngựa.... Cho đến nay dân tộc Việt Nam vẫn là nạn nhân của chủ nghĩa phi nhân bản này.

Nói cuộc chiến tranh "chống Mỹ cứu nước" là một thảm họa, không phải là bịa đặt, ngoa ngôn. Xin hãy nhìn vào những con số – những con số được đưa ra sau khi cuộc chiến kết thúc, khiến dư luận không khỏi kinh ngạc về thảm họa của cuộc chiến này. Chỉ tính riêng người và của đổ vào cho cuộc xung đột đẫm máu giữa hai phe quốc cộng, người ta thấy những con số như sau:

- Có 3,74 triệu lượt người Mỹ đã chiến đấu ở Việt Nam.

- Tính đến tháng 8.1967, số quân đội Mỹ có mặt tại miền Nam Việt Nam lên tới 525,000 người.

- Theo ước tính của giới tình báo VNCH và Hoa Kỳ kể từ đầu năm 1973 đến tháng 3/1975, Hà Nội điều động vào miền Nam Việt Nam khoảng 250.000 quân, 1.349.000 tấn quân bị, thiết bị và đạn dược.

Ước tính của Đại tá Mỹ hồi hưu Eugene H. Grayson, Jr., quân số Bắc Việt ở trong lãnh thổ và dọc theo biên giới VNCH cho đến cuối năm 1974 là 550.000 người.

- Tổng số quân cộng sản sử dụng trong Chiến dịch Hồ Chí Minh là 560.000 người. 4000 xe tăng và 420 khẩu pháo (trang 203)

- Mức tổn thất và chiến phí phía Mỹ được ước tính: - 8.612 phi cơ đủ loại bị tiêu huỷ, gồm 3.744 có cánh và 4.868 trực thăng, khoảng $12 tỉ Mỹ kim. - 7,35 triệu tấn bom, gấp đôi khối lượng sử dụng trong thế chiến 2. Tổn phí $7 tỉ. - Tổn phí về đạn dược: $35 tỉ. - Tổn phí về vũ khí nặng như tăng, pháo howitzers: nhiều tỉ đô la. - Số nhiên liệu sử dụng mỗi ngày là 1 triệu tấn. Theo ước tính của James A. Donovan, tổng số chiến phí là $108,6 tỉ, gồm $97,7 tỉ cho Việt Nam và $10.7 tỉ cho Lào và Căm Bốt. Theo cựu Bộ trưởng Quốc phòng Melvin Laird, tổng chiến phí là $236 tỉ, tức $100 tỉ lớn hơn ước tính của chính phủ. (trang 223)

Tổn thất nhân mạng trong cuộc chiến
Phía VNCH và Hoa Kỳ:
Tử trận: VNCH trên 200.000; Mỹ 58.000
Thương binh: VNCH khoảng 600.000 ; Mỹ 150.000
Tù binh: VNCH 1 triệu ; Mỹ 766
Mất tích khi lâm chiến (MIA: Missing in Action): trên 1.900 người Mỹ

- Tổn thất của cộng sản trong biến cố Tết Mậu Thân: 32.000 tử trận và 5000 tù binh, (trang 122). Sau cuộc Tổng Tấn công Tết Mậu Thân, có trên 150.000 lính Việt cộng đào ngũ sang phía VNCH. (trang 124)

- Bản kết toán nấm mồ tập thể Đường số 7 như sau: 75% của 45.000 quân rút lui bị tử trận hay mất tích; 60% của 450.000 thường dân di tản bị sát hại. Số tổn thất bên lề (collateral damage) lớn lao này nói lên tính căm thù khát máu và mù quáng của quân cộng sản Bắc Việt [1]

**

Theo công bố của chính phủ Hà Nội, tổng số binh sĩ và nhân viên quân sự của miền Bắc và MTGPMN chết trong cuộc chiến là (1.100.000) 1 triệu 1 trăm ngàn người. Tổng số dân chính bị giết cả hai phía là 2 triệu. Ước tính con số thường dân chết do chiến dịch dội bom "Thần Sấm" (Operation Rolling Thunder) của Mỹ gây thiệt hại từ 52 ngàn đến 182 ngàn người. Bản thống kê đầy đủ về thiệt hại nhân mạng trong các cuộc dội bom của Mỹ năm 1972 không thể xác định được một cách chắc chắn. Con số toàn bộ thường dân miền Bắc thiệt mạng ước lượng từ (50.000) 50 ngàn đến nhiều triệu người.

- Phía Quân Lực VNCH thiệt hại từ 300 ngàn (300.000) đến 500 ngàn (500.000) thương vong và phỏng chừng 184 ngàn (184.000) nhân viên dân chính bị giết trong suốt cuộc chiến. Có những bản ước tính, con số này lên tới một phần tư triệu.

Do tình trạng chiến tranh, nhiều vùng quê bị bỏ hoang vắng, con số tổn thất nhân mạng của thường dân ở miền Nam được ước tính từ 500 ngàn đến 2 triệu, có thể rút ra con số trung bình là 1.200.000 (một triệu hai tram ngàn) người chết, so với con số nhân mạng nói trên của miền Bắc thì số người chết ở miền Nam hẳn là khoảng một triệu người. [2]

Mặt khác, theo tờ Orange County Register, có ít nhất 150 trại tù Cải tạo được thiết lập sau khi chế độ VNCH sụp đổ. Ít nhất 165 ngàn người chết trong các trại tù Cộng sản. [3]

**

Những con số ước tính trên đây dù được thực hiện chu đáo, khoa học thì cũng chỉ có giá trị tương đối. Con số thực vẫn là một ẩn số. Năm 1990, trong một chuyến xe lửa xuyên Việt, tôi và bố tôi có dịp ở chung toa hành khách hạng nhất với hai người khách lạ. Một người khách có một "tà lọt" đi theo phục dịch. Tôi hỏi thăm người đi theo, ông ta cho biết người kia là một nhà sử học, cán bộ cao cấp. Người này hỏi tôi quê ở đâu? Tôi nói Nghệ Tĩnh. Ông ta vừa hỏi vừa xác định "Đồng chí là cán bộ tập kết?". Tôi "ừ" cho qua chuyện. Không ngờ ông ta giới thiệu tôi với "nhà sử học" kia. Tôi miễn cưỡng tiếp chuyện. Trong câu chuyện nói về số tổn thất binh sĩ cả hai bên, ông ta khẳng định: - "Bên ta mất ít nhất cũng trên nửa triệu. Số lính ngụy chết phải nhiều hơn. Có khi gấp đôi bên ta."

Dừng một lúc, "nhà sử học" nói tiếp: Thực ra cho đến nay chưa có thống kê nào chính xác và cũng không thể chính xác được. Ví dụ như trường hợp khi ta cho xâm nhập vào Nam hàng trăm chiến sĩ trên những chiếc tàu. Lúc bị địch phát hiện ta phải hy sinh, đánh chìm những tàu này. Con số người chết trong trường hợp đó không được tính vào các thống kê...".

Nghe xong câu chuyện đó tôi sửng sốt về một sự thật mà chưa bao giờ tôi nghĩ tới.

San Jose, 10.2009

----

[1] "The Tragedy of the Vietnam War" by Văn Nguyễn Dưỡng. NXB McFarland& Company, Inc., Publisher, 2008.
[Một Số Ý Kiến Đóng Góp Sau Khi Đọc Cuốn The Tragedy of The Vietnam War của Văn Nguyên Dưỡng, Cung Trầm Tưởng].
Xem thêm tại [http://www.coinguon.us/index.php?articleID=304]
[2] (Vietnam War casualties – Wikipedia)
[3] ("Camp X30-D The survivors 1975-2001", Orange County Register 30.4.2001)

Anh Hùng và Tử Tội

TRẦN KIM PHÚ
người hiến dâng cuộc đời và
sinh mạng cho lý tưởng tự do

Trần Kim Phú.
ảnh chụp tại Sài Gòn năm 1961

Trong quá trình lịch sử chống chủ nghĩa thực dân và Cộng Sản du nhập vào Việt Nam đã có biết bao nhiêu anh hùng, liệt nữ hy sinh tính mạng cho lý tưởng và nguyện vọng chung của toàn dân.

Sử sách ghi lại đã nhiều. Người đời đã biết đến nhiều tên tuổi hiến thân cho đại nghĩa. Những Nguyễn Thái Học, Phạm Hồng Thái, Cao Thắng, Phan Đình Phùng, Lý Đông A, Hồ Ngọc Cẩn... những tên tuổi chói lọi trong dòng lịch sử Việt.

Ở đây, tôi xin nói về một người, suốt cuộc đời dấn thân chiến đấu chống lại chủ nghĩa Cộng sản áp đặt lên đất nước, nhuộm đỏ quê hương thân yêu. Con người này dấn thân hành động và đã ngã gục trước mũi súng của kẻ thù qua bản án tử hình tại Hà Tĩnh ngày 14 tháng 7. 1964.

Trần Kim Phú sinh năm 1931 tại xã Hưng Thịnh, huyện Hương Khê, Hà Tĩnh, thuộc một gia đình trung nông. Bố mất sớm, sống với mẹ và các em. Là người ham chuộng thơ văn, Tâm hồn lãng mạn, thích luận bàn về các đề tài thời sự, chính trị. Bản tính không hiếu động nhưng từ khi rời khỏi nhà trường, 18 tuổi anh đã dấn thân một cách nhiệt thành vào con đường mạo hiểm, quyết liệt chống lại chủ nghĩa cộng sản lan tràn vào xóm thôn làng mạc. Anh từng nói "Tụi nó đang rước ma quỷ về ngồi vào bàn thờ tổ tiên, đền miếu, bắt mọi người phải thờ cúng, vái lạy..."

Năm 1948, ở tuổi 18, 19 anh rủ thêm vài thanh niên vượt biên giới sang Lào, đến những bản làng gần biên giới đem theo dao, rựa, vải vóc, muối và quần áo thuê người Lào đem vào tỉnh bán và mua súng mang về "chống cộng". Có lần anh lấy từ đâu về một lá cờ búa liềm. Có mấy người xúm lại hỏi cờ gì lạ vậy? Anh nói "Cờ giặc".

Trong những năm từ 1950 đến 1953 anh không tham gia bất cứ buổi họp nào ở xóm, đội. Không làm cộng việc đồng áng, cày cấy, mùa màng... Anh tổ chức một số thanh niên con nhà khá giả, có học rủ đi theo anh, hai người trong nhóm ấy có tiếng tăm tên là Thao và Tuyến, là hai người có học, con nhà gia thế. TKP bị bắt mấy lần, rồi được thả và trốn thoát. Trong phong trào giảm tô, trước khi đội CCRĐ về làng, biết là sẽ bị bắt, anh trốn khỏi địa phương. Bị truy nã gắt, anh trốn vào rừng, một hai tuần lẻn về nhà người quen trong đêm, xin lương thực và lấy tin tức. Lúc này anh đã có một con gái khoảng ba tuổi.

Sau khi phong trào CCRĐ kết thúc, một đêm khuya anh lẻn về, đến gặp, đưa bố tôi trốn sang Lào cùng với một người địa chủ khác, ông Phan Kiêm Lộc đang trốn trong rừng, người cùng xã với anh. Gia đình tôi vô cùng mừng vui khi bố tôi thoát được bản án 20 năm. Gia đình chúng tôi không phải chứng kiến bố tôi tự tử chết bằng độc dược. Đó là lượng hải hà ơn cứu tử mà sẽ không có gì đền trả đủ.

Đến Lào khoảng một năm sau, anh cầm đầu một toán năm người, bốn người kia gồm ô Lộc, ô Bái, và hai anh em anh Trần Đình Đông, xin giấy phép của công an tỉnh Khammuane, vượt biên giới trở về đưa thân nhân trốn theo. Gia đình tôi được anh sắp đặt, cho người liên lạc dẫn vào điểm hẹn trong rừng. Hai anh em anh Đông đưa được mẹ và em gái trốn thoát. Ông Lộc, ông Bái thất bại vì không liên lạc được với gia đình. Hai gia đình chúng tôi theo Ô Phan Kiêm Lộc và ông Bái đi trước, riêng anh Trần Kim Phú ở lại, hai tuần lễ sau mới đưa vợ con đi, vượt thoát an toàn. Chuyến vượt biên lần này gây xôn xao náo động tại địa phương. Du kích, chính quyền từ thôn xóm đến xã đều bị bất ngờ trước sự thành công ngoạn mục của những gia đình ở những làng cách xa nhau ra đi cùng một lúc khi mà khí thế của cuộc CCRĐ còn âm vang nóng bỏng.

Chuyến vượt biên giới lần thứ ba - năm 1958 - và là lần thứ hai trở về Hà Tĩnh, anh mang theo công tác cài đặt tổ chức nội tuyến. Đi theo anh có một người thứ hai, trở về với chủ đích đưa vợ con trốn đi theo. Mục đích của cả hai người trong chuyến này đều bị thất bại. Ra tới biên giới Lào Việt, TKP bị lính Phathet Lào bắt, anh chống cự, liền bị đâm một lưỡi lê vào cạnh sườn. Lính Lào Cộng giao anh cho lính Việt Minh dẫn giải cả hai người về Hương Khê, Hà Tĩnh.

Ông Sâm – Uyển, người đồng hành với TKP, thú nhận trong lời khai ông về chỉ với mục đích đưa vợ con đi theo. Bị giam một thời gian, được thả.

Trần Kim Phú sau khi lành vết thương, bị đem ra thẩm cung khai thác, Ban ngày bị hỏi cung, tra khảo; ban đêm anh bị trói nằm ngửa trên một tấm ván, hai tay giăng ra, sợi dây buộc lại với nhau dưới tấm ván. Hai chân cũng bị trói như vậy. Nửa khuya anh gỡ được trói, chạy thoát, trốn vào rừng một tuần lễ, đêm lén về làng xin lương thực nhà người quen, rồi trốn sang Lào.

Đó là khoảng giữa năm 1959. Đến Lào, anh bị quân đội Hoàng Gia bắt, thay vì đưa về Thakhek, nơi vợ con anh đang cư ngụ, anh bị dẫn giải về thủ đô Vientiane. Gia đình và bạn bè xin Lãnh sự quán VNCH tại Paksé và Tòa Đại sứ tại Vientiane can thiệp. Nhưng chính phủ Lào nại lý do TKP đã bí mật đi về VN nhiều lần, nếu thả TKP, CS Bắc Việt sẽ tố cáo với Liên Hiệp Quốc rằng Lào cho VNCH sử dụng lãnh thổ để hoạt động gián điệp. Chính phủ Lào trục xuất TKP về Sài Gòn, cùng với vợ con.

Về Sài Gòn một thời gian, một người bạn của anh đang làm việc ở Ty Thông Tin tỉnh Daklac rủ anh lên Ban Mê Thuột. Anh đưa gia đình lên cư ngụ ở đó. Trong hai năm 1960-61 anh làm việc cho chương trình "Diệt trừ Sốt Rét".

Khoảng đầu năm 1962 do sự móc nối của một cựu nhân viên Tòa Lãnh Sự VNCH tại Paksé, quen thân với Đại tá Ngô Thế Linh, TKP về Sài Gòn gặp gỡ thảo luận với người của Đ/tá Linh về điệp vụ nhảy toán ra Bắc. Lúc đầu TKP có vẻ do dự, không từ chối dứt khoát, nhưng không nhận lời trong buổi gặp lần đầu. Anh về cho gia đình tôi hay biết tin này. Anh nhắn lời muốn gặp bố tôi để xin ý kiến. Bố tôi đang làm việc tại Paksé liền bay về Sài Gòn gặp, ông không ngăn cản, cũng không khuyến khích anh nhận lời. Bố tôi nói với anh:

"Chú không thể có ý kiến quyết định về việc hệ trọng này của riêng anh. Nhưng chú muốn anh phải hỏi lại ý vợ anh, suy nghĩ thật chín chắn, ít nhất hai ba tuần lễ nữa mới quyết định. Đây là việc hệ trọng". Mẹ tôi thì có lời khuyên thẳng thừng: -"Phú, con coi lại đi. Cục xương người khác nhả ra, người ta đem cho con gặm đó".

Sau hai tuần lễ, bố tôi trở lại Paksé, TKP về Ban Mê Thuột. Khoảng một tháng sau anh rủ được ông Lê Khắc Bái, người đã cùng anh một lần vượt biên giới Lào trở về Hà Tĩnh.

Cả hai từ Ban Mê Thuột về Sài Gòn tiếp xúc và nhận lời nhập cuộc.

Trong thời gian ở Sài Gòn tham dự khóa huấn luyện Biệt Kích, thỉnh thoảng anh ghé nhà tôi, anh cho tôi biết anh nhận lời làm Toán Trưởng toán Biệt Kích và kể tôi biết một số loại hình trong chương trình huấn luyện. Những gì tôi được nghe kể trùng hợp với các chi tiết về sau ông Lê Khắc Bái khai trong bản "Tường trình Hoạt động của Toán Biệt Kích bí danh NIKE" với ODP Bangkok. Toán BK được huấn luyện nhảy dù, cách sử dụng các loại súng Tiểu liên Thụy Điển, súng trường hãm thanh, mìn Claymore, chất nổ C3, C4 TNT và các loại mìn bẫy v.v...

Thời gian huấn luyện khoảng một năm, từ giữa năm 1962 đến tháng 6.1963

Vào lúc 10 giờ đêm ngày 10.6.1963 Toán BK xuất phát từ số 81A đường Võ Tánh, lên máy bay tại sân bay Tân Sơn Nhất. Có một người Mỹ vào tận trong phi cơ bắt tay đưa tiễn.

Khoảng 3 giờ sáng, Toán BK này nhảy dù xuống tọa độ Xứ Núng, thuộc xã Phú Gia, Hương Khê, Hà Tĩnh. Sau khi thả hàng, toán BK nhảy dù xuống thì bị lực lượng vũ trang CS vây bắt.

Ngày tôi về Phú Gia, gặp một người em họ (cùng ông cố nội với tôi) kể cho tôi hay. Một buổi chiều, Công an huyện và tỉnh về điều động lực lượng vũ trang xã tập họp bao vây khu rừng xứ Núng nhưng đến 12 giờ đêm thì có lệnh rút lui.

Chú kể tiếp:

-"Chiều hôm sau bọn em lại được lệnh tập trung tại địa điểm hôm trước vào lúc 10 giờ đêm và được cho biết vây bắt Biệt Kích của Diệm. Bọn em nằm chờ đến sau 1 giờ sáng thì nghe tiếng máy bay. Máy bay lượn ba vòng thì có ánh đèn lóe sáng và có người nhảy dù xuống. Tất cả đều bị bắt, riêng anh Phú thì không tìm được. Cả đội vũ trang được lệnh ở lại bao vây khu vực BK nhảy xuống. Sáng hôm sau vũ trang huyện tiếp ứng, đem chó vào truy lùng. Chó phát hiện anh Phú trốn dưới một hốc cây rậm. Bọn em bao vây, kêu gọi anh Phú đầu hàng. Có lúc anh Phú đưa súng lên định bắn hai con chó thì bên này ra lệnh, nếu không đầu hàng, nếu bắn chó thì sẽ bị thanh toán. Một lúc sau anh Phú bỏ súng. Em nhìn thấy, nhận ra anh ấy, nhưng không biết anh Phú có nhận ra em không..." (TKP và người công an này cùng trong họ, chung nhà thờ tế tự).

Ngày TKP lên đường thực hiện "phi vụ" anh về ăn cơm chiều với gia đình tôi. Vợ con anh ở Ban Mê Thuột. Anh cho biết sẽ khởi hành nội trong đêm hôm đó. Sau bữa cơm anh chào mẹ tôi, từ giã gia đình rồi đi ngay. Khoảng 12 giờ đêm (ngày 10.6.1963) một ông mặc sắc phục binh chủng Dù, không đeo lon, mang đến một túi đựng bộ quần áo "dân sự" của TKP nhờ gia đình tôi chuyển lại vợ con anh.

Sau đó mấy tuần lễ, anh Cao Hồng Khai, Trưởng Chi Thông Tin Buôn Hô, (Ban Mê Thuột) gửi cho tôi bản tin kiểm thính đài MTGPMN loan báo toán Biệt Kích nhảy về huyện Hương Khê, Hà Tĩnh đã "bị bắt trọn ổ".

Năm 1971 khi biệt phái về làm việc tại cơ quan ở Sài Gòn, tình cờ tôi đọc được bản tin chi tiết về toán BK này bị bắt. Bản tin loan tải trên tờ Quân Đội Nhân Dân.

Theo "**Trích Lục Án Hình**" (hiện tôi có bản sao lục) thì Toán BK này có bí danh "NIKE", bị đưa ra Tòa án Quân sự Quân Khu IV trong hai ngày 20 và 21 tháng 1.1964. Bản án có số hiệu 01/HS "án thành nhất định" phán quyết:

1. **Trần Kim Phú**, bí danh Tấn, trưởng toán, 36 tuổi: **tử hình**

2. **Hoàng Văn Thái**: bí danh Lê đình Hưng, toán phó, 32 tuổi: **Chung thân**

3. **Lê Khắc Bái**, toán viên phá hoại, 45 tuổi: **20 năm tù**

4. **Nguyễn Thủy**, bí danh Lê Văn Thanh, trưởng đài truyền tin, 26 tuổi: **9 năm tù**

5. **Trần Viện**, bí danh Toàn, toán viên phá hoại, 39 tuổi: **7 năm tù**

6. **Nguyễn Văn Lâm**, bí danh Lê Văn Lạc, phó đài truyền tin, 25 tuổi: **6 năm tù.**

Trần Kim Phú bị xử bắn ngày **14.7.1964** tại xã Thạch Vĩnh, huyện Thạch Hà, tỉnh Hà Tĩnh, theo Lệnh hành quyết số 192/TA ngày 29.6.1964 của Toàn án quân sự QK4.

Lê Khắc Bái nhận Giấy Ra Trại ký ngày 1.2.1977 nhưng

trên thực tế ông bị giam 21 năm liên tục từ năm 1963, được thả từ trại Thanh Lâm ngày 29.2.1984.

BỘ NỘI VỤ
TỔNG CỤC I
Cục Hồ sơ An ninh
——+——
Số: 369/A27

CỘNG HOÀ XÃ HỘI CHỦ NGHĨA VIỆT NAM
Độc lập - Tự do - Hạnh phúc
————

Hà Nội, ngày 26 tháng 10 năm 1994

GIẤY XÁC NHẬN

Căn cứ vào hồ sơ lưu trữ tại cục Hồ sơ An ninh Bộ Nội Vụ:
Xét đơn đề nghị ngày 07 tháng 10 năm 1994 của bà Trần thị Phồng
Cư trú tại: Thôn I, EaTu - Buôn Ma Thuột - Đắc Lắc
V/V xin xác nhận chồng bà là Trần Kim Phú bị kết án tử hình.

Cục Hồ sơ An ninh Bộ Nội Vụ xác nhận:

Bị cáo Trần Kim Phú, sinh năm 1926
Quê quán: Hương Vĩnh, Hương Khê, Hà tĩnh
Trú quán: Đinh Biển, Bạt Lý 2, Buôn Ma Thuột, tỉnh Đắc Lắc (năm 1964)
Can tội: gián điệp biệt kích
Đã bị kết án tử hình theo bản án hình sự số 01 ngày 21/01/1964 của
toà án quân sự quân khu IV

Bản án đã được thi hành ngày 14/7/1964 tại xã Thạch Vĩnh, huyện
Thạch Hà, tỉnh Hà Tĩnh.

CỤC TRƯỞNG CỤC HỒ SƠ AN NINH

CHU VĂN THỊNH

Theo người công an nói với tôi tại Quảng Ninh thì "TKP trước khi chết còn xúc phạm lãnh tụ".

Theo những người công an canh giữ TKP cho gia đình (em trai, em gái và người chị) biết thì TKP "ngoan cố đến phút chót".

TKP vẫn tin vào khả năng ba lần vượt ngục của anh, nên anh có nói với vợ anh: "Cùng lắm thì bị bắt. Nếu bị bắt sẽ vượt ngục trốn qua Lào, hoặc bơi qua sông Bến Hải".

Năm 1986 người con gái và con rể (Liên-Tuấn) từ trong Nam về xã Thạch Vĩnh, huyện Thạch Hà xin lấy hài cốt của bố đem về chôn cất tại xã nhà (xã Hương Vĩnh, Hương Khê). Một ông cao tuổi nhận là người chôn cất tử tội, dẫn hai vợ chồng Liên -Tuấn ra một khu núi, chỉ cho chỗ mồ chôn có "làm dấu bằng một hòn đá". Hai cháu mướn người đào, nhưng không hề tìm được dấu vết nào đó là ngôi mộ. Các cháu về Sài Gòn gặp tôi. Tôi khuyên các cháu đừng bỏ cuộc, nhưng vào thời đó cả nước đói nghèo, về sau gia đình có những xáo trộn, Tuấn - người con rể tử nạn, nên việc tìm hài cốt TKP dang dở đến nay.

Hầu hết các toán biệt kích nhảy dù xuống miền Bắc đều bị bắt tại chỗ. Trước nay tôi vẫn thắc mắc băn khoăn về sự kiện này, mãi cho tới ngày tôi liên lạc được với ông Lê Tùng Minh, được ộng gửi cho loạt bài viết về Phạm Ngọc Thảo và Phạm Xuân Ẩn, tôi mới giải tỏa được mối băn khoăn kia. Tác giả Lê Tùng Minh viết:

"Theo Hồ Sơ Báo Cáo Tối Mật của Z.21, lưu trữ tại Cục Tình Báo trung ương (Hànội) cho biết vắn tắt như sau:

Ngày 20-11-1963, tại cuộc họp ở Honolulu, tổng thống Johnson đã thông qua 'kế hoạch về các hoạt động bí mật chống lại Bắc Việt Nam của các lực lượng Nam Việt Nam được CIA hậu thuẫn" Kế hoạch này được gọi là kế hoạch hành quân 34A. Và tháng 1-1964, Hội Đồng An Ninh Quốc Gia Hoa Kỳ đã cho phép CIA giúp đỡ chính quyền Sàigòn thực hiện kế hoạch 34A. bao gồm hai loại hình hoạt động: 1/-Tàu thuyền và máy bay thả điệp viên người Việt có trang bị máy Vô Tuyến Điện, xuống các vùng trọng yếu của miền Bắc, để phá hoại và thu thập tin tức tình báo. 2/- Tàu tuần tra tốc độ cao do người Việt hoặc người nước ngoài, do CIA tuyển dụng, tiến hành tập kích vào bờ biển và đánh phá căn cứ trên các đảo của miền Bắc. (Loại hình thứ hai này còn có mật danh là DESOTO).

Chính nhờ PXA lấy được kế hoạch hành quân 34A của

Trích lục bản án, Lệnh hành quyết, Giấy báo tử và danh bản tử tội T K Phú.

Mỹ, nên Đảng và Chánh phủ Cộng sản miền Bắc mới kịp thời đối phó và làm thất bại hầu hết các vụ xâm nhập Bắc Việt của Biệt Kích do CIA chỉ đạo. Đây chỉ là một trong những thành tích xuất sắc của Z21.

[Từ Phạm Ngọc Thảo đến Phạm Xuân Ẩn, Lê Tùng Minh, tạp chí Nguồn số 39 , tháng 7-8-2007, trang 83].

**

Chủ nghĩa cộng sản ra đời và bành trướng từ sau cuộc cách mạng tháng 10-1917 tại Nga. Hơn 70 năm sau chủ nghĩa này sụp đổ giây chuyền từ cái nôi "cách mạng" Mạc Tư Khoa.

Tại Việt nam, năm 1930, đảng Cộng sản Đông Dương ra đời, tính đến 2010 cũng đã 70 năm tồn tại, công hay tội của cộng sản, người dân hôm nay đã nhìn thấy và lịch sử sau này sẽ luận định. TKP là một trong những người liệt sĩ đã noi theo, tiếp nối các nhà ái quốc tiền bối, hiến dâng cả cuộc đời và đem sinh mạng hiến dâng cho đại nghĩa.

Tôi viết lại quãng đời của người liệt sĩ này không do từ liên hệ huyết thống dòng họ mà là ghi lại cuộc đời hoạt động của một người anh hùng như tất cả những vị anh hùng khác trong dòng lịch sử dân tộc. Khi đất nước không còn chủ nghĩa cộng sản, lịch sử và hậu thế sẽ công bằng thẩm định.

San Jose, Lập Thu 2009

Chiến sĩ BK Lê Khắc Bái 21 năm tù
(1963-1984)

*C*ho tới nay chưa có một công bố chính thức nào về số Biệt Kích Dù được thả xuống miền Bắc. Người ta chỉ có thể thu thập được một số dữ kiện qua các tài liệu và bài viết rải rác trên các website Việt, Mỹ. Trong một bài viết của Trung tá Nguyễn Văn Vinh, người trực tiếp phụ trách các toán Biệt Kích Dù thả xuống Bắc Việt, ông chỉ cho biết tính đến cuối năm 1968, có gần 40 toán BK được cho xâm nhập miền Bắc bằng đường hàng không và đường bộ để hoạt động dài hạn. Trong số đó có 7 người đã bị CS tuyên án tử hình và đã bị hành quyết, 9 người tử trận, 21 người chết trong các trại tù khổ sai miền Bắc, 7 người chết sau khi được thả về, 2 người mất tích khi thi hành nhiệm vụ, 11 người bị chỉ định cư trú tại các nông trường hay hợp tác xã miền Bắc. Đa số những người còn lại đều bị tra tấn dã man và bị bắt lao động khổ sai trong những trại tù khắc nghiệt nhất.

[Nguon: http://ngothelinh.tripod.com/BietKichNhaKyThuat.html]

Năm 1998, tôi có dịp liên lạc với Luật Sư John C. Mattes tại địa chỉ 2600 Douglas Rd. Douglas Center., Ste 1108. Coral Gables, Florida 33134 v/v ông Luật sư này đại diện các Biệt Kích VN kiện chính phủ Mỹ đòi quyền lợi cho các cựu BK/VN. Ông John Mattes có gửi tôi một danh sách gồm 22 cựu BK ở Daklak và 20 BK ở Lâm Đồng. Mỗi BK này nhận được số tiền 45,000.00USD bồi thường qua LS John Mattes. Số tiền bồi thường của các gia đình BK này, kể cả của bà quả phụ TKP tôi yêu cầu Luật sư trao tận tay gia đình tại VN, và bà chị họ tôi đã nhận đủ như các gia đình khác.

Theo một bản tin của nhà báo Melissa B. Robinson, hãng thông tấn Associated Press Writer/AP Online ngày 12-10-1998 thì Quốc Hội Mỹ đã chi 20 triệu Mỹ kim để bồi thường cho các cựu Biệt kích Việt Nam về những năm họ bị cộng sản giam giữ và hành hạ. Dù rằng lúc bấy giờ theo các nhà Quân sử Mỹ thì những BK này thực sự không hề làm việc cho Hoa Kỳ, mà họ là những người làm việc cho chính phủ Nam Việt Nam. Do đó QH Hoa Kỳ không chấp nhận các cựu BK được hưởng quy chế như cựu chiến binh Mỹ.

[December 10, 1998] MELISSA B. ROBINSON Associated Press Writer - AP Online 12.10.1998.

Cơ Sở Thi Văn Cội Nguồn vinh danh BK Lê Khắc Bái tại San Jose 13.10.1996

Trong số "gần 40" toán BK nói trên chắc hẳn có toán BK mang bí danh NIKE, trong đó có BK Lê Khắc Bái. Năm 1955, Ông từ Lào về dẫn đường đưa một số người, trong số đó có gia đình tôi, trốn thoát sang Lào sau CCRĐ. Theo hồ sơ ông Bái gửi ODP Bangkok xin định cư tại Mỹ theo diện RD:

Ông sinh năm 1919 tại xã Phú Gia, Hương Khê, Hà Tĩnh. Năm 1962 được một Sĩ quan QL/VNCH là Đại úy Vinh tổ chức vào toán Biệt Kích Nike, do Trần Kim Phú làm trưởng toán cùng sáu toán viên khác. Ngày 10.6.1963 ông cùng toán Nike xuất phát từ Tân Sơn Nhất bay trong đêm, nhảy dù xuống Hương Khê và bị bắt tại chỗ. Ngày 27.11.1963 bị xử 20 năm tù, từ đó ông bị giam qua các trại: Nghệ An, Quyết Tiến, Hà Giang, Trại I Lao Cay, Tuyên Quang, Trại Hồng Thắng, Trại 7

Tân Lập, Trại 4 Thanh Lâm, Thanh Hóa.

Ngày 29.2.1984 được thả từ trại Thanh Lâm. Tổng cộng bị giam 21 năm tù.

Song Nhị và hiền thê (bên phải), cùng bốn cựu chiến sĩ
Biệt Kích toán NIKE đón BK Lê Khắc Bái tại phi trường San Francisco

Lê Khắc Bái là con trai duy nhất của một gia đình địa chủ tiếng tăm trong huyện cùng quê với tôi. Từ thiếu thời đến lúc lập gia đình, ông có đời sống như một cậu ấm trong làng, Gia đình rước thầy về dạy học trong nhà. Đi học đến trường có ngựa cỡi, cha mất sớm. Khi đội Cải Cách về làng mẹ con ông bị bắt. Trong một đêm khuya, ông gạt tên du kích canh giữ, cởi trói chạy vào rừng, trốn sang Lào.

Năm 1995 ông LKB được sang Mỹ theo hồ sơ bảo lãnh của gia đình tôi. Sau ngày ông lãnh được số tiền chính phủ Mỹ bồi thường, ông trở về VN với con cháu, cho tới năm 2009, khi tôi viết đôi dòng về ông, ông đã 90 tuổi.

Song Nhị dưới nét vẽ của Đông Nghi

Song Nhị với các bút hiệu khác: Thiên Lý, Lão Trượng, Hà Viết Tịnh. tên thật Trần Kim Lý Sinh quán tại Phú Gia, huyện Hương Khê, Hà Tĩnh. Tuổi Mậu Dần 16 tháng 8 Âl. Tuổi trên giấy tờ tùy thân 1945.

■ Cùng gia đình vượt thoát sang Lào năm 1956, sau Cải Cách Ruộng Đất. ■ Tháng 4-1960 về Sài Gòn vào trung học sau sáu năm gián đoạn ■ 1967 năm thứ hai Đại học Luật khoa SG.

■ (1965 - 1968) Phân khoa Văn Học và Khoa Học Nhân Văn, Đại học Vạn Hạnh.

■ GS Trung học tại các trường: Phan Sào Nam Sài Gòn (1967-1975), Khiết Tâm Biên Hòa (1965-1968), Bồ Đề Thủ Đức, Trung học Nhất Trí, Hốc Môn.

■ Giám Đốc Học Vụ Trung Tâm Giáo Dục Tráng Niên Trương Minh Giảng, Sài Gòn (1967-1972).

■ Khóa 4/69 Sĩ Quan Trừ Bị/trường Bộ Binh Thủ Đức 1969. ■ Biệt Phái Nha Nhân Viên Hành Chánh Phủ Tổng Thống ■ Cấp bậc/ Chức vụ sau cùng: Trung úy Chánh Sự Vụ/ Chủ Sự Phòng Báo Chí .

■ **Tù cải tạo** qua các trại Long Thành, Quảng Ninh, Thanh Hóa, Xuân Lộc từ tháng 6. 1975 đến tháng 5. 1983.

■ Đến Mỹ ngày 16. 2. 1993. HO14. Định cư tại San Jose. Làm việc sáu năm tại các hãng Điện Tử Eratek, Sanmina (bị lay off); một năm làm công nhân xếp báo tại Warehouse nhật báo Mercury News.

Trưởng Ban Báo Chí/Chủ bút bán nguyệt san Hướng Đi Tổng Hội Sinh Viên Đại học Vạn Hạnh (1965-1968). Chủ bút Đặc San Máu Lửa (1968). Biên tập viên Nguyệt san Bộ Binh

Thủ Đức (1969). Biên tập viên nhật báo Quật Cường/ Sài Gòn (1971 đến 1975).

■ **Sinh hoạt Báo chí/ văn học**
* Trước năm 1975:
* Tại hải ngoại, sau 1975:
■ Viết báo, chủ trương nhà Xuất Bản Cội Nguồn từ năm 1995. Đã in 46 tác phẩm Thơ, Văn, Biên khảo.
■ Sáng lập viên/ Trưởng điều hành Cơ Sở Thi Văn Cội Nguồn, từ tháng 4.1995.
■ Trưởng Điều hành/ Chief Executive Officer (CEO) Cơ Sở Thi Văn Cội Nguồn - tổ chức Hoạt động Văn Hóa Xã hội Bất Vụ Lợi – A Non Profit Organization – dưới quy chế của Liên bang và Tiểu Bang California từ năm 2004.
■ Chủ biên trang văn học nghệ thuật/ nhật báo Việt Nam Thời Báo (Bắc California từ tháng 7-1998).
■ Tổng Thư Ký/ Chủ nhiệm/ Chủ bút tạp chí Nguồn (2004-2010)
■ Chủ trương/ Biên tập (Editor-in-Chief) Trang nhà http://www.coinguon.us từ năm 2007.

Có tên trong:

- Tự điển "TÁC GIẢ VIỆT NAM -Vietnamese Authors. Lê Bảo Hoàng. Sóng Văn, Hoa Kỳ xb 2005. Nhân Ảnh, Canada tái bản lần thứ nhất 2006.
- Thơ Tình Việt Nam và Thế Giới Chọn Lọc. Nguyễn Hùng Trương sưu tầm, chọn lọc. NXB Thanh Niên TP/HCM 1998.
http://www.google.com/search?q=songnhi+coinguon& ie=utf-8&oe=utf-8&aq=t&rls=org.mozilla:en-US:official&client=firefox-a

Tác phẩm đã xuất bản:
■ Một Đời Không Nguôi (thơ 1968) ■ Trường Ca Người Viết Sử (thơ 1972) ■ Tình Còn Trong Lãng Quên (thơ, in chung với Huỳnh Ngọc Điệp,1974) ■ Tiếng Hờn Chiến Mã (Thơ, Cội Nguồn 1996, tái bản năm 2002) ■ Về Lối Đi Xưa (Thơ, Cội Nguồn 1999) ■ Lưu Dân Thi Thoại (Biên Khảo, cùng Diên Nghị, Cội Nguồn, 2003) ■ Tiếng Hót Loài Chim Di (Thơ, Cội Nguồn, 2004) ■ Nửa Thế Kỷ Việt Nam (Tự Truyện 2010) ■ Khoảnh Vườn Văn Mùa Lá Thắm (Truyện, tùy bút, tạp văn) đã hoàn tất bản layout, chưa in ■ Viết lời giới thiệu, Tựa, và Bạt trên 50 tác phẩm Thơ, Văn của các tác giả văn thi hữu.

MỤC LỤC

TU LUC BOOKSTORE
14318 Brookhurst St
Garden Grove, CA 92843
TULUC.COM   Tel: (714) 531-5290

TIẾNG HỜN CHIẾN MÃ

Tiếng Hờn Chiến Mã chuyên chở bộn bề sự kiện của một thời nhiễu nhương nghiệt ngã. Song Nhị, trong những nghiệt ngã tột cùng phải gánh chịu chung cùng ấy, trong những nổi trôi, lao đao với vận nước bất hạnh ấy, đã phải biết bao đoạn đoạn, uất nghẹn để rồi không thể không phơi bày những phẫn nộ, những phản kháng, những thách thức. Tiếng thơ đầy phẫn nộ, thách thức, phản kháng, chứ tuyệt nhiên không cao rao những hận thù... = *Duy Năng Trích Nhận Định Tác Phẩm - buổi ra mắt ngày 13-10-1996 tại San Jose*

VỀ LỐI ĐI XƯA

Về Lối Đi Xưa - một thi phẩm trữ tình, một bản tình ca đẹp nồng nàn muôn thuở của thi nhân. Tôi đọc trong thi phẩm Về Lối Đi Xưa của Song Nhị có hai câu: Mai kia tàn cuộc nhục vinh/ Con về bên mẹ tạ tình núi sông... Nói đến Tình Ca, thơ Song Nhị đã là một bản Tình Ca rồi. Nói cho đúng thì thơ Song nhị có đủ mọi tính chất, mọi khuynh hướng. Anh làm thơ và xuất bản rất nhiều từ lâu nay. =*Trần Tuấn Kiệt*.

TIẾNG HÓT LOÀI CHIM DI

Nhìn chung nội dung ba tập thơ viết ở hải ngoại đều có tính cách nhất quán trên nhiều phương diện. Ba tác phẩm ấy chính là một thể thống nhất về đấu tranh, tổ quốc, quê hương, xã hội, gia đình, tình yêu và niềm hi vọng chan hòa về tương lai gần như một khẳng định tuyệt đối.

Bút pháp vững vàng, điêu luyện. Hình ảnh chắt lọc, phù hợp. Nhạc tính trầm bổng, dạt dào. Ý tứ đột ngột, trầm lắng. Cảm hứng dàn trải, mới mẻ.

Thơ Song Nhị biểu hiện trên nhiều phương diện cụ thể, luận cứ, tượng trưng, hiện thực, tâm thức, cảm ứng... Mỗi bài thơ là một đóa hoa của những nhánh đời, nếp sống, nhiều lúc dứt khoát rõ ràng của một hoàn cảnh chung: Những con Chim Di tạm thời phiêu bạt song vẫn mong trở về bến nước Việt Nam trong thanh bình và tự do. = *Hà Trung Yên*.

LƯU DÂN THI THOẠI
bút luận 25 năm thơ hải ngoại

Tự bản chất, đây là một tác phẩm biên khảo, một công trình phê bình và nhận định thi ca; nhưng tác giả đã khéo léo và khiêm tốn chọn một tiêu đề thật nhẹ nhàng "Lưu Dân Thi Thoại" - *Nói Chuyện Về Thơ của Những Người Xa Xứ* ...

Tác giả và tác phẩm LƯU DÂN THI THOẠI là một điển hình của hiện tượng làm thơ, đọc thơ và nói về thơ... có "đủ thẩm quyền" bàn luận về thơ vì họ xuất thân là người sáng tạo; là kẻ làm thơ; vùng vẫy hay uốn lượn gần một đời người trong trường văn trận bút. Dù vận nước thăng trầm mang theo số phận nổi trôi của những chàng Tư mã lạc loài, đã "trót mang lấy nghiệp" văn chương vào thân, thì Diên Nghị và Song Nhị cũng đã dạn dày bao lần đứng lên và ngã xuống để men theo thơ mà trở về, níu thơ mà đứng dậy, vịn thơ mà đi. Đi tìm cái "bản lai diện mục" và về với thân thế của chính mình - của thân phận những đứa con văn nghệ có khi phải dùng dao viết văn, làm thơ trên đá (ý Phùng Quán). Bởi vậy, khi chọn lựa nói về những vần thơ xa xứ, hai tác giả đang đối thoại với một thế giới thơ của người và độc thoại với hồn thơ phiêu lãng của chính mình.

Lưu Dân Thi Thoại được hai tác giả Diên Nghị và Song Nhị giới thiệu như một tập bút luận 25 năm thơ hải ngoại. Đây là một tác phẩm biên khảo dày ngót 600 trang với nghệ thuật trình bày kết hợp với kỹ thuật in ấn rất công phu và trang nhã.

[Đọc LDTT- Câu chuyện về thơ của những người xa xứ - Tiến Sĩ Trần Kiêm Đoàn]

THƯ MỤC CỘI NGUỒN

Bạn đọc muốn có sách xin liên lạc:
CSTV Cội Nguồn P.O.Box 3648 San Jose, CA 95156 - 3648 USA

GỞI NGƯỜI DƯỚI TRĂNG   *tuyển tập thơ 20 tác giả ■ Hết

TIẾNG HỜN CHIẾN MÃ *thơ Song Nhị xb 1996 Tái bản 2002■ $12

ĐƯỜNG XUÔI NẺO NGƯỢC   tuyển tập truyện ngắn 17 tác giả ■ Hết

THOẢNG CHÚT HƯƠNG XƯA   Thơ Sương Mai ■ Hết

MỘT THỜI LƯU LẠC   * tuyển tập thơ 30 tác giả ■ $12

VỀ LỐI ĐI XƯA   * thơ Song Nhị ■ $12

ĐÒ TRĂNG   * Thơ Ngô Đức Diễm ■ $12

NHỮNG ĐIỀU TRÔNG THẤY   *tuyển tập văn nhiều tác giả ■ $14

NGƯỜI VỀ TỪ TRẬN ĐỊA   Tập Truyện Nhật Thịnh-Khuê Dung ■ Hết

HOA CỎ MAY   thơ Ngô Đức Diễm ■ $12

SỰ IM LẶNG CỦA NGÀY HÔM QUA   tuyển tập thơ song ngữ

THE SILENCE OF YESTERDAY   Việt Anh nhiều tác giả ■ $16

NHỮNG CHUYỆN CHƯA QUÊN   *tập truyện Hồ Phú Bông ■ Hết

NĂM NĂM VĂN HỌC CỘI NGUỒN   *tuyển tập Thơ Văn ■ Hết

LƯU DÂN THI THOẠI   Bút Luận 25 Năm Thơ Hải Ngoại ■ $20

LÝ LỊCH DỌC NGANG CỦA THẢO   *Tạp Văn/ Võ Ý ■Hết.

SAU CUỘC CHIẾN   *thơ Cao Mỵ Nhân ■ $12

DỖ GIẤC ĐÊM DÀI   tuyển tập Thơ/ Văn/ Song Thi ■ $15

GIỮA DÒNG   Thơ Lê Nguyễn ■ $12

TIẾNG HÓT LOÀI CHIM DI   * Thơ Song Nhị ■ $15

HOA HƯỚNG DƯƠNG   Tuyển tập Thơ/ Văn/ Kha Lăng Đa ■ $15

CÕI NGƯỜI TA   Thơ Ngô Đức Diễm ■ $15

TỪ GIÒNG SÔNG TRĂNG   Thơ Tuệ Nga ■ $20

CHÂN DUNG LÊ MAI LĨNH   tập văn/ Lê Mai Lĩnh ■ $18

ĐỜI PHI CÔNG   Truyện dài Toàn Phong Nguyễn Xuân Vinh ■ $18

DẤU XƯA   Thơ Vương Nhân ■ $15

TẠ TÌNH KHÚC   Thơ Phan Thị Ngôn Ngữ ■ $15

KHUNG TRỜI HƯỚNG VỌNG CN thực hiện Nắng Mới Paris xb ■$20

BẢN HỢP TẤU   Tập truyện ■ $18

CHUYỆN NỔI TRÔI   Tập Truyện Hồ Phú Bông ■ $15

VỀ BÊN SUỐI TỊNH   Thơ Tuệ Nga ■ $25

NHỚ NGUỒN   Thơ Hàn Thiên Lương ■ $15

VIẾT TỪ HANG ĐÁ   Tuyển tập Trần Khải Thanh Thủy ■ $20

ĐỜI CÔ THỦY   Truyện dài, Duy An Đông ■ $20

CÕI THƠ TÌM GẶP   Khảo Luận Thơ, Diên Nghị ■ $20

HƯƠNG HỒNG QUẾ   Tập truyện, Vũ Lưu Xuân ■ $20

NGUỒN ...

Tạp Chí Sáng Tác Nhận Định Phê Bình Văn Học Nghệ Thuật
CHỦ NHIỆM/ CHỦ BÚT: SONG NHỊ
Phát Hành ngày 15 mỗi tháng

BAN BIÊN TẬP VÀ CỘNG TÁC: **DIÊN NGHỊ ■ CUNG DIỄM ■ TRẦN ANH LAN ■ ĐẶNG LỆ KHÁNH ■ TRIỀU NGHI ■ DU SƠN ■ ĐÔNG NGHI ■ NGÔ ĐỨC DIỄM ■ BIỆN THỊ THANH LIÊM ■ HUỆ THU ■ ĐỖ BÌNH ■ SONG NHỊ ■ THANH THƯƠNG HOÀNG ■ TRẦN KIÊM ĐOÀN ■ NGUYỄN VĂN LỤC ■ ÁI KHANH ■ TRÀM CÀ MAU ■ TOÀN PHONG NGUYỄN XUÂN VINH ■ NGUYỄN THÙY ■ NGUYỄN TRUNG DŨNG ■ HOÀNG VŨ ĐÔNG SƠN ■ VÕ HƯƠNG AN ■ ĐỖ THÀNH ■ TRẦN TRUNG ĐẠO ■ HỒ LINH ■ THINH QUANG ■ VŨ THỊ THIÊN THƯ ■ VI KHUÊ ■ TUỆ NGA ■ PHAN THÁI YÊN ■ PHONG THU ■ PHAN THỊ NGÔN NGỮ ■ NGUYỄN THỊ TÊ HÁT ■ HỒ PHÚ BỔNG ■ SONG THI ■ ÂU VĨNH HIỀN ■ DIỆU TẦN ■ VI KHUÊ ■ TÚ LẮC ■ TRẦN KHẢI THANH THỦY ■ CHU VƯƠNG MIỆN ■ NGỌC BÍCH ■ LÊ DIỄM ■ TRẦN HỮU TỪ ■ VÕ Ý ■ HÀ VIẾT TỊNH ■**

[Số 1 phát hành ngày 4 tháng 4. 2004 đến Nguồn số 16

Chủ nhiệm : Trần Anh Lan – Tổng Thư Ký: Song Nhị]

Đón đọc:

khoảnh

VƯỜN VĂN

mùa lá thắm

tập văn/ Song Nhị

sẽ in. sách dày 340 trang. đã layout

Nửa Thế Kỷ Việt Nam
Bút Ký .Tự Truyện
Cơ Sở Thi Văn Cội Nguồn xuất bản
In lần thứ nhất 1000 quyển tại Papyrus Printing,
San Jose, California, USA

Phát hành tháng 1 năm 2010

Liên lạc:
Tác giả và CSTV Cội Nguồn
P.O.Box 3648 San Jose
California 95156 – 3648 USA
Tel & Fax (408) 729 8352 - Cell : (408) 209 2092
E-mail: songnhi_2000@yahoo.com

http://www.coinguon.us

= hai mươi mỹ kim =

Printed by **PAPYRUS**
1002 S. 2nd Street
San Jose, CA 95112
Tel: (408) 971-8843
email: papyrusqt@yahoo.com